# തീ പിടിച്ച പാളങ്ങൾ

**Thee pidicha palangal**
Novel

K Rajagopalan

CHINTHA PUBLISHERS
Thiruvananthapuram



*First Edition*
October 2021

*Second Impression*
November 2021

*Typesetting & Published*
Chintha Publishers, Thiruvananthapuram

*Cover Design*
Vinod Mangoes

ISBN : 978-93-90301-84-3

CO - 3028 / 5628

**₹ 230**

Email: chinthapublishers@gmail.com
Website: www.chinthapublishers.com

***Distribution***
**DESHABHIMANI BOOKHOUSE**
H O Thiruvananthapuram 695035

***Branch***
Head Office Kunnukuzhi • Statue Thiruvananthapuram
KSRTC Bus Station Thiruvananthapuram
KSRTC Bus Station Alappuzha • KSRTC Bus Station Ernakulam
Machingal Lane Thrissur • IG Road Kozhikode
Mavoor Road Kozhikode • NGO Union Building Kannur
Central Bus Terminal Complex Thavakkara Kannur

# തീ പിടിച്ച പാളങ്ങൾ

(നോവൽ)

കെ രാജഗോപാലൻ

ചിന്ത പബ്ലിഷേഴ്സ്
തിരുവനന്തപുരം-695 035
വില : ₹ 230

# കെ രാജഗോപാലൻ

1948 ൽ വടകരയിൽ ജനനം. അമ്മ: അമ്മുഅമ്മ. അച്ഛൻ: ശങ്കരൻ നായർ. വടകരയിലും മടപ്പള്ളിയിലുമായി വിദ്യാഭ്യാസം. കേന്ദ്ര ആദായനികുതി വകുപ്പിലും വ്യത്യസ്ത ബാങ്കുകളിലുമായി നാല്പതിലേറെ വർഷത്തെ സേവനം. അതിൽ അവസാനത്തെ മുപ്പത് വർഷത്തോളം സൗത്ത് മലബാർ ഗ്രാമീണ ബാങ്കിൽ. സൗത്ത് മലബാർ ഗ്രാമീണ ബാങ്ക് എംപ്ലോയീസ് യൂണിയൻ പ്രസിഡന്റ്, ജനറൽ സെക്രട്ടറി, ആൾ കേരള ഗ്രാമീണ ബാങ്ക് സ്റ്റാഫ് ഫെഡറേഷൻ പ്രസിഡന്റ്, ബാങ്ക് എംപ്ലോയീസ് ഫെഡറേഷൻ ഓഫ് ഇന്ത്യ (BEFI) സംസ്ഥാന വൈസ് പ്രസിഡന്റ്, ബാങ്ക് വർക്കേഴ്സ് ഫോറം പത്രാധിപ സമിതിയംഗം എന്നീ നിലകളിൽ പ്രവർത്തിച്ചു. 2008 ൽ റിട്ടയർമെന്റിന് ശേഷം സാഹിത്യപ്രവർത്തനം. *ചുകന്ന റോസയ്ക്ക്* 2014 ലെ അബുദാബി ശക്തി അവാർഡ് ലഭിച്ചു.

**കൃതികൾ:** *മതനിരപേക്ഷതയുടെ വർത്തമാനം*, *ചുകന്ന റോസ*, *റോസലക്സംബർഗിന്റെ ജീവിതവും ദർശനവും*, *ബുദ്ധമതം ഇന്ത്യയിൽ*, *മാർക്സിസ്റ്റ് സ്ത്രീവാദത്തിന്റെ ആദ്യനാളുകൾ* – എഡി. ഡോ. ടി കെ ആനന്ദി, *അൺടു ദിസ് ലാസ്റ്റ്* (വിവർത്തനം).


ഭാര്യ : സരോജം

മക്കൾ : ശുഭാപ്രമോദ്, ധന്യാസജിത്ത്

വിലാസം : സ്നേഹ<br>
നടക്കുതാഴ പി ഒ<br>
വടകര, കോഴിക്കോട് 673 104

ഫോൺ : 9446645488

# പ്രസാധകക്കുറിപ്പ്

**ഒ**രു പാൻ ഇന്ത്യൻ നോവൽ എന്ന വിശേഷണം ഈ കൃതിക്ക് അനുയോജ്യമാണ്. ആയിരത്തി തൊള്ളായിരത്തി എഴുപത്തിനാലിലെ റെയിൽവേ പണിമുടക്ക് ഇന്ത്യൻ തൊഴിലാളിവർഗ്ഗത്തിന്റെ പോരാട്ടങ്ങളുടെ സുവർണ്ണരേഖയാണ്. ഇന്ത്യൻ തൊഴിലാളിവർഗ്ഗത്തിന്റെ ഐക്യവും പോരാട്ടവീറും ഇന്ത്യയുടെ ഭാഗധേയത്തെ മാറ്റി മറിച്ചേക്കും എന്ന ഭയത്തിൽനിന്നാണ് അടിയന്തരാവസ്ഥ എന്ന ഭരണകൂട ഭീകരതയുടെ നാളുകൾക്ക് ബീജാവാപം നല്കപ്പെട്ടത് എന്നു നിരീക്ഷിക്കപ്പെട്ടിട്ടുണ്ട്. അടിയന്തരാവസ്ഥയുടെ സംഘർഷഭരിതമായ പശ്ചാത്തലത്തിൽ അനിരുദ്ധൻ എന്ന പത്രപ്രവർത്തകന്റെ അനുഭവങ്ങളിലൂടെയാണീ നോവൽ വികസിക്കുന്നത്. മഹത്തായ ആ പണിമുടക്കിനു നേരെ സായുധസേന വെടിയുതിർത്തു. പണിമുടക്ക് അടിച്ചമർത്താൻ ജനാധിപത്യ ഭരണകൂടം ഭരണഘടനാ ബാഹ്യമായ നീക്കങ്ങൾ നടത്തി. റെയിൽവേ പണിമുടക്ക് അവസാനിച്ച് ഏതാനും വർഷങ്ങൾക്കകം ഇന്ത്യയിൽ അടിയന്തരാവസ്ഥ പ്രഖ്യാപിക്കപ്പെട്ടു. അതിനെത്തുടർന്ന് ദില്ലിയിൽ അരങ്ങേറിയ ഉപജാപങ്ങളും അനിശ്ചിതത്വങ്ങളും ഈ നോവലിൽ ആവിഷ്കൃതമാകുന്നു. ഇന്ത്യയുടെ ചരിത്രത്തിലെ സംഘർഷാത്മകമായ ഒരദ്ധ്യായം ഇവിടെ ഇതൾ വിരിയുന്നു.

**ചിന്ത പബ്ലിഷേഴ്സ്**

# സമർപ്പണം

നന്നേ ചെറുപ്പത്തിലേതന്നെ എന്നെ
അക്ഷരങ്ങളുടെ അത്ഭുതലോകത്തിലേക്കാനയിച്ച
എന്റെ അച്ഛന്
സ്നേഹവാത്സല്യങ്ങളുടെ നിറകുടമായിരുന്ന
എന്റെ അമ്മമ്മയ്ക്ക്
ജീവിത ദുഃഖങ്ങളെ പരിഭവമില്ലാതെ അതിജീവിച്ച
എന്റെ അമ്മയ്ക്ക്
അകാലത്തിൽ ഞങ്ങളെ വിട്ടുപോയ
എന്റെ അനിയത്തിക്കുട്ടിക്ക്

# ഇന്ത്യൻ അനുഭവങ്ങളുടെ ഇരമ്പങ്ങൾ

## വൈശാഖൻ

ഇന്ത്യൻ പശ്ചാത്തലത്തിൽ എഴുതപ്പെട്ട *തീ പിടിച്ച പാളങ്ങൾ* ചരിത്രത്തിന്റെ രാഷ്ട്രീയ വായനകൾ ആവശ്യപ്പെടുന്നുണ്ട്. മലയാളത്തിൽ അധികമൊന്നും പരിചയമില്ലാത്ത ഒരനുഭവലോകമാണ് ഈ നോവൽ തുറക്കുന്നത്. സ്വതന്ത്രവും നിർഭയവുമായ ഒരിന്ത്യൻ മനസ്സിനെ കണ്ടെത്താനുള്ള ശ്രമമെന്ന നിലയിൽ, നോവലിസ്റ്റ് വിജയം കൈവരിച്ചിട്ടുണ്ട്. തിളച്ചു മറിയുന്ന രാഷ്ട്രീയാനുഭവങ്ങളെയാണ് അദ്ദേഹം അവതരിപ്പിക്കുന്നത്. നമ്മുടെ നാട് അതിജീവിച്ച സംഘർഷഭരിതമായ ചരിത്രാവസ്ഥയെ ഈ നോവൽ പകർത്തുന്നു. കഥാമുഹൂർത്തങ്ങളിൽ പത്രപ്രവർത്തകനായ അനിരുദ്ധൻ സാക്ഷിയോ പങ്കാളിയോ ആണ്. നായകന്റെ നോട്ടത്തിലൂടെയാണ് കഥയുടെ വികാസപരിണാമങ്ങൾ.

'അജ്ഞാതഭാവിയെ ഉറ്റുനോക്കുന്ന ജീവനക്കാരനെപ്പോലെ റെയിൽപ്പാളങ്ങൾ നീണ്ടുനിവർന്നു കിടന്നു' എന്നൊരു വാക്യം ഈ നോവലിലുണ്ട്. അതെന്നെ എന്റെ സ്റ്റേഷൻ മാസ്റ്റർ ജീവിതകാലത്തേക്ക് കൊളുത്തിവലിച്ചു കൊണ്ടുപോയി. റെയിൽവേ തൊഴിലാളികളുടെ ആത്മാംശം പുരണ്ട വാക്കുകളാണത്. നിത്യവൃത്തിക്കുപോലും ബുദ്ധിമുട്ടുന്നവർ അന്ന് റെയിൽവേയുടെ ഭാഗമായിരുന്നു. അവരുടെ ജീവിതപ്രശ്നങ്ങൾ പരിഹരിക്കാൻ പണിമുടക്ക് അടക്കമുള്ള സമരങ്ങൾ നടത്തപ്പെട്ടു. ഭരണകൂടം അടിച്ചമർത്താൻ ശ്രമിച്ചപ്പോൾ എരിതീയിൽ എണ്ണ ഒഴിച്ചതുപോലെ, സമരം അഖിലേന്ത്യാതലത്തിൽ ആളിപ്പടരുകയാണുണ്ടായത്. സമരത്തിന് നേതൃത്വം നല്കിയ നവനീത് ശർമ്മ പൊലീസിന്റെ കണ്ണുവെട്ടിച്ച് അനിരുദ്ധന്റെ വീട്ടിൽ ഒളിപാർപ്പിനെത്തുന്നതോടെയാണ് നോവൽ ആരംഭിക്കുന്നത്.

പണിമുടക്ക് അടിച്ചമർത്താൻ നിയോഗിക്കപ്പെട്ട സായുധസേന

ലാത്തിച്ചാർജ്ജും വെടിവെപ്പും നടത്തി. രക്തസാക്ഷിനിരയിലേക്ക് വീണുപോയവർ, ജാമ്യം ലഭിക്കാതെ ജയിലിൽ കഴിയേണ്ടിവന്നവർ, സർവ്വീസിൽനിന്നും പിരിച്ചുവിടപ്പെട്ടവർ, അങ്ങനെ കേന്ദ്ര ഗവൺമെന്റ് അക്ഷരാർത്ഥത്തിൽ തൊഴിലാളികളെ വേട്ടയാടി. 1974 ലെ റെയിൽവേ സമരത്തിന്റെ നാൾവഴികളിലൂടെയാണ് ഈ രചന സഞ്ചരിക്കുന്നത്. അപ്പോഴൊക്കെ ചരിത്രത്തെ ഇതിവൃത്തമാക്കുമ്പോൾ കാത്തുസൂക്ഷിക്കേണ്ട സത്യസന്ധത കെ രാജഗോപാലൻ പുലർത്തുന്നുണ്ട്. സമരതീക്ഷ്ണമായ ഇന്നലെകളെ ഊഷ്മാവ് ചോരാതെ ഒപ്പിയെടുക്കാൻ അദ്ദേഹം പുലർത്തുന്ന മിതത്വവും പക്വതയും ഏറെ ശ്രദ്ധേയം.

അടിയന്തരാവസ്ഥാ പ്രഖ്യാപനത്തെത്തുടർന്ന് ദില്ലിയിൽ നടന്ന ഉപജാപങ്ങളുടെയും ഊഹാപോഹങ്ങളുടെയും അനിശ്ചിതത്വത്തിന്റെയും രഹസ്യലോകം നോവൽ വെളിപ്പെടുത്തുന്നു. ജനാധിപത്യധ്വംസനത്തിനെതിരെ നൈതികജാഗ്രതയോടെ കാവൽനിന്നവർ വേട്ടയാടപ്പെടുന്നത് ചിത്രീകരിക്കുന്നു. അടിയന്തരാവസ്ഥക്കാലത്തു നടന്ന മൃഗീയമായ പീഡനങ്ങളുടെയും നിശ്ശബ്ദ സഹനങ്ങളുടെയും വിവരണം അതീവ ഹൃദയസ്പർശിയാണ്.

"അടിയന്തരാവസ്ഥയുടെ തീ പിടിച്ച പാളങ്ങളിലൂടെ ഓടുന്ന തീവണ്ടിയിൽ സഞ്ചരിക്കാൻ വിധിക്കപ്പെട്ട നിസ്സഹായരായ ഇന്ത്യൻ ജനതയുടെ കഥ കൂടിയാണ് *തീപിടിച്ച പാളങ്ങൾ* നമ്മോട് പറയുന്നത്. ഇത് വർത്തമാനകാല ഇന്ത്യയിൽ ജീവിക്കുന്ന നമുക്ക് ഒരു ചൂണ്ടുപലകയും ഒപ്പം ഒരു താക്കീതുമാണ്."

# ഒന്ന്

**ആ**രോ തുടരെത്തുടരെ വാതിലിൽ മുട്ടുന്നത് കേട്ടാണ് അനിരുദ്ധൻ ഞെട്ടിയുണർന്നത്. കിടന്നുകൊണ്ടു തന്നെ അയാൾ ലൈറ്റിട്ടു. സമയം ഒരുമണി കഴിഞ്ഞിരിക്കുന്നു. ഈ പാതിരാത്രി നേരത്ത് ആര് വരാനാണ്? ഉറക്കത്തിൽ തോന്നിയതാവണം. ഉറക്കച്ചടവോടെ അയാൾ എഴുന്നേറ്റി രുന്നു. അപ്പോൾ വാതിലിൽ വീണ്ടും മുട്ടുന്നത് അയാൾ വ്യക്തമായി കേട്ടു. വേഗത്തിൽ എഴുന്നേറ്റ് ചെന്ന് അയാൾ വാതിൽ തുറന്നു. വാതിൽ തുറക്കാൻ കാത്തു നിന്നതുപോലെ ആഗതൻ ധൃതിപ്പെട്ട് അകത്തേക്ക് കയറി വാതിൽ ഭദ്രമായടച്ചു. അപ്പോൾ അകത്തെ വെളിച്ചത്തിൽ അനി രുദ്ധൻ ആളെ തിരിച്ചറിഞ്ഞു. ഉൽക്കണ്ഠ മറച്ചു വയ്ക്കാതെ അനിരുദ്ധൻ ചോദിച്ചു. "ശർമ്മാജീ, നിങ്ങളെന്താ ഈ പാതിരാത്രിയിൽ?"

ഉത്തരം പറയുന്നതിന് പകരം അയാൾ തന്റെ വലതു കൈയിലെ ചൂണ്ടുവിരൽ ചുണ്ടിൽ ചേർത്ത് 'ശ്' എന്ന് പറഞ്ഞുകൊണ്ട് മുന്നിൽ കണ്ട കസാരയിൽ പരവശനായി ഇരുന്നു. അനിരുദ്ധനൊന്നും മനസ്സി ലായില്ല. നവനീത് ശർമ്മ വിയർക്കുന്നുണ്ടായിരുന്നു.

"വെള്ളം കുടിക്കണോ?" അയാളുടെ പാരവശ്യം കണ്ടപ്പോൾ അങ്ങനെ ചോദിക്കാനാണ് അനിരുദ്ധന് തോന്നിയത്. ആഗതൻ തലയാട്ടി. കൂജയിൽനിന്ന് തണുത്ത വെള്ളം പകർന്ന് അനിരുദ്ധൻ ശർമ്മയ്ക്ക് കുടിക്കാൻ കൊടുത്തു, വെള്ളം കുടിച്ച് ഗ്ലാസ് തിരികെ കൊടുത്തു കൊണ്ട് അയാൾ അനിരുദ്ധനോട് ലൈറ്റ് അണച്ചുകളയാൻ ആംഗ്യം കാട്ടി. അനിരുദ്ധൻ അനുസരണയോടെ ലൈറ്റണച്ച ശേഷം ശർമ്മയുടെ സമീപത്തേക്ക് ഒരു കസാര വലിച്ചിട്ട് അയാൾക്കഭിമുഖമായി ഇരുന്നു. എന്നിട്ട് ശാന്തനായി ചോദിച്ചു: "എന്തുപറ്റി ശർമ്മാജീ."

റെയിൽവേ ജീവനക്കാരുടെ നേതാവാണ് നവനീത് ശർമ്മ. നല്ല

പക്വതയും പാകതയും പ്രകടിപ്പിക്കാറുള്ള ശർമ്മാജിക്ക് ഇതെന്തു പറ്റി എന്ന് അനിരുദ്ധൻ അത്ഭുതം കൂറി.

"അനിരുദ്ധൻ, അവർ ഞങ്ങളെ വഞ്ചിച്ചു."

"ആര്?"

"ഗവൺമെന്റ്, അല്ലാതെ മറ്റാര്?" നവനീത് ശർമ്മയുടെ ശബ്ദത്തിൽ അസ്വസ്ഥതയും രോഷവുമുണ്ട്. എന്തോകുഴപ്പമുണ്ട് എന്ന് അനിരുദ്ധൻ ഊഹിച്ചു.

ശർമ്മ വിശദീകരിച്ചു:

"നിങ്ങൾക്കറിയാമല്ലൊ, ഞങ്ങൾ പണിമുടക്കൊഴിവാക്കാനുള്ള ചർച്ചയിലാണെന്ന്. മിനിഞ്ഞാന്നത്തെ, അതായത് ഏപ്രിൽ 30 ന്റെ ചർച്ച എങ്ങുമെത്താതായപ്പോൾ മെയ് 2 ന് വീണ്ടും കാണാമെന്നായിരുന്നു ധാരണ. മെയ് 1 ന് തുടരാമെന്ന് ഗവൺമെന്റ് പ്രതിനിധികൾ പറഞ്ഞപ്പോൾ ഞങ്ങൾക്ക് മെയ് ദിന റാലിയിൽ പങ്കെടുക്കാനുണ്ടെന്ന് അവരെ അറിയിച്ചതാണ്. അങ്ങനെയാണ് ചർച്ച മെയ് 2 ന് തുടരാൻ ധാരണയായത്."

"എന്നിട്ടെന്തു പറ്റി?" അനിരുദ്ധൻ താല്പര്യപൂർവ്വം അന്വേഷിച്ചു.

"ഇന്ന് അർദ്ധരാത്രി മുതൽ തന്നെ അവർ സമര സമിതി നേതാക്കളെയും പ്രവർത്തകരേയും അറസ്റ്റ് ചെയ്യാൻ തുടങ്ങിയിരിക്കുന്നു."

"അറസ്റ്റോ?" അനിരുദ്ധൻ അവിശ്വാസത്തോടെ ചോദിച്ചു.

"അതെ, മെയ് ദിന റാലിയെ അഭിസംബോധന ചെയ്ത ശേഷം 2 ന്റെ ചർച്ചയിൽ പങ്കെടുക്കാൻ വേണ്ടി ദില്ലിക്ക് മടങ്ങാനായി ലഖ്നൗ റെയിൽവേ സ്റ്റേഷനിലെത്തിയ ജോർജ് ഫെർണാണ്ടസിനെ കുറച്ചുമുമ്പ് അവിടെ വെച്ച് അറസ്റ്റ് ചെയ്തു. 2-ാം തീയതിയത്തെ ചർച്ചയ്ക്കായി ദില്ലിയിലെത്തിയ എല്ലാ നേതാക്കളേയും അറസ്റ്റ് ചെയ്തു കഴിഞ്ഞു. എന്റെ പേരിലും വാറണ്ടുണ്ടെന്നാണ് പ്രസാദ് വിളിച്ചു പറഞ്ഞത്. പിടികൊടുക്കരുതെന്നും പറഞ്ഞു. ആലോചിച്ചപ്പോൾ അനിരുദ്ധന്റെ വീടാണ് സെയ്ഫ് എന്ന് തോന്നി. അതാണിങ്ങോട്ട് പോന്നത്." ശർമ്മ ഒറ്റ വീർപ്പിന് പറഞ്ഞു നിർത്തി.

"ഇതൊരുവല്ലാത്ത ചതിതന്നെ. ഒരു ജനകീയ സർക്കാർ ഒരിക്കലും ചെയ്തു കൂടാത്ത വിശ്വാസ വഞ്ചനയാണിത്." അനിരുദ്ധൻ ധാർമ്മിക രോഷം കൊണ്ടു.

"അറസ്റ്റ് അനിവാര്യമാക്കുന്ന എന്തെങ്കിലും പ്രകോപനം സമര സമിതിയുടെ ഭാഗത്ത് നിന്നുണ്ടായോ ശർമ്മാജീ?" അനിരുദ്ധനിലെ അന്വേഷണ കുതുകിയായ പത്രപ്രവർത്തകൻ കർമ്മനിരതനായി.

"ഈ നിമിഷംവരെയും അങ്ങനെയൊന്നുമുണ്ടായിട്ടില്ല." ശർമ്മ പറഞ്ഞു. കഴിഞ്ഞ സംഭവങ്ങളുടെ ഒരു സംക്ഷിപ്തരൂപം അയാൾ അനിരുദ്ധന് നല്കി.

"ഞങ്ങൾ നല്കിയ ഡിമാന്റ് നോട്ടീസിനോട് ഒരുതരം നിസ്സംഗ നിലപാടായിരുന്നു ചർച്ചയിലുടനീളം ഗവൺമെന്റ് പ്രതിനിധികൾ

സ്വീകരിച്ചത്. മന്ത്രി മിശ്ര പുറത്ത് പറയുന്നതല്ല അകത്ത് ചെയ്തുകൊണ്ടിരുന്നത്. മെയ് 8 ന് ഞങ്ങൾ അനിശ്ചിതകാലപണിമുടക്ക് തുടങ്ങുമെന്ന നോട്ടീസ് കിട്ടിയപ്പോഴാണ്, ഏപ്രിൽ 20 ന് ഞങ്ങളുമായി ചർച്ച ചെയ്യാൻ അദ്ദേഹം തന്റെ ഡെപ്യൂട്ടിയായ ഖുറേഷിയെ ചുമതലപ്പെടുത്തിയത്. ചർച്ച തുടങ്ങി ഏതാനും സമയം കഴിഞ്ഞപ്പോൾ ഒരു ദുഃഖവാർത്ത ഖുറേഷിയെത്തേടിയെത്തി. അദ്ദേഹത്തിന്റെ പിതാജിയുടെ ചരമവാർത്ത. മന്ത്രി പിതാവിന്റെ അന്ത്യകർമ്മങ്ങൾക്കായി സിങ്കപ്പൂരിലേക്ക് പറന്നു. ഏപ്രിൽ 27 ന് ഖുറേഷി തിരിച്ചെത്തിയ ശേഷമേ ചർച്ച തുടർന്നുള്ളൂ. എന്നാൽ ജീവനക്കാരുടെ സുപ്രധാന ആവശ്യങ്ങളിലേക്കൊന്നും കടക്കാൻ അദ്ദേഹം തയ്യാറായില്ല. തൊഴിൽ സമയം ക്ലിപ്തപ്പെടുത്തുക, മൂന്നര ലക്ഷം വരുന്ന കാഷ്വൽ ജീവനക്കാരെ സ്ഥിരപ്പെടുത്തുക തുടങ്ങിയ സുപ്രധാന ഡിമാന്റുകളോട് തീർത്തും നിഷേധാത്മക നിലപാട് സ്വീകരിച്ചതോടെ ഗവൺമെന്റ് ചർച്ചയെ വെറും പ്രഹസനമാക്കുകയാണെന്ന് ഞങ്ങൾക്ക് ബോദ്ധ്യമായി. എന്നിട്ടും ഏപ്രിൽ 30 ന് ചർച്ച അവസാനിപ്പിക്കുമ്പോൾ തെറ്റിപ്പിരിയാതിരിക്കാൻ ഞങ്ങൾ പ്രത്യേകം ശ്രദ്ധിച്ചു. എന്നിട്ടാണ് ഞങ്ങളെ പ്രകോപിപ്പിക്കാനായി ഗവൺമെന്റ് അറസ്റ്റ് തുടങ്ങിയത്." ശർമ്മ പറഞ്ഞു നിർത്തി.

ഇന്ത്യൻ റെയിൽവേയെക്കുറിച്ച് ആലോചിക്കുമ്പോഴെല്ലാം അനിരുദ്ധന് തോന്നാറുള്ളത് അത് ശരിക്കും ഇന്ത്യയുടെ ഒരു പരിച്ഛേദം തന്നെയാണെന്നാണ്. 'നാനാത്വത്തിൽ ഏകത്വം' എന്ന വിശേഷണം റെയിൽവേക്കും നന്നായി ഇണങ്ങുമെന്ന് അയാൾക്ക് തോന്നി. യാത്രക്കാർ വലിച്ചെറിയുന്ന മാലിന്യങ്ങളത്രയും കൈയുറകൾ പോലുമില്ലാതെ നീക്കം ചെയ്യാൻ നിർബ്ബന്ധിതരാവുന്ന ഏറ്റവും താഴെക്കിടയിലുള്ള ജീവനക്കാരിൽ തുടങ്ങി ഏത് പാതിരാത്രി സമയത്തും ഏത് കോരിച്ചൊരിയുന്ന മഴയത്തും ഏത് കത്തുന്ന വേനലിലും പാളങ്ങളുടെ സുരക്ഷ ഉറപ്പുവരുത്താൻ കാൽനടയായി സഞ്ചരിക്കാൻ നിയോഗിക്കപ്പെട്ട ട്രാക്മാന്മാർ, ഉറക്കമിളച്ച് ഗേറ്റുകൾക്ക് കാവൽ നില്ക്കുന്ന ഗേറ്റ് കീപ്പർമാർ, മുകളിൽ നിന്നുള്ള കല്പനകൾ ശിരസ്സാവഹിച്ച് വിശ്രമം പോലും ഉപേക്ഷിച്ച് ദിവസങ്ങളോളം തുടർച്ചയായി വണ്ടിയോടിക്കാൻ നിർബ്ബന്ധിതരാകുന്ന എഞ്ചിൻ ഡ്രൈവർമാർ, പല ചുമതലകൾ ഒരേസമയത്ത് നിർവ്വഹിക്കാൻ തയ്യാറാവേണ്ടിവരുന്ന സ്റ്റേഷൻ മാസ്റ്റർമാർ, ഇവർക്കെല്ലാം മുകളിൽ സർവ്വസുഖ സൗകര്യങ്ങളുമനുഭവിച്ചുകൊണ്ട് രാജകീയ ജീവിതം നയിക്കുന്ന കുറെ ഉന്നത എക്സിക്യൂട്ടീവുകൾ. അതിവിചിത്രമാണ്, ഈ ലോകം. നീതി പലപ്പോഴും ഇവിടെ തീർത്ഥാടനത്തിലായിരിക്കും എന്ന് ശർമ്മ ഒരിക്കൽ പറഞ്ഞത് അയാളോർത്തു. ശർമ്മ ഒരു ഫലിതം പറയുകയായിരുന്നില്ല. സ്ഥിരംതൊഴിലിനെ താല്ക്കാലിക ജീവനക്കാരെക്കൊണ്ട് നിർവ്വഹിപ്പിക്കുകയും അവരെ കാഷ്വൽ തൊഴിലാളികൾ എന്ന് വിളിക്കുകയും ചെയ്യുന്ന വൈചിത്ര്യം അവിടെയുണ്ട്. നാമമാത്രമായ വേതനത്തിന് എന്ത് തൊഴിലും ചെയ്യാൻ ഇവർ ബാദ്ധ്യ

സ്ഥരാണ്. സമാന്തരമായി അകലങ്ങളിലേക്ക് അകന്നുപോകുന്ന റെയിൽ പ്പാളങ്ങൾ, റെയിൽവേയിലെ താഴെത്തട്ടിൽ പണിയെടുക്കാൻ വിധിക്കപ്പെട്ട ലക്ഷക്കണക്കായ ജീവനക്കാരുടെ ജീവിതത്തിന്റെ പ്രതീകം തന്നെയാണ്. അവരുടെ പരിമിതമായ ആവശ്യങ്ങൾപോലും അവരുടെ വേതനവുമായി ഒരിക്കലും കൂട്ടിമുട്ടുന്നില്ല.

കൂടുതൽ ഭാരം ഒഴിവാക്കി യാത്ര സുഖകരമാക്കൂ എന്ന് തങ്ങളുടെ യാത്രക്കാർക്ക് സാരോപദേശം നല്കുന്നവർ പക്ഷേ, താഴെത്തട്ടിൽ ദുർവ്വഹമായ ഭാരം വഹിക്കുന്ന തങ്ങളുടെ സ്വന്തം ജീവനക്കാരെ കണ്ടില്ലെന്ന് നടിക്കുന്നു.

അനിരുദ്ധൻ ശർമ്മയെ അകത്തെ മുറിയിലേക്ക് നയിച്ചു. ഓർക്കാപ്പുറത്ത് ഒരതിഥിക്ക് തങ്ങേണ്ടിവന്നാൽ ഉപയോഗിക്കാൻ പാകത്തിൽ ഒരു കട്ടിലും കിടക്കയും അയാളവിടെ സജ്ജമാക്കിയിട്ടുണ്ട്. ശർമ്മയ്ക്ക് വലിയ സന്തോഷമായി. ഉള്ളിലെ മുറിയായതിനാൽ ആരുടെ ശ്രദ്ധയിലും പെടാതെ ഏതാനുംനാൾ ഇവിടെ കഴിച്ചു കൂട്ടാം.

"ശർമ്മാജി കിടന്നോളൂ."

അനിരുദ്ധൻ അയാൾക്ക് ശുഭരാത്രി നേർന്ന് തന്റെ മുറിയിലേക്ക് നടന്നു. കിടന്നിട്ട് പക്ഷേ, അയാൾക്കുറക്കം വന്നില്ല. ശർമ്മയെ ആദ്യമായി പരിചയപ്പെട്ട ദിവസം അയാളുടെ മനസ്സിലേക്കോടിയെത്തി. റെയ്സിനാ റോഡിലെ പ്രസ് ക്ലബ്ബിൽ വെച്ചായിരുന്നു, അത് – ഒരു സന്ധ്യാനേരത്ത് ബഹദൂർഷാ സഫർമാർഗിലെ *ഇന്ത്യൻ മിറർ* പത്രത്തിന്റെ ഓഫീസിൽ നിന്നും പതിവുപോലെ അന്നും അയാളിറങ്ങുമ്പോൾ വൈകി. ദില്ലിയിലായാലും പ്രസ് ക്ലബ്ബിലായാലും അയാൾക്കന്ന് വളരെ കുറച്ച് പരിചയക്കാരേ ഉണ്ടായിരുന്നുള്ളൂ. ഭോപ്പാലിൽനിന്ന് അയാളവിടേക്ക് സ്ഥലം മാറിവന്നിട്ട് ആഴ്ചകളേ ആയിരുന്നുള്ളൂ. പത്ര പ്രവർത്തകർ ചെയ്യരുതാത്ത ഒരു പ്രവൃത്തി അയാൾ ചെയ്തു എന്നതായിരുന്നു, അയാൾക്കെതിരെ മാനേജ്മെന്റ് കണ്ടെത്തിയ അപരാധം. സ്ഥാപക പത്രാധിപരുടെ വാത്സല്യ ഭാജനമെന്ന പരിഗണന അപ്പോഴും അയാൾക്ക് നല്കാൻ അദ്ദേഹത്തിന്റെ പിൻഗാമിയായെത്തിയ കൈലാസ്നാഥ് ജോഷി തയ്യാറായതുകൊണ്ട് മാത്രമാണ് ഒരു സ്ഥലം മാറ്റത്തിൽ കാര്യമൊതുങ്ങിയത്.

"അനിരു ഒരല്പം ഇമോഷണലാണ്. അവൻ എന്റെ കൺവെട്ടത്ത് തന്നെ നില്ക്കട്ടെ." പത്രാധിപർ പറഞ്ഞുവത്രെ.

ദില്ലിയിലെത്തി പത്രാധിപരെ മുഖം കാണിച്ചപ്പോൾ അദ്ദേഹം പൊട്ടിത്തെറിക്കുകയായിരുന്നു.

"നീ ഒരു ജേർണലിസ്റ്റാണ്; ജേർണലിസ്റ്റ് മാത്രം. അതിനപ്പുറമൊന്നുമല്ല എന്ന് നിനക്കെപ്പോഴും ബോദ്ധ്യമുണ്ടായിരിക്കണം. ഡു യു ഫോളോ മി?"

അനിരുദ്ധൻ ഒന്നുംപറയാതെ രോഷാകുലനായ പത്രാധിപരുടെ മുഖത്തേക്ക് വെറുതെ നോക്കി നിന്നു. തന്റെ മുഖത്തെ ഭാവം അപ്പോൾ

ദൈന്യതയായിരിക്കണമെന്ന് അയാൾ ഊഹിച്ചു. അതിനാലാവണം, അയാളുടെ മുഖത്തേക്ക് തലയുയർത്തി നോക്കിയ ജോഷിയുടെ കണ്ണിൽ കത്തിനിന്ന അഗ്നി പെട്ടെന്നണഞ്ഞുപോയത്. അദ്ദേഹം ശാന്തമായി പറഞ്ഞു. "അനിരൂ, ഭോപ്പാലിൽ നിന്റെ ജീവൻ തന്നെ അപകടത്തിലാകുമായിരുന്നു. അവിടത്തെ വ്യവസായ ലോബികൾ അതിശക്തരാണ്. അവരെ നിനക്കറിയില്ല. അവർക്കെന്തും ചെയ്യാനാവും. നിന്നെ ഞങ്ങളവിടെനിന്ന് രക്ഷപ്പെടുത്തുകയായിരുന്നു എന്ന് മാത്രം കരുതിയാൽ മതി. ഇവിടെ നിനക്ക് പ്രശ്നങ്ങളൊന്നുമുണ്ടാവില്ല. യൂഗോ ആന്റ് ടേക് ചാർജ്, ഓൾ ദി ബെസ്റ്റ്."

*ഇന്ത്യൻ എക്സ്പ്രസി*ലെ വിവേക് ഷേണായിയുടെ സുഹൃത്തായിരുന്നു, ശർമ്മ. കണ്ണൂർക്കാരനായ ഷേണായിയെ അനിരുദ്ധന് ബോംബെയിൽ വെച്ചേ പരിചയമുണ്ടായിരുന്നു. അനിരുദ്ധനെ കണ്ടയുടൻ ഷേണായി അടുത്തേക്ക് വന്നു. അയാൾക്കൊപ്പം അപ്പോൾ ഒരു അപരിചിതനുമുണ്ടായിരുന്നു. ഷേണായി അയാളെ അനിരുദ്ധന് പരിചയപ്പെടുത്തി.

"മിസ്റ്റർ നവനീത് ശർമ്മ. റെയിൽവേയിലാണ്, ശർമ്മ റെയിൽവേ ജീവനക്കാരൻ മാത്രമല്ല, അവരുടെ ഒരു നേതാവ് കൂടിയാണ്."

അല്പം കിളരം കൂടിയ വെളുത്ത് സുമുഖനായ ഒരാൾ. കാൽമുട്ടിന് താഴെവരെയെത്തുന്ന വെളുത്ത ജൂബ്ബയും കറുത്ത കാലുറയുമായിരുന്നു, അയാളുടെ വേഷം. ഹൃദ്യമായി ചിരിച്ചുകൊണ്ട് ശർമ്മ അനിരുദ്ധന്റെ അടുത്തെത്തി ഏറെക്കാലത്തിനുശേഷം കണ്ടുമുട്ടിയ അടുത്ത ചങ്ങാതിയെയെന്ന പോലെ ഇരുകൈകളുംകൊണ്ട് അയാളെ ചേർത്തു പിടിച്ചു. അവിടെ തുടങ്ങിയതാണ് നവനീത് ശർമ്മയുമായുള്ള അനിരുദ്ധന്റെ ചങ്ങാത്തം. ഇന്ത്യൻ റെയിൽവേയുടേയും പല പതിറ്റാണ്ട് നീണ്ട അതിന്റെ ചരിത്രത്തേയും കുറിച്ച് മാത്രമല്ല സ്വാതന്ത്ര്യപൂർവ്വകാലത്തെ ബ്രിട്ടീഷ് റെയിൽവേയെക്കുറിച്ചും അയാൾ വാചാലനാകുമായിരുന്നു. ബ്രിട്ടീഷ് റെയിൽവേ കമ്പനിയായിരുന്ന റെയ്നോൾഡിൽ 1946 ൽ നടന്ന സമരത്തെക്കുറിച്ചും അത് നേരിടാനായി കമ്പനി മലബാർ സ്പെഷ്യൽ പൊലീസിന്റെ സേവനം തേടിയതിനെക്കുറിച്ചും ശർമ്മ അയാൾക്ക് വിശദീകരിച്ചു കൊടുത്തിരുന്നു. അനന്തൻ നമ്പ്യാരുടെ നേതൃത്വത്തിൽ യൂണിയൻ ഓഫീസിൽ ചേർന്ന യോഗത്തിലേക്ക് സായുധരായ എം എസ് പിക്കാർ ഇരച്ചുകയറി തുരുതുരാ വെടിവെച്ചു. അഞ്ച് തൊഴിലാളികളാണ് അവിടെ പിടഞ്ഞുവീണ് മരിച്ചത്.

"ഈ രക്തസാക്ഷിത്വം, ഇന്ത്യൻ റെയിൽവേ ജീവനക്കാരെ സംബന്ധിച്ച് പറഞ്ഞാൽ അവരുടെ പില്ക്കാല ദുരനുഭവങ്ങളുടെ ഒരു സൂചകം മാത്രമാണ്." ശർമ്മ ഒരിക്കൽ പറയുകയുണ്ടായി. ആ പറഞ്ഞത് ശരിയായിരുന്നു. 1968 ൽ മുപ്പത്തിരണ്ട് ലക്ഷത്തോളം വരുന്ന കേന്ദ്ര ഗവൺമെന്റ് ജീവനക്കാർ ഒരു ദിവസത്തെ സൂചനാ പണിമുടക്ക് നടത്തിയപ്പോൾ ഗവൺമെന്റ് അങ്ങേയറ്റം അസഹിഷ്ണുതയോടെയാണ്

അതിനെ നേരിട്ടത്. പണിമുടക്ക് നിരോധിച്ചുകൊണ്ട് അത് ഒരു ഓർഡിനൻസ് ഇറക്കി; അതിന്റെ ബലത്തിൽ സംഘടനകളുടെ അംഗീകാരം റദ്ദാക്കി; പണിമുടക്കിൽ പങ്കെടുക്കുന്നവർക്ക് ആറുമാസം വരെയും പണിമുടക്കിന് പ്രേരിപ്പിക്കുകയോ അതിനെ സഹായിക്കുകയോ ചെയ്യുന്നവർക്ക് ഒരുവർഷം വരെയും കഠിനതടവായിരുന്നു, ശിക്ഷ.

പണിമുടക്കിനെ നേരിടാൻ സായുധസേനകൾ നിയോഗിക്കപ്പെട്ടു. അവർ ലാത്തിച്ചാർജ്ജും വെടിവെയ്പും വരെ നടത്തി. പത്താൻ കോട്ട് റെയിൽപ്പാളം പിക്കറ്റ് ചെയ്തവരുടെ മേലേക്ക് തീവണ്ടി ഓടിച്ചുകയറ്റി. ബിക്കാനീറിലും ഗുവാഹട്ടിയിലും പണിമുടക്കി പ്രകടനം നടത്തിയവർക്ക് നേരെ പട്ടാളം വെടിവെച്ചു. ഇന്ത്യയിലാകെ പതിനാല് പേർ രക്തസാക്ഷികളായി; ആയിരക്കണക്കിന് ജീവനക്കാർ ജാമ്യം നിഷേധിക്കപ്പെട്ട് ദിവസങ്ങളോളം ജയിലിലടയ്ക്കപ്പെട്ടു. അതിന്റെ പല മടങ്ങ് ജീവനക്കാർ സസ്പെൻഷനിലായി. ഒരുപാട് പേർ പിരിച്ചുവിടപ്പെട്ടു.

ഓർമ്മകളിലൂടെ അലഞ്ഞ് എപ്പോഴോ അയാൾ ഉറങ്ങിപ്പോയി. ശർമ്മയുടെ പരിചിതശബ്ദമാണ് അയാളെ ഉണർത്തിയത്.

"അനിരുദ്ധൻ, എഴുന്നേല്ക്ക് മണി ഏഴായി." അയാൾ പിടഞ്ഞെഴുന്നേറ്റു. മുന്നിൽ ചിരിച്ചുകൊണ്ട് നില്ക്കുന്ന ശർമ്മയോട് ക്ഷമാപണം പോലെ പറഞ്ഞു.

"പിന്നീട് കിടന്നപ്പോ, ഉറക്കം വരാൻ വല്ലാതെ വൈകി." അയാൾ തിരക്കിട്ട് ടോയ്‌ലറ്റിലേക്ക് നടന്നു.

# രണ്ട്

**മു**ന്നറിയിപ്പില്ലാതെ ഗവൺമെന്റ് നടത്തിയ കൂട്ടയറസ്റ്റുകൾക്കെതിരെ അതേ നാണയത്തിൽ റെയിൽവേ ജീവനക്കാരും തിരിച്ചടിച്ചു. അറസ്റ്റ് വിവരം പുറത്തുവന്നതോടെ ഇന്ത്യയിലെ പ്രധാന കേന്ദ്രങ്ങളിലെല്ലാം ജീവനക്കാർ പണിമുടക്കിക്കൊണ്ട് തങ്ങളുടെ പ്രതിഷേധം രേഖപ്പെടുത്തി. ആരും ആഹ്വാനം ചെയ്യാത്ത ആ പ്രതിഷേധം ഒരു സ്വാഭാവിക മുന്നേറ്റമായിരുന്നു. ബോംബെയിലെ തൊഴിലാളികൾ മെയ് 2 ന് മാത്രം പണിമുടക്കിയശേഷം പിറ്റേന്ന് ജോലിയിൽ പ്രവേശിക്കുകയും അനിശ്ചിതകാല പണിമുടക്കാരംഭിക്കാൻ സംയുക്തസമരവേദി നിശ്ചയിച്ച മെയ് 8 വരെ ജോലി ചെയ്യുകയും ചെയ്തു. എന്നാൽ രാജ്യത്ത് പലയിടങ്ങളിലും സ്ഥിതി അതായിരുന്നില്ല. ദക്ഷിണ റെയിൽവേയിൽ ജീവനക്കാർ മെയ് 2 ന് തന്നെ അനിശ്ചിതകാല പണിമുടക്ക് ആരംഭിച്ചു. പൂർവ്വ റെയിൽവേയിലാകട്ടെ, മിക്കവരും മെയ് 7 മുതലാണ് പണിമുടക്കിയത്. അങ്ങനെ പണിമുടക്ക് സമരത്തിന്റെ ഏകീകൃത സ്വഭാവം തുടക്കത്തിലേ ഇല്ലാതായി. ജീവനക്കാരുടെ ഭാഗത്ത് സംഭവിക്കുന്ന ഓരോ പാളിച്ചയും ഗവൺമെന്റിന് വലിയ ആത്മവിശ്വാസം പ്രദാനം ചെയ്തു. അല്ലെങ്കിലും ഗവൺമെന്റ് വളരെ മുൻകൂട്ടിത്തന്നെ വേണ്ടത്ര തയ്യാറെടുപ്പുകൾ നടത്തിയിരുന്നു. അതിന്റെ ഭാഗമായി ചർച്ച നടത്തി പ്രശ്നപരിഹാരം തേടാനാണ് തങ്ങൾ ശ്രമിക്കുന്നത് എന്ന തോന്നൽ പരസ്യമായി പ്രദർശിപ്പിക്കെത്തന്നെ സമരത്തെ നേരിടാൻ കുറ്റമറ്റ തയ്യാറെടുപ്പുകൾ അതീവ രഹസ്യമായി ഗവൺമെന്റ് നടത്തിക്കൊണ്ടിരുന്നു.

ചില മർമ്മപ്രധാന മേഖലകളിൽ ട്രെയിൻ സർവ്വീസുകൾ റദ്ദാക്കിക്കൊണ്ട് ഫലത്തിൽ ഗവൺമെന്റ് ഭാഗികമായ ലോക്കൗട്ട് തന്നെ പ്രഖ്യാപിച്ചു. ഏപ്രിൽ 25 മുതൽ തന്നെ അത് 'ഹോളിഡേ സ്പെഷ്യലു'കളുടെയും നൂറോളം മെയിൽ, എക്സ്പ്രസ് വണ്ടികളുടെയും സർവ്വീസ്

നിർത്തിവെച്ചു. ഈ റദ്ദാക്കിയ റൂട്ടുകളിൽ ചരക്കുവണ്ടികളോടിച്ചു കൊണ്ട് അവശ്യസാധനങ്ങളുടെയും കല്ക്കരി അടക്കമുള്ള മറ്റ് അവശ്യ വസ്തുക്കളുടേയും നീക്കം ഗവൺമെന്റ് ഉറപ്പ് വരുത്തി. അത് തികഞ്ഞ ദീർഘദൃഷ്ടിയോടെ പ്രവർത്തന പഥത്തിലിറങ്ങി, എന്നർത്ഥം. സമര സംഘടനകളാവട്ടെ, ഗവൺമെന്റിന്റെ അടുക്കളയിൽ എന്താണ് തയ്യാ റായിക്കൊണ്ടിരിക്കുന്നത് എന്ന് മനസ്സിലാക്കാനുള്ള കണ്ണുവെച്ച പ്രവർ ത്തനം നടത്തിയതുമില്ല. നേതാക്കളെ അറസ്റ്റ് ചെയ്യുന്ന കാര്യത്തിൽ പ്പോലും ഗവൺമെന്റിന് കൃത്യമായ കണക്കുകൂട്ടലുകളുണ്ടായിരുന്നു. ആരെ, എപ്പോൾ, എവിടെവെച്ച് അറസ്റ്റ് ചെയ്യണമെന്ന കാര്യത്തിൽ, രഹ സ്യസർക്കുലറുകളിലൂടെ അത് ആവശ്യമായ നിർദ്ദേശങ്ങൾ ബന്ധപ്പെ ട്ടവർക്ക് നല്കിയിരുന്നു. രാജ്യത്തെ ഏറ്റവും വലിയ സ്ഥാപനമായ റെയിൽവേയിൽ നടക്കാൻ പോകുന്ന അതിശക്തമായ പ്രക്ഷോഭത്തെ നേരിടാൻ ഗവൺമെന്റ് തികഞ്ഞ ദീർഘവീക്ഷണത്തോടെയും കാര്യ ക്ഷമതയോടെയും പ്രവർത്തനസജ്ജമായി, എന്ന് ചുരുക്കം.

ഈ സമരവുമായി ബന്ധപ്പെട്ട് ജീവനക്കാരുടെ സംഘടനകൾക്കി ടയിൽ മുമ്പെങ്ങുമില്ലാത്ത ഐക്യമാണ് രൂപം കൊണ്ടത്. എന്നാൽ അത് സമർത്ഥമായും ചടുലമായും ഉപയോഗപ്പെടുത്താൻ നേതൃത്വത്തിന് സാധിച്ചില്ല. വർഷങ്ങളായി അവയ്ക്കിടയിൽ നിലനിന്ന പരസ്പര വിശ്വാ സമില്ലായ്മ പൂർണ്ണമായി ഇല്ലാതാക്കാൻ അപ്പോഴും സാധിക്കാതിരുന്ന താവാം ഒരു കാരണം. കാരണമെന്തായാലും എതിരാളിയുടെ ശക്തിയെ യാഥാർത്ഥ്യ ബോധത്തോടെ വിലയിരുത്തുന്ന കാര്യത്തിൽ സമരസമിതി പരാജയപ്പെട്ടുപോയിരിക്കുന്നു എന്ന് എന്തുകൊണ്ടോ അനിരുദ്ധന് തോന്നി. എതിരാളി സർവ്വശക്തനാണ് – ആ ശക്തി അത് മുൻകാലങ്ങ ളിൽ വേണ്ടുവോളം പ്രയോഗിച്ച് കാണിച്ചിട്ടുമുണ്ട്. എയർലൈൻസി ലെയും ഇൻഷൂറൻസിലെയും പ്രക്ഷോഭങ്ങളെ അതികർക്കശമായി ഗവൺമെന്റ് നേരിട്ടത് ഈ അടുത്ത സമയത്താണ്.

സമരസമിതിയുടെ ചുമതലക്കാരനെന്ന നിലയിൽ ജോർജ്ജ് ഫെർണാണ്ടസ് വെച്ചുപുലർത്തുന്നത് അടിസ്ഥാന രഹിതമായ ശുഭാപ്തി വിശ്വാസമാണെന്നും അനിരുദ്ധന് തോന്നി. പ്രക്ഷോഭം പതിനഞ്ച് ദിവസം നീണ്ടാൽ രാജ്യം തന്നെ പട്ടിണിയിലാകും എന്നാണദ്ദേഹത്തിന്റെ അവ കാശവാദം. അതെന്തായാലും നടക്കാൻ പോകുന്നില്ല എന്ന് ഗവൺമെന്റ് ഇതിനകം ഉറപ്പാക്കിയിട്ടുണ്ട്. വണ്ടികൾ റദ്ദാക്കിയതും അവശ്യവസ്തു ക്കളുടെ നീക്കം ഉറപ്പുവരുത്തിയതും ഈ അവകാശവാദത്തെ തകർക്കാ നാണ്. എന്നിട്ടും ജീവനക്കാരോടുള്ള പ്രതികാര മനോഭാവം ഗവൺമെന്റ് ഒട്ടുംകുറച്ചതുമില്ല. സമരത്തെ ഗവൺമെന്റ് നിയമവിരുദ്ധമായി പ്രഖ്യാ പിക്കാൻ തീരുമാനിച്ചു കഴിഞ്ഞു എന്ന് പത്രാധിപർ ജോഷിക്ക് വിവരം കിട്ടിയിട്ടുണ്ട്. അദ്ദേഹം അനിരുദ്ധനോട് പറഞ്ഞു:

“ഡി ഐ ആറും മിസയുമെല്ലാം പ്രയോഗിക്കാനാണ് തീരുമാനം”

“ഇത് അധാർമ്മികമല്ലേ, സർ? പണിമുടക്ക് തീർക്കാൻ ചർച്ചയ്ക്ക് വിളിക്കുക; അത് നീട്ടിക്കൊണ്ടുപോവുക; അതിനിടയിൽ നേതാക്കളെ

പാതിരായ്ക്ക് അറസ്റ്റ് ചെയ്യുക..."

"ഗവൺമെന്റിനെ അങ്ങനെ കുറ്റപ്പെടുത്താനാവുമോ, അനിരു. അതിന് രാജ്യത്തെ ജനങ്ങളുടെ മുഴുവൻ താല്പര്യവും നോക്കണ്ടേ?" ജോഷി പ്രതിവചിച്ചു.

"ഇതൊരു ജനകീയ സർക്കാരല്ലേ, സർ? തർക്കങ്ങൾ ഉയർന്നു വരുമ്പോൾ അവ പരിഹരിക്കാൻ ജനാധിപത്യ വ്യവസ്ഥയിലെ പരിഹാര മാർഗ്ഗം അനുരഞ്ജന ചർച്ചകളല്ലേ? വിയോജിപ്പുകളും വിരുദ്ധാഭിപ്രായങ്ങളും സമരസപ്പെടുത്താനുള്ള ഏറ്റവും ഫലപ്രദമായ മാർഗ്ഗം സംവാദമല്ലേ? പരസ്പര ചർച്ചയേക്കാൾ ഫലപ്രദമായ ഏത് മാർഗ്ഗമുണ്ട്? പ്രക്ഷോഭം നടത്തുന്നവർ ശത്രുരാജ്യത്തെ പൗരന്മാരല്ലല്ലോ?"

"ഒരു വിഭാഗം ജീവനക്കാർ ഒരു രാജ്യത്തെ സ്തംഭിപ്പിക്കാൻ ശ്രമിക്കുന്നത് ഒരു ഗവൺമെന്റിന് നോക്കിനില്ക്കാനാവുമോ?" സ്വതഃസിദ്ധമായ ശാന്തതയോടെ ജോഷി ചോദിച്ചു.

"സർ, തൊഴിലാളി സംഘടനകൾ ശത്രുക്കളല്ല. അവരും രാജ്യത്തിന്റെ ഭാഗമാണ്. കരുതിക്കൂട്ടി സ്വന്തം രാജ്യത്തെ അപകടത്തിലാക്കാൻ അവർ മുതിരുമോ? ഇതൊരു കൊടുക്കൽ വാങ്ങൽ പ്രശ്നം മാത്രമല്ലേ, സർ? എല്ലാ തൊഴിലാളി സംഘടനകളും ഒരു വശത്ത് മൂലധന താല്പര്യങ്ങൾ കൂടി പരിരക്ഷിക്കുന്നുണ്ട്."

"അതെങ്ങനെ?" പത്രാധിപർ ഉദ്വേഗപൂർവ്വം ചോദിച്ചു.

"ട്രേഡ് യൂണിയനുകൾ വിരുദ്ധ ശക്തികളെ സമന്വയിപ്പിക്കുന്ന ചരിത്രപരമായ ഉത്തരവാദിത്വമാണ് നിർവ്വഹിക്കുന്നത് എന്ന് ഗ്രാംഷി തന്നെയാണ് പറഞ്ഞത്. അതായത്, അത് ഒരുവശത്ത് തൊഴിലാളികളുടെ വർഗ്ഗ താല്പര്യമുയർത്തിപ്പിടിക്കുമ്പോൾ തന്നെ മറുവശത്ത് മൂലധനത്തിന്റെ അധീശത്വത്തെ തൊഴിലാളിയെക്കൊണ്ട് അംഗീകരിപ്പിക്കുന്നുമുണ്ട്."

"അപ്പോൾ ട്രേഡ് യൂണിയനുകളുടെ വിശ്വാസ്യതതന്നെ നഷ്ടപ്പെടില്ലേ? തൊഴിലാളികൾക്ക് അതിലെങ്ങനെ സമ്പൂർണ്ണ വിശ്വാസമർപ്പിക്കാനാവും?" ജോഷി പ്രകടമായ താല്പര്യത്തോടെ ചോദിച്ചു. പത്രാധിപരുടെ താല്പര്യം കണ്ടപ്പോൾ അനിരുദ്ധനും ഉത്തേജിതനായി.

"സർ, ഉല്പാദന പ്രക്രിയയെത്തന്നെ നിശ്ചലമാക്കാൻ പോരുന്നതാണ് തൊഴിലാളികളുടെ സംഘടിതശക്തി എന്ന്, അത് മുതലാളിയെ കൃത്യമായി ബോദ്ധ്യപ്പെടുത്തുന്നുണ്ട്. മെച്ചപ്പെട്ട തൊഴിൽ സാഹചര്യങ്ങളും മെച്ചപ്പെട്ട കൂലിയും അല്ലെങ്കിൽ ഏറ്റവും ചുരുങ്ങിയത് നിലവിലുള്ള കൂലിയെങ്കിലും തൊഴിലാളിക്ക് ഉറപ്പ് വരുത്താനായി ഒരു വശത്ത് ട്രേഡ് യൂണിയനുകൾ മുതലാളിത്തവുമായി വിലപേശുമ്പോൾത്തന്നെ അച്ചടക്കത്തിലധിഷ്ഠിതമായ തൊഴിലാളിക്കൂട്ടായ്മയെ അത് മൂലധന ഉടമകൾക്കും ഉറപ്പ് വരുത്തുന്നുമുണ്ട്. തന്റെ 'രാഷ്ട്രീയക്കുറിപ്പു'കളിൽ ഗ്രാംഷി അതിങ്ങനെ വിശദമാക്കുന്നു – വ്യവസായ നൈതികതയെ ഒരു സ്ഥിരം സംവിധാനമായാണ് ട്രേഡ് യൂണിയനിലെ ഉത്തരവാദപ്പെട്ടവർ കാണുന്നത്. അവർ മൂലധന ഉടമകളെപ്പോലെതന്നെ അതിനെ ന്യായീകരിക്കുന്നുമുണ്ട്. ഈയൊരവസ്ഥയിൽ ട്രേഡ് യൂണിയൻ അച്ചടക്കമെ

ന്നത് ശരിക്കും മൂലധന സേവതന്നെയാണ്." എല്ലാം കേട്ടു കഴിഞ്ഞപ്പോൾ പത്രാധിപർ ചിരിച്ചുകൊണ്ട് പറഞ്ഞു:

"ലളിത് നാരായൺ മിശ്ര ഗ്രാംഷിയെ വായിച്ചിട്ടുണ്ടാവില്ല. അയാളെക്കൊണ്ട് അതൊന്ന് വായിപ്പിക്കാൻ ഫെർണാണ്ടസിനും സാധിച്ചിട്ടുണ്ടാവില്ല. ഫെർണാണ്ടസ് തന്നെ അത് വായിച്ചിട്ടുണ്ടോ എന്നാർക്കറിയാം." അത് കേട്ടപ്പോൾ അനിരുദ്ധൻ ആത്മാർത്ഥമായി ചിരിച്ചു. അപ്പോൾ ജോഷി ഒരു പുനർ വിചിന്തനത്തിന്റെ ഭാഗമെന്നോണം അയാളോട് പറഞ്ഞു:

"അനിരൂ, റെയിൽവേ സമരത്തിന്റെ കാര്യത്തിൽ നമ്മുടെ പത്രത്തിന്റെ റിപ്പോർട്ടിങ് സത്യസന്ധമായിരിക്കണം. ഗവൺമെന്റിന്റെയോ സംഘടനകളുടെയോ അവകാശവാദങ്ങളല്ല, നമ്മൾ നേരിട്ടന്വേഷിച്ചറിഞ്ഞ സത്യങ്ങൾതന്നെ വേണം ജനങ്ങളെ അറിയിക്കാൻ."

"എങ്കിൽ അത് നമ്മുടെ എല്ലാ ബ്യൂറോകളേയും ഉടനെ അറിയിക്കണ്ടേ? എല്ലായിടത്തും ഒരു വസ്തുതാ അന്വേഷണ സംവിധാനമുണ്ടാക്കണം."

"ഞാനത് എല്ലാവരേയും അറിയിക്കാൻ പോവുകയാണ്." പത്രാധിപർ കർത്തവ്യ നിരതനായി.

താമസസ്ഥലത്തെത്തുമ്പോൾ തന്നെ കാത്ത് വരാന്തയിൽ ചിരിച്ചുകൊണ്ട് ശർമ്മ നില്ക്കുന്നു.

സമരം തുടങ്ങിയ ശേഷം അയാളെ ഇത്രയ്ക്ക് സന്തുഷ്ടനായി കാണുന്നതാദ്യമാണ്.

"ശർമ്മാജി വലിയ സന്തോഷത്തിലാണല്ലൊ, എന്താകാര്യം?"

"അഞ്ചാറ് ദിവസത്തെ അജ്ഞാതവാസം അവസാനിപ്പിക്കുന്നതിന്റെ സന്തോഷമാണ്."

"എന്തുപറ്റി? വാറന്റ് പിൻവലിച്ചോ?"

"അതൊന്നുമറിയില്ല. നാളെത്തന്നെ യൂണിയനാഫീസിൽ എത്താനാണ് നിർദ്ദേശം."

"അതൊരു നല്ല വാർത്തയാണല്ലൊ? ശർമ്മാജി എപ്പോഴാണ് പോകാനുദ്ദേശിക്കുന്നത്?"

"ഇപ്പോൾ തന്നെ പോയാലോ എന്നാലോചിക്കുകയാണ്. കോളനികളിൽ പൊലീസിന്റേയും സി ആർ പിയുടേയും തേരോട്ടമാണെന്നാണ് കേട്ടത്. എനിക്കിപ്പോൾത്തന്നെ പോകണം, അനിരുദ്ധൻ."

"അതിനെന്താ, ഞാൻ കൊണ്ടുവിടാം. ശർമ്മാജി റെഡിയായിക്കോളൂ."

ഒരുമിച്ചുണ്ടായിരുന്ന ദിവസങ്ങളിൽ റെയിൽവേയുടെ ഒരു സംക്ഷിപ്ത ചരിത്രം തന്നെ ശർമ്മ അനിരുദ്ധന് പകർന്ന് നല്കിയിരുന്നു. റെയിൽവേയിൽ ലോക്കോ ഡ്രൈവർമാർക്ക് ക്ലിപ്തപ്പെടുത്തിയ ഒരു തൊഴിൽ സമയം പോലുമില്ലെന്ന് ശർമ്മ പറഞ്ഞപ്പോൾ അയാൾക്കത്ഭുതമായിരുന്നു. ശർമ്മ പറഞ്ഞു: "അനിരുദ്ധൻ അതിനൊരു ചരിത്രമുണ്ട്."

"എന്ത് ചരിത്രം?" അനിരുദ്ധൻ, ആകാംക്ഷയോടെ ചോദിച്ചു: "ലോക്കോ ഡ്രൈവർമാരുടെ തൊഴിൽ സമയം ക്ലിപ്തപ്പെടുത്തേണ്ടത് അവരുടെ മാത്രം ആവശ്യമല്ലല്ലോ? യാത്രക്കാരുടെ ആവശ്യം കൂടിയല്ലേ, അത്?"

"ആവശ്യത്തിന് വിശ്രമം അനിവാര്യമായ ജോലിയാണത്. ഇല്ലെങ്കിൽ അപകടങ്ങൾ തുടർക്കഥകളാകും. ഇതറിയാവുന്നതുകൊണ്ടാണ്, ബ്രിട്ടീഷ് ഭരണകാലത്തുപോലും അക്കാര്യത്തിൽ നിഷ്കർഷയുണ്ടായത്." ശർമ്മ പറഞ്ഞു.

"പിന്നീടെന്തുപറ്റി?"

"ബ്രിട്ടീഷ് ഗവൺമെന്റിനെപ്പോലും ഇന്ത്യാ ഗവൺമെന്റ് ലജ്ജിപ്പിച്ചു കളഞ്ഞു." ശർമ്മ ചിരിച്ചു; എന്നിട്ട് വിശദീകരിച്ചു:

"1947 ന് മുമ്പ് ലോക്കോ ഡ്രൈവർമാരുടെ ജോലി സമയത്തിന് ക്ലിപ്തതയുണ്ടായിരുന്നു. എന്നാൽ ചരക്കു വണ്ടികൾ ചില സ്റ്റേഷനുകളിൽ മണിക്കൂറുകളോളം പലകാരണങ്ങളാൽ നിർത്തിയിടേണ്ടിവന്നതോടെ, ചരക്കുവണ്ടികളിലെ ഡ്രൈവർമാരുടെ സമയ ക്ലിപ്തത എടുത്തുകളഞ്ഞു. അപ്പോഴും യാത്രാവണ്ടികളിലെ ഡ്രൈവർമാരുടെ ജോലി സമയത്തിന് ക്ലിപ്തതയുണ്ടായിരുന്നു. അതായത് യാത്രക്കാരുടെ സുരക്ഷാ കാര്യത്തിൽ ബ്രിട്ടീഷ് ഗവൺമെന്റിന് പോലും ശ്രദ്ധയുണ്ടായിരുന്നു എന്നർത്ഥം. എന്നാൽ സ്വതന്ത്ര ഇന്ത്യയിലെ ജനകീയ ഗവൺമെന്റ് അതും എടുത്തു കളഞ്ഞു." ശർമ്മ പറഞ്ഞു നിർത്തി.

എഞ്ചിൻ ഡ്രൈവർമാർ റെയിൽവേയുടെ നട്ടെല്ലാണ് എന്നാണ് അക്കാലത്തെ കേൾവി. എന്നാൽ സ്വതന്ത്ര ഇന്ത്യയിലെ ഗവൺമെന്റ് അവരെ നട്ടെല്ല് വളഞ്ഞ കൂനന്മാരാക്കി മാറ്റിക്കളഞ്ഞു എന്ന് ശർമ്മ ഫലിതം പറഞ്ഞു. എന്നിട്ടയാൾ ചെറു ചിരിയോടെ കൂട്ടിച്ചേർത്തു:

"പണ്ടൊക്കെ ഒരെഞ്ചിൻ ഡ്രൈവറെ തന്റെ മകൾക്ക് വരനായി കിട്ടാൻ പെൺകുട്ടികളുടെ പിതാക്കന്മാർ മത്സരിക്കുമായിരുന്നു. ഇന്നാകട്ടെ അയാൾക്ക് ഒരു വധുവിനെ കിട്ടുക ഒട്ടും എളുപ്പമല്ലാതായിരിക്കുന്നു." ഇത്രയും പറഞ്ഞ് സ്വയം ഒരെഞ്ചിൻ ഡ്രൈവറായ ശർമ്മ വശ്യമായി ചിരിച്ചു.

1974 ലെ റെയിൽവേ സമരം നിയമവിരുദ്ധമായി പ്രഖ്യാപിക്കപ്പെട്ടു. സമരം കത്തിനിന്നിരുന്നത് റെയിൽപ്പാളങ്ങളിലായിരുന്നില്ല. അതിലെ പങ്കാളികൾ റെയിൽവേ ജീവനക്കാർ മാത്രവുമായിരുന്നില്ല. ഈ സമരത്തിലെ ഒരു നവീനത അതാണെന്ന് അനിരുദ്ധൻ നേരിട്ട് കണ്ടു. സംഘർഷം മുറ്റിനില്ക്കുന്ന ദില്ലി റെയിൽവേ കോളനികളിലേക്ക് അയാൾ കടന്നുചെന്നു. മെയ്മാസ സൂര്യൻ തലയ്ക്ക് മുകളിൽ കത്തിനിന്നു. ആകാശത്ത് ആരോ കുരുകളഞ്ഞ് ഉണക്കാനിട്ട പഞ്ഞിക്കെട്ടുകൾ പോലെ വെൺമേഘങ്ങൾ വെയിലിനെ നിഷ്ഫലമായി വെല്ലുവിളിച്ചു കൊണ്ടിരുന്നു. അജ്ഞാതഭാവിയെ ഉറ്റു നോക്കുന്ന ജീവനക്കാരെപ്പോലെ റെയിൽപ്പാളങ്ങൾ അയാൾക്ക് മുന്നിൽ നീണ്ട് നിവർന്ന് കിടന്നു. അപ്പോൾ ഒരു സമാശ്വാസം പോലെ ജടപിടിച്ച വൃക്ഷത്തലകളിൽ വെറുതെമാ

ന്തിയും അവ്യക്തമായി എന്തൊക്കെയോ പിറുപിറുത്തുംകൊണ്ട് ഒരു ഭ്രാന്തിക്കാറ്റ് അയാളെ തഴുകിക്കൊണ്ട് എങ്ങോട്ടെന്നില്ലാതെ കടന്നു പോയി.

കോളനികൾ തോറും കയറിയിറങ്ങി ജോലിക്ക് കയറാൻ ജീവനക്കാരോടാജ്ഞാപിക്കുന്ന അർദ്ധസൈനികരെ പ്രതിരോധിച്ചത് അവരുടെ കുടുംബാംഗങ്ങളായിറുന്നു. പണിമുടക്കിയവർ കോളനികളിൽ നിന്ന് അന്തർദ്ധാനം ചെയ്തു കഴിഞ്ഞിരുന്നു.

ജോലിക്ക് കയറാത്തവർ കുടുംബസമേതം ക്വാർട്ടേഴ്സുകൾ ഒഴിയണമെന്ന കല്പനയാണ് തുടർന്നുണ്ടായത്. സ്വന്തം കിടപ്പാടം വിട്ട് അവരുടെ കുടുംബാംഗങ്ങൾ എങ്ങോട്ട് പോകാൻ? ദില്ലിയിലെ തെരുവീഥികൾ അവർക്കിടമില്ലാത്തവിധം ഇതിനകം ജനനിബിഡമാണ്. അതിനാൽ ക്വാട്ടേഴ്സുകൾ ഒഴിഞ്ഞു പോവാനുള്ള കല്പന അവർക്കനുസരിക്കാനാവുമായിരുന്നില്ല. പണിമുടക്ക് ദിവസങ്ങൾ പതുക്കെ ഇഴഞ്ഞ് നീങ്ങിക്കൊണ്ടിരുന്നു. പ്രലോഭനങ്ങളും അഭ്യർത്ഥനകളുമെല്ലാം പാഴിലായതോടെ അർദ്ധസൈനികർ ജീവനക്കാരുടെ കോളനികളിലേക്ക് ഇരച്ചു കയറാൻ തുടങ്ങി. പണിമുടക്കിൽ പങ്കെടുക്കുന്നവരുടെ കുടുംബാംഗങ്ങളെ ബലം പ്രയോഗിച്ച് കുടിയൊഴിപ്പിക്കണമെന്ന കല്പനയാണവർക്ക് കിട്ടിയത്. വൃദ്ധരും ഗർഭിണികളും കുഞ്ഞുങ്ങളുമടക്കമുള്ളവർക്ക് ബലപ്രയോഗങ്ങളുടെ ഭാഗമായി കൊടിയ മർദ്ദനങ്ങൾ ഏല്ക്കേണ്ടി വന്നു. പലരും പലവിധത്തിൽ അപമാനിതരായി. സ്വമേധയാ കുടിയൊഴിയാൻ കൂട്ടാക്കാത്തവരെയെല്ലാം നിർദ്ദാക്ഷിണ്യം ക്വാർട്ടേഴ്സുകളിൽ നിന്ന് വലിച്ചിഴച്ച് പുറത്തേക്ക് തള്ളിക്കൊണ്ടിരുന്നു. അവരുടെ വീട്ടു സാധനങ്ങളടക്കമുള്ള ജീവിത സമ്പാദ്യങ്ങളും അവർക്കൊപ്പം പുറത്തേക്ക് വലിച്ചെറിയപ്പെട്ടു. എല്ലാം കഴിഞ്ഞ് ക്വാർട്ടേഴ്സുകളെല്ലാം താഴിട്ട് പൂട്ടുകയും ചെയ്തു. സമാന സാഭവങ്ങൾ ദില്ലിക്കൊപ്പം നാടിന്റെ നാനാഭാഗങ്ങളിലും ആവർത്തിക്കപ്പെട്ടതിന്റെ വാർത്തകൾ *ഇന്ത്യൻ മിററിൽ* ദിവസവും സ്ഥാനം പിടിച്ചു.

ഗവൺമെന്റ് ഒരു ആഭ്യന്തര യുദ്ധത്തെയാണ് നേരിട്ടുകൊണ്ടിരിക്കുന്നത് എന്ന തോന്നലാണ് വാർത്താ പത്രികകളിലൂടെ കടന്നു പോവുന്ന ആരും ചിന്തിച്ചു പോവുക. ജീവനക്കാരുടെ പ്രകടനങ്ങളെ ലാത്തിച്ചാർജും ടിയർ ഗ്യാസും ഉപയോഗിച്ച് വ്യാപകമായി പിരിച്ചു വിട്ടുകൊണ്ടിരുന്നു. ചിലേടങ്ങളിലെങ്കിലും പ്രകടനങ്ങൾക്ക് നേരെ വെടിവെയ്പ്പുമുണ്ടായി. ജനങ്ങൾക്കിടയിൽ ഭീതിപരത്തുന്നതിന്റെ ഭാഗമായി അവരുടെ സ്വൈരസഞ്ചാരങ്ങൾക്ക് ബോധപൂർവ്വം തടസ്സങ്ങൾ സൃഷ്ടിച്ചു. പൊതു നിരത്തുകളിൽ ബാരിക്കേഡുകളുയർത്തുകയും കാൽനടയാത്രക്കാരോട് പൊലീസ് തിരിച്ചറിയൽ രേഖകൾ ആവശ്യപ്പെടുകയും പതിവായി. ടെലിഫോൺ, ടെലിഗ്രാഫ് സേവനങ്ങൾ നിശ്ചലമാക്കി. ജീവനക്കാർക്കും കുടുംബാംഗങ്ങൾക്കും പലവ്യഞ്ജനങ്ങൾ വില്ക്കരുതെന്ന് സൈന്യം വ്യാപാരികളെ വിലക്കി. ഒപ്പം തന്നെ കോളനികളിൽ പ്രവർത്തിച്ചിരുന്ന ന്യായവിലഷാപ്പുകളും റേഷൻ കടകളും അടച്ചുപൂട്ടി. എല്ലാ

റ്റിനേയും അതിജീവിച്ച് പിടിച്ചു നില്ക്കാൻ ശ്രമിച്ചവർക്ക് അവസാനക്കൈ എന്ന നിലയിൽ വൈദ്യുതിയും കുടിവെള്ളവും നിഷേധിച്ചു. ഭീതിയുടെ അന്തരീക്ഷം നിലനിർത്താനായി സൈനികർ ഇടവിട്ടിടവിട്ട് തെരുവുകളിൽ ഫ്ളാഗ് മാർച്ച് നടത്തിക്കൊണ്ടിരുന്നു. തെരുവുകളിൽ തളം കെട്ടിയ നിശ്ശബ്ദതയെ ഭഞ്ജിച്ചത് സൈനിക ബൂട്ടുകളുടെ കാതടപ്പിക്കുന്ന ശബ്ദം മാത്രമായിരുന്നു. ടെറിട്ടോറിയൽ സേനകളെ ഉപയോഗിച്ച് സബർബൻ വണ്ടികളോടിപ്പിക്കാൻ റെയിൽവേ ശ്രമം നടത്തി. പെൻഷൻ പറ്റിയ ജീവനക്കാരേയും ഉപയോഗപ്പെടുത്താൻ ശ്രമിച്ചു. പണിമുടക്ക് തകർക്കാനായി ഏത് മാർഗ്ഗവുമാവാം എന്ന തങ്ങളുടെ പ്രഖ്യാപിത നിലപാട് ഗവൺമെന്റ് ഒട്ടും മറച്ചു വെച്ചില്ല. ഇക്കാര്യത്തിൽ ചില തിരിച്ചടികളും അതിന് നേരിടേണ്ടി വന്നു. ഹൗറയിലും സിയാൽദയിലും കോളനികളിൽ കയറി പണിമുടക്കിയ ജീവനക്കാരേയും കുടുംബാംഗങ്ങളേയും ആക്രമിക്കാൻ ആർ പി എഫിന് അധികൃതർ നല്കിയ കല്പന അനുസരിക്കപ്പെട്ടില്ല. റെയിൽവേയുടെ സ്വത്ത് സംരക്ഷിക്കുക മാത്രമാണ് തങ്ങളുടെ ചുമതല എന്ന ന്യായം അവർ ധീരമായി ഉയർത്തിപ്പിടിച്ചു. സമരത്തെ തകർക്കാൻ തങ്ങളെ ഉപയോഗപ്പെടുത്തുന്നതിൽ ടെറിട്ടോറിയൽ സേനയിലും അതൃപ്തി രൂപപ്പെട്ടിരുന്നു. പരിമിതമായെങ്കിലും അത് പുറത്തു വരികയും ചെയ്തുകൊണ്ടിരുന്നു. അതിനുള്ള ശിക്ഷ ചിലർ ഏറ്റു വാങ്ങുകയും ചെയ്തിരുന്നു. അനുസരണക്കേടിന്റെ പേരിൽ ചില സേനാംഗങ്ങളെങ്കിലും അറസ്റ്റിലായതായും റിപ്പോർട്ടുകളുണ്ട്.

തീവണ്ടിയെഞ്ചിനുകളിൽ നിന്നും ആവിയും പുകയും മാത്രമല്ല, മുദ്രാവാക്യങ്ങളും വെല്ലുവിളികളും കൂടി ഉയർന്നു വരുമെന്ന് തെളിയിച്ചുകൊണ്ട് സമര ദിനങ്ങൾ കൊഴിഞ്ഞു വീണു. എന്നിട്ടും ഒരു ജനകീയ ഗവൺമെന്റിൽനിന്നും സമചിത്തതയുള്ളവർ ന്യായമായും പ്രതീക്ഷിക്കുന്ന ഒരു നീക്കവും ഉയർന്നുവന്നില്ലെന്ന് മാത്രമല്ല, അതിന്റെ രൗദ്രഭാവം സായുധ സോനാംഗങ്ങളായ ഭൂതഗണങ്ങളിലൂടെ രാജ്യത്താകെ അനുദിനം പ്രകടമായിക്കൊണ്ടുമിരുന്നു.

സമരത്തോട് അനുഭാവം പ്രകടിപ്പിക്കാനായി 1974 മാർച്ച് 15 ന് 'ഭാരത് ബന്ദ്' പ്രഖ്യാപിക്കപ്പെട്ടു. അതിൽ പങ്കെടുക്കാൻ ആഹ്വാനം ചെയ്തതിന്റെ പേരിൽ ഡിഫൻസ് ജീവനക്കാരുടെ സംഘടനാ നേതാവിനെ രാജ്യരക്ഷാ നിയമമുപയോഗിച്ച് അറസ്റ്റ് ചെയ്തു. സമരത്തോട് അനുഭാവം പ്രകടിപ്പിച്ചുകൊണ്ട് പ്രക്ഷോഭത്തിലിറങ്ങാൻ തയ്യാറെടുക്കുന്ന കേന്ദ്ര ഗവൺമെന്റ് ജീവനക്കാർക്കുള്ള താക്കീത് കൂടിയായിരുന്നു ആ അറസ്റ്റ്. ഇടതുപക്ഷ സ്വാധീനമുള്ള ഏതാനും സംസ്ഥാനങ്ങളിലൊഴിച്ച് ഒരിടത്തും ഭാരത് ബന്ദ് കാര്യമായ ചലനം സൃഷ്ടിച്ചില്ല. അനുഭാവ സമരത്തിനിറങ്ങിയ കേന്ദ്ര ജീവനക്കാരും ഒരു ദിവസം മാത്രം പണിമുടക്കിയ ശേഷം പിൻവാങ്ങുകയും ചെയ്തു. അതോടെ റെയിൽവേ സമരത്തിന്റെ വിധി നിർണ്ണയിക്കപ്പെട്ടുകഴിഞ്ഞിരുന്നു.

# മൂന്ന്

**ദ**ശാബ്ദങ്ങളായി തങ്ങളനുഭവിച്ച സഹനങ്ങളിലൂടെ റെയിൽവേ ജീവനക്കാർ സ്വരുക്കൂട്ടിയെടുത്ത നിശ്ചയദാർഢ്യവും സഹനശേഷിയുമാണ്, ഗവൺമെന്റ് തങ്ങൾക്കുമേൽ നടത്തിയ കൊടിയ മർദ്ദനങ്ങളെ സമചിത്തതയോടെയും സത്താബോധത്തോടെയും നേരിടാൻ അവർക്ക് കരുത്തേകിയത്. സാഗരത്തെ ഉള്ളം കൈയിൽ ആചമിച്ച അഗസ്ത്യനെപ്പോലെ അവർ ഒരൊറ്റ മനുഷ്യനെപ്പോലെ അധൃഷ്യതയോടെ നിലകൊള്ളുകയും എല്ലാവിധ കടന്നുകയറ്റങ്ങളെയും അതിജീവിക്കുകയുംചെയ്തു.

അനിരുദ്ധൻ ജനലിലൂടെ പുറത്തേക്ക് നോക്കി. പ്രസന്നമായ പ്രഭാതം. പൊൻ വെയിലിന്റെ കസവുകര വേഷ്ടിയും തോളിലിട്ട് ദില്ലി എങ്ങോട്ടേക്കോ വിരുന്നു പോവുകയാണെന്നയാൾക്ക് തോന്നി. ഇന്ന് റെയിൽവേ സമരം അവസാനിക്കുമെന്നാണ് അയാൾക്ക് കിട്ടിയ വിവരം. ഇന്നലെ തിഹാർ ജയിലിൽ നേതാക്കൾ യോഗം ചേർന്ന് സ്ഥിതിഗതികൾ വിലയിരുത്തുകയും സമരം ഏകപക്ഷീയമായി പിൻവലിക്കാൻ സമരസമിതിക്ക് നിർദ്ദേശം നല്കാൻ തീരുമാനിക്കുകയും ചെയ്തു എന്നാണ് ശർമ്മ പറഞ്ഞത്.

സമര നാളുകളിൽ പത്രാധിപർക്ക് പോലും വലിയ സമ്മർദ്ദങ്ങളുണ്ടായി. *ഇന്ത്യൻ മിററി*ന്റെ സമരറിപ്പോർട്ടുകൾ മുഖ്യധാരാപത്രങ്ങളുടേതിൽനിന്ന് വളരെ വ്യത്യസ്തമാണെന്നതിൽ റെയിൽ മന്ത്രാലയം ഏറെ ഖിന്നരാണ് എന്ന് ജോഷി പറയുകയുണ്ടായി. റെയിൽ ഭവനിൽ നിന്നും അദ്ദേഹത്തെ വിളിച്ച് സെക്രട്ടറി പറഞ്ഞുവത്രെ: "മി.കൈലാസ് നാഥ്, വി ആർ മച്ച് വറീഡ് എബൗട്ട് ദി റിപ്പോർട്ട്സ് അപ്പിയറിങ് ഇൻ യുവർ പേപ്പർ." പത്രാധിപർ വിനയപൂർവ്വം പറഞ്ഞതിങ്ങനെയായിരുന്നു. "സർ, ഔവർ അൾട്ടിമേറ്റ് റെസ്പോൺസിബിലിറ്റി ഈസ് ടു ടേക് ദി ട്രൂത്ത് ടു ഔവർ റീഡേഴ്സ്. വി കാൻ ഫീഡ് ദെം ഫാക്ട്സ് ഓൺലി."

അപ്പോൾ സെക്രട്ടറി നിർദ്ദോഷിയുടെ മട്ടിൽ ചോദിച്ചുവത്രെ. "വൈ കാൺട് യു പബ്ളിഷ് അറ്റ്ലീസ്റ്റ് ദി പ്രസ് സ്റ്റേറ്റ്മെന്റ്സ് ഇഷ്യൂഡ് ഡെയ്‌ലി ബൈ ദി റെയിൽവേ ബോർഡ്?" ചോദ്യം കേട്ട ജോഷി സെക്രട്ടറിയോട് ഒരു കഥ വിവരിച്ചു. തീവണ്ടികളെല്ലാം കൃത്യമായി ഓടുന്നു എന്ന ആകാശവാണി വാർത്തകേട്ട് ഒരാൾ തന്റെ ഭാരിച്ച ലഗേജുകളുമായി ഒരു ടാക്സി പിടിച്ച് ദില്ലി റെയിൽവേ സ്റ്റേഷനിൽ വന്നിറങ്ങി. അന്വേഷിച്ചപ്പോൾ ഒട്ടുമിക്ക വണ്ടികളും റദ്ദാക്കപ്പെട്ടിരിക്കുന്നു. അക്കൂട്ടത്തിൽ അയാൾക്ക് പോകേണ്ട വണ്ടിയുമുണ്ട്. അയാൾ ഉടനെ മറ്റൊരു ടാക്സി പിടിച്ച് ആകാശവാണിയുടെ ദില്ലി നിലയത്തിലേക്ക് കുതിച്ചു. "സർ, ഷുഡ് ഐ എലാബെറേറ്റ് യു, വാട്ട് ഹാപ്പൻഡ് അറ്റ് ദില്ലി എ ഐ ആർ സ്റ്റേഷൻ ഓൺ ദാറ്റ് ഡെ?" സെക്രട്ടറി കൂടുതലൊന്നും പറയാതെ ഫോൺ വെച്ചു എന്ന് ജോഷിജി ചിരിച്ചുകൊണ്ട് വിശദീകരിച്ചു.

മറ്റൊരിക്കൽ ആഭ്യന്തര സെക്രട്ടറിയുടെ ഊഴമായിരുന്നു. സെക്രട്ടറി ബത്ര അദ്ദേഹത്തിന്റെ സുഹൃത്താണ്. അദ്ദേഹത്തിന്റെ പരാതി ഇങ്ങനെ–

"മി: കൈലാസ്നാഥ്, യുവർ റിപ്പോർട്ട്സ് ക്രിയേറ്റ് ലോട്ട് ഓഫ് പ്രോബ്ലംസ് ടു അസ്."

പത്രത്തിന്റെ വിവിധ ബ്യൂറോകളിൽനിന്ന് സത്യസന്ധമായ റിപ്പോർട്ടുകൾ ക്രോഡീകരിച്ച് പ്രസിദ്ധീകരിക്കുക മാത്രമാണ് തങ്ങൾ ചെയ്യുന്നതെന്ന് ജോഷി ശാന്തനായി പ്രതിവചിച്ചു.

"മറ്റു പത്രങ്ങളിൽനിന്നും ഇത്രയ്ക്ക് വ്യത്യസ്തമായ റിപ്പോർട്ടുകൾ നിങ്ങളുടെ ബ്യൂറോകൾക്ക് എവിടെ നിന്നാണ് കിട്ടുന്നത്?"

ജോഷിജിയുടെ മറുപടി വളരെ കൃത്യമായിരുന്നു.

"മി: ബത്രാ, സമരവുമായി ബന്ധപ്പെട്ട് സർക്കാരിന്റേയോ സംഘടനകളുടേയോ അവകാശവാദങ്ങളൊന്നും മുഖവിലയ്ക്കെടുക്കേണ്ടതില്ല എന്ന് ഞങ്ങൾ നയപരമായ ഒരു തീരുമാനമെടുത്തിട്ടുണ്ട്. അതനുസരിച്ച് എല്ലാ ബ്യൂറോകൾക്കും ഞങ്ങൾ കൃത്യമായ നിർദ്ദേശങ്ങളും നല്കിയിട്ടുണ്ട്. ഞങ്ങളുടെ വാർത്തകൾ നിങ്ങളെ അലോസരപ്പെടുത്തുന്നുവെങ്കിൽ അത് ഞങ്ങളുടെ കുറ്റമല്ല. അതിന്റെ ഉത്തരവാദിത്വം നിങ്ങൾക്ക് തന്നെയാണ്." തുടർന്ന് അല്പം കർശനമായി അദ്ദേഹം ഇത്ര കൂടി പറഞ്ഞു. "ഐ ടെൽയു, ഇറ്റ്സ് ഹൈടൈം ടു സ്റ്റോപ്പ് ദി ഹൈ ഹാന്റഡ്നസ് ഓഫ് ദി ഫോഴ്സ് യു ഡിപ്ലോയ്ഡ് അറ്റ് എവരി നുക് ആന്റ് കോർണർ."

"മി: ജോഷി, ഗവൺമെന്റിന് മുഴുവൻ ജനങ്ങളോടും ബാദ്ധ്യതയുണ്ട്. അതെന്താ നിങ്ങൾ മനസ്സിലാക്കാത്തത്?"

"അതേ ബാദ്ധ്യത ഞങ്ങൾക്ക് ഞങ്ങളുടെ വായനക്കാരോടുമുണ്ട്." ജോഷി തിരിച്ചടിച്ചു.

ആഭ്യന്തര സെക്രട്ടറി വല്ലാത്ത അസ്വസ്ഥതയോടെയാണ് ഫോൺ വെച്ചത് എന്ന് അദ്ദേഹത്തിന് മനസ്സിലായി, അന്ന് വൈകിട്ടത്തെ പതിവ്

ബ്രീഫിങ്ങിനിടയിൽ ഇക്കാര്യങ്ങൾ റിപ്പോർട്ട് ചെയ്ത ശേഷം ആത്മഗതമെന്നോണം പത്രാധിപർ പറഞ്ഞു. "വി ഹാവ് ടു ക്യാരി ഓൺ ദി ലെഗസി വി ഇൻഹെറിറ്റഡ് ഫ്രം ഔവർ പ്രഡിസസഴ്സ് ആസ് ലോങ് ആസ് വി ക്യാൻ."

വലിയസമ്മർദ്ദങ്ങൾക്ക് വിധേയനാവുമ്പോഴെല്ലാം അദ്ദേഹം തന്റെ മുറിയിൽ പ്രത്യേകമായി ഫ്രെയിം ചെയ്ത് തൂക്കിയ തന്റെ മുൻഗാമിയായ സ്ഥാപക പത്രാധിപരുടെ ഛായാചിത്രത്തിന് മുന്നിൽ ഒട്ടുനേരം ധ്യാനനിരതനായി നില്ക്കും. ചിലപ്പോൾ അത് മിനിറ്റുകളോളം നീളും. അത് കഴിയുമ്പോൾ അദ്ദേഹം പ്രസന്നനാകും; ഒരു പുതിയ ഊർജ്ജം കൈവന്നതുപോലെ. അദ്ദേഹം പുഞ്ചിരിയോടെ പ്രഖ്യാപിക്കും – "ഐ വോസ് കൺസൾട്ടിങ് വിത്ത് മൈ മെന്റർ ആന്റ് ഗോട്ട് ദി ആൻസർടൂ." തുടർന്ന് ഒരു മന്ത്രം പോലെ ഉരുവിടും.

"വി കാൺട് കോംപ്രമൈസ് ഔവർ ക്രെഡിബിലിറ്റി."

ഗവൺമെന്റിൽനിന്ന് ഒരുവിധ ഔദാര്യത്തിനും കാക്കാതെ, അവരിൽ നിന്ന് ഒരുറപ്പും ആവശ്യപ്പെടാതെ സംയുക്ത സമര സമിതി ഏകപക്ഷീയമായി, തങ്ങൾ സമരം അവസാനിപ്പിക്കുകയാണ് എന്ന് 1974 മെയ് മാസം 27 ന് നടത്തിയ ധീരമായ പ്രഖ്യാപനവും ഒരുതരത്തിൽ ഗവൺമെന്റിന് ഓർക്കാപ്പുറത്ത് കിട്ടിയ ഒരടിയാണെന്ന് അനിരുദ്ധന് തോന്നി. തങ്ങൾ ഈ ഗവൺമെന്റിനെ ഒട്ടും വകവയ്ക്കുന്നില്ല എന്ന് സമരസമിതി ആ പ്രഖ്യാപനത്തിലൂടെ പറയാതെ പറയുകയാണ്. ഇതും ഈ ഗവൺമെന്റിന് ഒരു വെല്ലുവിളിതന്നെയാണ്. തങ്ങളുടെ ഉള്ളിന്റെ ഉള്ളിൽ ഇപ്പോഴും ജ്വലിച്ചു നില്ക്കുന്ന ധാർമ്മിക ശക്തിയെ അവർ ആ പ്രഖ്യാപനത്തിലൂടെ വിളംബരം ചെയ്യുകയാണ്. അനിരുദ്ധന്റെ ചിന്തകൾ എങ്ങോട്ടെല്ലാമോ സഞ്ചരിച്ചുകൊണ്ടിരുന്നു. ഭരണഘടന തങ്ങൾക്കനുവദിച്ചുതന്നിട്ടുള്ള ഒരവകാശമാണ് തീരെ ഗതികെട്ടപ്പോൾ ജീവനക്കാർ ഉപയോഗപ്പെടുത്തിയത്. അതിത്രയ്ക്ക് വലിയ അപരാധമാണോ? രാജ്യദ്രോഹമാണോ? അത്തരമൊരവസ്ഥയിൽ ഒരു ജനകീയഗവൺമെന്റ് എന്ത് ചെയ്യണമെന്ന് ജനാധിപത്യത്തിന്റെ ചട്ടക്കൂടിനുള്ളിൽ തന്നെ വ്യവസ്ഥപ്പെടുത്തിയിട്ടുണ്ട്. അതൊരിക്കലും ഏകാധിപത്യത്തിന്റേയും അടിച്ചമർത്തലിന്റേയും വഴിയല്ല, ഗവൺമെന്റ് ഇപ്പോഴുപയോഗിച്ച ഈ മാർഗ്ഗങ്ങൾ ജനാധിപത്യത്തിന്റെ ഭാവിയെക്കുറിച്ച് തന്നെ ആശങ്കയുണർത്താൻ പോരുന്നതാണ്. ഇവിടെ പ്രതിസ്ഥാനത്ത് ഗവൺമെന്റ് മാത്രമല്ല ഉള്ളത് എന്നതും ഈ ആശങ്കയെ പതിന്മടങ്ങ് വർദ്ധിപ്പിക്കുന്നു. ഒരു ജനകീയ ഗവൺമെന്റ് ഈ അപകടകരമായ വഴി തെരഞ്ഞെടുത്തപ്പോൾ അതിലടങ്ങിയ അപകടം പൊതുസമൂഹം തിരിച്ചറിയാതെ പോയി. അതിനെതിരെ പ്രതികരിക്കാൻ അത് തയ്യാറായില്ല. ഭരണകൂടത്തിന്റെ അനീതിക്കെതിരെ കലാപം നടത്താൻ പോലുമുള്ള അവകാശം ജനാധിപത്യസംവിധാനത്തിൽ പ്രതിപക്ഷത്തിന് ലഭ്യമാണെന്നിരിക്കെ, കലാപം നടത്തുന്നത് പോയിട്ട് ഗവൺമെന്റിനെതിരെ ശക്തവും ഫലപ്രദ

വുമായ വിമർശനങ്ങൾ പോലും ഉയർത്താൻ പ്രതിപക്ഷം തയ്യാറായില്ല. ഇന്ത്യയിലെ സാംസ്കാരിക പ്രവർത്തകരും ബുദ്ധിജീവികളുമടക്കമുള്ള, പൊതുസമൂഹത്തിന്റെ മനഃസാക്ഷി സൂക്ഷിപ്പുകാരും ഈ കൊടിയ അപകടത്തിന്റെ ഗൗരവം ഉൾക്കൊള്ളാനും അതിനെ പ്രതിരോധിക്കാനും മുന്നോട്ട് വന്നു കണ്ടില്ല.

ജൻപഥിലെ നടപ്പാതയിലൂടെ അനിരുദ്ധൻ തന്റെ ചൂടുപിടിച്ച ചിന്തകളുമായി എങ്ങോട്ടെന്നില്ലാതെ നടന്നു. റെയിൽവേ സമരത്തോടുള്ള അനുഭാവ പ്രകടനമെന്നോണം അയാളുടെ വണ്ടിയും രണ്ട് ദിവസമായി പണിമുടക്കിലാണ്. പാതയോരത്ത് കൃത്യമായ അകലങ്ങളിൽ എന്നോ വെച്ചുപിടിപ്പിച്ച പടുവൃക്ഷങ്ങൾ, സുരക്ഷാഭടന്മാരെപ്പോലെ ഗൗരവഭാവത്തിൽ തലയുയർത്തി നിന്നു. മെയ് മാസച്ചൂടിൽ അവയ്ക്ക് ദാഹിക്കുന്നുണ്ടാവണം. മരച്ചാർത്തുകൾക്കിടയിൽ പക്ഷികൾ ചിറകടിച്ച് പറക്കുന്നു. ചിറകും ചുണ്ടും നനയ്ക്കാനായി അവയും എരിപൊരിസഞ്ചാരം കൊള്ളുകയാവും; ഒരു വേനൽമഴയ്ക്കായി അവയും ദില്ലിനിവാസികളെപ്പോലെ വ്യർത്ഥമായ കാത്തിരിപ്പു തുടരുകയാണ്.

അപരാഹ്നമായിട്ടും വെയിലിന്റെ ഊറ്റത്തിന് ഒരുകുറവുമില്ല. നാഷണൽ മ്യൂസിയവും കടന്ന് അനിരുദ്ധൻ മുന്നോട്ട് തന്നെ നടന്നു. അർദ്ധബോധത്തിലെന്ന പോലെ പല വഴികൾ താണ്ടി അയാൾ നടന്നുകൊണ്ടേയിരുന്നു. പരിസരബോധമുണർന്നപ്പോൾ അയാൾ നില്ക്കുന്നത് ലോധി കോളനിയിലെ സർക്കാർ ജീവനക്കാരുടെ വാസസ്ഥലത്തിന് മുന്നിലാണ്. സായാഹ്നമായിരിക്കുന്നു. പല ഭരണാധികാരികൾ മാറിമാറി ഭരിച്ച ദില്ലി. പക്ഷഭേദമില്ലാതെ അവരുടെയെല്ലാം ഓർമ്മകൾ സ്വശരീരത്തിൽ അത് പേറുന്നു – പ്രേമമുദ്രകളായും അന്ത്യവിശ്രമസ്ഥലങ്ങളായും പൂന്തോട്ടങ്ങളായും രാജപാതകളായും ആരാധനാലയങ്ങളായുമെല്ലാം. ഏകാധിപതികളും ധൂർത്തന്മാരും അലസന്മാരും വർഗ്ഗീയഭ്രാന്തന്മാരും അക്രമികളും കൊള്ളക്കാരുമെല്ലാമടങ്ങിയ വൈവിദ്ധ്യമാർന്ന ഭരണത്തുടർച്ചകൾ.

അനിരുദ്ധൻ ഡിഫൻസ് കോളനിയിലെ പുൽത്തകിടിയിൽ മലർന്ന് കിടന്നു. അന്തിക്കാറ്റിൽ എവിടെ നിന്നോ കുടമുല്ലപ്പൂക്കളുടെ മണം ഒഴുകിയെത്തി. വെളുത്ത പക്ഷത്തിലെ ചതുർദ്ദശിച്ചന്ദ്രൻ ഭൂമിയെ പാലഭിഷേകം ചെയ്യുന്നു. ഇടതൂർന്ന് വളർന്ന വൃക്ഷത്തലപ്പുകളിലിരുന്ന് രാപ്പറവകൾ ഇണകളെ ക്ഷണിച്ചുകൊണ്ടിരുന്നു. സൃഷ്ടിരഹസ്യം തേടുന്ന കടവാതിലുകൾ മരക്കൊമ്പുകളിൽ തലകീഴായി തപസ്സ് ചെയ്യുന്നു. പുൽത്തകിടിയിൽ കിടന്ന് അയാളൊന്ന് മയങ്ങിപ്പോയിരിക്കണം. ആരോ അയാൾക്കരികിലെത്തി അയാളെ തൊട്ട് വിളിച്ചു. അയാൾ തട്ടിപ്പിടഞ്ഞെഴുന്നേറ്റു. “സോറി ഒന്ന് മയങ്ങിപ്പോയി.” അയാൾ ഒരു കുറ്റവാളിയെപ്പോലെ വേഗത്തിൽ പുറത്തേക്ക് നടന്നു.

വരാന്തയിൽ കയറുംമുമ്പ് പതിവുപോലെ അനിരുദ്ധൻ ലെറ്റർ ബോക്സ് പരിശോധിച്ചു. സാമാന്യം വലിയ ഒരു കവർ അയാളുടെ കൈ

യിൽ തടഞ്ഞു. അയാൾ അത് തിരിക്കിട്ട് കൈയിലെടുത്ത് വാതിൽ തുറന്ന് ലൈറ്റിട്ടു. കവറിന് പുറത്ത് പരിചയമുള്ള കൈയക്ഷരം, പത്മേടത്തിയും സോമേട്ടനും കുഞ്ഞുങ്ങളും ചേർന്ന് ബോംബെയിൽ നിന്നയച്ച ജന്മദിനാശംസ. അയാൾ അത് വിശദമായി പരിശോധിച്ചു. മിനക്കെട്ടിരുന്ന് സോമേട്ടൻ രൂപപ്പെടുത്തിയെടുത്തതാവണം. അയാൾക്കതിഷ്ടപ്പെട്ടു. ജന്മദിനങ്ങൾ ഓർക്കുന്ന പതിവ് എപ്പോഴേ ഇല്ലാതായിരിക്കുന്നു. തറവാട്ടിലായിരുന്നപ്പോൾ അമ്മമ്മയാണ് എല്ലാവരുടേയും ജന്മദിനങ്ങൾ ഓർത്തുവെയ്ക്കുക. അമ്മമ്മ പോയതോടെ അവർക്കൊപ്പം ജന്മദിനാഘോഷങ്ങളും തറവാടിന്റെ പടികളിറങ്ങിപ്പോയി.

ജൂൺ മാസത്തിൽ സ്കൂളിൽ ചേർക്കാനുള്ള സൗകര്യത്തിന് രൂപപ്പെടുത്തിയെടുക്കുന്നതാണ് അക്കാലത്തെ മിക്ക കുട്ടികളുടേയും ജന്മദിനങ്ങൾ. അതുകൊണ്ട് അവയെല്ലാം തന്നെ മെയ് മാസങ്ങളിലെ വ്യത്യസ്ത ദിവസങ്ങളായിരിക്കും. അവ രൂപപ്പെടുത്താൻ പ്രാഥമികവിദ്യാലയങ്ങളിലെ അദ്ധ്യാപകരും സഹായിക്കുമായിരുന്നു. അക്കാലത്തെ എല്ലാ കുട്ടികളുടേതും പോലെ തന്റെ ജന്മദിനവും ഒരു സാങ്കല്പിക ദിനമാണ്. അച്ഛൻ ഗണിച്ചെടുത്ത ഒരു സാങ്കല്പിക ജന്മദിനം. അയാൾ പുറത്തെ നിലാവിനെ നോക്കി സ്വയം ചിരിച്ചു.

അച്ഛൻ മൂന്നാം വയസ്സ് മുതലേ അക്ഷരങ്ങൾ പഠിപ്പിക്കാൻ തുടങ്ങിയിരുന്നു, ശ്രീകൃഷ്ണചരിതം മണിപ്രവാളം ഏതാനും സർഗ്ഗങ്ങൾ അഞ്ചാം വയസ്സിൽ തന്നെ അയാൾ കാണാതെ ചൊല്ലാൻ പഠിച്ചിരുന്നു. അർത്ഥമൊന്നുമറിയാത്ത വ്യർത്ഥമായ ഉരുവിടൽ മാത്രമായിരുന്നു, അത്. ഉച്ചാരണ ശുദ്ധിയും ഭാഷയോടുള്ള വല്ലാത്തൊരു സ്നേഹവും ആ അഭ്യസനത്തിന്റെ നീക്കിബാക്കിയായി ഇപ്പോഴും അവശേഷിക്കുന്നു.

സ്കൂളിൽ ചേർക്കാൻ ചെന്നപ്പോൾ അച്ഛന്റെ സ്നേഹിതനായിരുന്ന ഹെഡ് മാസ്റ്റർ ചില ചോദ്യങ്ങൾ ചോദിച്ചുവെന്നും അതിനൊക്കെ കൃത്യമായ മറുപടി പറഞ്ഞെന്നും അതിൽ സംപ്രീതനായ അദ്ദേഹം ഇവനെ വേണമെങ്കിൽ മൂന്നാം ക്ലാസിൽ ചേർത്താലും കുഴപ്പമില്ല എന്ന് അഭിപ്രായപ്പെട്ടതായും ഒരുകഥയുണ്ട്. തടിച്ച ശരീരവും ചിരിച്ച മുഖവുമുള്ള ഹെഡ്മാസ്റ്റർ സദാസൗമ്യനായിരുന്നു. വെളുത്ത ഖദർ ഷർട്ടും ചുട്ടിക്കരയുള്ള ഖദർവേഷ്ടിയും ഖദർമുണ്ടുമായിരുന്നു അദ്ദേഹത്തിന്റെ സ്ഥിരവേഷം. മൂന്നാം ക്ലാസിൽ ചേർക്കാൻ അച്ഛന് സമ്മതമല്ലായിരുന്നു. ഒടുവിൽ കൃഷ്ണൻ മാസ്റ്ററുടെ നിർബ്ബന്ധത്തിൽ അയാളെ രണ്ടാം ക്ലാസിൽ ചേർക്കുകയായിരുന്നു. ഒന്നാം ക്ലാസിൽ പഠിക്കാത്തതിന്റെ കുഴപ്പം തന്റെ സ്വഭാവത്തിലിപ്പോഴുമുണ്ടെന്ന് അനിരുദ്ധന് പലപ്പോഴും തോന്നിയിരുന്നു.

പിറ്റേദിവസത്തെ *ഇന്ത്യൻ മിറർ* ഇറങ്ങിയത് ശക്തമായ ഒരു മുഖപ്രസംഗത്തോടെയാണ്. റെയിൽവേ സമരത്തിന്റെ നാനാതലങ്ങളെ സമഗ്രമായി വിലയിരുത്തിയും അതിനെ അടിച്ചമർത്തിയ സർക്കാരിന്റെ ഏകാധിപത്യ നിലപാടിനെ കർക്കശമായി ആക്രമിച്ചുമുള്ളതായിരുന്നു മുഖപ്രസംഗം. പ്രക്ഷോഭത്തെ വിശകലനം ചെയ്തുകൊണ്ട് അത് പറഞ്ഞു:

“അമ്പതിനായിരത്തോളം ജീവനക്കാരാണ് അറസ്റ്റ് ചെയ്യപ്പെട്ടത്; മുപ്പതിനായിരത്തോളം കുടുംബങ്ങൾ അവരുടെ താമസസ്ഥലങ്ങളിൽനിന്നും അവരുടെ ജീവിത സമ്പാദ്യങ്ങൾക്കൊപ്പം നിർദ്ദയം കുടിയിറക്കപ്പെട്ടു. അർദ്ധസൈനികരുടെ ശാരീരികാക്രമണങ്ങൾക്ക് പോലും കുടുംബങ്ങളിലെ സ്ത്രീകൾ വിധേയരാക്കപ്പെട്ടു. തൊഴിലാളികൾ വ്യാപകമായി പിരിച്ചുവിടപ്പെട്ടു. ജീവിക്കാനാവശ്യമായ വേതനവും മാന്യമായ തൊഴിൽ സാഹചര്യങ്ങളും മാത്രമാണവർ ആവശ്യപ്പെട്ടത്. എന്നാൽ അധിനിവേശസൈന്യത്തോടെന്ന പോലെയാണ് ഗവൺമെന്റ് അവരോട് പെരുമാറിയത്.” മുഖപ്രസംഗം തുടർന്നു. “ദാരിദ്ര്യം തുടച്ചുമാറ്റും എന്ന് വാഗ്ദാനം ചെയ്തു വലിയ ഭൂരിപക്ഷത്തോടെ അധികാരത്തിൽ വന്ന ഒരു ഗവൺമെന്റാണിത്. ആ ഗവൺമെന്റിന്റെ കീഴിലാണ് കൂടുതൽ കൂടുതൽ ജനങ്ങൾ അനുദിനം ദാരിദ്ര്യരേഖയ്ക്ക് കീഴിലേക്ക് തള്ളി മാറ്റപ്പെട്ടുകൊണ്ടിരിക്കുന്നത്. ഈ അവസ്ഥ ഒരു പൊട്ടിത്തെറിയിലേക്ക് നീങ്ങാൻ തുടങ്ങിയാൽ അതിനെ നേരിടാൻ ഈ ഗവൺമെന്റ് എത്രമാത്രം അക്രമാസക്തമാകും എന്നതിന്റെ ഒരു ഡ്രസ്റിഹേഴ്സലാണ് നമ്മൾ ഇക്കഴിഞ്ഞ ദിവസങ്ങളിൽ കണ്ടുകൊണ്ടിരുന്നത് എന്ന് ഞങ്ങൾ ഭയപ്പെടുന്നു.” പൊതുസമൂഹത്തെ അഭിസംബോധന ചെയ്തുകൊണ്ട് മുഖ പ്രസംഗം തുടരുന്നു: “പ്രക്ഷോഭത്തെ നേരിടാൻ ഗവൺമെന്റ് സ്വീകരിച്ച നിലപാടിനെ ഇതരമേഖലകളിലെ ജീവനക്കാരും പൊതുസമൂഹമാകെയും ഗൗരവത്തോടെ കണ്ടില്ല എന്ന വിമർശനം ഞങ്ങൾ ഗൗരവപൂർവ്വം ഉന്നയിക്കുന്നു. മെയ് 15 ന് ആഹ്വാനം ചെയ്യപ്പെട്ട ഭാരത്ബന്ദ്, ഗവൺമെന്റിന്റെ ഏകാധിപത്യനീക്കങ്ങൾക്കെതിരെയുള്ള ഒരു വലിയ പ്രതിഷേധമായി മാറേണ്ടതായിരുന്നു. എന്നാൽ അതുണ്ടായില്ല. നിതാന്തജാഗ്രതയാണ് ജനാധിപത്യത്തിനുള്ള ഉറപ്പ് എന്ന് പൊതുസമൂഹത്തെ ഓർമ്മിപ്പിക്കാൻ ഞങ്ങൾ ഈ അവസരം ഉപയോഗിക്കുകയാണ്.” ഇന്ത്യയിലെ മുഖ്യധാരാപ്രതിപക്ഷത്തേയും മുഖപ്രസംഗം അഭിസംബോധന ചെയ്യുന്നു: “ഗവൺമെന്റ് അതിന്റെ സംഹാരശേഷി സമരം ചെയ്യുന്ന ജീവനക്കാർക്കെതിരെ വിവേചനരഹിതമായി തുറന്നിട്ടപ്പോൾ അതിനെ ഫലപ്രദമായി പ്രതിരോധിക്കുന്നതിലും അതിനെതിരെ ശക്തമായി പ്രതികരിക്കുന്നതിലും ഇന്ത്യയിലെ മുഖ്യധാരാപ്രതിപക്ഷത്തിന് ഗുരുതരമായ വീഴ്ച സംഭവിച്ചു പോയിട്ടുണ്ട്. അവരുടെ ഈ വീഴ്ച വരും നാളുകളിൽ അവർക്ക് തന്നെ കണ്ഠകോടാലിയായിത്തീരുമെന്ന് ഞങ്ങൾ ഭയപ്പെടുന്നു.”

എല്ലാവിധ ആക്രമണങ്ങളേയും അതിജീവിച്ചുകൊണ്ട് മനഃസ്ഥൈര്യത്തോടെ പ്രക്ഷോഭരംഗത്ത് ഏതാണ്ട് മൂന്നാഴ്ചയോളം ഉറച്ചുനിന്ന സമരധീരരായ ജീവനക്കാർക്ക് പത്രം അതിന്റെ മെയ് 28 ന്റെ മുഖപ്രസംഗത്തിൽ ഊഷ്മളമായ അഭിവാദ്യമർപ്പിച്ചു. അതവസാനിക്കുന്നതിങ്ങനെയാണ്: “നിങ്ങൾ തോറ്റുപോയിരിക്കാം. എന്നാൽ ചരിത്രം ജയിച്ചവരുടേത് മാത്രമല്ല, തോറ്റവരുടേത് കൂടിയാണ്.”

ആ മുഖപ്രസംഗമെഴുതിയത് പത്രാധിപർ തന്നെയായിരുന്നു.

# നാല്

**എ**ല്ലാം പുലർകാല മയക്കത്തിൽ കണ്ട ഏതോ ദുഃസ്വപ്നം പോലെ തോന്നി അനിരുദ്ധന്. ബൂട്ടിട്ട കാലുകൾ അമർത്തിച്ചവിട്ടി റെയിൽവേ ക്വാർട്ടേഴ്സുകളിലേക്ക് പൊടുന്നനെ ഇരച്ചു കയറുന്ന അർദ്ധസൈനികർ; ക്വാർട്ടേഴ്സുകളുടെ മുറ്റത്തേക്ക് ചിതറിത്തെറിക്കുന്ന വീട്ടുസാധനങ്ങൾ; പേടിച്ചരണ്ട് നിലവിളിക്കുന്ന കുഞ്ഞുങ്ങൾ; അവരെ മാറോട് ചേർത്ത് പിടിക്കുന്ന ഗൃഹനാഥകളെ ഉന്തിത്തള്ളി പുറത്താക്കുന്ന കാക്കിക്കുപ്പായക്കാർ.... ഇതാണോ വാഗ്ദത്ത ഭാരതം? സ്വതന്ത്ര ഭാരതത്തിൽ, ജീവിക്കാനാവശ്യമായ ചുരുങ്ങിയ വേതനം എല്ലാ ജീവനക്കാർക്കും ഉറപ്പാക്കുമെന്ന് വാഗ്ദാനം ചെയ്ത നേതാക്കളെല്ലാവരും മൺമറഞ്ഞു പോയോ?

സ്വന്തം ജീവനക്കാരെ ജനശത്രുക്കളായി ചിത്രീകരിക്കാൻ സ്വാതന്ത്ര്യ സമരനേതാക്കളുടെ പിന്മുറക്കാർക്ക് എത്രയെളുപ്പം സാധിച്ചിരിക്കുന്നു? ജീവനക്കാർ അധികവേതനം ചോദിക്കുമ്പോൾ അതനുവദിക്കുകയാണെങ്കിൽ വിലക്കയറ്റമുണ്ടാവുമെന്നും അങ്ങനെ സംഭവിച്ചാൽ ഇന്ത്യയിലെ ദരിദ്രജനങ്ങളുടെ ജീവിതം ദുസ്സഹമാവുമെന്നും അതിനാൽ അധികവേതനമാവശ്യപ്പെടുന്ന ജീവനക്കാർ ഇന്ത്യയിലെ സാധാരണക്കാരുടെ ശത്രുക്കളാണെന്നും എത്രയെളുപ്പത്തിലാണ് അവർ പറഞ്ഞുറപ്പിക്കുന്നത്? പണിമുടക്കിക്കൊണ്ട് തൊഴിൽ ദിനങ്ങൾ നഷ്ടപ്പെടുത്തുന്നവർ രാജ്യത്തിന്റെ ശത്രുക്കളാണെന്നും കാരണം രാജ്യത്തിന്റെ വികസനമാണ് അതുവഴി അവർ തടസ്സപ്പെടുത്തുന്നതെന്നും പ്രചരിപ്പിക്കപ്പെട്ടു. ഈ പ്രചാരണം പൊതുസമൂഹം വെള്ളംകൂട്ടാതെ വിഴുങ്ങിയതുകൊണ്ടാണോ ജീവനക്കാരുടെ സമരത്തെ പ്രാകൃതമായ രീതിയിൽ ഗവൺമെന്റ് നേരിട്ടപ്പോൾ അതിന്റെ ഭാഗത്തുനിന്നും കാര്യമായ പ്രതിഷേധമൊന്നും ഉയരാതെ

പോയത്? ഭാരത് ബന്ദിനോടുള്ള പല സംസ്ഥാനങ്ങളിലെയും പ്രതികരണം നിസ്സംഗതയുടേതായിരുന്നു. സംഘടിതപ്രവർത്തനങ്ങൾ തകർക്കപ്പെടുമ്പോൾ മാറ്റങ്ങളാഗ്രഹിക്കുന്നവർ വ്യക്തിഗത സാഹസികതകളിലേക്ക് തിരിയും എന്ന ചരിത്രപാഠം ഈ ഗവൺമെന്റിന് അറിഞ്ഞുകൂടാതെ പോകുന്നതെന്തുകൊണ്ടാണ്? ഗവൺമെന്റിന്റെ കാര്യമിരിക്കട്ടെ; പ്രതിപക്ഷത്തിന്റെ മനോഭാവം ഇങ്ങനെയായിപ്പോയതിന്റെ പിന്നാമ്പുറ യാഥാർത്ഥ്യമെന്താണ്? ഭാരത് ബന്ദ് ഇടതുപക്ഷം ശക്തമായ രണ്ടോ മൂന്നോ സംസ്ഥാനങ്ങളിൽ മാത്രമാണ് വിജയിച്ചത്. വർത്തമാനകാല ഭാരതത്തിൽ പ്രത്യാശയുടെ ഇത്തിരിവെളിച്ചം പ്രസരിപ്പിക്കുന്നത് ഇടതുപക്ഷം മാത്രമാണെന്ന് അനിരുദ്ധന് തോന്നി. എ കെ ജി നാട്ടിലുടനീളം ഓടിനടന്ന് ജീവനക്കാരേയും അവരുടെ കുടുംബങ്ങളേയും ധൈര്യപ്പെടുത്തിക്കൊണ്ടിരുന്നു. ഒരുപാട് സ്ഥലങ്ങളിൽ അദ്ദേഹം വലിയ ആൾക്കൂട്ടങ്ങളെ സാക്ഷിനിർത്തിക്കൊണ്ട് പണിമുടക്കിന് ഊർജ്ജം പകർന്നു. ജീവനക്കാർക്ക് സകലവിധ പിന്തുണയും നല്കേണ്ടതിന്റെ ആവശ്യകത അദ്ദേഹം അത്തരം പൊതുയോഗങ്ങളിൽ യുക്തിയുക്തമായി വിശദീകരിച്ചു. കോളനികളിലേക്കുള്ള സൈനികരുടെ കടന്നുകയറ്റത്തെ സംഘടിതമായി പ്രതിരോധിക്കാനായി സമരഭടന്മാർക്കൊപ്പം ചേരാൻ അദ്ദേഹം പൊതുസമൂഹത്തെ ആഹ്വാനംചെയ്തു. ജീവനക്കാരുടെ കുടുംബാംഗങ്ങളെ കുടിയിറക്കാനായി കോളനികളിലെത്തിയ പൊലീസുകാരെ അദ്ദേഹം നേരിട്ടെത്തി പ്രതിരോധിച്ച ആവേശകരമായ അനുഭവങ്ങൾ പോലുമുണ്ടെന്ന് ശർമ്മ പറഞ്ഞത് അനിരുദ്ധൻ ഓർത്തു.

എ കെ ജിയെക്കുറിച്ച് ആദ്യമായി അനിരുദ്ധൻ കേൾക്കുന്നത് അയാളുടെ അച്ഛനിൽ നിന്നാണ്. അമരാവതിയിലെ കുടിയിറക്കിനെതിരെ അദ്ദേഹം നടത്തിയ ഐതിഹാസിക സമരത്തിന്റെ ഓർമ്മ അനിരുദ്ധൻ അയവിറക്കി. ചുരുളിയിലും കീരിത്തോട്ടിലും ആയിരക്കണക്കിന് കർഷകരെ നിർദ്ദാക്ഷിണ്യം കുടിയിറക്കിയതിനെതിരെ നടന്ന പ്രക്ഷോഭം കേരള ചരിത്രത്തിന്റെ ഭാഗമാണ്. സ്വന്തം രക്തവും വിയർപ്പുമൊഴുക്കി നട്ടു നനച്ചു വളർത്തിയ കാർഷിക വിളകളും അവരുടെ വാസസ്ഥലങ്ങളുമെല്ലാം തകർത്ത് നശിപ്പിച്ചശേഷം അവരെ ബലം പ്രയോഗിച്ച് അമരാവതിയിലെ കാടുകളിലേക്ക് നാടുകടത്തിയവർ അവരുടെ തന്നെ മുൻകാല സുഹൃത്തുക്കളായിരുന്നു എന്നതാണതിലെ വിരോധാഭാസം. അമരാവതിയിൽ ഗവൺമെന്റിന്റെ ആഭിമുഖ്യത്തിൽ അരങ്ങേറിക്കൊണ്ടിരിക്കുന്ന കൊടും ക്രൂരതയെക്കുറിച്ച് കേട്ടറിഞ്ഞ എ കെ ജി സത്യമെന്തെന്നറിയാൻ അവിടേക്ക് എത്തുകയായിരുന്നു. അവിടുത്തെ കാഴ്ച മനുഷ്യത്വമുള്ളവർക്ക് സഹിക്കാനാവുന്നതായിരുന്നില്ല. കോരിച്ചൊരിയുന്ന മഴയും കൊടും തണുപ്പും സഹിച്ച് ആയിരത്തിലേറെ കുടുംബങ്ങൾ ആകാശത്തിന് കീഴെ അനാഥത്വം പേറുന്നു. അവരുടെ നരകയാതന അദ്ദേഹത്തിന്റെ മനസ്സിനെ ഉലച്ചു. താൻ നിരാഹാരം കിടക്കുകയാണെന്ന് അദ്ദേഹം അവിടെ സംഘടിപ്പിച്ച പൊതു യോഗത്തിൽ പ്രഖ്യാപിക്കുക

യായിരുന്നു. സ്വന്തം അനാരോഗ്യത്തെ തൃണവൽഗണിച്ചുകൊണ്ട്, കാറ്റും മഴയും തണുപ്പും ഒരുമിച്ച് ചേർന്ന് മനുഷ്യരോട് യുദ്ധം ചെയ്യുന്ന ആ വന ഭൂമിയിൽ, കുടിയിറക്കപ്പെട്ട കർഷക കുടുംബങ്ങൾക്ക് നീതി കിട്ടാനുള്ള ധർമ്മ സമരം എ കെ ജി ആരംഭിച്ചു. ആ നിരാഹാര സമരം കേരളത്തെയാകെ പിടിച്ചു കുലുക്കി. നിരാഹാരമവസാനിപ്പിക്കാൻ അദ്ദേഹത്തിന്റെ മേൽ വലിയ സമ്മർദ്ദമുണ്ടായി. നിരാഹാരത്തിന്റെ എട്ടാം ദിവസം അദ്ദേഹത്തിന് കെ കേളപ്പനിൽനിന്നും ഒരു കമ്പിസന്ദേശം കിട്ടി. അതിൽ കേളപ്പജി, നിരാഹാരം നിർത്താൻ അഭ്യർത്ഥിച്ചതോടൊപ്പം ഗവൺമെന്റിനെക്കൊണ്ട് വേണ്ടത് ചെയ്യിക്കാൻ താനും ശ്രമിക്കുമെന്നും അതിൽ പരാജയപ്പെട്ടാൽ താനും നിരാഹാരമിരിക്കുമെന്നും വാഗ്ദാനം ചെയ്തിരുന്നു. പക്ഷേ, എ കെ ജി സമരം നിർത്താൻ കൂട്ടാക്കിയില്ല. ഒടുവിൽ നിരാഹാരം പന്ത്രണ്ട് ദിവസം നീണ്ടതോടെ, പ്രക്ഷോഭച്ചൂടിൽ ഭരണാധികാരികൾക്കും ഇരിക്കപ്പൊറുതിയില്ലാതായി. കുടിയിറക്കപ്പെട്ടവർക്ക് നീതി ഉറപ്പാക്കുമെന്ന് അവർക്ക് സമ്മതിക്കേണ്ടി വന്നു. അതിനുശേഷം മാത്രമാണ് എ കെ ജി തന്റെ നിരാഹാരം അവസാനിപ്പിച്ചത്.

തീവണ്ടി പെട്ടെന്ന് നിന്നപ്പോഴാണ് അനിരുദ്ധൻ ചിന്തകളിൽ നിന്നുണർന്നത്. ഏതോ സ്റ്റേഷനാണ്. ആളുകൾ ഇറങ്ങുകയും അതിനേക്കാളധികം പേർ കയറുകയും ചെയ്യുന്നുണ്ട്. ബോംബെയിലേക്കുള്ള ഈ യാത്ര അപ്രതീക്ഷിതമാണ്. ഓർക്കാപ്പുറത്താണ് ബോംബെയിൽനിന്നും സോമേട്ടന്റെ കത്ത് കിട്ടിയത്. ഗൃഹപ്രവേശത്തിനുള്ള ക്ഷണക്കത്തായിരുന്നു അത്. കുറച്ചുമാസം മുമ്പ് വിളിച്ചപ്പോൾ വീടുപണി അങ്ങനെ ഇഴഞ്ഞു നീങ്ങുന്നു എന്നാണ് പറഞ്ഞിരുന്നത്. സോമേട്ടനങ്ങനെയാണ്. ഒന്നിനും ഒരു ധൃതിയും കാണിക്കില്ല. പത്മേടത്തിയാണെങ്കിൽ നേരെ മറിച്ചും. ചെയ്യേണ്ട കാര്യങ്ങൾ എത്രയും വേഗത്തിൽ ചെയ്തു തീർക്കുക എന്നതാണ് അവരുടെ പ്രമാണം. ഒന്നും വെച്ച് താമസിപ്പിക്കരുത്. നാളെ എന്ന് പറയുന്ന സാധനം നമ്മുടെ കൈയിലുള്ളതല്ല. നമ്മുടെ കൈയിലുള്ളത് ഇന്ന് മാത്രമാണ്. അതുകൊണ്ട് ഇന്ന് ചെയ്യേണ്ടത് ഇന്ന് തന്നെ ചെയ്യുക. നാളത്തേക്ക് വയ്ക്കരുത്.

അത്തരം ചിട്ടകളൊക്കെ അമ്മമ്മയിൽ നിന്നാണ് പത്മേടത്തി പഠിച്ചെടുത്തത് എന്ന് അനിരുദ്ധന് പലപ്പോഴും തോന്നിയിട്ടുണ്ട്. അമ്മമ്മയുടെ താൻ പോരിമയും ധീരതയും എല്ലാം പകർന്നു കിട്ടിയത് മൂത്തമകന്റെ ഏകമകളായ പത്മത്തിനാണ്. ഒന്നിനോടും പെട്ടെന്ന് തോറ്റുകൊടുക്കാത്ത പ്രകൃതം. "തലയ്ക്ക് മീതെ വെള്ളം വന്നാൽ അത്ക്ക് മീതെ തോണി" എന്ന അമ്മമ്മയുടെ മുദ്രാവാക്യമാണ് പത്മേടത്തി എപ്പോഴും സ്വന്തം ജീവിതത്തിൽ പകർത്തിക്കൊണ്ടിരിക്കുന്നത് എന്ന് അനിരുദ്ധൻ കൗതുകത്തോടെ ഓർത്തു.

എന്തിനും തർക്കുത്തരം പറയുന്ന പത്മേടത്തിയുടെ കുട്ടിക്കാലത്തെ സ്വഭാവം അവർക്ക് വല്യമ്മായിയിൽ നിന്ന് ഒരുപാട് തല്ല് മേടിച്ചു കൊടുത്തിരുന്നു. അമ്മമ്മ അപ്പോൾ അമ്മയ്ക്കും മകൾക്കുമിടയിൽ ചാടിവീഴും.

"എന്തിനാ ഇഞ്ഞി ഓളെ എപ്പളും ഇങ്ങനെയിട്ട് വീക്ക്ന്നത് കുഞ്ഞിപ്പാറൂ. ചത്ത് പോവില്ലേ അദ്?"

അകാലത്തിൽ മരിച്ചുപോയ മൂത്തമകന്റെ ഭാര്യയോട് അമ്മമ്മ ഒരല്പം ദേഷ്യവും അതിലേറെ സങ്കടവും കലർത്തി ചോദിക്കും.

"ഇങ്ങനെ തർക്കുത്തരം പറേന്ന വിത്ത് ചത്ത് പോയാലും എനക്കൊർ സങ്കടൂം ല്ല." വല്ല്യമ്മായി വിതുമ്പും.

അപ്പോഴാണ് അമ്മമ്മയുടെ സാന്ത്വനം: "അപ്പെണ്ണൊർ ശുദ്ധ മനസ്സ്കാരിയാന്ന് നെനക്ക് അറഞ്ഞൂടേടീ. വരും വരായ നോക്കാണ്ട് തർക്കുത്തരം പറേണത് ശുദ്ധത്തരം കൊണ്ടാ. ഇഞ്ഞ്യത്കൂട്ടാക്കണ്ട."

"നാള ഒർത്തന്റെ കൂടെ പൊറ്ക്കണ്ട കുട്ട്യാ. അപ്പൊ ഇദൊക്കെ നല്ലതാന്നാ അമ്മ പറേന്നത്?"

"അപ്പളക്കൊക്കെ ഓള് മിടുക്കത്ത്യാവൂല്ലേ കുഞ്ഞിപ്പാറൂ. ഇഞ്ഞിപേടിക്കാണ്ടിരി. ന്റെ കുട്ട്യേൾക്ക് ഒര് കഷ്ടോണ്ടാവില്ലെടീ. ഞാനാരോടും ഒരന്യായൂം കാട്ടീറ്റില്ല. അതുകൊണ്ട് എനക്ക് നല്ല ദൈര്യാ. ന്റെ കുട്ട്യേൾക്ക് ഒര് കഷ്ടപ്പാടൂണ്ടാവൂല്ല."

അമ്മമ്മയുടെ കുഞ്ഞിപ്പാറുവെന്ന കുഞ്ഞിപ്പാർവ്വതി പിന്നെയൊന്നും മിണ്ടില്ല. വല്ല്യമ്മായിക്ക് അമ്മമ്മ അമ്മായിയമ്മയല്ല, സ്വന്തം അമ്മതന്നെയായിരുന്നു. പത്മേടത്തി പറഞ്ഞ് കേട്ട കഥയാണ്. അകാലത്തിൽ വല്ല്യമ്മാമൻ മരിച്ചപ്പോൾ അമ്മമ്മ വല്ല്യമ്മായിയെ സ്വന്തം വീട്ടിലേക്ക് വിടാൻ കൂട്ടാക്കിയില്ല. വല്ല്യമ്മാമൻ മരിച്ച് പതിനൊന്നാം ദിവസം ആചാരപ്രകാരം വല്ല്യമ്മായിയേയും മകളേയും കൂട്ടിക്കൊണ്ടുപോവാൻ അവരുടെ വീട്ടുകാർ വന്നു. വല്ല്യമ്മായി അമ്മമ്മയോട് യാത്ര ചോദിച്ചപ്പോൾ അവർ പൊട്ടിക്കരഞ്ഞുപോയി. അപ്പോൾ അമ്മമ്മ പറഞ്ഞുവത്രേ: "കുഞ്ഞിപ്പാറൂ നെന്നെ ഞാനെന്റെ മരുമോളായിട്ടല്ല മോളായിട്ടാ കണ്ടത്. ഇഞ്ഞി ഏടേക്കും പോണ്ട. മ്മക്കിവിടെ കൂടാം." അമ്മമ്മയുടെ കറയറ്റ സ്നേഹത്തിന് മുമ്പിൽ മറുത്തൊന്നും പറയാൻ വല്ല്യമ്മായിക്കായില്ല. വന്നവർ മടങ്ങിപ്പോയി. തന്റെ ശിഷ്ടജീവിതം വല്ല്യമ്മായി അമ്മമ്മയ്ക്ക് സമർപ്പിച്ചു.

ഭാര്യയും അമ്മയുമായി മാറിയ പത്മേടത്തി പറയുക മറ്റൊരു കാര്യമാണ്. "അമ്മേടെ അടിയല്ല, നുള്ളാണ് സഹിച്ചൂടാത്തത്. ന്റെ തൊടേമ്മെലെ തോല് അപ്പാടെ നുള്ളി പ്പറിച്ചങ്ങ് എടക്കും. എന്തൊര് വേദന്യായിരിക്കുംന്നോ?"

സോമേട്ടൻ അപ്പോൾ അവരെ ശുണ്ഠി പിടിപ്പിക്കാനായി വെറുതെ പറയും: "എന്നിട്ട് നെന്റെ തൊടേമ്മല് നല്ല കട്ടീള്ള തോല് തന്ന്യാണല്ലോ ഇപ്പഴൂള്ളത്?"

ഒട്ടും വിട്ടുകൊടുക്കാത്ത മറുപടി ഉടൻ വരും:

"അതിന് നിങ്ങളെന്റെ തൊട കണ്ടിറ്റ്ണ്ടോ? നിങ്ങൾടെ നോട്ടം എപ്പോഴും അതിന്റം മേലോട്ടല്ലേ?"

ഉരുളയ്ക്കുപ്പേരി പോലെ മറുപടി പറയുമ്പോൾ പത്മേടത്തിക്ക് മറ്റു

നോട്ടങ്ങളൊന്നുമില്ല. അത്തരമവസരങ്ങളിൽ അനിരുദ്ധൻ ചിരിയടക്കിപ്പിടിച്ച് വേഗം മാറിക്കളയും.

"എന്താണവളോട് പറയ്യാ." എന്ന് ദുഃഖിച്ചുകൊണ്ട് സോമേട്ടനും അയാൾക്ക് പിറകെ പുറത്തേക്ക് പോരും.

ഓർമ്മകളിൽ നഷ്ടപ്പെടുമ്പോൾ സമയം പോവുന്നതറിയില്ല. സന്ധ്യ സമർത്ഥനായൊരു മോഷ്ടാവിനെപ്പോലെ ഓടുന്ന വണ്ടിക്കുള്ളിലേക്ക് ഇഴഞ്ഞുകയറുകയാണ്. ഏതാണ് ഈ സ്ഥലം? പലപ്പോഴും യാത്ര ചെയ്തിട്ടുണ്ടെങ്കിലും സ്ഥലം മനസ്സിലാവുന്നില്ല. അനിരുദ്ധന്റെ കണ്ണുകൾ ആകാശത്തിലെ വെള്ളിമേഘങ്ങൾക്കൊപ്പം കൂടണയാൻ കൂട്ടമായി പറന്നു പോകുന്ന വെള്ളക്കൊക്കുകളെ പിന്തുടർന്നു. വാച്ചിലേക്ക് നോക്കിയപ്പോൾ ഇനിയും രണ്ടുമൂന്നു മണിക്കൂർ യാത്ര ബാക്കിയാണ്. സ്റ്റേഷനിൽ വണ്ടിയുമായി വരാമെന്ന് സോമേട്ടൻ പറഞ്ഞിട്ടുണ്ട്. ബോംബെയിൽ വർളിയിൽ ഒരു തുണ്ട് സ്ഥലം മൂപ്പർ സ്വന്തമാക്കിയിട്ട് വർഷങ്ങളായിരുന്നു. ഇപ്പോഴാണ് വീടുണ്ടാക്കാൻ തോന്നിയത്. പത്മേടത്തിയുടെ നിരന്തര നിർബ്ബന്ധം അതിന് പിന്നിലുണ്ടാവുമെന്ന് തീർച്ച. അനിരുദ്ധൻ വെറുതെ കണ്ണടച്ചിരുന്നു. അപ്പോൾ മനസ്സ് വീണ്ടും സഞ്ചാരം തുടങ്ങി. അതിനിടയിൽ എപ്പോഴോ മയങ്ങിപ്പോയി. ഇറങ്ങേണ്ട സ്ഥലത്തെത്തിയിട്ടും അയാൾ അറിഞ്ഞില്ല. സോമേട്ടന്റെ ശബ്ദമാണ് അയാളെ ഉണർത്തിയത്. ജനാലയ്ക്കടുത്ത സീറ്റായത് ഭാഗ്യം. അല്ലെങ്കിൽ സോമേട്ടൻ കാണില്ലായിരുന്നു. അയാൾ തട്ടിപ്പിടഞ്ഞെഴുന്നേറ്റു.

# അഞ്ച്

നല്ല ചന്തമുള്ള ചെറിയൊരു വീട്– പുറത്ത് നിന്ന് കണ്ടപ്പോൾ തന്നെ അനിരുദ്ധന് അങ്ങനെയാണ് തോന്നിയത്. വരാന്തയിലേക്ക് കയറിയപ്പോൾ പത്മേടത്തിയുടെ സ്വാഗതം പറച്ചിൽ:

"ഓ, സായിപ്പ് വന്നോ? സ്വീകരിക്കാൻ വന്ന ആളെവിടെ?"

"അയാള് നാട്ടിലേക്ക് പോയി." അനിരുദ്ധൻ ചിരിച്ചു.

"എടാ നിന്നെ കാണാൻ കിട്ടാത്തത് പോകട്ടെ. ഫോണിലും കിട്ടൂ ല്ലാച്ചാല്?"

"ഒരു പത്രപ്രവർത്തകന്റെ ബദ്ധപ്പാടറിയാഞ്ഞിട്ടാ പത്മേടത്തി ഇങ്ങ നെയൊക്കെപ്പറേന്നത്."

"ങാ ആ. പിന്നെ പിന്നെ. ഈ പത്രപ്രവർത്തകര് എന്ന് പറേന്നവര് മന്ത്രിമാരൊന്നുമല്ലാലോ. ഉവ്വോ?"

"മന്ത്രിമാർക്കൊക്കെ ഇഷ്ടം പോലെ സിക്രട്ടറിമാരൊക്കെയില്ലേ, പത്മേടത്തീ. അവർക്ക് പിന്നെന്ത് തെരക്കാ? അതു പോലെയാണോ പാവം പത്രപ്രവർത്തകന്മാര്?"

സംസാരം തുടരുന്നതിനിടയിൽ മക്കൾ രണ്ടുപേരും ഓടിവന്ന് അനി രുദ്ധനെ വട്ടം പിടിച്ചു.

"അനിമാമേ, സ്വീറ്റ്സ്."

അയാൾ പോക്കറ്റിൽ കരുതിയ ചോക്ലേറ്റ് കൈയിലുയർത്തിപ്പിടിച്ച് പറഞ്ഞു: "ചാടിപ്പിടിക്ക്യാ."

കുട്ടികളിരുവരും അയാളുടെ കൈയിൽ തൂങ്ങി.

"നീ ചെന്ന് ഫ്രഷാവ്. എന്തെങ്കിലും കഴിക്കണ്ടേ? സമയം എത്രയാ യീന്നാ വിചാരം?"

"ഞാൻ വീടൊന്ന് വിശദമായികാണട്ടെ."

"അതൊക്കെ ഫ്രഷായി വന്ന് ഭക്ഷണം കഴിച്ചിട്ട്. അത് കഴിഞ്ഞ് എന്റെ മോൻ രാത്രി മുഴ്വോനും നടന്ന് കണ്ടോ. ഞങ്ങക്കേ, ഒറങ്ങണം. അത്കൊണ്ട് വേഗം ചെല്ല്."

അയാൾ അനുസരിച്ചു.

ഗൃഹപ്രവേശത്തിന് സോമേട്ടൻ വളരെ അടുത്ത കുറച്ച് സ്നേഹിതരേയും പിന്നെ ഓഫീസിലുള്ളവരേയും മാത്രമേ വിളിച്ചിരുന്നുള്ളൂ. ക്ഷണിച്ചവരൊക്കെ വന്നു കൊണ്ടിരിക്കുന്നതിനിടയിലാണ് തടിച്ച് വെളുത്ത ഒരാൾ കയറിവരുന്നത് അനിരുദ്ധൻ കണ്ടത്. കസവ് കര മുണ്ടും ഒരു രണ്ടാം മുണ്ടുമായിരുന്നു വേഷം. ഷർട്ടിട്ടിട്ടില്ല.

"ഇതാരാ സോമേട്ടാ?"

സോമേട്ടൻ ചിരിച്ചു. "ഒരു ഗണപതിഹോമം വേണ്ടേ അതല്ലേ അതിന്റെയൊര് രീതി. ഹോമം കഴിക്കാൻ വന്നയാളാ."

അപ്പോഴാണ് അനിരുദ്ധൻ അയാളെ ശരിക്കും ശ്രദ്ധിച്ചത്.

ശരീരത്തിൽ പൂണൂലുണ്ട്. രണ്ടാം മുണ്ടിനുള്ളിലായതിനാൽ ആദ്യം കാണാതിരുന്നതാണ്.

"മലയാളിയാ?"

"മലയാളി തന്ന്യാ. പക്ഷേ, കൊറേക്കാലായിട്ട് ഇവ്ടത്തന്ന്യാ." സോമേട്ടൻ പറഞ്ഞു.

"എവ്ട്ന്നാ ഹോമം?" അനിരുദ്ധൻ ചോദിച്ചു.

"പൂജാമുറീന്നന്യാവാം." സോമന്റെ മറുപടി

അപ്പോഴാണ് അനിരുദ്ധൻ പൂജാമുറി തുറന്ന് കണ്ടത്. തലേദിവസം വീടൊക്കെ നാളെ കാണാം എന്ന് പറഞ്ഞ് പത്മേടത്തി നിർബ്ബന്ധിച്ച് ഉറക്കുകയായിരുന്നു. അത്രയ്ക്ക് ചെറുതല്ലാത്ത പൂജാമുറിയിൽ ഒരു മാതിരി ദൈവങ്ങളുടെയെല്ലാം ഫോട്ടോകൾ സോമേട്ടൻ സംഭരിച്ച് പ്രദർശിപ്പിച്ചിട്ടുണ്ട്. എല്ലാറ്റിനും മദ്ധ്യത്തിൽ ഗുരുവായൂരപ്പന്റെ കറുപ്പിലും വെളുപ്പിലുമുള്ള ഒരു വലിയ ഫോട്ടോ.

ഗണപതിഹോമം നടന്നു കൊണ്ടിരിക്കെയാണ് പത്മേടത്തി അയാളോട് ശബ്ദം കുറച്ച് ചോദിച്ചത്:

"പൂജാമുറി എങ്ങനെണ്ട് മൂപ്പരേ?"

"ഗംഭീരം"

"അതേയ്. ഇതിന് മാത്രം സോമേട്ടൻ ഒന്നൊന്നരലക്ഷം പൊടിച്ചിട്ടുണ്ടാവും."

ശരിയാണ്. ചുവരുകളുണ്ടാക്കിയിരിക്കുന്നത് തേക്കിലാണ്. നിലത്ത് മാർബിൾ വിരിച്ചിരിക്കുന്നു. തട്ടിലും ചില ചിത്രപ്പണികളുണ്ട്. പത്മേടത്തിയുടെ സ്വരത്തിൽ ഒരല്പം ഈർഷ്യയും നീരസവുമുണ്ടായിരുന്നു. അവർക്കിത്തരം കെട്ടുകാഴ്ചകളിലൊന്നും പണ്ടേ വിശ്വാസമില്ല. സോമേട്ടനാണെങ്കിൽ ആചാരങ്ങളിലെല്ലാം മുറതെറ്റാത്ത വിശ്വാസവും.

സദ്യകഴിഞ്ഞ് അതിഥികളൊക്കെ സ്ഥലം വിട്ടതോടെ ഒരു വല്ലാത്ത ശൂന്യത തോന്നി. അപ്പോഴാണ് ഏടത്തി വീണ്ടും കരുതിക്കൂട്ടി പൂജാമുറിയുടെ വിഷയം എടുത്തിട്ടത്.

"അനീ, എങ്ങനേണ്ടടാ, ഈ അമ്പലം?" എന്ന ചോദ്യത്തോടെ. സോമേട്ടനെ കുറ്റപ്പെടുത്താനുള്ള പുറപ്പാടാണ്.

"അമ്പലമോ?" അനിരുദ്ധൻ നിർദ്ദോഷമായി ചോദിച്ചു.

"പിന്നെ, അമ്പലല്ലാണ്ട്? ഇതമ്പലം തന്ന്യാ. അല്ലാതെ ഒരു പൂജാമുറിക്ക് ഇത്രേം പണം തലയ്ക്ക് സുഖള്ള്യോര് ചെലവാക്ക്വോ?"

സോമശേഖരൻ അപ്പോഴും അത് കേട്ട ഭാവമേ കാണിച്ചില്ല. പത്മേടത്തി തുടരുകയാണ്: "എന്നാലത് മുറ്റത്തെങ്ങാനാണ് പണി കഴിപ്പിച്ചതെങ്കിൽ നാട്ടുകാർക്ക് തൊറന്ന് കൊടുക്കായിരുന്നു. നല്ല നടവരവും കിട്ട്യേനെ." പത്മേടത്തി സോമേട്ടനെ ശുണ്ഠിപിടിപ്പിച്ചേ അടങ്ങൂ എന്ന് തന്നെയാണ്.

"എന്നിട്ട് നീ പൂജാരിയാവ്വോ?" സോമേട്ടന്റെ ചോദ്യം.

"എന്താ, ഞാൻ പൂജാരിയായാ ദൈവം പ്രസാദിക്കൂല്ലേ?"

തുടർന്ന് അനിരുദ്ധനോട് – "അനീ, ഈ ഭജനേം പൂജേം കൊണ്ടൊന്നും ഒരു കാര്യവും ഇല്ലാന്ന് അങ്ങോട്ട് പറഞ്ഞ് കൊടുക്ക്, നീ സാക്ഷാൽ ഗുരുദേവൻ ടാഗോറിന്റെ *ഗീതാഞ്ജലി*യിലെ ആ ഭാഗല്ലേ, അതൊന്ന് ചൊല്ലിക്കൊടുക്ക്. അല്ലെങ്കിൽ വേണ്ട, ഞാൻ തന്നെ ചൊല്ലാം. ചെറിയ തെറ്റൊക്കെണ്ടാവും. ബംഗാളി എന്റെ ഭാഷയല്ലല്ലോ"ഏടത്തി പറഞ്ഞു. എന്നിട്ട് അവരുടെ മൃദുവായ ശബ്ദത്തിൽ ചൊല്ലി:

"ഭജൻ പൂജൻ സാധൻ ആരാധനാ സമസ്ത ഥാക്പാഡെ;
രുദ്ധ്ദ്വാരെ ദേവാലയേർ കോണെ കേന ആഛീസ് ഓരേ?
അന്ധകാര ലൂകിയെ ആപൻ–മനെ കാഹാരെ തുഇ പൂജിസ്
സംഗോപനെ, നയൻ മേലെ ദേഖ് ദേഖി തുഇ ചേയെ
ദേവതാ നാഇ ഘരെ.
തിനി ഗേചേൻ യേഥായ് മാടി ഭേങ്ങെ കർ ഛെചാഷാ ചാഷ്–
പാഥർ ഭേങ്ങേ കാട് ഛെ യേഥായ് പഥ് ഖാട് ഛെ ബാരോ മാസ്
രൗദ്രെ ജലെ ആഛേൻ സബർ സാഥെ ധൂലാ താഹാർ ലെഗെ ഛെ
ദുഇ ഹാതെ; താർ ഇ മതൻ ശുചി വസൻഛാഡി ആയ്രെ ധുലാർ പരെ.
മുക്തി! ഒരേ, മുക്തി കോഥായ് പാബി? മുക്തി കോഥായ് ആഛെ?
ആപ്നി പ്രഭു സൃഷ്ടിബാധൻ പരെ ബാധാ സബാർ കാഛെ
രാഖൊരേ ധ്യാൻ, ഥാക്രേ ഫൂലേർഡാലി, ഛി ഡൂക്ക് വസ്ത്ര,
ലാഗുക് ധൂലാബാലി കർമയോഗെ താർസാഥെ ഏക് ഹയെ
ഘർമ പഡുക് ഝരെ."

സോമേട്ടൻ അത് താല്പര്യത്തോടെ കേട്ടുകൊണ്ടിരുന്നു. അനിരുദ്ധൻ ആശ്ചര്യത്തോടെയാണ് ചോദിച്ചത്: "ഏടത്തി നന്നായി ചൊല്ലിയല്ലോ? ഇതെങ്ങനെ തരാക്കി?"

സേമശേഖരനാണതിന് മറുപടി പറഞ്ഞത്.

"നീയറിഞ്ഞില്ലേ? അവളുടെ ഹോബി ഇപ്പൊ ഭാഷാ പഠനമാണ്.

ഞങ്ങള് താമസിച്ചിരുന്ന വീടിന്റെ തൊട്ടയൽപക്കത്ത് ഒരു ബംഗാളി കുടുംബമാണ്. അവ്ട്ത്തെ പി ജിക്ക് പഠിക്കുന്ന പെൺകുട്ടിയാണിവളുടെ ഗുരു. ഇവൾ അവൾക്കങ്ങോട്ട് മലയാളം പറഞ്ഞു കൊടുക്കും."

"കൊള്ളാല്ലോ. പക്ഷേ, ഇനിയത് നടക്കില്ലല്ലൊ?" അനിരുദ്ധൻ ഗൗരവത്തോടെ ചോദിച്ചു.

"ഒക്കെ നടക്കും മൂപ്പരേ. കല്യാണി ഇവിടെ വരും. അവള്ടെ കോളേജ് ഇവിടെഅട്ത്താ. കോളേജ് വിട്ട് വരുമ്പൊ അവളിവിടെ കേറും. ഞങ്ങള് പഠനം തുടരും." ഏടത്തി ഒരല്പം കൊഞ്ചലോടെ താളാത്മകമായി പറഞ്ഞു. എന്നിട്ട് അവർ കൂട്ടിച്ചേർത്തു. "ഇനി എന്റെ മോൻ അതിന്റെ അർത്ഥം നിന്റെ ഏട്ടനൊന്ന് പറഞ്ഞു കൊട്ക്ക്."

സോമേട്ടൻ താല്പര്യപൂർവ്വം അനിരുദ്ധനെ നോക്കി. അപ്പോൾ അനിരുദ്ധൻ അർത്ഥം പറഞ്ഞു തുടങ്ങി:

"ഭജനയും പൂജയും സാധനയും ആരാധനയും എല്ലാം നിർത്തുക. ദേവാലയത്തിലെ ഒഴിഞ്ഞ കോണിൽ കതകുമടച്ച് എന്തിനാണ് നീ ഇങ്ങനെ ഇരിക്കുന്നത്? ഈ കൂരിരുട്ടിൽ ഒളിച്ചിരുന്ന് ആരെയാണ് നീ മനസ്സാ പൂജിക്കുന്നത്? കണ്ണ് തുറക്കൂ. എന്നിട്ട് നേരെ നോക്കൂ. നിന്റെ ഈശ്വരൻ അവിടെങ്ങുമില്ല. നിലമുഴുത് കൃഷി ചെയ്യുന്ന കർഷകന്റെ അടുത്തേക്ക് അദ്ദേഹം പോയിരിക്കുകയാണ്. കല്ലുടച്ച് പാത നിരത്തുന്നവരുടെ അടുത്തേക്കും. പന്ത്രണ്ട് മാസവും അവർ പണിയെടുക്കുന്നു. വെയിലത്തും മഴയത്തും അദ്ദേഹം അവരുടെ കൂടെയുണ്ട്. അദ്ദേഹത്തിന്റെ കൈകളിൽ പൊടിപുരണ്ടിരിക്കുന്നു. നീയും നിന്റെ ശുഭ്രവസ്ത്രങ്ങൾ കളഞ്ഞ് അദ്ദേഹത്തെപ്പോലെ മണ്ണിലേക്കിറങ്ങൂ. മോക്ഷം! മോക്ഷം! എവിടെയാണത് കിട്ടുക? മോക്ഷമെവിടെ? സ്രഷ്ടാവ് പോലും സ്വന്തം സൃഷ്ടിബന്ധം കൊണ്ട് മറ്റുള്ളവരുമായി ബന്ധപ്പെട്ടിരിക്കുന്നു. നിന്റെ ധ്യാനമെല്ലാം നിർത്തുക. പൂജാപാത്രം താഴെ വയ്ക്കുക. വസ്ത്രങ്ങൾ കീറിക്കൊള്ളട്ടെ. അതിൽ മണ്ണും പൊടിയും പുരണ്ടുകൊള്ളട്ടെ. ഈ കർമ്മ ക്ഷേത്രത്തിൽ നീയും അദ്ദേഹത്തോടൊപ്പം ചേർന്ന് ധാരധാരയായി വിയർപ്പൊഴുക്കുക."

"പിന്നെന്തിനാ നിങ്ങളിങ്ങനെ പൂജയും ഭജനയും ഹോമവുമെല്ലാം നടത്താൻ പരക്കം പായ്ന്നത്? ഗുരുദേവനേക്കാൾ ആധികാരികനായ ഒരു സാക്ഷിയെ ഇക്കാര്യത്തിൽ എനിക്കിനി ഹാജരാക്കാനാവില്ല." പത്മയുടെ കമന്റ് കേട്ടപ്പോഴും സോമശേഖരൻ ചിരിച്ചുകൊണ്ടിരുന്നു. വായാടിയെന്ന് ഏടത്തിയെ കുറ്റപ്പെടുത്തുമ്പോഴും ഏട്ടന് അവരുടെ സംസാരം ഇഷ്ടമാണ്.

"ഇവള്ടെ ഈ വർത്തമാനമാണ് അനീ, എന്റെ ഒര് ശക്തി." ഒരിക്കൽ ഗോപ്യമായി ഏട്ടൻ അനിരുദ്ധനോട് പറയുകയും ചെയ്തു.

സോമശേഖരൻ വാങ്ങിയ ഈ സ്ഥലം അനിരുദ്ധൻ ആദ്യമായാണ് കാണുന്നത്. മുമ്പ് താമസിച്ചിരുന്ന വീട്ടിലെത്തുമ്പോഴെല്ലാം സോമശേഖരൻ അനിരുദ്ധനോട് പറയുമായിരുന്നു:"വാ, നിനക്കെന്റെ സ്ഥലമൊന്ന്

കാണണ്ടേ?" ഓരോ തിരക്കിനിടയിൽ ഒരല്പം ഒഴിവുണ്ടാക്കിയാണ് അയാൾ അപ്പോഴൊക്കെ ബോംബെയിൽ എത്തിയിരുന്നത്. അവരുടെ മക്കളായിരുന്നു അയാളുടെ ആകർഷണ കേന്ദ്രം. ബോംബെയിൽ വന്നാൽ പോകുംവരെ അവരിലൊരാളായി അയാൾ മാറും. അപ്പോൾ പിന്നെ എങ്ങോട്ടേക്ക് പോകാനും അയാൾക്ക് തോന്നുകയില്ല. അങ്ങനെ ആ സന്ദർശനം നീണ്ടുപോയി. ഇപ്പോഴാണയാൾ ആദ്യമായി സ്ഥലം കാണുന്നത്. വീട് മാത്രമല്ല, പരിസരവും അയാൾക്കിഷ്ടപ്പെട്ടു. വിശേഷിച്ചും വീടിന്റെ വടക്കുഭാഗത്ത് കുറച്ച് മാറിയാൽ കാണുന്ന ഒരു കൊച്ചു തടാകം പോലെയുള്ള ജലാശയം. ആളുകൾ അതിലിറങ്ങി വലയിട്ട് മത്സ്യം പിടിക്കുന്നതും നാൽക്കാലികളെ കുളിപ്പിക്കുന്നതും ചിലരെങ്കിലും കൊച്ചു തോണികളിൽ ചുറ്റിക്കറങ്ങുന്നതും എല്ലാം നല്ലൊരു കാഴ്ചയാണ്, അയാൾക്ക്. തടാകത്തിനക്കരെ ചെറിയൊരു പട്ടണമായിരിക്കണം. അവിടെ അത്ര വലുതല്ലാത്ത ഏതാനും കെട്ടിടങ്ങളുണ്ട്. സന്ധ്യ കഴിയുമ്പോൾ ആ കെട്ടിടങ്ങളിൽ തെളിയുന്ന വിളക്കുകൾ വെള്ളത്തിൽ വർണ്ണരാജികൾ സൃഷ്ടിക്കുന്നു. തടാകത്തിലെ ചെറു ചലനങ്ങൾക്കൊത്ത് അവ ആലോലമാടുന്നു. എത്രനേരം വേണമെങ്കിലും ആ കാഴ്ചകൾ നോക്കിയിരിക്കാൻ അയാൾക്കിഷ്ടമാണ്. വൈകുന്നേരമാകുമ്പോൾ തടാകതീരത്ത് കാറ്റുകൊള്ളാനെത്തുന്നവരും നല്ലൊരു കാഴ്ചയാണ്. നല്ലൊരിടമാണ് സോമേട്ടൻ കണ്ടെത്തിയത്. അയാൾ സോമശേഖരനെ മനസ്സാ അഭിനന്ദിച്ചു.

വർഷങ്ങൾക്ക് മുമ്പ് തീർത്തും ഒരപരിചിതനായി താൻ ബോംബെയിലെത്തിയതിനെക്കുറിച്ചാണ് അയാൾ അപ്പോൾ ഓർത്തു പോയത്. അന്ന് സ്വന്തക്കാരാരും ഇവിടെ ഉണ്ടായിരുന്നില്ല. അച്ഛൻ നിർദ്ദേശിക്കുകയായിരുന്നു, തനിക്കപ്പോൾ പറ്റിയ ഒരിടം ബോംബെയാണെന്ന്. ബോംബെ ഹൈക്കോർട്ടിൽ പ്രാക്ടീസ് ചെയ്തിരുന്ന പ്രസിദ്ധനായ ഒരു വക്കീലിന്റെ വിലാസം മാത്രമായിരുന്നു, അന്ന് തന്റെ കൈയിലുണ്ടായിരുന്നത്. അദ്ദേഹം അച്ഛന്റെ ഒരു പഴയ ശിഷ്യനായിരുന്നു. പേര്, പരമേശ്വരയ്യർ. ഒരു ദരിദ്ര കുടുംബത്തിൽ ജനിച്ച് കഷ്ടപ്പെട്ട് പഠിച്ച് പത്താംക്ലാസിൽ ഡിസ്റ്റിങ്ഷനോടെ പാസായശേഷം തുടർന്ന് പഠിക്കാൻ ഗതിയില്ലാതെ ടൈപ്പ് റൈറ്റിങ്ങും ഷോർട്ട് ഹാന്റും പഠിച്ച് ഭാഗ്യമന്വേഷിച്ച് ആ പട്ടരുകുട്ടി ബോംബെയിലെത്തുകയായിരുന്നു. തേനൂർ മഠത്തിലെ പരമേശ്വരനെന്ന ആ മിടുക്കൻകുട്ടിയെ സഹായിച്ച സുമനസ്സുകളുടെ കൂട്ടത്തിൽ അച്ഛനുമുണ്ടായിരുന്നു. ചെറിയ ക്ലാസിൽ പഠിപ്പിച്ച മാഷിനോട് പൊതുവെ കുട്ടികൾക്ക് ആദരവും സ്നേഹവും കൂടുതലുണ്ടാവും. അച്ഛൻ ചെയ്തുകൊണ്ടിരുന്ന ചെറിയ ചെറിയ സഹായങ്ങൾകൂടിയായപ്പോൾ ആ സ്നേഹാദരങ്ങൾ വർദ്ധിച്ചിരിക്കാം. എന്തായാലും അവൻ തന്റെ ജന്മസിദ്ധമായ സ്ഥിരോത്സാഹത്തിന്റെ കാര്യത്തിൽ ബോംബെയിലെത്തിയിട്ടും ഒരു കുറവും വരുത്തിയില്ല. ഒരു വലിയ വക്കീലിന്റെ സ്റ്റെനോഗ്രാഫറായി ജോലി ചെയ്തുകൊണ്ടിരിക്കെത്തന്നെ പരമേശ്വരൻ ലോ കോളേജിൽ

സായാഹ്ന ക്ലാസിന് ചേർന്നു. തൊഴിൽ ദാതാവായ വക്കീലും സഹായിച്ചുവത്രെ. ആ യാത്ര ഒടുക്കം ബോംബെ ഹൈക്കോർട്ടിലാണ് അവസാനിച്ചത്. ഇടയിൽ വല്ലപ്പോഴും ചെറിയ ഇടവേളകളിൽ നാട്ടിലെത്തുമ്പോൾ പരമേശ്വരൻ വക്കീൽ അച്ഛനെ കാണാൻ പ്രത്യേകം താല്പര്യം കാട്ടിയിരുന്നു.

ചെറിയമ്മാമന്റെ ശത്രുസ്ഥാനത്ത് അനിരുദ്ധൻ അപ്രതീക്ഷിതമായി എത്തിപ്പെട്ടപ്പോൾ മകന് ഒരു സ്ഥലംമാറ്റം അനിവാര്യമാണെന്ന് അച്ഛന് തോന്നി. ആ തോന്നലിന്റെ പര്യവസാനമായിരുന്നു പരമേശ്വരയ്യരെത്തേടിയുള്ള അയാളുടെ ബോംബെയാത്ര. തന്നെ ബോംബെയിലേക്ക് യാത്രയാക്കുമ്പോൾ വേദന കടിച്ചമർത്തിക്കൊണ്ട് അച്ഛൻ പറഞ്ഞകാര്യം ഇയാൾ ഇപ്പോഴും ഓർക്കുന്നുണ്ട്.

"ഡിഗ്രി റിസൽട്ട് വന്നാൽ നിന്നെ എഞ്ചിനീയറിങ്ങിന് ചേർക്കണമെന്നുണ്ടായിരുന്നു, എനിക്ക്. പൈസയൊന്നുമുണ്ടായിട്ടല്ല. നിനക്ക് ഡിഗ്രിക്ക് ഫസ്റ്റ് ക്ലാസുണ്ടെന്നറിഞ്ഞപ്പോൾ തോന്നിയ ഒരാഗ്രഹമാണ്. സാരല്ല. ഇനി ഇവിടനിന്നാ ശരിയാവില്ല. പരമേശ്വരനോട് ഞാൻ വിളിച്ചു പറഞ്ഞിട്ടുണ്ട്. അവൻ നിനക്ക് എന്ത് സഹായം വേണമെങ്കിലും ചെയ്തുതരും. അവനോടൊന്നും പറയാൻ മടിക്കണ്ട."

ഓർമ്മകളിൽ സ്വയം നഷ്ടപ്പെട്ട അയാളെ സോമശേഖരന്റെ ശബ്ദമാണ് ഉണർത്തിയത്. "അനീ, നീയ്യെന്താ ലൈറ്റിടാതെ ഈ ഇർട്ടിലിരിക്ക്ന്നത്?" അയാൾ ലൈറ്റിടാൻ മറന്നു പോയതാണ്. സോമേട്ടൻ പുതിയ വീട്ടിലേക്ക് എന്തോ വാങ്ങാനിറങ്ങുമ്പോൾ കൂടെ ചെല്ലാൻ പറഞ്ഞതാണ്. പോവാൻ തോന്നിയില്ല. അകത്ത് പത്മേടത്തി കുട്ടികളെ പഠിപ്പിക്കുകയായിരുന്നു. സോമേട്ടന്റെ ശബ്ദം കേട്ട് എല്ലാവരും പുറത്തേക്ക് വന്നു. "എന്തേ, എന്തുപറ്റി?"

"ഒന്നൂല്ല, അനി ലൈറ്റ് പോലുമിടാതെ ഇർട്ടത്തിരിക്ക്യായിരുന്നു." സോമേട്ടനാണ് മറുപടി പറഞ്ഞത്.

"അതെന്തുപറ്റി മാഷേ?" ഏടത്തി പതിവുപോലെ നർമ്മരസത്തിലായിരുന്നു.

"ഓ, ഒന്നുമില്ല. ഞാനെന്തെല്ലാമോ ഓർത്തങ്ങനെ ഇരുന്നുപോയി."

അയാൾ നിസ്സാരമട്ടിൽ പറഞ്ഞു. അപ്പോൾ 'അതെന്താണ് എന്നെനിക്കറിയാം' എന്ന മട്ടിൽ ഏട്ടത്തിയുടെ ചുണ്ടിൽ ഒരു ഗൂഢമന്ദഹാസം വിടർന്നു. എന്നിട്ടവർ അയാളുടെ ചെവിട്ടിൽ ചുണ്ടടുപ്പിച്ച് മെല്ലെ പറഞ്ഞു:

"പോയത് പോട്ടെടാ, നമ്മക്ക് വേറെ നോക്കാം." അനിരുദ്ധൻ അവരുടെ നീണ്ട മൂക്കിന്റെ അറ്റത്ത് അയാളുടെ ചൂണ്ടുവിരൽകൊണ്ട് ഒരു കുത്ത് കൊടുത്തു.

അത് കണ്ട കുട്ടികൾ അപ്പോൾ ആർത്തു ചിരിച്ചു.

# ആറ്

**പ**ത്മേടത്തിക്ക് രണ്ട് കുട്ടികളാണ് – പത്ത് വയസ്സുകാരൻ രാഹുലും ആറ് വയസ്സുള്ള രോഹിത്തും. രണ്ട് ദിവസമായി ഇരുവരും അനിരുദ്ധന്റെ പിറകെത്തന്നെയായിരുന്നു. ഇന്ന് സ്കൂളിലേക്ക് പോകാനുള്ള തയ്യാറെടുപ്പിലാണ്. അതിനിടയിൽ അവർ പറഞ്ഞേല്പിച്ചിരുന്നു: "അനിമാമ പോകരുത്. ഞങ്ങള് വരുമ്പൊ ഇവിടെ കാണണം."

"ഇല്ലെങ്കിലോ?"

"ഇല്ലെങ്കിൽ ഇനിയിങ്ങോട്ട് വരുമ്പോ ഞങ്ങൾ മൈന്റ് ചെയ്യൂല്ല."

അത് കേട്ടുകൊണ്ടാണ് പത്മേടത്തി കുട്ടികളുടെ പുസ്തകസഞ്ചിയും തുക്കി ഇറങ്ങി വന്നത്.

"എന്താ ഡിമാന്റ്?"

"ഞാനിന്ന് പോവാമ്പാടില്ലാന്ന്."

അപ്പോൾ അവർ കുട്ടികളെ സമാശ്വസിപ്പിച്ചുകൊണ്ട് പറഞ്ഞു: "ഇല്ല. ഇന്നേതായാലും അനിമാമ പോവൂല്ല."

അവർക്ക് വിശ്വാസം വന്നില്ല. അവർ അയാളുടെ കൈകൾ കൂട്ടിപ്പിടിച്ചുകൊണ്ട് ചോദിച്ചു.

"ഒറപ്പ്?"

അയാളവർക്ക് ഉറപ്പ് കൊടുത്തു: "ഇല്ല. ഇന്നുകൂടി ഇവിടെ നില്ക്കാം. നാളെ ഞാൻ പോവും."

"ശരി." കുട്ടികൾക്ക് ഉത്സാഹമായി.

"നീ എവിടേക്കും പോയേക്കരുത്. ഞാനിവരെ വിട്ടിട്ട് വേഗം വരാം." രാവിലെ സ്വന്തം സ്കൂട്ടറിൽ പത്മേടത്തിയാണ് അവരെ സ്കൂളിലേക്ക് കൊണ്ടു വിടുന്നത്. വൈകീട്ട് അവർതന്നെ പോയി മൂത്തമകനെ ട്യൂഷൻ സെന്ററിൽ വിട്ട് ഇളയവനെ കൂട്ടിപ്പോരും. സോമേട്ടനും മൂത്തമകനും

എത്തുമ്പോൾ ഏതാണ്ട് സന്ധ്യയാവും. ഇതായിരുന്നു പതിവ്. പുതിയ വീട്ടിലായതോടെ അതിന് മാറ്റമുണ്ടാവുമോ, ആവോ.

സോമേട്ടൻ കുളിച്ച് റെഡിയായി വന്നു: "നീ വാ, നമുക്ക് ബ്രേക് ഫാസ്റ്റ് കഴിക്കാം. അവൾ മേശപ്പുറത്ത് എല്ലാം റെഡിയാക്കി വെച്ചിട്ടുണ്ട്."

"സോമേട്ടൻ കഴിച്ചോളൂ. ആഫീസിൽ പോകാനുള്ളതല്ലേ. എനിക്കെങ്ങോട്ടും പോവാനില്ലല്ലോ. ഞാൻ പത്മേടത്തിക്കൊപ്പം കഴിച്ചോളാം."

ബ്രേക്ഫാസ്റ്റ് കഴിഞ്ഞ് സോമശേഖരൻ ഇറങ്ങാൻ നോക്കുമ്പോഴേക്കും പത്മം എത്തി. അവർ അകത്തേക്ക് കയറുമ്പോൾത്തന്നെ വിളിച്ചു ചോദിച്ചു: "അനീ, നീ ബ്രേക് ഫാസ്റ്റ് കഴിച്ചില്ലേ?"

"നമുക്കൊരുമിച്ച് കഴിക്കാം." അയാൾ വിളിച്ചു പറഞ്ഞു.

"എന്നാ വാ, കഴിക്കാം."

"നിങ്ങൾ നല്ലോണം കഴിക്ക്. ഞാൻ പോവ്വാ."

സോമേട്ടൻ കാർ സ്റ്റാർട്ടാക്കുന്ന ശബ്ദം കേട്ടു.

ബ്രേക്ക് ഫാസ്റ്റ് കഴിച്ചുകൊണ്ടിരിക്കെ പത്മേടത്തി ചോദിച്ചു: "നീ എന്നും ഹോട്ടലിൽ നിന്ന് തന്ന്യാ?"

"അല്ലാതെ എനിക്കാരാ അവിടെ ഇതുപോലെ ഉണ്ടാക്കിത്തരാൻ?"

അനിരുദ്ധൻ ഒരല്പം കുസൃതികലർത്തിക്കൊണ്ട് ചോദിച്ചു.

"അതിനാ ഒര് കല്യാണം കഴിക്കണംന്ന് ഞങ്ങള് നിന്നോട് പറഞ്ഞുകൊണ്ടേയിരിക്ക്ന്നത്."

"ഭക്ഷണം ണ്ടാക്കിത്തരാൻ വേണ്ടി കല്യാണം കഴിക്കാനോ?"

"എച്ചിൽ കൈകൊണ്ട് ഞാനൊര് വീക്ക് വെച്ച് തരും. അതാണോ ഞാൻ പറഞ്ഞത്?"

"എനിക്കതാ മനസ്സിലായത്." അനിരുദ്ധൻ അവരെയൊന്ന് ശുണ്ഠി പിടിപ്പിക്കാനുള്ള ശ്രമത്തിലായിരുന്നു.

"നീ തലതിരിഞ്ഞാ പിറന്നതെന്ന് അച്ഛമ്മ പറഞ്ഞത് ശരിതന്ന്യാ. എപ്പളും ആ തലതിരിച്ചില് തന്നെ."

"തല തിരിഞ്ഞാണെന്ന് നിങ്ങളൊക്കെക്കൂടി പറേന്നതല്ലേ? എന്റേതാണ് ശരിയായ ജനനം. നിങ്ങളെല്ലാരും തലകുത്തി ഭൂമിയിലേക്ക് വന്നപ്പോ, ഞാൻ വന്നത് ശരിക്കും കാല് കുത്തീട്ട്. എന്നിട്ട് തലകുത്തി വന്ന നിങ്ങളൊക്കെ ശരിക്ക് ജനിച്ചവരും ശരിയായി ഭൂമിയിലേക്ക് വന്ന ഞാൻ തലതിരിഞ്ഞവനും. എന്തസംബന്ധമാണിത്?"

പത്മേടത്തി ചിരിച്ചു പോയി. "നീ ആള് കൊള്ളാല്ലോ."

"പിന്നെ ഏടത്തി എന്ത് വിചാരിച്ചു? ഞാനൊര് വെറും കെഴങ്ങനാണെന്നോ?" അയാൾ നല്ല മൂഡിലായിരുന്നു. പത്മേടത്തി അതിന് മറുപടിയൊന്നും പറഞ്ഞില്ല. അവരെന്തോ ഓർത്തുപോയി. അവരുടെ മുഖത്തെ ഭാവം കണ്ടപ്പോൾ അയാൾ ചോദിച്ചു.

"എന്തേ, എന്തുപറ്റി?"

"അച്ഛമ്മ പറഞ്ഞത് ഓർത്ത് പോയതാ."

അമ്മമ്മ പലതവണ പറഞ്ഞ സ്വന്തം ജനനകഥ. അതോർക്കുമ്പോഴെല്ലാം പരത്തിക്കാളി എന്ന് വിളിപ്പേരുള്ള പേറ്റിച്ചി കാളിമുത്തശ്ശിയെ അയാൾ ഓർക്കുകയും മനസ്സാ നമിക്കുകയും ചെയ്യും. അവരുടെ വിപദിധൈര്യമാണ് തന്നെയും അമ്മയെയും ഒരുപോലെ രക്ഷിച്ചെടുത്തത് എന്ന് അമ്മമ്മ എപ്പോഴും പറയുമായിരുന്നു. ഒരുപാട് കാലമായി അവർ ആർജ്ജിച്ച അനുഭവപാഠങ്ങളെല്ലാം കാളി മുത്തശ്ശി തുടരെത്തുടരെ പ്രയോഗിച്ചു. ഡോക്ടറെയോ, മിഡ് വൈഫിനെയോ ഒന്നും എളുപ്പത്തിൽ കിട്ടാവുന്ന ഒരു കാലമായിരുന്നില്ല, അത്. പതിനഞ്ച് കൊല്ലത്തെ പ്രാർത്ഥനകളുടെയും നേർച്ചകളുടെയും ഫലമായി വയറ്റിലുണ്ടായ സന്തതി. ഒരു പകൽ മുഴുവനും മുത്തശ്ശി ശ്രമം തുടർന്നു കൊണ്ടേയിരുന്നു. അമ്മയെ തടവിയും സാന്ത്വനിപ്പിച്ചും വേദന സഹിക്കാൻ പ്രോത്സാഹിപ്പിച്ചും മണിക്കൂറുകൾ കടന്നു പോയി. ഒടുവിൽ പകലറുതിക്ക് ഒരല്പം മുമ്പ് ആ തലതിരിഞ്ഞ ജനനം സംഭവിച്ചു. തലയ്ക്ക് പകരം കുഞ്ഞിന്റെ കാലായിരുന്നു ആദ്യം പുറത്ത് വന്നത്. കാളിമുത്തശ്ശിയുടെ സാമർത്ഥ്യം അമ്മയേയും കുഞ്ഞിനേയും ഒരുപോലെ രക്ഷിച്ചു. പിന്നീട് മരിക്കും വരെ അവർ ഓണത്തിനും വിഷുവിനും മുടങ്ങാതെ വീട്ടിലെത്തുമായിരുന്നു. അപ്പോഴെല്ലാം അമ്മമ്മ തന്റെ ശേഖരത്തിൽനിന്നും ഒരു വെള്ളിയുറുപ്പികയെടുത്ത് അയാളുടെ കൈയിൽ കൊടുത്തിട്ട് പറയും. മുത്തശ്ശിയുടെ കൈയിൽ കൊട്ത്ത് അനുഗ്രഹം വാങ്ങ്. അവർ അളവറ്റ സന്തോഷത്തോടെ തന്റെ ഇരുകൈകളും നീട്ടി ആ അപൂർവ്വ സമ്മാനം വാങ്ങി, കുഞ്ഞിനെ വാരിപ്പുണർന്ന് ഇരുകൈകളും തലയിൽ വെച്ച് അനുഗ്രഹിക്കും. എന്നിട്ട് അവന്റെ ഇരുകവിളിലും മനസ്സറിഞ്ഞ് മുത്തം കൊടുക്കും. വയറ് നിറയെ സദ്യ ഊട്ടിയിട്ടേ അവരെ അമ്മമ്മ പറഞ്ഞയക്കുമായിരുന്നുള്ളൂ.

"നീയെന്താ ഒന്നും കഴിക്കാത്തത്?" പത്മേടത്തിയുടെ പരാതി.

"ഞാൻ കഴിച്ചു കൊണ്ടിരിക്കയല്ലേ?" അനിരുദ്ധൻ ചിരിച്ചു.

"എന്താ നിന്റെ ഭാവം?" ഓർക്കാപ്പുറത്തായിരുന്നു ഏട്ടത്തിയുടെ ചോദ്യം.

"മനസ്സിലായില്ല." അയാൾ അവരുടെ മുഖത്തേക്ക് നിഷ്കളങ്കമായി നോക്കി.

"അല്ലെടാ, നിയ്യ് എത്ര കാലംന്വച്ചിട്ടാ ഹോട്ടല് ഭക്ഷണവുമായി ഒറ്റയ്ക്ക് കഴിയ്യാ? ഞാനൊരു കുട്ടിയെ അന്വേഷിക്കട്ടെ?"

"വിവാഹത്തിന്റെ കാര്യാണെങ്കില് അക്കാര്യം ഞാനിപ്പൊ ആലോചിക്ക്ന്നേയില്ല. ആലോചിക്കാൻ തൊടങ്ങ്യാ, കുട്ടിയെ അന്വേഷിക്കാൻ ഏട്ടത്തിയോടേ പറയൂ. എനിക്ക് മറ്റാരാ ഉള്ളത്?" വിഷയം മാറ്റാനായി അയാൾ ചോദിച്ചു.

"സോമേട്ടന്റെ വീട്ടിൽ നിന്ന് എന്തേ ഗൃഹപ്രവേശത്തിനാരും വന്നില്ല?"

"അവ്ടെ ആരാള്ളത്? ഉള്ളവരാണെങ്കില് വലിയ തിരക്ക് കാരും.

ഏട്ടൻ ഏടത്ത്യേം കൂട്ടി വരൂന്ന് വിചാരിച്ചതാ. വിളിച്ചപ്പോ ഏട്ടനങ്ങനെ പറയ്യേം ചെയ്തു. അതിന്നെടേല് ഓഫീസില് ഓഡിറ്റ് തൊടങ്ങീന്നോ അതോണ്ട് വരാൻ പറ്റൂല്ലാന്നോ ഒക്കെ സോമേട്ടൻ പറഞ്ഞു കേട്ടു. കുട്ടികള്ടെ വെക്കേഷന് എല്ലാരും കൂടി ഒന്നിച്ച് വരാംന്ന് പറഞ്ഞു."

പിന്നീടവർ ഒരു കള്ളച്ചിരിയോടെ പറഞ്ഞു:

"ഭാമയെ ഞാൻ വിളിച്ചിര്ന്നു. സിദ്ധാർത്ഥനേം കൂട്ടി എന്തായാലും വരണന്ന് പറയ്യേം ചെയ്തു. അപ്പോ ചോദിക്ക്യാ, അനിയേട്ടൻ വര്ന്ന് ണ്ടോന്ന്. അവനെന്തായാലും വരൂന്ന് ഞാൻ പറഞ്ഞു. അതോണ്ടായിരിക്കും അവള് വരാഞ്ഞത്. നിന്നെ ഫെയ്സ് ചെയ്യാൻ അവൾക്ക് വെഷമംണ്ടാവും."

"എന്തിന്? അവളെന്നോടൊന്നും തെറ്റായി ചെയ്തില്ലല്ലോ."

പത്മേടത്തി അയാളുടെ കണ്ണുകളിലേക്ക് തന്നെ നോക്കുകയായിരുന്നു. അവിടെ പക്ഷേ, പ്രത്യേകിച്ചൊരു ഭാവവും അവർക്ക് കാണാനായില്ല. അതിനാലാവണം, ഒട്ട് വിഷാദത്തോടെ അവർ പറഞ്ഞു:

"എന്നാലും ചെറിയച്ഛന്റെ ഒര് പിടിവാശി. അല്ലെങ്കിലും പുരുഷന്മാര്ടെ എല്ലാ പിടിവാശികൾക്കും ബലിയാടാവലാണല്ലോ, സ്ത്രീകളുടെ ജോലി."

"അതിനിപ്പൊ എന്താണ്ടായത്? ചെറിയമ്മാമന്റെ പിടിവാശികൊണ്ട് അവൾക്ക് ദോഷമൊന്നുംണ്ടായില്ലല്ലോ."

"നീ കാര്യായിട്ട് തന്ന്യാ പറയ്ന്നത്?" പത്മ തെല്ല് അവിശ്വാസത്തോടെയാണ് ചോദിച്ചത്.

"എന്താ ഏട്ടത്തി അങ്ങനെ ചോദിച്ചത്? ഭാമയ്ക്ക് ഒരു സങ്കടോംണ്ടാവര്തെന്നേ ഞാനെന്നും വിചാരിച്ചിട്ടുള്ളൂ."

"നിയ്യ് വിവാഹം കഴിച്ചിരിന്നെങ്കില് അവൾക്ക് സങ്കടണ്ടാവ്വോ?"

"അതല്ലല്ലോ ഏടത്തീ ഇവിടെ കാര്യം. എനിക്കവളെ വല്ലാതെ ഇഷ്ടായിരുന്നൂന്ന്ള്ളത് നേര് തന്നെ. പക്ഷേ, കുരുത്തമില്ലാത്ത ഒര്ത്തന്, തന്നെ തല്ലാൻ വരാൻ വരെ മടിയില്ലാത്ത ഒര്ത്തന്, തന്റെ മോളെ കൊട്ക്കില്ലാന്ന് ചെറ്യമ്മാമൻ തീരുമാനിച്ചപ്പോ, വിഷയം മാറീല്ലേ? തല്ലാൻ ചെന്നോ എന്നത് വേറെ കാര്യം. ചെറ്യമ്മാമൻ പക്ഷേ, അങ്ങന്യാ വിശ്വസിക്ക്ന്നത്. എന്നാൽ എന്നോട്ള്ള വാശി മൂത്ത് മകളെ ചെറ്യമ്മാമൻ കണ്ടവന് കെട്ടിച്ച് കൊട്ത്തില്ലല്ലോ. നല്ല മിട്ക്കനായ, നല്ല ജോലിയുള്ള ഒരാളെത്തന്നെ മൂപ്പര് കണ്ടെത്തീല്ലേ? അതല്ലേ കാര്യം."

പത്മം പിന്നെ എന്തുകൊണ്ടോ ഒന്നും പറഞ്ഞില്ല. അനിരുദ്ധന്റെ ഓർമ്മപ്പശുക്കളെ പോയകാലത്തിന്റെ പച്ചപ്പിൽ യഥേഷ്ടം മേയാൻ വിട്ട് അവർ ഒഴിഞ്ഞ പാത്രങ്ങളുമെടുത്ത് അടുക്കളയിലേക്ക് നടന്നു.

ഭഗവതിത്തോറ്റം ഉരുവിട്ടുകൊണ്ട് കാലിൽ ചിലമ്പണിഞ്ഞ് കൈയിൽ വാൾ പിടിച്ച് ചെറിയ ഉറച്ചിലോടെ ചിലമ്പിച്ച ശബ്ദത്തിൽ വെളിച്ചപ്പാടുകൾ ഓലപ്പന്തലിൽ തെക്ക് വടക്ക് നടന്നു. അപ്പോൾ അവരുടുത്ത ചുവപ്പ് പട്ടിന് മുകളിൽ ചേർത്തുകെട്ടിയ അരമണികൾ താളത്തിൽ

കിലുങ്ങി. രാവിന്റെ അവസാനയാമമായിരിക്കുന്നു. കുത്തുവിളക്കുകളുടെ വെളിച്ചത്തിൽ ആടിയാടി നടന്നുകൊണ്ട് അവർ തോറ്റം പാട്ടിലൂടെ ഭഗവതിയുടെ നടക്കാതെ പോയ കല്യാണത്തിന്റെ കഥ പറയുന്നു. അനിരുദ്ധൻ പന്തൽ നിറഞ്ഞു കവിഞ്ഞ പുരുഷാരത്തിനിടയിലൂടെ സ്ത്രീകൾ നില്ക്കുന്ന ഭാഗത്തേക്ക് ഉൽക്കണ്ഠയോടെ നോക്കി. അപ്പോൾ ഒരത്ഭുതം പോലെ അയാൾ കണ്ടു. കസവ് കര മുണ്ടും കസവു വേഷ്ടിയും ധരിച്ച് നെറ്റിയിൽ കുങ്കുമപ്പൊട്ടും അതിന് ചുറ്റും ചന്ദനക്കുറിയും ചാർത്തി പച്ചക്കല്ല് വെച്ച പാലയ്ക്കാമാലയണിഞ്ഞ് കുത്തുവിളക്കുകളുടെ നിറവെളിച്ചത്തിൽ അവൾ പൂത്തുലഞ്ഞു നില്ക്കുന്നു. ചെറിയമ്മാമനും കുടുംബവും തറവാട്ടിൽനിന്ന് മാറിത്താമസിച്ച ശേഷം ഭാമയെ അയാൾ ആദ്യമായി കാണുകയാണ്. അവൾ തന്നെ കണ്ടുകാണില്ല. ഇനി കണ്ടാൽ തന്നെയും ഈ ആൾക്കൂട്ടത്തിനിടയിലൂടെ ഇങ്ങോട്ട് നുഴഞ്ഞെത്താനുമാവില്ല. അയാൾ കാത്തു നിന്നു. ഭഗവതിയുടെ കല്യാണപ്പന്തലിലാണ് നില്ക്കുന്നത്. ഒടുവിൽ ഒരിക്കലും നടക്കാത്ത കല്യാണത്തിന്റെ കഥ പൂർത്തിയാവുകയും പന്തലിലെ ചടങ്ങുകളവസാനിച്ച് വെളിച്ചപ്പാടുകൾ പിൻവാങ്ങുകയും ചെയ്തപ്പോൾ അയാളുടെ കൈത്തണ്ടയിൽ ഒരു തണുത്ത മൃദുസ്പർശം. തിരിഞ്ഞു നോക്കിയപ്പോൾ മറ്റൊരു ദേവിയായി അവൾ ചിരിച്ച് നില്ക്കുന്നു. കൈയിലെ ചെറിയ വെള്ളിപ്പാത്രത്തിൽ നിന്ന് ദേവിയുടെ പ്രസാദം സ്പൂൺ കൊണ്ട് കോരിയെടുത്ത് അവൾ അയാളുടെ വലത്തെ ഉള്ളം കൈയിലേക്ക് ചൊരിഞ്ഞു.

"എന്താണിത്?" അയാൾ കൗതുകപൂർവ്വം തിരക്കി.

അവൾ നിറചിരിയോടെ മൊഴിഞ്ഞു: "സ്നേഹം."

അയാൾ വേഗത്തിൽ ഉള്ളം കൈയിലെ വെളുവെളെ വെളുത്ത ആ പൊടി നക്കി നോക്കി. നല്ല മധുരവും നേർത്ത എരിവും കൂടിക്കലർന്ന ഒരു പ്രത്യേക സ്വാദ്. അയാൾ മനസ്സ് തുറന്ന് ചിരിച്ചു. എന്നിട്ട് തലയാട്ടിക്കൊണ്ട് പറഞ്ഞു: "സ്നേഹം തന്നെ."

ചന്തം പുരണ്ട ഓർമ്മകളിൽ നിന്നും സ്വയം വിമുക്തമായിക്കൊണ്ട് അയാൾ തനിയെ പറഞ്ഞു: "അന്നെന്റെ കൈവെള്ളയിലേക്ക് നീ വിളമ്പിത്തന്ന ദേവീപ്രസാദത്തിലെ മധുരം മുഴുവനും നീ തിരിച്ചെടുത്തു; എരിവ് മാത്രം എനിക്കായി ബാക്കി വെച്ചു, ഇല്ലേ?"

അയാൾ വേഗം എഴുന്നേറ്റ് കൈകഴുകി സോമശേഖരന്റെ പുസ്തക ശേഖരത്തിൽ തപ്പിനോക്കി. പെട്ടെന്ന് വായിച്ചു തീർക്കാവുന്ന എന്തെങ്കിലുമുണ്ടോ എന്നയാൾ പരതിനോക്കി. അപ്പോൾ കൈയിൽ തടഞ്ഞത് മേരിവുൾസ്റ്റെൻ ക്രാഫ്റ്റ് എഴുതിയ ഒരു ചെറിയ പുസ്തകമാണ്; ഒരു ലഘുലേഖ പോലൊന്ന്. അയാൾ പേര് നോക്കി: *എ വിന്റിക്കേഷൻ ഓഫ് ദി റൈറ്റ്സ് ഓഫ് മെൻ.* തുറന്നു നോക്കിയപ്പോൾ 1792 ൽ ഫ്രഞ്ച് വിപ്ലവത്തിന്റെ കാലത്ത് മേരി എഴുതിയതാണത്. അയാളതിൽ താല്പര്യപൂർവ്വം കണ്ണോടിച്ചു. പുരുഷ മേൽക്കോയ്മക്കെതിരെ ഒരു കൊടുങ്കാറ്റായി മേരി ആഞ്ഞടിക്കുകയാണ്. പുരുഷനെപ്പോലെതന്നെ സ്ത്രീക്കും

വിവേകവും യുക്തിയും മനസ്സുമുണ്ടെന്ന് അവർ പറഞ്ഞുവയ്ക്കുന്നു. വളരെ യുക്തിഭദ്രമായാണ് അവർ തന്റെ ആശയങ്ങൾ വിശ്വാസ്യതയോടെ മുന്നോട്ടുവെക്കുന്നത്. പുരുഷന്റെ മേൽ ആധിപത്യം നേടാനല്ല, മറിച്ച് സ്വന്തം ജീവിതത്തിനും കാമനകൾക്കും സ്വശരീരത്തിനും മേലുള്ള തങ്ങളുടെ അധികാരം സ്ഥാപിച്ചു കിട്ടാനാണ് സ്ത്രീ മുറവിളി കൂട്ടുന്നത്.

കുടുംബം, പക്ഷേ, ഉത്സാഹിക്കുന്നത് മറ്റൊരു ലക്ഷ്യത്തിനാണ്. സ്ത്രീയെ എന്നെന്നും അടിമയാക്കി നിർത്താൻ മാത്രം. മേരി ഉന്നയിക്കുന്ന ചോദ്യങ്ങൾ തീർത്തും യുക്തിഭദ്രമാണെന്ന് അയാൾക്ക് തോന്നി. സ്ത്രീക്കും പുരുഷനും പരസ്പരം ഭരിക്കാതെ സമത്വ ബോധത്തോടെ ഒരു കുടുംബത്തിൽ നില്ക്കാനാവില്ലേ? ഫെമിനിസ്റ്റ് ആശയങ്ങളുടെ ആദ്യ പഥികയാണ് മേരി, എന്നു പുസ്തകം വായിച്ചു തീർന്നപ്പോൾ അനിരുദ്ധന് തോന്നി.

രാത്രി ഭക്ഷണത്തിനിരുന്നപ്പോൾ അനിരുദ്ധൻ താല്പര്യപൂർവ്വം സോമശേഖരനോട് അന്വേഷിച്ചു: "സോമേട്ടന്റെ പുസ്തക ഷെൽഫിലെ മേരി വുൾസ്റ്റെൻ ക്രാഫ്റ്റ് വായിച്ചിരുന്നോ?"

"ങ് ആ. ഹാ. നീയത് വായിച്ചോ? എന്ത് തോന്നുന്നു?" ചോദിച്ചത് പത്മേടത്തിയാണ്. സ്റ്റ്യൂവിൽ മുക്കിയ ചപ്പാത്തിക്കഷണം കൈയിലെടുത്തുകൊണ്ട് സോമശേഖരൻ പറഞ്ഞു: "ഞാൻ വായിച്ചിട്ടില്ല." അതോടെ രംഗം പത്മേടത്തി കൈയടക്കി.

"ഫെമിനിസം ചതുർത്ഥിയായ കക്ഷിയോടാണോ നീ മേരിയെ വായിച്ചോന്ന് ചോദിക്ക്ന്നത്?" എന്ന് ചോദിച്ചുകൊണ്ടായിരുന്നു, തുടക്കം. സോമശേഖരൻ ചിരിച്ചുകൊണ്ട് അതെല്ലാം കേൾക്കുകയും പ്ലേറ്റിലെ ചപ്പാത്തിക്കഷണങ്ങൾ മുറയ്ക്ക് തിന്നുതീർത്തു കൊണ്ടിരിക്കുകയും ചെയ്തു.

ബോംബെ തെരുവിൽ പഴയ പുസ്തകങ്ങൾ വില്ക്കുന്ന ഏതോ കച്ചവടക്കാരന്റെ പുസ്തക ശേഖരത്തിൽനിന്നും പത്മം തെരഞ്ഞ് കണ്ടുപിടിച്ചതായിരുന്നു, ആ ചെറിയ പുസ്തകം. അവർ പല തവണ അത് വായിക്കുകയും ചെയ്തിരുന്നു. സ്വന്തം ആൺമക്കളോട് അവർ സ്ഥിരമായി ഉപദേശ രൂപേണ പറയാറുണ്ടായിരുന്നതും മേരിയുടെ ആശയങ്ങളാണ്. പുരുഷനും സ്ത്രീയും തുല്യരാണ്; പുരുഷനുള്ള കഴിവുകളെല്ലാം ഒന്നൊഴിയാതെ സ്ത്രീക്കുമുണ്ട്; അവൾ രണ്ടാം ക്ലാസ് പൗരയല്ല. കുടുംബത്തിൽ പരസ്പര സമത്വം മാത്രമേ സത്യസന്ധമായ സ്നേഹത്തെ ഉല്പാദിപ്പിക്കൂ. അധീശത്വം എപ്പോഴും വിധേയമനസ്സുകളിൽ പകയും വെറുപ്പും മാത്രമേ ഉണ്ടാക്കൂ. എന്നിട്ടവർ സ്വതസ്സിദ്ധമായ നർമ്മബോധത്തോടെ മക്കളോട് പറയും:

"അതേയ്, നിങ്ങള്ടെ അച്ഛൻ വിചാരിക്ക്ന്നത് പോലെ ആൺകുട്ട്യോള് ജനിച്ച് വീഴ്ന്നത് രണ്ട് കൊമ്പും കൊണ്ടല്ല, കേട്ടല്ലോ?"

കുട്ടികൾ അപ്പോൾ ഒന്നും മനസ്സിലാകാതെ പരസ്പരം പകച്ച് നോക്കി നില്ക്കും. അപ്പോഴവർ ചിരിച്ചുകൊണ്ട് പറയും.

"നല്ല കുട്ടികളായി, പോയി പഠിക്ക്."

# ഏഴ്

**ദി**ല്ലി ബ്യൂറോയിലെ ടെലിപ്രിന്റർ നിർത്താതെ വാർത്തകൾ ചവച്ചു തുപ്പിക്കൊണ്ടിരിക്കുന്നതിനിടയിലാണ് ഫോൺ ബെല്ല് അടിച്ചു കൊണ്ടിരുന്നത്. അനിരുദ്ധൻ ഒരു വാർത്താ ശകലത്തിൽ കുടുങ്ങിക്കിടക്കുകയായിരുന്നു. ഛത്തീസ്ഗഢിൽ പെട്രോൾ ഡ്യൂട്ടിക്കിടെ കേന്ദ്ര റിസർവ്വ് പൊലീസിന്റെ ഒരു സംഘത്തിന് നേരെ നക്സലൈറ്റുകൾ പതിയിരുന്ന് ആക്രമണം നടത്തിയതും ഏതാനും സേനാംഗങ്ങൾ കൊല്ലപ്പെട്ടതുമായ വാർത്തയായിരുന്നു അത്. ഓഫീസിൽ അപ്പോൾ മറ്റാരുമുണ്ടായിരുന്നില്ല. അനിരുദ്ധൻ വേഗം ചെന്ന് ഫോണെടുത്തു. ഒരു പരിചിത ശബ്ദമായിരുന്നു ഫോണിൽ കേട്ടത്.

"അനിരുദ്ധൻ?"

"യെസ്" അയാൾ മറുപടി പറഞ്ഞു.

"സർ, അയാം രചനാ. രചനാ ബാനർജി ഫ്രം കല്ക്കത്താ ബ്യൂറോ."

"എന്താണ്, രചനാ?" അയാൾ ഉൽക്കണ്ഠയോടെ ചോദിച്ചു.

"ദില്ലിയിൽവെച്ച് സാറെപ്പോഴും സ്നേഹത്തോടെ പരാമർശിക്കാറുണ്ടായിരുന്ന ഒരു സി ആർ പി എഫ് ഇൻസ്പെക്ടറില്ലേ, ഒരു സുരേന്ദ്രനാഥ് കാക്ക്? ഇന്നലത്തെ ആമ്പുഷിൽ ഛത്തീസ്ഗഢിൽ കൊല്ലപ്പെട്ട ഓഫീസർ അദ്ദേഹമാണ്, സർ."

അനിരുദ്ധൻ ഒരു നിമിഷം ഒന്നും പറയാനാവാതെ സ്തംഭിച്ച് നിന്നുപോയി. സമചിത്തത വീണ്ടെടുത്തശേഷം അയാൾ ചോദിച്ചു:

"രചനാ, ഇത് കൺഫേംഡ് ആണോ?"

"അതെ സർ. മൃതദേഹങ്ങൾ ഉടൻ കല്ക്കത്തയ്ക്കാണ് കൊണ്ടുവരുന്നത്. കാക്കിന്റെ മൃതദേഹം ഇന്ന് വൈകുന്നേരത്തോടെ തന്നെ അദ്ദേഹത്തിന്റെ വീട്ടിലേക്കെത്തിക്കുമെന്നാണ് അറിഞ്ഞത്. അദ്ദേഹത്തിന്റെ

കുടുംബം ഇപ്പോൾ കൈഖാലിയിലാണ്." രചനയുടെ ശബ്ദവും അല്പം പതറിയിരുന്നു. അവർ ദില്ലിയിൽ ഉണ്ടായിരുന്നപ്പോൾ നിർമ്മലനായ ആ ആദിവാസി ഇൻസ്പെക്ടറുടെ കഥ വിശദമായി അനിരുദ്ധൻ അവർക്ക് പറഞ്ഞു കൊടുത്തിരുന്നു. അങ്ങേയറ്റം പ്രതികൂലമായ സാഹചര്യത്തിൽ നിന്നും കഠിന പ്രയത്നത്തിലൂടെ ഉയർന്നുവന്ന ഉത്സാഹശാലിയായ ഒരു ആദിവാസി സൈനിക ഓഫീസറുടെ കഥയായിരുന്നു അത്.

തീർത്തും യാദൃച്ഛികമായി ഒരു സംഘർഷ സ്ഥലത്ത് വെച്ചാണ് അനിരുദ്ധൻ സുരേന്ദ്രനാഥിനെ പരിചയപ്പെടുന്നത്. ഭോപ്പാലിലെ ഒരു സ്വകാര്യ ബിസിനസ് ഗ്രൂപ്പിന്റെ സ്റ്റീൽ പ്ലാന്റിന്റെ സമരമുഖത്ത് വെച്ച്. പ്ലാന്റിന് മുന്നിൽ പ്രകടനം നടത്തിക്കൊണ്ട് മുദ്രാവാക്യം വിളിച്ചുകൊണ്ടിരുന്ന കരാർത്തൊഴിലാളികളെ കാക്കിന്റെ നേതൃത്വത്തിൽ സി ആർ പി എഫ് ലാത്തിച്ചാർജ്ജ് ചെയ്യുന്നിടത്തേക്ക് അനിരുദ്ധൻ പത്രപ്രവർത്തകന്റെ സുരക്ഷാബോധത്തോടെ കടന്നു ചെല്ലുകയായിരുന്നു. ഒരു ചെറുപ്പക്കാരനായ തൊഴിലാളിയെ ഇൻസ്പെക്ടർ നേരിട്ട് തന്നെ വീറോടെ തല്ലുന്നത് കണ്ടപ്പോഴായിരുന്നു, അനിരുദ്ധന്റെ സാഹസികമായ രംഗപ്രവേശം. അയാൾ ഇൻസ്പെക്ടറെ തൊട്ടു വിളിച്ചു: "ഇൻസ്പെക്ടർ." അയാൾ തീ പാറുന്ന കണ്ണുകളോടെ അനിരുദ്ധനെ തിരിഞ്ഞുനോക്കി അലറുന്ന ശബ്ദത്തിൽ ചോദിച്ചു:

"ആരാണ് നിങ്ങൾ? എന്തുവേണം?" ആ അട്ടഹാസം മെലിഞ്ഞു നീണ്ട ആ ശരീരത്തിൽ നിന്ന് പുറപ്പെടുമെന്ന് ഒട്ടും പ്രതീക്ഷിച്ചിരുന്നില്ല. ഒരൊറ്റ നിമിഷം അനിരുദ്ധൻ അന്തിച്ച് നിന്നുപോയി. അയാളുടെ കണ്ണിലെ ശാന്തത കണ്ടിട്ടാവണം പൊലീസ് ഓഫീസറുടെ കണ്ണിലെ തീ പെട്ടെന്ന് അണഞ്ഞു. ഇൻസ്പെക്ടർ കാക്ക് വീണ്ടും ചോദിച്ചു. "ആരാണ് നിങ്ങൾ." അപ്പോൾ അയാളുടെ ശബ്ദം തീരെ നേർത്തതായിരുന്നു.

"ഞാനൊരു ജേർണലിസ്റ്റാണ്." അനിരുദ്ധൻ വിനയത്തോടെതന്നെ പറഞ്ഞു.

"ഏത് പത്രം?"

അനിരുദ്ധൻ പത്രത്തിന്റെ പേര് പറഞ്ഞതോടെ അയാൾ തീർത്തും ശാന്തനായി. അനിരുദ്ധൻ അപ്പോഴേക്കും സമചിത്തത കൈവരിച്ചിരുന്നു.

"ഈ പാവം മനുഷ്യരെ അടിച്ചു കൊല്ലുന്നതുകൊണ്ട് തീരുന്നതല്ല പ്രശ്നമെന്ന് നിങ്ങൾക്കറിയാമല്ലോ, ഇൻസ്പെക്ടർ? പ്ലീസ്, അടിനിർത്താൻ പറയൂ." ഇൻസ്പെക്ടർ ഒട്ടും താമസിയാതെ അതനുസരിച്ചു. അയാൾ തന്റെ സഹപ്രവർത്തകരോട് ഉച്ചത്തിൽ വിളിച്ചു പറഞ്ഞു: "സ്റ്റോപ്പ്, സ്റ്റോപ്പ്..... ഐസേ, സ്റ്റോപ്പിറ്റ്." ഇൻസ്പെക്ടർക്ക് ഇതെന്തു പറ്റിയെന്നറിയാതെ, തൊഴിലാളികളെ കൈയും മെയ്യും മറന്ന് തല്ലിക്കൊണ്ടിരുന്ന ഭടന്മാർ ഇൻസ്പെക്ടർക്ക് സമീപമെത്തി. അവർ തങ്ങളുടെ മേലുദ്യോഗസ്ഥനെയും തങ്ങൾക്കപരിചിതനായ അനിരുദ്ധനേയും മാറി മാറി നോക്കി. അവരോട് അനിരുദ്ധൻ വിളിച്ചു പറഞ്ഞു: "നിങ്ങൾക്ക്

നേരെ നടത്തിയ കല്ലേറ് നിങ്ങളെ കരുതിക്കൂട്ടി പ്രകോപിപ്പിക്കാൻ പ്ലാന്റ് മാനേജ്മെന്റ് ഏർപ്പാടാക്കിയ ഗുണ്ടകളുടെ കൈക്രിയയായിരുന്നു. അല്ലാതെ പണിമുടക്കിയ തൊഴിലാളികളല്ല അത് ചെയ്തത്. ഫാക്ടറി വളപ്പിലേക്ക് ഇപ്പോൾത്തന്നെ പോയാൽ നിങ്ങൾക്കവരെ കൈയോടെ പിടിക്കാം." കേട്ടത് പാതി കേൾക്കാത്തത് പാതി സൈനികർ പ്രധാന കവാടത്തിലൂടെ പ്ലാന്റിന്റെ വളപ്പിലേക്ക് പാഞ്ഞു. അവർ മാനേജ്മെന്റിന്റെ മദ്യസല്ക്കാരം ആസ്വദിക്കുകയായിരുന്ന ഗുണ്ടകളെ കൈയോടെ പിടികൂടുകയും ചെയ്തു.

സി ആർ പി എഫ് ഇൻസ്പെക്ടർ സുരേന്ദ്രനാഥ് കാക്ക് അന്നുമുതലാണ് അനിരുദ്ധന്റെ അടുത്ത സുഹൃത്താവുന്നത്. ഫാക്ടറി മാനേജ്മെന്റിന്റെ ശത്രുക്കളുടെ പട്ടികയിലേക്ക് അന്നു മുതൽ അവർ ഈ പത്രക്കാരന്റെ പേരുകൂടി എഴുതിച്ചേർത്തു. അനിരുദ്ധന്റെ ജീവന് ഭോപ്പാലിൽ ഈ സാഹചര്യത്തിൽ സുരക്ഷിതത്വമുണ്ടാവില്ലെന്ന് ബോദ്ധ്യപ്പെട്ട *ഇന്ത്യൻ മിറർ* മാനേജ്മെന്റ് അയാളെ അതോടെ ദില്ലിയിലേക്ക് മാറ്റി. അതോടൊപ്പം അയാൾക്ക് മാനേജ്മെന്റ് ശക്തമായൊരു താക്കീതും കൊടുത്തു: "പത്രക്കാരൻ പത്രത്തിന്റെ പണിമാത്രം ചെയ്താൽ മതി. ഇനി മേൽ ഇത്തരം അനാവശ്യ കാര്യങ്ങളിൽ ഇടപെട്ടാൽ അച്ചടക്ക നടപടി ഉണ്ടാവും." ദില്ലിയിലേക്ക് സ്ഥലം മാറിയശേഷവും അനിരുദ്ധൻ സുരേന്ദ്രനാഥുമായി ഇടയ്ക്കിടെ ബന്ധപ്പെട്ടിരുന്നു; അയാളിങ്ങോട്ടും. ആദിവാസി മേഖലയിലെ സാധാരണ മനുഷ്യരുടെ നിഷ്കളങ്കതയും നൈർമ്മല്യവും ആ സൈനിക ഓഫീസർ എന്നും കാത്തു സൂക്ഷിച്ചിരുന്നു. ഒരുവിധ പ്രലോഭനങ്ങൾക്കും വഴങ്ങാൻ കൂട്ടാക്കാത്ത സത്യസന്ധനായിരുന്ന അയാൾ അന്ന് കസ്റ്റഡിയിലെടുത്ത ഗുണ്ടകൾക്കെതിരായ കേസ് തികഞ്ഞ കാര്യക്ഷമതയോടെ നടത്തിയതിനാൽ കോടതിക്ക് അവരെ ശിക്ഷിക്കേണ്ടി വന്നു. അയാൾക്ക് വേണമെങ്കിൽ ഇഷ്ടമുള്ളത്ര പണം വാങ്ങി ആ കേസ് തുമ്പില്ലാതാക്കിക്കളയാമായിരുന്നു. എത്ര പണം കൊടുക്കാനും മാനേജ്മെന്റ് ഒരുക്കമായിരുന്നു. ഭാര്യയും മൂന്ന് പെൺകുട്ടികളുമടങ്ങുന്ന അയാളുടെ കുടുംബത്തിന്റെ അനാഥത്വത്തെക്കുറിച്ചോർത്താണ് അനിരുദ്ധൻ അപ്പോൾ വേവലാതിപ്പെട്ടത്.

അനിരുദ്ധൻ പത്രാധിപർ ജോഷിയെ വിളിച്ച് തനിക്ക് കല്ക്കത്തയിലേക്ക് ഒരു ഫ്ളൈറ്റ് ടിക്കറ്റ് പെട്ടെന്ന് സംഘടിപ്പിച്ചുതരണമെന്നാവശ്യപ്പെട്ടു.

"എന്തുപറ്റി അനിരു. ഇത്രപെട്ടെന്നൊരു കല്ക്കത്താ യാത്ര?"

"സർ, എന്റെ ഒരു സ്നേഹിതൻ, സി ആർ പി എഫ് ഇൻസ്പെക്ടർ സുരേന്ദ്രനാഥ്, ഞാൻ സാറിനോടും അയാളെപ്പറ്റി പറഞ്ഞിട്ടുണ്ട്, അയാളാണ് ഇന്നലെ ആമ്പുഷിൽ കൊല്ലപ്പെട്ട ആഫീസർ. എനിക്കയാളെ അവസാനമായി ഒന്ന് കാണണം, സർ."

അനിരുദ്ധന്റെ ശബ്ദത്തിലെ പതർച്ച ജോഷി ശ്രദ്ധിച്ചിരിക്കണം. സാന്ത്വനസ്വരത്തിലായിരുന്നു, അദ്ദേഹത്തിന്റെ മറുപടി:

“അതിനെന്താ, അനിരൂ പുറപ്പെട്ടോളൂ. ഫ്ളൈറ്റ് ടിക്കറ്റ് അപ്പോഴേക്കും റെഡിയായിരിക്കും. ഏതാണ് ഫ്ളൈറ്റെന്ന് ടിക്കറ്റ് ബുക്ക് ചെയ്ത് ശേഷം ഞാൻ വിളിച്ചു പറയാം.”

“വളരെ, നന്ദി സർ.”

കല്ക്കത്താ എയർ പോർട്ടിലെ പബ്ലിക്ക് കോൾബൂത്തിൽനിന്നും അനിരുദ്ധൻ രചനാ ബാനർജിയെ വിളിച്ചു.

“രചനാ, ഞാൻ കല്ക്കത്താ എയർപോർട്ടിലാണ്. സൈനികരുടെ മൃതദേഹങ്ങൾ എത്തിയോ? വല്ല വിവരവും...”

“ഉണ്ട്, സർ. കാക്കിന്റെ മൃതദേഹം ആംബുലൻസിൽ കൈഖാലിക്ക് ഇപ്പോൾ കൊണ്ടുപോയതേയുള്ളൂ.”

“ശരി, ഞാനൊരു വണ്ടി പിടിച്ച് അങ്ങോട്ടു പോവുകയാണ്.”

“ശരി, സർ.”

ആദ്യമായാണ് ആ സൈനിക ആഫീസറുടെ കൊച്ചുവീട് അനിരുദ്ധൻ കാണുന്നത്. അതിന്റെ വരാന്തയിൽ നീണ്ട നിദ്രയെ പുല്കി ആദിവാസി നൈർമ്മല്യത്തിന്റെ പ്രതീകം പോലെ, അയാളുടെ പ്രിയ സുഹൃത്ത് കിടക്കുന്ന കാഴ്ച അനിരുദ്ധനെ വല്ലാതെ അസ്വസ്ഥനാക്കി. സൈനിക ബഹുമതികളോടെയുള്ള ശവസംസ്കാരത്തിനുള്ള തയ്യാറെടുപ്പ് നടക്കുകയാണ്. ഇത്തരം കെട്ടുകാഴ്ചകളേക്കാൾ ഈ അനാഥ കുടുംബത്തിന്റെ ഭാവി സുരക്ഷയാണ് പ്രധാനം എന്ന പ്രാഥമിക ബോധം ഉത്തരവാദപ്പെട്ടവർക്ക് ഉദിച്ചെങ്കിൽ എത്ര നന്നായിരുന്നു. പക്ഷേ, അനുഭവങ്ങൾ അങ്ങനെയല്ല. ഈ അർത്ഥരഹിതമായ ചടങ്ങുകളോടെ തങ്ങളുടെ ഉത്തവാദിത്വങ്ങൾ അവസാനിച്ചു എന്ന മട്ടാണ് സാധാരണ കണ്ടുവരാറുള്ളത്. വിശേഷിച്ചും രക്തസാക്ഷി, ആദിവാസി വിഭാഗത്തിൽപ്പെട്ട ഒരാളാകുമ്പോൾ. അവർക്കിപ്പോഴും ചോദിക്കാനും പറയാനും ആരുമില്ല. അവരിപ്പോഴും പെരുവഴിയിൽ തൂക്കിയ ചെണ്ടകളാണ്. ആർക്കും അതിൽ കൊട്ടാം; അത് തകർത്തുകളയുകയും ചെയ്യാം. ഔദ്യോഗിക ജീവിതത്തിൽ സത്യവും നീതിയും മാത്രം ഉയർത്തിപ്പിടിച്ച ആഫീസറാണ് സുരേന്ദ്രനാഥ്. കൊടുംകാട്ടിൽ ഭീകരാന്ധകാരത്തിൽ ആലംബഹീനരാക്കപ്പെട്ട അവസ്ഥയിലാണ്, അയാളുടെ കുടുംബം. ആ കുടുംബത്തിന് ഒരു കൈത്താങ്ങും വഴികാട്ടിയുമാവുകയാണ്, ഭരണകൂടത്തിന്റെ ചുമതല. ആ ചുമതല, പക്ഷേ പലപ്പോഴും വിസ്മരിക്കപ്പെട്ടു പോവുകയാണ്, പതിവ്. അക്കാര്യം നിരന്തരം ഭരണകൂടത്തെ ഓർമ്മിപ്പിക്കാൻ ആരുമില്ലാത്ത രക്തസാക്ഷി കുടുംബങ്ങൾ, വളരെയെളുപ്പത്തിൽ മറവിയുടെ മരുപ്പറമ്പുകളിലേക്ക് തള്ളിമാറ്റപ്പെടുന്നു.

രാജ്യത്തിന്റെ രക്തസാക്ഷികൾ എന്ന പ്രയോഗം പലപ്പോഴും ഒരു ഭംഗിവാക്ക് മാത്രമായി രൂപം മാറ്റപ്പെടുന്നു. അവർക്ക് ലഭിക്കുന്ന അംഗീകാരങ്ങളിലുമുണ്ട്, വിവേചനം. പൂർണ്ണ സൈനികരായ രക്തസാക്ഷികളും അർദ്ധസൈനികരായ രക്തസാക്ഷികളും തമ്മിലും ഉയർന്ന സ്ഥാനം വഹിച്ച രക്തസാക്ഷിയും കീഴുദ്യോഗസ്ഥനായ രക്തസാക്ഷിയും തമ്മിലും

എല്ലാം വലിയ വിവേചനങ്ങൾ കാണപ്പെടാറുണ്ട്. അതിനെല്ലാം കൃത്യമായ ന്യായീകരണങ്ങളും നല്കപ്പെടാറുണ്ട്.

ആയിരത്തിത്തൊള്ളായിരത്തി എഴുപത്തൊന്നിനു ശേഷമുള്ള ഇന്ത്യൻ സൈനികരുടെ യുദ്ധം ഇന്ത്യക്കാരുമായിട്ടാണ് എന്ന വൈചിത്ര്യത്തെക്കുറിച്ച് ഒരിക്കൽ പറഞ്ഞത് പത്രാധിപർ കൈലാസ് നാഥ് ജോഷി തന്നെയായിരുന്നു. ജനാധിപത്യപരമായ ചർച്ചകളിലൂടെ രമ്യമായി പരിഹരിക്കപ്പെടേണ്ട ആഭ്യന്തര പ്രശ്നങ്ങൾ സൈനിക ഇടപെടലുകളിലൂടെ പരിഹരിക്കാനുള്ള പരീക്ഷണങ്ങൾ ഇന്ത്യയിൽ ഇന്നോ ഇന്നലെയോ തുടങ്ങിയതല്ല, എന്നദ്ദേഹം വ്യക്തമാക്കി. അയർലന്റിൽ ബ്രിട്ടന്റെ കൊളോണിയൽ ഭരണം ഉറപ്പാക്കാനായി രൂപംകൊടുത്ത ഐറിഷ് കോൺസ്റ്റാബുലറിയുടെ മാതൃകയിലാണ് ഇന്ത്യയിലെ സായുധസേനാ സംവിധാനം എന്നുകൂടി ഒരു ബ്രീഫിങ്ങിനിടയിൽ സാന്ദർഭികമായി സോദാഹരണം ജോഷിജി ചൂണ്ടിക്കാട്ടിയിരുന്നു. സുരേന്ദ്രനാഥിന്റെ ചേതനയറ്റ ശരീരത്തിന് മുന്നിൽ നിസ്സഹായനായി നില്ക്കെ അനിരുദ്ധൻ അതെല്ലാം ഓർത്തുപോയി.

ഹൃദയഭാരത്തോടെ ദില്ലിയിലേക്ക് മടങ്ങുമ്പോഴും തന്റെ പ്രിയസുഹൃത്തിന്റെ നിരാധാരമായ കുടുംബത്തിനുവേണ്ടി തനിക്ക് എന്ത് ചെയ്യാനാവും എന്ന ചിന്തയിലായിരുന്നു, അനിരുദ്ധൻ. ദില്ലിയിലെത്തിയശേഷം അയാൾ പത്രാധിപരെത്തന്നെ ശരണം പ്രാപിച്ചു. അയാൾ പറഞ്ഞു: “സർ, ഇൻസ്പെക്ടർ കാക്കിന്റെ രക്തസാക്ഷിത്വത്തിന് വിലയിടാനാവില്ല. എന്നാൽ ആ കുടുംബത്തിന് നഷ്ടപരിഹാരമായി ഏറ്റവും കുറഞ്ഞത് ഒരഞ്ച് ലക്ഷം രൂപയെങ്കിലും കൊടുപ്പിക്കാൻ നമുക്കെന്തെങ്കിലും ചെയ്യാനാവുമോ?” കൈലാസ് നാഥ് ജോഷി തന്റെ തീക്ഷ്ണമായ കണ്ണുകളാൽ അനിരുദ്ധനെ ആപാദചൂഡം ഒന്നുഴിഞ്ഞു. എന്നിട്ട് പറഞ്ഞു: “അനിരൂ, നീയൊരു പത്രപ്രവർത്തകനാണ്. ഒരു ജേർണലിസ്റ്റ് എന്ന നിലയിൽ ഇത്തരത്തിൽ ഹൃദയത്തെ മഥിക്കുന്ന ഒരുപാട് കാഴ്ചകൾക്ക് നീ സാക്ഷിയാവും. യു കാൺട് ബി സെന്റിമെന്റൽ ഓൺ സച്ച് ഒക്കേഷൻസ്.”

“സർ”, അനിരുദ്ധൻ ശാന്തനായി പ്രതിവചിച്ചു: “ഞാനൊരു പത്രപ്രവർത്തകനായിട്ടല്ല, ജനിച്ചു വീണത്; ഒരു മനുഷ്യനായിട്ടാണ്. അതിന് ശേഷം എത്രയോ കഴിഞ്ഞാണ് ഞാനൊരു പത്രപ്രവർത്തകനാകുന്നത്. അതുകൊണ്ട് ബുദ്ധിയേക്കാൾ മുമ്പെ എന്റെ ഹൃദയമാണെപ്പോഴും പ്രതികരിക്കുക.”

കൈലാസ് നാഥിന്റെ മുഖത്തെ ഗൗരവം പെട്ടെന്ന് മാഞ്ഞുപോയി. അദ്ദേഹം ചോദിച്ചു:“ ഓകെ. ഞാനെന്താണ് വേണ്ടത്?”

“ധനകാര്യ സെക്രട്ടറിയെ സാറിന് അടുത്ത് പരിചയമുണ്ടല്ലോ. അദ്ദേഹത്തെ ഒന്ന് നേരിൽക്കണ്ട് നമുക്ക് ഈ പ്രത്യേക കേസ് അവതരിപ്പിക്കണം. പിന്നെ, കാക്കിന്റെ ഭാര്യക്ക് എത്രയും പെട്ടെന്ന് ഒരു ജോലി...”

“നമുക്ക് ശ്രമിച്ചു നോക്കാം.” ജോഷിജി ആശ്വസിപ്പിച്ചു.

ആമ്പുഷിൽ കൊല്ലപ്പെട്ട സുരേന്ദ്രനാഥ് കാക്ക് അടക്കമുള്ള മുഴുവൻ സൈനികരുടേയും കുടുംബത്തിന് നഷ്ടപരിഹാരമായി 5 ലക്ഷം രൂപ വീതം അനുവദിച്ചുകൊണ്ടുള്ള കല്പന പുറത്തിറങ്ങിയപ്പോൾ അനിരുദ്ധന്റെ മനസ്സിന്റെ ഭാരം ഒന്നു കുറഞ്ഞു. ആശ്രിതർക്കുള്ള ജോലിക്കാര്യം സംബന്ധിച്ച ഫയൽ ക്യാബിനറ്റ് സെക്രട്ടറിയുടെ മുമ്പിലെത്തിയിട്ടുണ്ടെന്ന് ജോഷിജി അന്വേഷിച്ചറിഞ്ഞിരുന്നു. പ്രത്യക്ഷത്തിൽ കർക്കശനും പരുക്കനുമാണെന്ന് തോന്നിക്കുന്ന കൈലാസ്നാഥ് ജോഷിയെന്ന ഈ മനുഷ്യനും ബുദ്ധിക്ക് മുമ്പിൽ ഹൃദയം പ്രതിഷ്ഠിച്ചയാളാണെന്ന് പലപ്പോഴും അനിരുദ്ധന് അനുഭവപ്പെട്ടിരുന്നു. നിർണ്ണായക ഘട്ടങ്ങളിലെല്ലാം അദ്ദേഹമായിരുന്നു, അയാളുടെ അഭയകേന്ദ്രം. ഏത് വിഷയവും അതിലളിതമായി പ്രതിപാദിക്കാൻ ശേഷിയുള്ള ജോഷിജി അനിരുദ്ധനോട് പറഞ്ഞു:

"അനിരൂ, ഇന്ത്യയിലെ ആദിവാസി പ്രശ്നങ്ങൾക്ക് ഒരു ചരിത്രമുണ്ട്. മദ്ധ്യേന്ത്യയിൽ ബ്രിട്ടീഷുകാർ ഭരണകർത്താക്കളായ കാലത്തോളം നീണ്ട ഒരു ചരിത്രമാണത്. കടന്നുകയറാൻ അത്രയെളുപ്പം സാധിക്കാത്ത തരത്തിലുള്ള മലകളും കൊടും കാടുകളും പത്തൊമ്പതാം നൂറ്റാണ്ടിലെ ആദിവാസികളുടെ ആവാസ കേന്ദ്രങ്ങളായിരുന്നു. അവരെ സംബന്ധിച്ച ആദ്യത്തെ സെൻസസ് നടന്നത് 1872 ലായിരുന്നു എന്ന് തോന്നുന്നു. അതിലവരെ അടയാളപ്പെടുത്തിയത് 'പ്രിമിറ്റീവ് ട്രൈബ്സ്' എന്നായിരുന്നു. തുടർന്ന് 'ഷെഡ്യൂൾഡ് ട്രൈബ്സ് ആക്ട്' കൊണ്ടുവന്നു. അതനുസരിച്ച് അവർ 'പിന്നോക്ക ഗോത്ര'ങ്ങളായി. 1950 ലെ ഇന്ത്യൻ ഭരണഘടനയനുസരിച്ച് അവർ 'പട്ടിക വർഗ്ഗ'മായി.

1856 നും 1910 നുമിടയിൽ കോൺട്രാക്ടർമാരുടെ കടന്നു കയറ്റങ്ങൾക്കും വനവിഭവങ്ങളുടെ കട്ടുകടത്തലുകൾക്കുമെല്ലാമെതിരെ ആദിവാസികൾ വലിയ കലാപങ്ങൾ നടത്തി. അപ്പോഴെല്ലാം ബ്രിട്ടീഷ് ഭരണം അവയെ കർക്കശമായി അടിച്ചമർത്തി. എങ്കിലും അവർ ഒരു കാര്യം ചെയ്തു. ആദിവാസികൾക്ക് പ്രത്യേകസംരക്ഷണം സാദ്ധ്യമാക്കുന്ന ചില പ്രത്യേക നിയമങ്ങളുണ്ടാക്കി. ആദിവാസികൾക്ക് കടം നല്കിയ ശേഷം അതിന്റെ പേരിൽ അവരുടെ ഭൂമി തട്ടിയെടുക്കാൻ തക്കം പാർത്തു നില്ക്കുന്ന കോൺട്രാക്ടർമാരിൽനിന്നും ഈ നിയമങ്ങൾ അവർക്ക് പരിമിതമായെങ്കിലും പരിരക്ഷണം നല്കിയിരുന്നു. എന്നാൽ ഇന്ന് സ്ഥിതിയാകെ മാറി. വന്യജീവി സങ്കേതങ്ങളുടെ പേരിലും മരം കരാറുകാരുടെ താല്പര്യങ്ങൾക്ക് വേണ്ടിയും ഖനന വന മാഫിയകൾക്ക് വേണ്ടിയും വൻകിട ജലവൈദ്യുത പദ്ധതികൾക്ക് വേണ്ടിയുമെല്ലാം ആദിവാസികൾ അവരുടെ വാസസ്ഥലങ്ങളിൽനിന്നും നിർദ്ദയം ആട്ടിയോടിക്കപ്പെടുന്നു. ഭരണകൂടവും അവരുടെ സംരക്ഷകരും ചേർന്ന് ആദിവാസികൾക്കെതിരെ നടത്തുന്ന കിരാതമായ ആക്രമണങ്ങളെ ചെറുക്കാൻ അവർക്ക് കൈത്താങ്ങാവുന്നത് പലപ്പോഴും നക്സലൈറ്റുകളാണ്. അതോടെ ഭരണകൂടത്തിന് മുന്നിൽ ആദിവാസികളും നക്സലൈറ്റുകളും

ഒരുപോലെ തീവ്രവാദികളായി മാറുന്നു. പട്ടിയെ പേപ്പട്ടിയെന്ന് വിളിക്കുമ്പോഴാണല്ലോ അതിനെ തല്ലിക്കൊല്ലാൻ ഏറെ സൗകര്യവും പിന്തുണയും കിട്ടുന്നത്. അതാണിപ്പോൾ നടന്നുകൊണ്ടിരിക്കുന്നത്. നിന്റെ ഇൻസ്പെക്ടർ സ്നേഹിതനെപ്പോലുള്ളവർ ഇത്തരം കാപട്യങ്ങളുടെ പരോക്ഷ ഇരകളാണ്." ജോഷിജി ശാന്തമായി പറഞ്ഞു നിർത്തി.

എല്ലാ അർത്ഥത്തിലും നിസ്വരാണ് ആദിവാസികൾ. ചത്തും കൊന്നും ഈ ഭൂമുഖത്ത് നിന്നുതന്നെ തിരസ്കൃതരാവാനാണോ അവരുടെ വിധി? എങ്കിൽ അതാരുടെ വിധിതീർപ്പാണ്? വൃഥാവിലെന്നറിഞ്ഞുകൊണ്ടുതന്നെ അനിരുദ്ധന്റെ മനസ്സ് വല്ലാതെ വിഷാദപ്പെട്ടു.

# എട്ട്

**റെ**യിൽവേ സമരത്തെ ഹിംസാത്മകമായി തകർത്തുകളയുന്നതിൽ ഗവൺമെന്റ് വിജയിച്ചുവെങ്കിലും തുടർന്നുള്ള ദിവസങ്ങൾ അതിന് സമ്മാനിക്കാൻ പോകുന്നത് അസ്വസ്ഥതകൾ തന്നെയായിരിക്കും എന്ന് അനിരുദ്ധന് തോന്നി. റെയിൽവേ സമരത്തെ അവഗണിക്കുകയും അതിന്റെ ചരിത്രപരമായ പ്രസക്തിയെ അപഗ്രഥിക്കാൻ കൂട്ടാക്കാതിരിക്കുകയും ചെയ്യുന്ന പ്രതിപക്ഷത്തെ പ്രമുഖ രാഷ്ട്രീയ പ്രസ്ഥാനങ്ങൾക്ക് ജെ പിയുടെ പ്രസ്ഥാനത്തെ പക്ഷേ, കണ്ടില്ലെന്ന് നടക്കാനായില്ല. മാസങ്ങൾക്ക് മുമ്പ് ഗുജറാത്തിൽ യുവജന – വിദ്യാർത്ഥി പ്രസ്ഥാനമായ 'നവ നിർമ്മാൺ സമിതി'ക്ക് പിന്തുണയുമായി ചെല്ലാൻ അവർ നിർബ്ബന്ധിതരായതാണ്. അല്ലെങ്കിൽ തങ്ങളുടെ പ്രസക്തിതന്നെ നഷ്ടപ്പെടുമെന്ന് അവർ തിരിച്ചറിഞ്ഞു. ഗുജറാത്ത് ഭരണത്തിലാകെ പടർന്നു പിടിച്ച അഴിമതിക്കെതിരെയായിരുന്നു രോഷാകുലരായ വിദ്യാർത്ഥികളും യുവജനങ്ങളും തെരുവിലിറങ്ങിയത്. അവർ തങ്ങളെ നയിക്കാൻ ഒരു രാഷ്ട്രീയ പാർട്ടിയോടും അഭ്യർത്ഥിച്ചില്ല. അസ്വസ്ഥ യൗവനത്തിന്റെ സ്വാഭാവികമായ പൊട്ടിത്തെറിയായിരുന്നു ഗുജറാത്തിൽ സംഭവിച്ചത്. ആ പൊട്ടിത്തെറിയിൽ ചിമൻഭായ് പട്ടേൽ ഗവൺമെന്റ് തകർന്നുപോയി. അടുത്ത ഊഴം ബീഹാറിലെ യുവജനങ്ങളുടേതായിരുന്നു. അവിടെ തീക്ഷ്ണ യൗവനങ്ങളുടെ പുറപ്പാട് ജെ പിയെപ്പോലും കർമ്മ നിരതനാക്കി. അനാരോഗ്യമോ പ്രായാധിക്യമോ ഒന്നും വകവയ്ക്കാതെ 'സമ്പൂർണ്ണ വിപ്ലവ'മെന്ന തീപ്പന്തവുമായി അദ്ദേഹം രംഗത്തെത്തി. അഴിമതി കൊടികുത്തി വാഴുന്ന ഭരണ സിരാകേന്ദ്രങ്ങൾക്ക് നേരെ ക്വിറ്റിന്ത്യാ സമരത്തിലെ ആ ധീര പോരാളി ആക്രമണങ്ങളുടെ കുന്തമുന തിരിച്ചുവെച്ചു. അനിരുദ്ധൻ *ഇന്ത്യൻ മിററി*ന്റെ സ്ഥാപക പത്രാധിപർ പ്യാരെ ലാൽജിയെയാണ്

അപ്പോൾ ഓർത്തത്. 1942 ൽ ജയിൽ ചാടിയ ജെ പിയെ സുരക്ഷിത കേന്ദ്രത്തിലെത്തിക്കാൻ നടത്തിയ സാഹസിക യാത്രകളുടെ ഓർമ്മ അദ്ദേഹം അപൂർവ്വ സന്ദർഭങ്ങളിൽ തനിക്ക് ചുറ്റുമിരിക്കുന്നവരുമായി പങ്കുവയ്ക്കുമായിരുന്നു. ശരിക്കും ഗാന്ധിയനായ ഒരു സ്വാതന്ത്ര്യസമര പ്പോരാളിയായിരുന്നു ലാൽജി. എന്നിട്ടും ജെ പി അക്കാലത്ത് നടത്തിയ ജയിൽ ചാട്ടവും തുടർന്ന് ഏർപ്പെട്ട സാഹസിക പ്രവർത്തനങ്ങളും അദ്ദേ ഹത്തെ ആവേശഭരിതനാക്കിയിരുന്നു. ബാപ്പുജി തങ്ങൾക്ക് നല്കിയ സന്ദേശം പൊരുതുക അല്ലെങ്കിൽ മരിക്കുക എന്നതായിരുന്നതിനാൽ ജെ പിയുടെ സാഹസികതകളിൽ ഭാഗഭാക്കായതിൽ താനൊരു തെറ്റും കണ്ടില്ല എന്നദ്ദേഹം തന്റെ പ്രവൃത്തികളെ സ്വയം ന്യായീകരിക്കുമായി രുന്നു. സ്വതന്ത്ര ഇന്ത്യയിലെ ഭരണകൂടത്തിലെ എല്ലാ പ്രമുഖരുമായും അടുത്ത ബന്ധമുണ്ടായിട്ടും അദ്ദേഹം അവരാരിൽനിന്നും ഒരു തരത്തി ലുള്ള ഔദാര്യവും കൈപ്പറ്റാൻ മിനക്കെട്ടില്ല; ഒരു തരത്തിലുള്ള അവ കാശവാദവും ഉന്നയിച്ചതുമില്ല.

പണ്ഡിറ്റ്ജിയുടെ മന്ത്രിസഭയിലെ പ്രമുഖരെ മുഖം നോക്കാതെ വിമർശിക്കുന്നതിൽ ഒരു ദാക്ഷിണ്യവും കാട്ടാതിരുന്ന ഫിറോസ് ഗാന്ധി യെക്കുറിച്ച് അദ്ദേഹത്തിന് വലിയ മതിപ്പായിരുന്നു. അദ്ദേഹം പറയുമാ യിരുന്നു: "ഫിറോസ് എഴുന്നേറ്റ് നില്ക്കുന്നതോടെ അദ്ദേഹം പറയുന്നത് കേൾക്കാൻ സഭയൊന്നാകെ ചെവികൂർപ്പിക്കും. നർമ്മബോധം തുടി ക്കുന്ന ആ അവതരണ ശൈലി അനന്യമായിരുന്നു. വൻ വ്യവസായ പ്ര മുഖരുടെ നിഗൂഢമായ ബന്ധങ്ങളും ചെയ്തികളും അദ്ദേഹം പൊളിച്ച ടുക്കി."

ഒരിക്കൽ ഫിറോസ് ഗാന്ധി പത്രസ്വാതന്ത്ര്യത്തിനായി ഇന്ത്യൻ പാർ ലമെന്റിൽ 1952 ൽ നടത്തിയ പോരാട്ടത്തെക്കുറിച്ചാണ്, അദ്ദേഹം വാചാ ലനായത്: "പത്രസ്വാതന്ത്ര്യത്തിന്മേൽ കടന്നുകയറ്റം നടത്താൻ ലക്ഷ്യ മിട്ടുകൊണ്ട് സി രാജഗോപാലാചാരി ഒരു ബില്ലുമായെത്തിയപ്പോൾ അതി നെതിരെ ഭരണ പക്ഷത്ത് നിന്നുയർന്ന ഏറ്റവും മൂർച്ചയേറിയ ആക്ര മണം ഫിറോസിന്റേതായിരുന്നു. പത്രസ്വാതന്ത്ര്യം തകർന്നാൽ പിന്നെന്ത് ജനാധിപത്യമാണ് ശേഷിക്കുക എന്ന അദ്ദേഹത്തിന്റെ ദീർഘദൃഷ്ടിയോ ടെയുള്ള മുന്നറിയിപ്പ് ഒരിരുത്തം വന്ന രാഷ്ട്രീയ നേതാവിന്റേതായി രുന്നു."

ഇതിന്റെ തുടർച്ചയായി, ജനാധിപത്യത്തിനുവേണ്ടി ഫിറോസ് നട ത്തിയ മറ്റൊരിടപെടലിന്റെ കഥകൂടി ലാൽജി വെളിപ്പെടുത്തി. അത് കേര ളവുമായി ബന്ധപ്പെട്ടതായിരുന്നു. ഇ എം എസിന്റെ നേതൃത്വത്തിലുള്ള ആദ്യമന്ത്രിസഭയെ പുറത്താക്കാൻ അന്നത്തെ കോൺഗ്രസ് പ്രസിഡ ന്റായിരുന്ന ശ്രീമതി ഗാന്ധി കേരളത്തിലെ ജാതിമത സംഘടനകൾ ക്കൊപ്പം ചേർന്ന് നടത്തിയ പ്രവർത്തനങ്ങൾ അറിയാനിടയായ ഫിറോസ് ഇന്ദിരയ്ക്ക് നല്കിയ താക്കീത് അത് ഇന്ത്യൻ നാഷണൽ കോൺഗ്രസ് ഉയർത്തിപ്പിടിക്കുന്ന ധാർമ്മിക മൂല്യങ്ങൾക്കെതിരാണെന്നായിരുന്നു.

അത് സംഘടനയ്ക്ക് വൈകാതെ അപകടം വരുത്തിവയ്ക്കുമെന്നും അദ്ദേഹം മുന്നറിയിപ്പ് നല്കിയത്രെ. പ്യാരേലാൽജി തുടർന്നു: "ഞാൻ കേട്ടത് ശരിയാണെങ്കിൽ ഇതിന്റെ പേരിൽ ഫിറോസ് ഭാര്യയെ ഫാസിസ്റ്റ് എന്ന് വിശേഷിപ്പിക്കുകപോലുമുണ്ടായി. തന്റെ ശരികൾക്കുവേണ്ടി അദ്ദേഹം സധൈര്യം പോരാടി. ഒരുപക്ഷേ, അദ്ദേഹത്തിന്റെ ഒറ്റപ്പെടലുകൾക്കുള്ള കാരണവും അതായിരിക്കാം. 1960 സെപ്തംബർ 7 ന് മൃതിയടയുമ്പോൾ അദ്ദേഹം ഏകനായിരുന്നു." വികാരമടക്കാൻ വിഷമിച്ചുകൊണ്ട് പ്യാരേലാൽജി പറഞ്ഞവസാനിപ്പിച്ചു.

*ഇന്ത്യൻ മിററി*നെതിരെ ബോംബെ ഹൈക്കോടതിയിൽ ഫയൽ ചെയ്യപ്പെട്ട ഒരു പ്രമാദമായ മാനനഷ്ടക്കേസിൽ പത്രത്തെ ജയിപ്പിച്ചെടുത്ത ബോംബെ ഹൈക്കോടതിയിലെ താരതമ്യേന ചെറുപ്പക്കാരനായ ഒരു മലയാളി വക്കീലിനെക്കുറിച്ച് അദ്ദേഹത്തിന് വലിയ മതിപ്പുണ്ടായി. പരമേശ്വരയ്യർ എന്നായിരുന്നു ആ വക്കീലിന്റെ പേര്. *ഇന്ത്യൻ മിറർ* കേസ് സ്വാഭാവികമായും ഏല്പിക്കപ്പെടേണ്ടിയിരുന്നത് ഏതെങ്കിലും ഒരു സീനിയർ വക്കീലിനെയായിരുന്നു. ചെറുപ്പക്കാരിൽ എപ്പോഴും വലിയ പ്രതീക്ഷ കാത്തുസൂക്ഷിച്ച പ്രകൃതക്കാരനായതിനാൽ ലാൽജി അത് താരതമ്യേന ചെറുപ്പക്കാരനായ, എന്നാൽ കഴിവ് തെളിയിച്ച, പരമേശ്വരയ്യരെ ഏല്പിക്കുകയായിരുന്നു. വക്കീൽ അദ്ദേഹത്തെ നിരാശപ്പെടുത്തിയില്ല. പഴുതടച്ച വാദമുഖങ്ങളാണ് പത്രത്തിന് വേണ്ടി വക്കീൽ ഉയർത്തിയത്. അതോടെ അയ്യർ വക്കീൽ ലാൽജിയുടെ വലിയ ആദരവിന് പാത്രമായി. ആ ആദരവാണ്, തന്നെ *ഇന്ത്യൻ മിററിൽ* എത്തിച്ചതെന്ന് അനിരുദ്ധൻ ഓർത്തു. പത്രപ്രവർത്തനം ചിന്തയിലോ സ്വപ്നത്തിൽപ്പോലുമോ അയാളുടെ നാലയലത്തുപോലുമുണ്ടായിരുന്നില്ല. എന്നിട്ടും ഒരു നിയോഗം പോലെ അയാൾ ഇവിടെ എത്തപ്പെടുകയായിരുന്നു. പരമേശ്വരൻ വക്കീലിനോടൊപ്പം ബോംബെയിൽ കഴിയുമ്പോൾതന്നെ അദ്ദേഹമറിയാതെ തൊഴിൽതേടി ചില കമ്പനികൾ കയറിയിറങ്ങുക, അനിരുദ്ധൻ പതിവാക്കിയിരുന്നു. ഗണിതശാസ്ത്രത്തിൽ ഒന്നാംക്ലാസ് ബിരുദം എന്നതായിരുന്നു അയാളുടെ കൈയിലെ തുറുപ്പ്ശീട്ട്. പക്ഷേ, അയാൾ സമീപിച്ച സ്ഥാപനങ്ങൾക്കൊന്നും അതത്ര സ്വീകാര്യമായി തോന്നിയില്ല. അങ്ങനെയിരിക്കെയാണ് വക്കീൽ അപ്രതീക്ഷിതമായി അയാളോട് ചോദിച്ചത്: "നിനക്ക് ഒരു പത്രത്തിൽ പ്രവർത്തിക്കാൻ പറ്റ്വോ? എങ്കിൽ എനിക്കറിയുന്ന ഒരു പത്രാധിപരുണ്ട്. ഞാനൊരു കത്ത് തരാം. ഡൽഹിവരെ പോണം. അത് സാരാക്കണ്ട. ഒന്ന് പരീക്ഷിച്ചു നോക്കാം, ന്താ?"

അങ്ങനെയാവാമെന്ന് പറയാൻ മാത്രമേ അയാൾക്ക് സാധിക്കുമായിരുന്നുള്ളൂ. യാത്രയ്ക്കുള്ള ടിക്കറ്റടക്കം എല്ലാ സൗകര്യങ്ങളും വക്കീൽ ഏർപ്പാട് ചെയ്തുകൊടുത്തു. തീർത്തും അപരിചിതമായ ഒരു സ്ഥലത്തേക്ക് തീർത്തും അപരിചിതനും അതിപ്രഗത്ഭനുമായ ഒരാളെ കാണാൻ പോകുമ്പോഴുള്ള എല്ലാ പിരിമുറുക്കങ്ങളും അനിരുദ്ധൻ അനുഭവിച്ചു. പക്ഷേ, പ്യാരേലാൽ എന്നുപേരുള്ള ആ അനുഭവസമ്പന്നനെ

മുഖാമുഖം കണ്ടപ്പോൾ വീട്ടിലെ ഏറ്റവും മുതിർന്ന അംഗത്തിന്റെ മുന്നിലെത്തപ്പെട്ടതുപോലെയാണ് അനിരുദ്ധന് അനുഭവപ്പെട്ടത്. കത്ത് വായിച്ചശേഷം ആ വലിയ മനുഷ്യൻ അനിരുദ്ധനെ ആപാദചൂഡം തന്റെ കണ്ണുകളാൽ ഒന്നുഴിഞ്ഞു.

"ഇറ്റീസ് ഫോർദി ഫസ്റ്റ് ടൈം ദാറ്റ് മിസ്റ്റർ അയ്യർ ആസ്ക്സ് മി ഫോർ എ ഫേവർ. സൊ, അയാം ആക്സപ്റ്റിങ് യു." ഹൃദ്യവും തുറന്നതുമായ ആ സമീപനം അനിരുദ്ധനെ വല്ലാതെ സ്പർശിച്ചു. ഒരുവിധത്തിൽ അയാൾ പറഞ്ഞൊപ്പിച്ചു, "താങ്ക്യു ഫോർ യുവർ കൈൻഡ്നസ്, സർ. ബട്ട് ഐ ഡോൺട് നൊ വെതർ ഐ വുഡ് ബി എ ഫിറ്റ് കാന്റിഡേറ്റ് ടു ദിസ് ജോബ്." അത് കേട്ടപ്പോൾ പ്യാരേലാൽജി തുറന്നു ചിരിച്ചു; എന്നിട്ട് പറഞ്ഞു: "ഐ വിൽ മേക്ക്യു എ ഫിറ്റ് പേഴ്സൺ ടു ദിസ് ജോബ്." അതും പറഞ്ഞ് അനിരുദ്ധനെ ആശ്ചര്യപ്പെടുത്തിക്കൊണ്ട് അദ്ദേഹം മലയാളത്തിൽ ചോദിച്ചു: "അത് പോരേ?" അനിരുദ്ധൻ അത്ഭുതത്തോടെ ആ ജ്ഞാനവൃദ്ധന്റെ മുഖത്തേക്ക് നോക്കി. എന്നിട്ട് ചോദിച്ചു: "സർ, അങ്ങേയ്ക്ക് മലയാളവും അറിയാമോ?"

"കുറേശ്ശെ" എന്നായിരുന്നു, ചിരിച്ചുകൊണ്ടുള്ള ഉത്തരം.

അനിരുദ്ധന്റെ എല്ലാ ഉൽക്കണ്ഠകളും അപ്പോഴേക്കും അവസാനിച്ചിരുന്നു. പരമേശ്വരയ്യരുടെ നോമിനി എന്ന പരിഗണന പ്യാരേലാൽ സർ എപ്പോഴും അനിരുദ്ധന് നല്കിയിരുന്നു. ഒരു പ്രത്യേക ശ്രദ്ധ പുലർത്തുക മാത്രമല്ല, അയാളോട് ഒരു മകനോടെന്നപോലെ ഒരു പ്രത്യേക വാത്സല്യവും അദ്ദേഹം കാണിച്ചു പോന്നിരുന്നു.

ജെ പിയുടെ നേതൃത്വത്തിൽ ബീഹാറിൽ ശക്തി പ്രാപിക്കുന്ന സമ്പൂർണ്ണ വിപ്ലവത്തെക്കുറിച്ചുള്ള വാർത്തകളിലൂടെ കടന്നുപോകവെ, അനിരുദ്ധന്റെ ചിന്തകൾ കടിഞ്ഞാണില്ലാത്ത കുതിരയെപ്പോലെ എങ്ങോട്ടേക്കെല്ലാമോ പായുകയായിരുന്നു. സർവ്വോദയ പ്രസ്ഥാനത്തോട് വിട ചൊല്ലിക്കൊണ്ട് വീണ്ടും പോരാട്ടത്തിന്റെ പാതയിലിറങ്ങിയ ആ വന്ദ്യവയോധികൻ ഇനിയുമൊരങ്കത്തിന് തനിക്ക് ബാല്യമുണ്ട് എന്ന് പറയാതെ പറയുകയാണെന്നാണ് അനിരുദ്ധന് തോന്നിയത്.

കല്ക്കത്തയിലാണെങ്കിൽ 1970 കളുടെ ആദ്യം മുതലേ വിദ്യാർത്ഥികൾക്കിടയിൽ നക്സലൈറ്റ് പ്രസ്ഥാനം ശക്തമായ സാന്നിദ്ധ്യം അറിയിച്ചു തുടങ്ങിയിരുന്നു. വിദ്യാർത്ഥികൾ സ്കൂളുകളും ക്യാമ്പസുകളും ബഹിഷ്കരിച്ചുകൊണ്ട് പ്രസ്ഥാനത്തിലേക്ക് കടന്നുകയറുകയായിരുന്നു. ചാരുമജുംദാരുടെ ഉന്മൂലന സിദ്ധാന്തം അവരുടെ വൈകാരിക തലങ്ങളെ സ്വാധീനിച്ചുകൊണ്ടിരുന്ന കാലമായിരുന്നു അത്. ഭൂപ്രഭുക്കളേയും വൻവ്യവസായികളേയും പൊലീസ് ഓഫീസർമാരേയും രാഷ്ട്രീയക്കാരേയുമെല്ലാം ഉന്മൂലനം ചെയ്യപ്പെടേണ്ടവരായിട്ടാണ് മജുംദാർ കണ്ടത്. മുഖ്യമന്ത്രി സിദ്ധാർത്ഥ ശങ്കർറേയാവട്ടെ, നക്സലൈറ്റുകളെ പൈശാചികമായിത്തന്നെ നേരിടാനുള്ള സംവിധാനങ്ങൾ സജ്ജമാക്കിക്കൊണ്ടിരുന്നു. സിയാൽദയിലെ കോൺഗ്രസ് എം എൽ എ ആയിരുന്ന സോമൻ മിത്ര

യുടെ വീട് തന്നെ ഒരു പീഡന ക്യാമ്പാക്കിമാറ്റി എന്ന റിപ്പോർട്ടും കൂട്ടത്തിലുണ്ട്. പശ്ചിമ ബംഗാളിൽ ഉച്ചസ്ഥായിയിലെത്തിയ നക്സലൈറ്റ് വേട്ടകൾക്കെതിരെ മനുഷ്യാവകാശ പ്രവർത്തകരും രംഗത്തിറങ്ങി. അവരോടുള്ള പൊലീസിന്റെ ന്യായവാദം ഇങ്ങനെയായിരുന്നു: "സംസ്ഥാനത്ത് നടക്കുന്നത് ഒരു ആഭ്യന്തര യുദ്ധമാണ്. അവിടെ മനുഷ്യാവകാശങ്ങൾക്കോ ജനാധിപത്യമര്യാദകൾക്കോ ഒരു സ്ഥാനവുമില്ല. മാത്രമല്ല, എതിരാളി ജനാധിപത്യത്തിൽ വിശ്വസിക്കുന്നുമില്ല." സംസ്ഥാനത്ത് ചെറിയൊരു കാലത്ത് പ്രസിഡന്റ് ഭരണമുണ്ടായിരുന്നപ്പോഴും ഈയൊരു വികൃതന്യായത്തിന്റെ പുറത്ത് നൂറ് കണക്കിന് പ്രവർത്തകർ വിചാരണയൊന്നുമില്ലാതെ ജയിലിലടയ്ക്കപ്പെടുകയും ചെയ്തിട്ടുണ്ട്. ഇക്കൂട്ടത്തിൽ നക്സലൈറ്റ് പ്രവർത്തകരെന്ന് മുദ്രകുത്തപ്പെട്ട നിരപരാധികൾ നിരവധിയാണ്.

1972 ൽ ചാരുമജുംദാർ അറസ്റ്റ് ചെയ്യപ്പെടുകയും ആലിപ്പൂർ ജയിലിൽ വെച്ച് അദ്ദേഹം മൃതിയടയുകയും ചെയ്തു. തുടർന്ന് പ്രസ്ഥാനം തന്നെ പലതായി ഛിദ്രീകരിക്കപ്പെട്ടുവെങ്കിലും അക്കൂട്ടത്തിലെ ശക്തമായ ചില ഗ്രൂപ്പുകൾ പ്രതിഷേധത്തിന്റെ ജ്വാലകളുമായി രാജ്യത്തിന്റെ വ്യത്യസ്ത മേഖലകളിൽ പ്രത്യക്ഷപ്പെടാൻ തുടങ്ങിയിരുന്നു. മഹാശ്വേതാദേവിമായെപ്പോലുള്ള വിഖ്യാതരായ എഴുത്തുകാരുടെ ധാർമ്മിക പിന്തുണ പലകാരണങ്ങളാലും നേടിയെടുക്കാനും അവർക്ക് സാധിക്കുന്നുണ്ട്. മഹാശ്വേതയുടെ *ഹജാർ ചുരാഷിർമാ* എന്ന കൃതിയെപ്പറ്റി അനിരുദ്ധനോട് പറഞ്ഞത് പത്രാധിപർ ജോഷിയായിരുന്നു.

'മാരുതി'കാറും അതിനെ ചൂഴ്ന്നുകൊണ്ടുള്ള വലിയ അഴിമതി വാർത്തകളും ഇന്ത്യയിൽ പ്രതിപക്ഷത്തിന്റെ കൈയിൽ ശക്തമായ ആയുധമായിമാറി. രാജ്യത്തെ പ്രമുഖ വ്യവസായികളുടെ പങ്കാളിത്തത്തെ സംബന്ധിച്ച വാർത്തകൾ ആരംഭം മുതലേ 'മാരുതി'യെ വേട്ടയാടിക്കൊണ്ടിരുന്നു. മാരുതി ഫാക്ടറിക്ക് ഹരിയാനയിൽ മുഖ്യമന്ത്രി ബൻസിലാൽ 290 ഏക്കർ ഭൂമി നാമമാത്രമായ വിലയ്ക്ക് അനുവദിച്ചതുമുതൽ തന്നെ വിവാദങ്ങളും ഉയരാൻ തുടങ്ങി. ബൻസിലാൽ ഭൂമിക്ക് പുറമെ ഒരു വായ്പയും സഞ്ജയ് ഗാന്ധിക്ക് അനുവദിച്ചുകൊടുത്തു. മാരുതി സാധാരണക്കാരന് വേണ്ടിയുള്ള കാറാണ് എന്ന പ്രചാരണത്തിലൂടെയാണ് അതിനനുവദിക്കപ്പെട്ട സൗജന്യങ്ങളത്രയും ന്യായീകരിക്കപ്പെട്ടുകൊണ്ടിരുന്നത്. കാറുകൾ ഉല്പാദിപ്പിക്കാനാവശ്യമായ സാങ്കേതിക വൈദഗ്ദ്ധ്യങ്ങളൊന്നും തെളിയിക്കപ്പെടാതിരുന്നിട്ടും മാരുതി കമ്പനി 'ലെറ്റർ ഓഫ് ഇൻഡെന്റ്' നേടിയെടുത്തു. 1968 മുതൽതന്നെ പാർലമെന്റിൽ മാരുതിയെക്കുറിച്ചുള്ള ചോദ്യങ്ങൾ ഉയരാൻ തുടങ്ങിയിരുന്നു. 1972 ൽ 'ഏഷ്യാ ട്രേഡ് ഫെയറി'ലെ ഹരിയാനാ പവിലിയനിൽ പ്രദർശിപ്പിച്ച മാരുതി കാറിന്റെ മോഡൽ, എഞ്ചിനില്ലാത്തതായിരുന്നു. 1973 അവസാനത്തോടെ അന്താരാഷ്ട്ര തലത്തിൽ എണ്ണവില കുതിച്ചുകയറാൻ തുടങ്ങി. അതോടെ കാർ വ്യവസായം തന്നെ പ്രതിസന്ധിയിലായി.

അതേത്തുടർന്ന് മാരുതി എന്ന സ്വപ്നം തകർച്ചയിലേക്ക് നീങ്ങുന്നു എന്ന പ്രചാരണം വ്യാപകമായി. മാരുതി ഉയർത്തിയ വിവാദങ്ങൾക്ക് അവസാനമുണ്ടായില്ലെന്ന് മാത്രമല്ല, അത് അഴിമതിയുടെ ഒരു പര്യായം തന്നെയാക്കി പ്രതിപക്ഷം മാറ്റുകയും ചെയ്തു.

തീക്ഷ്ണമായ പ്രക്ഷോഭപരമ്പരകൾ ഇങ്ങനെ രാജ്യത്തങ്ങോളമിങ്ങോളം കത്തി നില്ക്കുന്നതിനിടയിലാണ് ശ്രീമതി. ഗാന്ധിയുടെ തിരഞ്ഞെടുപ്പ് കേസ് അലഹബാദ് ഹൈക്കോടതിയിൽ നടന്നുകൊണ്ടിരുന്നത്. കേസിൽ ഇതിനകംതന്നെ വാദങ്ങളെല്ലാം പൂർത്തിയായിക്കഴിഞ്ഞിരുന്നു. 1975 ജൂൺ 8 ന് ഗുജറാത്തിൽ നിയമസഭാതിരഞ്ഞെടുപ്പായതിനാൽ, കേസിന്റെ വിധി തിരഞ്ഞെടുപ്പിനെ സ്വാധീനിക്കാതിരിക്കാൻ, അത് കഴിഞ്ഞേ വിധി പ്രസ്താവിക്കാവൂ എന്ന കോൺഗ്രസിന്റെ അപേക്ഷ കോടതി സ്വീകരിച്ചിരുന്നു. അതിനാൽ ജൂൺ 8 ന് ശേഷം ഏത് ദിവസവും വിധി പ്രസ്താവിക്കാം എന്ന അവസ്ഥയാണുള്ളത്. എന്നാൽ വിധി പ്രസ്താവം ഒരല്പം കൂടി നീട്ടിവയ്ക്കണം എന്ന അപേക്ഷയുമായി ആഭ്യന്തരവകുപ്പിലെ ജോയിന്റ് സെക്രട്ടറി പ്രേംപ്രകാശ് നയ്യാർ ഉത്തർപ്രദേശ് ഹൈക്കോടതി ചീഫ് ജസ്റ്റിസിനെ കാണുകയുണ്ടായി. പ്രധാനമന്ത്രി വിദേശപര്യടനം കഴിഞ്ഞ് മടങ്ങി വരുന്നതുവരേക്കാണ് അവധി ആവശ്യപ്പെട്ടത്. ചീഫ് ജസ്റ്റിസ് അപേക്ഷ ജസ്റ്റിസ് സിഹ്നയ്ക്ക് കൈമാറി. ഇത് അദ്ദേഹത്തെ ഒരല്പം പ്രകോപിതനാക്കിയെന്ന് തോന്നുന്നു. അദ്ദേഹം ഉടൻ രജിസ്ട്രാരെ വിളിച്ച്, വിധി ജൂൺ 12 ന് പ്രഖ്യാപിക്കുമെന്ന് ബന്ധപ്പെട്ടവരെ അറിയിക്കാൻ നിർദ്ദേശിച്ചു.

രാജ്യത്ത് ഇപ്പോൾതന്നെ നിലനില്ക്കുന്ന സങ്കീർണ്ണമായ അവസ്ഥ, വിധി വരുന്നതോടെ അതിസങ്കീർണ്ണമാകാനാണോ പോകുന്നത് എന്ന് അനിരുദ്ധൻ എന്തുകൊണ്ടോ ആശങ്കപ്പെട്ടു. വിധി ശ്രീമതി ഗാന്ധിക്ക് എതിരാകാനുള്ള സാദ്ധ്യത തള്ളിക്കളയാനാവില്ല എന്ന് അയാൾക്ക് സൂചന നല്കിയത് *ഇന്ത്യൻ മിററി*ന്റെ പ്രാദേശിക ലേഖകനായ സുധീർ രഞ്ജൻ മിശ്രയാണ്. 'അത് നിങ്ങൾക്കെങ്ങനെ അറിയാം' എന്ന ചോദ്യത്തിന് പക്ഷേ, മിശ്ര മറുപടിയൊന്നും പറഞ്ഞില്ല. അയാൾ ഫോൺ പെട്ടെന്ന് കട്ട് ചെയ്തു കളഞ്ഞു.

# ഒൻപത്

**നി**നച്ചിരിക്കാത്ത നേരത്താണ് വിൻസന്റ് അനിരുദ്ധന്റെ ക്വാർട്ടേഴ്സിലേക്ക് കയറിച്ചെല്ലുന്നത്. അയാൾ ശരിക്കും അത്ഭുതപ്പെട്ടുപോയി. ആറുകൊല്ലംമുമ്പ് യാത്രപറയുമ്പോൾ ഇനി നമ്മൾ കണ്ടാൽ കണ്ടു എന്നു മാത്രമേ പറയാനാവൂ എന്ന് പറഞ്ഞ് വിടവാങ്ങിയതാണ് വിൻസന്റ്. അയാൾ അനിരുദ്ധനെ വല്ലാത്തൊരു സ്നേഹത്തോടെ ആലിംഗനം ചെയ്തു.

"സോ അണെക്സ്പെക്ടഡ്?" അനിരുദ്ധൻ തന്റെ അത്ഭുതം മറച്ചുവെച്ചില്ല.

"തീർച്ചയായും അപ്രതീക്ഷിതം തന്നെ." വിൻസന്റ് പ്രതിവചിച്ചു. എന്നിട്ട് നിഷ്കളങ്കമായ കൗതുകത്തോടെ അയാളുടെ കൈകളിൽ തൊട്ടുകൊണ്ട് പറഞ്ഞു: "ഐ കെയിം ജസ്റ്റ് ടു സീ യൂ." കപ്പൽ ഇന്നലെ കല്ക്കത്തയിൽ നങ്കൂരമിട്ടതേയുള്ളൂ എന്നും ഏതാനും ദിവസം കൊണ്ട് ചരക്കിറക്കി ഉടൻ സ്ഥലം വിടുമെന്നുംകൂടി വിൻസന്റ് അറിയിച്ചു. അയാൾ പറഞ്ഞു: "ഞാൻ പ്ലെയിനിനാണ് വന്നത്. റിട്ടേൺ ടിക്കറ്റുമെടുത്തു. ഇന്ന് രാത്രി 11.45 നാണ് റിട്ടേൺ പ്ലെയിൻ."

അനിരുദ്ധൻ പറഞ്ഞു: "അങ്ങനെ ധൃതി വേണ്ട. ടിക്കറ്റ് ക്യാൻസലാക്കാം. നാളെ പോകാം."

അപ്പോൾ വിൻസന്റ് അയാളുടെ നിസ്സഹായത വ്യക്തമാക്കി "ക്യാപ്റ്റൻ വളരെ സ്ട്രിക്ടാണ്, സാധാരണ നിലയിൽ സ്റ്റേഷൻ വിടാൻ അദ്ദേഹം ആരെയും അനുവദിക്കില്ല. എനിക്കൊരു പ്രത്യേക അനുമതി തന്നതാണ്, നാളെ പുലർച്ചെ സ്ഥലത്തെത്തണമെന്ന ഉപാധിയിൽ."

അനിരുദ്ധൻ അയാളെ സൂക്ഷിച്ചുനോക്കി. വിൻസന്റിന് വലിയ മാറ്റമുണ്ട്. കണ്ണുകളിൽ ആ പഴയ വിഷാദം ഇപ്പോൾ തീരെ ഇല്ല. പകരം

മുഖം പ്രസന്നമാണ്. ഒരല്പം തടിച്ചിട്ടുണ്ട്. "എവിടെയാണ് ടോയ്ലറ്റ്? ഞാനൊന്ന് ഫ്രഷാവട്ടെ." അയാൾ ചിരപരിചിതനെപ്പോലെ അകത്തേക്ക് നടന്നു. അതിനിടയിൽ അനിരുദ്ധൻ വിളിച്ചു ചോദിച്ചു: "ഞാനിവിടെയാണെന്ന് എങ്ങനെ മനസ്സിലായി?"

"കല്ക്കത്താ പോർട്ടിൽനിന്ന് ഞാൻ നിങ്ങളുടെ പത്രത്തിന്റെ കല്ക്കത്താ ബ്യൂറോയിലേക്ക് വിളിച്ചു. നിങ്ങളെ അന്വേഷിച്ചപ്പോൾ അവർ മുഴുവൻ വിവരവും വളരെ വ്യക്തമായി പറഞ്ഞുതന്നു. യുവാർ സോ പോപ്പുലർ, സർ." വിൻസന്റ് ആത്മാർത്ഥമായി ചിരിച്ചുകൊണ്ട് ടോയ്ലറ്റിലേക്ക് നടന്നു.

സെറ്റിയിൽ വിൻസന്റിനെ കാത്തിരിക്കെ അനിരുദ്ധൻ അയാളെ ഒരു ബോംബെ യാത്രയ്ക്കിടയിൽ തീവണ്ടിയിൽ വെച്ച് ആറ് വർഷം മുമ്പ് യാദൃച്ഛികമായി കണ്ടുമുട്ടിയ കഥയാണ് ഓർത്തുപോയത്. പത്മേടത്തി രോഹിത്തിനെ പ്രസവിച്ച വിവരമറിഞ്ഞ് അയാൾ ബോംബെയ്ക്ക് വണ്ടി കയറിയതായിരുന്നു. വൈകിട്ട് ഭോപ്പാലിലെത്തുന്ന പഞ്ചാബ് മെയ്ലിലായിരുന്നു യാത്ര. വണ്ടി ഭോപ്പാൽ സ്റ്റേഷൻ വിടാൻ തുടങ്ങുമ്പോഴാണ് ആറടിയിലേറെ പൊക്കമുള്ള ഒരു സായ്പ് പയ്യൻ അയാളുടെ എതിർവശത്തെ സീറ്റിൽ വന്നിരുന്നത്. വെളുത്ത് വടിവൊത്ത എന്നാൽ അധികം തടിയില്ലാത്ത ശരീരം. അയാളുടെ മുഖത്ത് പക്ഷേ, ഒരു വിഷാദഭാവമാണുള്ളത് എന്ന് തോന്നി. കൈയിലൊരു പുസ്തകവുമായിട്ടായിരുന്നു, സായ്പിന്റെ വരവ്. ഒരു കൗതുകത്തിന് അനിരുദ്ധൻ ആ പുസ്തകത്തിന്റെ പേര് നോക്കി: അത് ഇർവിങ് സ്റ്റോണിന്റെ *ലസ്റ്റ് ഫോർ ലൈഫ്* ആയിരുന്നു. വിൻസന്റ് വാൻഗോഗ് എന്ന വിശ്വ വിശ്രുത ചിത്രകാരന്റെ ജീവിതത്തെ കേന്ദ്രീകരിച്ചുള്ള ഒരു ഫിക്ഷൻ.

സായിപ്പിനെ വായിക്കാൻ വിട്ടുകൊണ്ട് അനിരുദ്ധൻ പത്മേടത്തിയുടെ നവജാത ശിശുവിനെക്കുറിച്ചാണ് ആലോചിച്ചത്. തന്റെ രണ്ടാമത്തെ കുട്ടി പെണ്ണായിരിക്കണമെന്ന് സോമേട്ടന് വലിയ ആഗ്രഹമുണ്ടായിരുന്നു. ഏടത്തി ഗർഭിണിയായിരിക്കുമ്പോൾതന്നെ ഫോണിൽ സംസാരിക്കുമ്പോഴെല്ലാം സോമേട്ടൻ മറയില്ലാതെ തന്റെ ആഗ്രഹം പ്രകടിപ്പിച്ചിരുന്നു. അപ്പോഴെല്ലാം ഭർത്താവിനെ ശുണ്ഠി പിടിപ്പിക്കാനായി പത്മേടത്തി ഫോണിലൂടെ വിളിച്ചു പറയും: "എടാ അനീ, ഞാൻ ആങ്കുട്ട്യേത്തന്ന്യാ പ്രസവിക്ക്യാ. നീ നോക്കിക്കോ. പെൺകുട്ടിയെ കൊതിച്ചയാള് അങ്ങനെ കൊതിച്ചു കൊണ്ടിരിക്ക്യേ, ള്ളൂ."

സോമേട്ടനെ വെറുതെ ശുണ്ഠിപിടിപ്പിക്കാനായി തമാശയായിട്ടാണ് പത്മേടത്തി അങ്ങനെ പറഞ്ഞിരുന്നതെങ്കിലും അവസാനം അത് തന്നെ സംഭവിച്ചു എന്ന് അനിരുദ്ധൻ കൗതുകത്തോടെ ഓർത്തു. അപ്പോഴാണ് തീർത്തും അപ്രതീക്ഷിതമായി എതിർ സീറ്റിൽനിന്നും സായ്പ് പതിഞ്ഞ ശബ്ദത്തിൽ ചോദിച്ചത്:

"എങ്ങോട്ട് പോകുന്നു?"

"ബോംബെക്ക്."

“ഞാനും.”

“താങ്കൾ ഭോപ്പാലിൽ നിന്നാണോ?”

“അതെ. ഐ വിസിറ്റഡ് സം ടൂറിസ്റ്റ് സെന്റേഴ്സ് ഇൻ മദ്ധ്യപ്രദേശ്.” തുടർന്ന് എന്ത് ചോദിക്കണമെന്ന് ആലോചിക്കുന്നതിനിടയിൽ അയാൾ, താനൊരു മർച്ചന്റ് ഷിപ്പിൽ ജോലി ചെയ്യുകയാണെന്നും തന്റെ കപ്പൽ ബോംബെ തുറമുഖത്ത് നങ്കൂരമിട്ടിരിക്കുകയാണെന്നും ചരക്ക് ഇറക്കിത്തീരാൻ കുറച്ച് ദിവസങ്ങളെടുക്കുമെന്നുമെല്ലാം ചിരപരിചിതനെപ്പോലെ പറഞ്ഞുകൊണ്ടിരുന്നു. തുടർന്ന് പെട്ടെന്നോർത്തതുപോലെ അയാളോട് ചോദിച്ചു:

“മെ ഐ നോ ഹു യുവാർ?”

“ഞാനൊരു പത്രപ്രവർത്തകനാണ്.”

“ഓ, ജേർണലിസ്റ്റ്! വെരിഹാപ്പി ടു മീറ്റ് യൂ, സർ.”

അതിൽ വലിയൊരാദരവ് പ്രകടമായിരുന്നു. തുടർന്ന് ഒരു ചോദ്യം കൂടി: “ഏത് പത്രം?”

“*ഇന്ത്യൻ മിറർ.*”

അയാളുടെ കണ്ണുകളിലെ സ്ഥായിയായ വിഷാദം ഒട്ടൊന്ന് കുറഞ്ഞെന്ന് തോന്നി. അപ്പോൾ അനിരുദ്ധൻ അയാളുടെ പേര് ചോദിച്ചു.

“വിൻസന്റ്.” അയാൾ വിനയപൂർവ്വം പറഞ്ഞു.

അപ്പോൾ കൗതുകപൂർവ്വമായിരുന്നു അനിരുദ്ധന്റെ പ്രതികരണം. അയാൾ വിൻസന്റ് വായിക്കുന്ന പുസ്തകത്തെ ചൂണ്ടി പറഞ്ഞു: “വാൻഗോഗിന്റെ പേരും വിൻസന്റ് എന്നാണ്.”

അപ്പോൾ അയാളുടെ കണ്ണുകളിലെ വിഷാദം തിരിച്ചുവന്നു. അയാൾ പ്രതിവചിച്ചു: “ഞാൻ വിൻസന്റ് മാത്രമാണ്, സർ. എനിക്ക് എന്റെ പേരിനൊപ്പം ചേർക്കാൻ ഒരു കുടുംബപ്പേരില്ല. തറവാടില്ലാത്ത, തന്തയില്ലാത്ത വെറും വിൻസന്റാണ്, ഞാൻ.” വാചകത്തിന്റെ അവസാനഭാഗം പറയുമ്പോൾ അയാൾ വികാരഭരിതനായിരുന്നു.

“എന്തുപറ്റി, വിൻസന്റ്?” അനിരുദ്ധൻ അനുതാപപൂർവ്വം തിരക്കി. അപ്പോൾ അയാളൊരു കഥ ശുദ്ധമായ ഇംഗ്ലീഷിൽ പറയാൻ തുടങ്ങി:

“സത്യകാമൻ എന്ന ഒരു കുട്ടി, വിദ്യ നേടാനായി ഗൗതമൻ എന്ന ഋഷിയുടെ അടുത്തേക്ക് പോകാൻ അമ്മയോട് അനുവാദം ചോദിച്ചു. അനുവാദം കിട്ടി ഗുരുസവിധത്തിലേക്ക് പോകും മുമ്പ് അവൻ അമ്മ ജാബാലയോട് ചോദിച്ചു: ‘എന്റെ ഗോത്രമേതാണ്?’ അപ്പോൾ അമ്മ അയാളോട് പറഞ്ഞു: മോനേ, നീ ഏത് ഗോത്രക്കാരനാണ് എന്ന് എനിക്കറിഞ്ഞുകൂടാ. ഞാൻ യൗവനത്തിൽ പല പ്രവൃത്തികളും ചെയ്തുകൊണ്ടും പല പുരുഷന്മാരേയും പരിചരിച്ചുകൊണ്ടും ഇരിക്കുന്ന കാലത്താണ് നിന്നെ പ്രസവിച്ചത്. അതിനാൽ നിന്റെ ഗുരു നിന്നോട് ഗോത്രമേതെന്ന് ചോദിച്ചാൽ നീ സത്യം മാത്രം പറയുക: ജാബാലയുടെ പുത്രനായ സത്യകാമനാണ്, എന്ന്.”

ഈ കഥ പറഞ്ഞശേഷം വിൻസന്റ് ഇതുകൂടി കൂട്ടിച്ചേർത്തു: “സർ,

ഇതൊരു ഇന്ത്യൻ കഥയാണ്. താങ്കൾ മുൻപ് കേട്ടിരിക്കാൻ സാദ്ധ്യതയുള്ള കഥ. എന്റെ അച്ഛൻ ആരാണെന്ന് ചോദിച്ചപ്പോൾ ഈ കഥയാണ് അമ്മ പറഞ്ഞുതന്നത്."

അനിരുദ്ധൻ ആ ചെറുപ്പക്കാരനെ നിർന്നിമേഷനായി നോക്കിയിരുന്നു. അത് കണ്ടപ്പോൾ വിൻസന്റ് പറഞ്ഞു: "നമുക്ക് മറ്റെന്തെങ്കിലും സംസാരിക്കാം, സർ. വാൻഗോഗ് എന്ന ചിത്രകാരനെക്കുറിച്ചല്ലേ നമ്മൾ പറഞ്ഞു വന്നത്. എനിക്ക് ആ ഭ്രാന്തന്റെ ചിത്രങ്ങളോട് വല്ലാത്തൊരിഷ്ടമാണ്, സർ."

"വിൻസന്റ് ചിത്രം വരയ്ക്കുമോ?"

"വരയ്ക്കാൻ ശ്രമിക്കാറുണ്ട്." അയാൾ ചിരിച്ചു. സംസാരിച്ചുവന്നപ്പോൾ അയാൾക്ക് ചിത്രകലയെക്കുറിച്ചും ലോകപ്രശസ്തരായ ചിത്രകാരന്മാരെക്കുറിച്ചുമെല്ലാം നല്ല വിവരമുണ്ടെന്ന് തോന്നി. ഡച്ച് ചിത്രകാരന്മാരായ റെം ബ്രാന്റ്, മാരിസ്, ഫ്രഞ്ച് ചിത്രകാരന്മാരായ ദൊബീഞ്ഞി, കോറോ എന്നിവരെക്കുറിച്ചും ജർമ്മൻ ചിത്രകാരൻ ഡ്യൂററെക്കുറിച്ചും അവരിൽ പലരും സ്വീകരിച്ച രചനാ സങ്കേതങ്ങളെക്കുറിച്ചുമെല്ലാം അയാൾ രസകരമായി സംസാരിച്ചു കൊണ്ടിരുന്നു. അയാളോട് സംസാരിച്ചിരുന്നപ്പോൾ സമയം പോയതറിഞ്ഞില്ല.

"നമുക്ക് കിടക്കാം, സർ. ഞാൻ താങ്കളെ വല്ലാതെ ബോറടിപ്പിച്ചു. അല്ലേ?"

"ഹേയ്, ഒരിക്കലുമില്ല. ഞാൻ വിൻസന്റിൽനിന്ന് എനിക്കറിയാത്ത ചിത്രകലയെക്കുറിച്ചും ചിത്രകാരന്മാരെക്കുറിച്ചുമെല്ലാം ഒരുപാട് കാര്യങ്ങൾ പഠിച്ചു. വളരെ നന്ദി, വിൻസന്റ്." അനിരുദ്ധൻ ആത്മാർത്ഥതയോടെ പറഞ്ഞപ്പോൾ അയാൾക്കത് ഏറെ സന്തോഷം തോന്നി.

"സോ, ഗുഡ്നൈറ്റ്."

ഉറങ്ങാൻ കിടന്നെങ്കിലും വിൻസന്റ് പറഞ്ഞ കഥയും അയാളുടെ കണ്ണിൽ അത് പറയുമ്പോഴുണ്ടായിരുന്ന വല്ലാത്തൊരു ഭാവവും അനിരുദ്ധന്റെ മനസ്സിനെ മഥിച്ചുകൊണ്ടിരുന്നു. എന്തൊക്കെയോ ഓർത്തു എപ്പോഴോ അയാൾ ഉറങ്ങിപ്പോയി. വിൻസന്റ് തട്ടി വിളിച്ചപ്പോഴാണ് അനിരുദ്ധൻ ഞെട്ടിയെണീറ്റത്.

"സർ, നമ്മളെത്തി. ഇറങ്ങുന്നില്ലേ?"

"ഇതാ, വന്നു."

അപ്പോൾ പുറത്തെ തണുപ്പിൽ പ്രഭാതം വിറച്ചു നില്ക്കുകയായിരുന്നു. സ്റ്റേഷന് പുറത്തെത്തിയപ്പോൾ അനിരുദ്ധൻ ചോദിച്ചു: "എങ്ങോട്ടേക്കാണ്?"

"ഞാനിവിടെയടുത്ത് ഹോട്ടലിൽ ഒരു മുറിയെടുത്തിട്ടുണ്ട്. അവിടെച്ചെന്ന് പ്രഭാതകർമ്മങ്ങൾക്ക് ശേഷം സൗകര്യംപോലെ പോർട്ടിലൊന്ന് പോകണം. എന്നേക്ക് തുറമുഖം വിടാനാവുമെന്ന് വൈകിട്ടോടെ ഏതാണ്ട് അറിയാനാകും."

പിന്നീട് എന്തോ ഓർത്തപോലെ വിൻസന്റ് പറഞ്ഞു:

"സർ, ഫോൺ നമ്പർ തന്നേക്കൂ. ഏതാനും ദിവസം കൂടി ഇവിടെയുണ്ടാവുമെങ്കിൽ നമുക്ക് വീണ്ടും കാണാമല്ലോ. ഞാൻ വിളിക്കാം." അനിരുദ്ധൻ സോമശേഖരന്റെ ഫോൺ നമ്പർ കൊടുത്തുകൊണ്ട് പറഞ്ഞു: "ഇതെന്റെ ബ്രദറിൻലോയുടെ താമസസ്ഥലത്തെ ഫോൺ നമ്പറാണ്. വിളിച്ചിട്ട് എന്നെ കിട്ടണമെന്ന് പറഞ്ഞാൽ മതി. ഒരു രണ്ടു മൂന്ന് ദിവസം ഞാനിവിടെ കാണും."

അപ്പോൾ വിൻസന്റ് സന്തോഷത്തോടെ പറഞ്ഞു: "എങ്കിൽ നമ്മൾ തീർച്ചയായും കാണും. ഞാൻ വിളിക്കാം."

മടിച്ചു മടിച്ചാണെങ്കിലും അനിരുദ്ധൻ ഇത്രകൂടി പറഞ്ഞു: "എനിക്ക് താങ്കളുടെ കഥ മുഴുവൻ കേൾക്കണമെന്നുണ്ട്. വിരോധമില്ലെങ്കിൽ..." അയാൾ അർദ്ധോക്തിയിൽ നിർത്തി. ചിരിച്ചുകൊണ്ടാണ് വിൻസന്റ് മറുപടി പറഞ്ഞത്:

"ഞാൻ വിളിക്കാം, സർ." അയാൾ കൂടുതലൊന്നും പറയാതെ വണ്ടിയിൽ കയറിയിരുന്നിട്ട് കൈയുയർത്തി നിശ്ശബ്ദമായി യാത്ര പറഞ്ഞു.

"ഞാൻ റെഡിയായി, സർ." വിൻസന്റിന്റെ ശബ്ദമാണ് അയാളെ ഓർമ്മകളിൽ നിന്നുണർത്തിയത്. അയൊളൊരു മന്ദഹാസത്തോടെ വിൻസന്റിനോട് പറഞ്ഞു: "നമ്മളാദ്യമായി പഞ്ചാബ് മെയിലിൽ വെച്ച് കണ്ടുമുട്ടിയതിനെക്കുറിച്ചോർക്കുകയായിരുന്നു, ഞാൻ. അന്ന് അർദ്ധരാത്രി വരെ ചിത്രകലയെക്കുറിച്ചും അതിന്റെ വ്യത്യസ്ത സങ്കേതങ്ങളെക്കുറിച്ചുമെല്ലാം നിങ്ങളെനിക്ക് പറഞ്ഞു തരികയായിരുന്നു. ഒപ്പം നിങ്ങളുടെ ജീവിതവും."

ദുഃഖസാന്ദ്രമായ ഒരു നെടുവീർപ്പ് അപ്പോൾ അയാളിൽനിന്നുയർന്നു. അയാൾ പതിഞ്ഞ ശബ്ദത്തിൽ അനിരുദ്ധനോട് പറഞ്ഞു:

"അന്ന് എനിക്ക് അമ്മയും അച്ഛനുമെല്ലാം എന്റെ മമ്മയായിരുന്നു. ഇന്ന് ഞാൻ തീർത്തും ഒരനാഥനാണ്, സർ. എന്നെ ഇന്നത്തെ ഞാനാക്കാൻവേണ്ടി പറയാനെളുപ്പമല്ലാത്ത ഒരുപാട് നഷ്ടങ്ങൾ സഹിച്ച എന്റെ മമ്മ എന്നെ തനിച്ചാക്കി പോയി." അനിരുദ്ധൻ അയാളെ ആശ്വസിപ്പിക്കാനെന്നോണം അടുത്ത് ചെന്ന് അയാളെ തലോടിക്കൊണ്ട് പറഞ്ഞു:

"എല്ലാ മനുഷ്യരും ഒരർത്ഥത്തിൽ തനിച്ചാണ്, വിൻസന്റ്. നഷ്ടങ്ങളുടേയും ദുഃഖങ്ങളുടേയും ചുമടുകളും പേറി ചുമടുതാങ്ങിയന്വേഷിച്ച് ഭൂമിക്ക് കുറുകെ നടക്കുന്ന ഒറ്റയാന്മാർ."

വിൻസന്റ് വിസ്മയത്തോടെ അനിരുദ്ധന്റെ മുഖത്തേക്ക് ഉറ്റുനോക്കി.

# പത്ത്

**വി**ൻസന്റിനെ എയർപോർട്ടിലിറക്കി തിരിച്ചെത്തിയപ്പോൾ അർദ്ധരാത്രി കഴിഞ്ഞിരുന്നു. അകലങ്ങളിലെവിടെയോ നിന്ന് എത്തിയ വെള്ളക്കാരനായ ആ ചെറുപ്പക്കാരൻ സഹോദരനിർവ്വിശേഷമായ സ്നേഹത്തോടെ തന്നെ കാണാൻ കല്ക്കത്തെയിൽ നിന്നും ഇത്രയും ദൂരം താണ്ടി, ഇത്രയും കാലത്തിനുശേഷം എത്തി എന്നത് അയാൾക്കൊരു വിസ്മയമായിരുന്നു. രക്തബന്ധമുള്ളവരിൽനിന്നുപോലും പ്രതീക്ഷിക്കാനെളുതല്ലാത്ത വല്ലാത്തൊരു സ്നേഹവായ്പാണ് കഴിഞ്ഞ ഏതാനും മണിക്കൂറുകളിൽ അയാൾ താനുമായി പങ്കുവെച്ചത്. രണ്ട് കൊല്ലംമുമ്പ് തന്നെ തനിച്ചാക്കിപ്പോയ മമ്മയുടെ ഓർമ്മകൾ അയാളൊരു ജ്യേഷ്ഠനോടെന്നപോലെയാണ് അനിരുദ്ധനുമായി പങ്കിട്ടത്. അയാൾ നിറകണ്ണുകളോടെ അയാളോട് പറഞ്ഞു. “ഞാൻ വിവാഹിതനാകണമെന്നും എന്റെ കുഞ്ഞുങ്ങളെ താലോലിക്കണമെന്നുമെല്ലാം മമ്മ വല്ലാതെ ആശപ്പെട്ടിരുന്നു. ഒന്നും നടന്നില്ല.” അത് കേൾക്കെ, അനിരുദ്ധൻ സ്വന്തം മനസ്സിൽ വിൻസന്റിന്റെ മമ്മയ്ക്കൊപ്പം മോഹങ്ങൾ ബാക്കിയാക്കി മടങ്ങിയ തന്റെ അമ്മയേയും ചേർത്തുവെച്ചു. മോഹിക്കാനും ദുഃഖിക്കാനും മാത്രം വിധിക്കപ്പെട്ട മാതൃജന്മങ്ങൾ.

ഉറങ്ങാൻ കിടന്നപ്പോൾ വിൻസന്റ് തന്നെയായിരുന്നു, അയാളുടെ മനസ്സ് നിറയെ. അയാൾ കഥപറയുകയായിരുന്നു. ഒരിത്തിരി ശാന്തിയുടെ ശർക്കര നുണയാനായി അയാൾ കാലങ്ങളായി കുടിച്ചു തീർത്ത കയ്പിന്റെ കഥ.

“എന്റെ മമ്മ ഒരു പോൺസ്റ്റാറായിരുന്നു.” ആറ് വർഷങ്ങൾക്ക് മുമ്പ് ബോംബെയിൽ കമലാനെഹ്റു പാർക്കിലെ പച്ചപ്പുൽത്തകിടിയിൽ ചമ്രം പടിഞ്ഞിരുന്നുകൊണ്ട് വിൻസന്റ് തന്റെ കഥ പറയാൻ തുടങ്ങി. അപ്പോൾ

അകലങ്ങളിലെങ്ങോ നിന്നെത്തിയ ഒരിളം കാറ്റ് പുൽത്തകിടിയെ സൗമ്യമായി തഴുകി ഒന്നുമറിയാത്ത മട്ടിൽ എങ്ങോട്ടേക്കോ പലായനം ചെയ്തു. നിനച്ചിരിക്കാതെ കിട്ടിയ ആ ലാളനയിൽ പുൽത്തകിടി നാണിച്ചു പോയി. പാർക്കിൽ കാവൽ മാലാഖകളെപ്പോലെ തലയുയർത്തിനിന്ന വർണ്ണപുഷ്പങ്ങൾ അത് കണ്ട് തലയറഞ്ഞ് ചിരിച്ചു. അനിരുദ്ധന് അതെന്താണെന്ന് മനസ്സിലായില്ല. അപ്പോൾ വിൻസന്റ് വിശദീകരിച്ചു: "നഗ്നചിത്രങ്ങളിലഭിനയിക്കുന്ന ഒരഭിനേത്രിയായിരുന്നു മമ്മ. ക്യാനഡയിലെ വിനോദ വ്യവസായ കേന്ദ്രത്തിൽ താനെങ്ങനെ എത്തപ്പെട്ടു എന്ന കഥമാത്രം മമ്മ എന്നോട് പറഞ്ഞിട്ടില്ല. ആ ഞെട്ടിപ്പിക്കുന്ന പൈശാചികത തന്നോടൊപ്പം മണ്ണടിഞ്ഞുപോകട്ടെ എന്നാവാം മമ്മ ആഗ്രഹിച്ചത്. മരിയ റോസറ്റി എന്ന പോൺസ്റ്റാറിന്റെ ഗർഭപാത്രത്തിലേക്കുള്ള എന്റെ പ്രവേശനം ഒരപ്രതീക്ഷിതത്വമായിരുന്നു എന്നു വേണം വിചാരിക്കാൻ. എന്റെ മമ്മയുടെ തൊഴിലിനെത്തന്നെ ബാധിച്ച ഒരു ജന്മമായിരുന്നു, എന്റേത്. എന്തുകൊണ്ടോ അവർ എന്നെ ഉപേക്ഷിച്ചില്ല; പ്രസവിച്ചു; വളർത്തി. തന്തയില്ലാത്തവനെന്ന വിശേഷണവും പേറിക്കൊണ്ടാണ്, സർ ഞാൻ വളർന്നത്. മമ്മ എന്നെ പഠിപ്പിച്ചു. ഞാൻ പഠിക്കാൻ മിടുക്കനായിരുന്നു. അതിനാലാവണം, ഒരു വാശി തീർക്കുന്നതുപോലെ മമ്മ എന്നെ പഠിപ്പിച്ചത്. സ്വന്തം ശരീരം വിറ്റുകൊണ്ട് അവർ തന്റെ മാതൃധർമ്മം നിറവേറ്റി എന്ന് പറയുന്നതാവും, ശരി. അത്തരമൊരു ജീവിത രീതിക്ക് ലോകത്ത് എല്ലാ കാലത്തും സ്വീകാര്യതയുണ്ടായിരുന്നു എന്നാണ് മമ്മയുടെ ന്യായവാദം. നീതിമാനായ രാജാവ് എന്ന് പുകൾപെറ്റ സോളമന്റെ കാലം മുതലേ ഗ്രീസിൽ വ്യഭിചാരശാലകൾ നിയമാനുസൃതം തന്നെ നിലവിലുണ്ടായിരുന്നു എന്ന് മമ്മ പറയുമായിരുന്നു. രാജ്യത്ത്, കുടുംബജീവിതം ഭദ്രമാക്കുകയായിരുന്നുവത്രെ രാജാവിന്റെ ഉദ്ദേശ്യം. കുടുംബ ഭദ്രത ഉറപ്പുവരുത്താനുള്ള സുരക്ഷാ വാൽവായിട്ടാണ് സോളമൻ വ്യഭിചാരത്തെ കണ്ടത്. മറ്റൊരാളുടെ ഭാര്യയെ സമീപിക്കുന്ന ഗൃഹസ്ഥന് രാജാവ് വധശിക്ഷതന്നെ വിധിച്ചിരുന്നുവത്രെ." വിൻസന്റ് ഒന്നു നിർത്തി. അയാൾ അനിരുദ്ധന്റെ മുഖത്തേക്ക് നോക്കി. അയാൾക്കിക്കാര്യത്തിൽ എന്തെങ്കിലും കൂട്ടിച്ചേർക്കാനുണ്ടാവും എന്ന് വിൻസന്റ് ശങ്കിച്ചിരിക്കണം. അയാളുടെ മനസ്സ് വായിച്ചിട്ടെണ്ണവണ്ണം അനിരുദ്ധൻ പറഞ്ഞു: "വേദകാലത്തിന് ശേഷമാവണം ഇന്ത്യയിൽ സ്ത്രീകളുടെ നില അധഃപതിക്കാൻ തുടങ്ങിയത്. ഞങ്ങൾക്ക് പണ്ഡിതകളായ സ്ത്രീരത്നങ്ങളുണ്ടായിരുന്നു. ഏത് പണ്ഡിതനോടും സംവാദം നടത്താൻ മാത്രം പാണ്ഡിത്യവും പ്രാപ്തിയുമുണ്ടായിരുന്നു, ഗാർഗിക്കും മൈത്രേയിക്കുമെല്ലാം. വിദ്യാഭ്യാസവും കലാപരിശീലനവും പൊതു ജനമദ്ധ്യത്തിലെ ഇടപെടലുകളുമെല്ലാം ഉപേക്ഷിക്കാൻ പില്ക്കാലത്ത് അവർ നിർബ്ബന്ധിതരായി എന്നുവേണം അനുമാനിക്കാൻ. പിന്നീട് ഗോത്രയുദ്ധങ്ങളിൽ, തോല്ക്കുന്ന ഗോത്രത്തിലെ സ്ത്രീകൾ ജയിച്ച ഗോത്രത്തിലെ പുരുഷന്മാരുടെ കാമം തീർക്കാനുള്ള ചരക്കുകൾ മാത്രമായി അധഃപതിച്ചു." അനിരു

ദ്ധൻ പറഞ്ഞത് ശരിവെച്ചുകൊണ്ട് വിൻസന്റ് തുടർന്നു: "ശരിയാണ്, റോമൻ പടയാളികൾ യുദ്ധം ജയിച്ച് വരുമ്പോൾ കീഴടക്കപ്പെട്ട രാജ്യങ്ങളിൽനിന്നും സ്ത്രീകളെ കൊണ്ടുവന്ന് പൊതു കമ്പോളങ്ങളിൽ ലേലം ചെയ്ത് വില്ക്കുക പതിവായിരുന്നു എന്ന് മമ്മ എനിക്ക് പറഞ്ഞു തന്നിട്ടുണ്ട്."

"വിൻസന്റ്, നിങ്ങളുടെ മമ്മ സത്യകാമ ജാബാലിയുടെ കഥ നിങ്ങൾക്ക് പറഞ്ഞുതന്നുവെന്ന് പറഞ്ഞിരുന്നല്ലോ? അവർ നന്നായി വായിക്കുമായിരുന്നോ?" അനിരുദ്ധൻ ആകാംക്ഷയോടെ ചോദിച്ചു.

"എനിക്ക് ഓർമ്മവെച്ചതുമുതൽ ഞാൻ കണ്ട മമ്മ നല്ലൊരു വായനക്കാരിയായിരുന്നു. മമ്മ ഒരുപാട് കഥകളും എനിക്ക് പറഞ്ഞു തരുമായിരുന്നു. പക്ഷേ, ആ കഥകളെല്ലാം ദേവന്മാരുടെ രതിലീലകളെ മഹത്ത്വവല്ക്കരിക്കുന്നവയായിരുന്നു എന്നു മാത്രം. ഒരുപക്ഷേ, മമ്മ ബോധപൂർവ്വം തെരഞ്ഞെടുത്തതായിരിക്കണം ആ കഥകൾ. എന്നെ ചൂഴ്ന്നു നില്ക്കുന്ന ജീവിതം എനിക്കു സമ്മാനിച്ച അപകർഷതാ ബോധവും അവമതിപ്പും എന്റെ മനസ്സിൽനിന്ന് വേരോടെ പിഴുതുകളയാനുള്ള നിഷ്ഫല ശ്രമമായിരുന്നിരിക്കാം ആ കഥ പറച്ചിൽ. ദേവന്മാർപോലും സ്വീകരിച്ചാസ്വദിച്ചവയാണ് ഇവയെല്ലാം; പിന്നെന്തിന് നമ്മൾ മനുഷ്യർ അതേക്കുറിച്ച് ആത്മപീഡയനുഭവിക്കണം എന്ന് ഈ കഥകളിലൂടെ മമ്മ എന്നോട് പറയാതെ പറയുകയായിരിക്കണം. ആ കഥകളിൽ എപ്പോഴും പ്രമുഖ സ്ഥാനത്തുണ്ടായിരുന്നത് കാമസ്വരൂപിണിയായ ഗ്രീക്ക്ദേവത ആഫ്രൊഡൈറ്റായിരുന്നു. അവരുടെ ജനന കഥ മമ്മ പലവട്ടം എനിക്ക് പറഞ്ഞുതന്നിട്ടുണ്ട്. ആകാശത്തിന്റെ ദേവനായ യുറാനസ് ഭൂമിദേവതയായ ഗ്യാദേവിയിൽ കാമാതുരനായി. യുറാനസ് അവരെ പ്രാപിക്കാൻ തുടങ്ങവെ, അയാളുടെ പുത്രനും നിത്യശത്രുവുമായ ക്രോണസ് ആ അനർഘ നിമിഷത്തിൽ പിതാവിനെ ആക്രമിച്ച് അയാളുടെ ലിംഗം ഛേദിച്ച് കടലിലെറിഞ്ഞു. അതിൽ നിന്നുത്ഭവിച്ച ദിവ്യ ബീജത്തിൽ നിന്ന് ജന്മംകൊണ്ടവളത്രെ, ആഫ്രൊഡൈറ്റ്. ത്രൈലോക്യ സുന്ദരിയായ അവൾ സ്വന്തം ഭർത്താവിനെ ഉപേക്ഷിച്ച് യുദ്ധദേവനായ ഏരീസുമൊത്ത് നിരന്തരം രതിലീലകളിൽ മുഴുകി ജീവിച്ചു. ഇതുകണ്ട് അസഹിഷ്ണുവായ സൂര്യൻ അഗ്നിയോട് അവരെ ഒരു പാഠം പഠിപ്പിക്കണമെന്ന് നിർദ്ദേശിച്ചു. അഗ്നി അവരിരുവരേയും പൂർണ്ണ നഗ്നാവസ്ഥയിൽ ബന്ധനസ്ഥരാക്കി അപമാനിച്ചു. എന്നാൽ ഇതൊന്നും ആഫ്രൊഡൈറ്റിന് ഒരു വിഷയമേ ആയിരുന്നില്ല. അവർ അഡോണിസുമായി ചങ്ങാത്തത്തിലായി. അഡോണിസ് മരിക്കുംവരെ ആ ബന്ധം തുടർന്നു. അതൊരു ദുർമ്മരണമായിരുന്നു. അതോടെ തീവ്രദുഃഖിതയായ ആഫ്രൊഡൈറ്റ് സൈപ്രസിലെ പാഫോസിൽ ഏകാകിയായി തപസ്സനുഷ്ഠിച്ചു. അവിടെ ആഫ്രൊഡൈറ്റിന് ഇപ്പോഴും ഒരു ക്ഷേത്രമുണ്ട്. ആ ക്ഷേത്രപരിസരത്ത് ഭക്തിപൂർവ്വമായ വ്യഭിചാരവൃത്തി നടന്നിരുന്നുവത്രെ. വിവാഹത്തിനുമുമ്പ് എല്ലാ ഗ്രീക്ക് കന്യകകളും ആ ക്ഷേത്രത്തിലെത്തുകയും

അവിടെവെച്ച് തങ്ങൾക്കിഷ്ടപ്പെട്ട ഏതെങ്കിലുമൊരു പുരുഷനുമായി രതിബന്ധത്തിലേർപ്പെടുകയും ചെയ്യുക എന്നത് ഒരാചാരമായി മാറി."

കഥ താല്പര്യപൂർവ്വം കേട്ടുകൊണ്ടിരുന്ന അനിരുദ്ധൻ കൂട്ടിച്ചേർത്തു: "ഒരുപക്ഷേ, ക്ഷേത്രങ്ങളെ കേന്ദ്രീകരിച്ചുള്ള ദേവദാസി സമ്പ്രദായത്തിന്റെ പ്രാക്തന രൂപമായിരിക്കാം, അത്." പെട്ടെന്ന് വിൻസെന്റ് പറഞ്ഞു: "എനിക്ക് മമ്മ ഒരു ദേവദാസിയുടെ സമർപ്പിത പ്രേമത്തിന്റെ കഥ പറഞ്ഞു തന്നത് ഓർമ്മ വരുന്നു." "കേൾക്കട്ടെ" അനിരുദ്ധൻ ചെവിയോർത്തിരുന്നു.

"ആഫ്രൊഡൈറ്റ് ദേവാലയത്തിലെ ദേവദാസിയായിരുന്ന ഹെറോയുടെ കഥയാണത്. ലിയാണ്ടർ എന്ന യുവാവ് അവളിൽ അനുരക്തനായി. അവൾക്കയാളെയും ഇഷ്ടമായിരുന്നു. എന്നാൽ അവരുടെ പ്രേമത്തിന് സ്വാഭാവിക പരിസമാപ്തി അസാദ്ധ്യമാണ്. ഹെറോയ്ക്ക് ക്ഷേത്രത്തിലെ തന്റെ ചുമതലകളിൽനിന്ന് ഒഴിവാകാൻ ഒരിക്കലും സാദ്ധ്യമല്ല. അതിനനുവാദമില്ല; അതാണ് ആചാരം. "ഹെലൻസ് പോണ്ട്" എന്ന കടലിടുക്കിന്റെ ഇങ്ങേക്കരയിലാണ് ലിയാണ്ടറിന്റെ വീട്; അങ്ങേക്കരയിൽ ആഫ്രൊഡൈറ്റ് ക്ഷേത്രവും. ഹെറോയുമായി സന്ധിക്കാൻ എല്ലാ ദിവസവും രാത്രി ലിയാണ്ടർ കടലിടുക്ക് നീന്തി ക്ഷേത്രത്തിലെത്തുമായിരുന്നു. അയാൾക്ക് ഇരുട്ടിൽ വഴി തെറ്റാതിരിക്കാനായി ഹെറോ എന്നും ക്ഷേത്രഗോപുരത്തിൽ ഒരു വിളക്ക് കൊളുത്തി വയ്ക്കുമായിരുന്നു. കാറ്റും കോളും നിറഞ്ഞ ഒരു രാത്രി, ക്ഷേത്ര ഗോപുരത്തിലെ വിളക്കണഞ്ഞുപോയത് അവളറിഞ്ഞില്ല. അന്ന് രാത്രി മറുതീരത്തെ ലക്ഷ്യ സ്ഥാനമറിയാനാവാതെ ലിയാണ്ടർ കടലിൽ ഉഴന്നു. അപ്പോൾ ഉൾക്കടൽ അതിന്റെ ആഴങ്ങളിലൊളിച്ചുവെച്ച മൃത്യുവിന്റെ അസംഖ്യം ഗുഹാമുഖങ്ങൾ ലിയാണ്ടറിനുനേരെ ദയാരഹിതമായി തുറന്നു പിടിച്ചു. അയാളുടെ കൈകാലുകൾ തളർന്നുപോയി. മൃത്യു തുറന്നുവെച്ച ഗുഹാമുഖങ്ങളിലൂടെ അയാൾ അഗാധതയിലേക്ക് ആണ്ടുപോയി. തന്റെ പ്രിയതമന്റെ ദുരന്തമറിഞ്ഞ ഹെറോ, ലിയാണ്ടറിന്റെ ജീവനെടുത്ത കടലിനായി തന്നെ സ്വയം സമർപ്പിച്ചു."

വിൻസന്റ് തനിക്കായി സമ്മാനിച്ച ദുരന്ത കഥയ്ക്ക് പകരമായി വള്ളത്തോളിന്റെ പ്രസാദാത്മകമായ ഒരു കവിതാശകലം സമ്മാനിക്കാനാണ് അനിരുദ്ധന് തോന്നിയത്. അയാൾ ചിരിച്ചുകൊണ്ട് അത് വിൻസന്റിന് ചൊല്ലിക്കൊടുത്തു:

"ഇമ്മന്നിലപ്സര സ്ത്രീകൾ നാം വേശ്യമാർ
ധർമ്മം നമുക്കിന്ന് രണ്ടേ സുനിശ്ചിതം
നമ്മയ്ക്ക് കോവിലിൽ നൃത്തമാടീടലും
പുന്മാനസങ്ങളെ നൃത്തമാടിക്കലും"

അനിരുദ്ധൻ അതിന്റെ അർത്ഥം വിശദീകരിച്ചു കൊടുത്തു. വിൻസന്റിന് അത് കേട്ടപ്പോൾ വലിയ സന്തോഷം. അയാൾ ചോദിച്ചു:

"ഇതാരെഴുതിയതാണ്, സർ?"

"ഞങ്ങളുടെ ഒരു മഹാകവി എഴുതിയതാണ്. പേര്, വള്ളത്തോൾ നാരായണമേനോൻ."

"മേനോൻ? ഐ ഹേർഡ് എബൗട്ട് സം മേനോൻസ്?"

"വിച്ച് മേനോൻസ്?" അനിരുദ്ധൻ കൗതുകപൂർവ്വം ചോദിച്ചു. അപ്പോൾ സ്വന്തം ഓർമ്മകളിൽ പരതി, വിൻസന്റ് ഓരോന്നോരോന്നായി പറയാൻ തുടങ്ങി: "കൃഷ്ണ മേനോൻ.... ലക്ഷ്മീ മേനോൻ.... വി പി മേനോൻ..."

അനിരുദ്ധൻ ചിരിച്ചുകൊണ്ട് പറഞ്ഞു: "മതി മതി." എന്നിട്ടയാൾ ഓർമ്മിപ്പിച്ചു. "നമ്മൾ താങ്കളുടെ കഥയിൽനിന്നും എവിടേക്കെല്ലാമോ കുതറിപ്പോയി."

ഇല്ല, സർ. എവിടെയും പോയിട്ടില്ല. ഞാൻ തുടരുകയാണ്....

വലിയ പ്രയാസമില്ലാതെ എനിക്കൊരു ജോലി കിട്ടി; ഒരു ഇറ്റാലിയൻ കച്ചവടക്കപ്പലിൽ. ഒരു നാൾ ഏതെങ്കിലും കടൽക്കൊള്ളക്കാർ എന്റെ കപ്പൽ റാഞ്ചിക്കൊണ്ടു പോകുമെന്നും ഞാൻ അവരുടെ തടവറയിൽ കിടന്ന് മരിക്കുമെന്നുമൊക്കെ ജോലിക്ക് ചേരാൻ തയ്യാറെടുക്കുമ്പോൾ അക്കാലത്ത് ആശ്വാസത്തോടെ ഞാൻ ചിന്തിച്ചിരുന്നു. അന്നൊന്നും ജീവിതത്തോട് എനിക്കൊരിക്കലും ഇഷ്ടം കൂടാനായിട്ടില്ലായിരുന്നു. മമ്മയെപ്പോലും ഉള്ളു തുറന്ന് സ്നേഹിക്കാൻ എനിക്ക് കഴിഞ്ഞിരുന്നില്ല. എന്നാൽ സ്വയം ജീവനൊടുക്കാനും എനിക്ക് മനസ്സ് വന്നില്ല.

മമ്മ മുടങ്ങാതെ പള്ളിയിൽ പോകുമായിരുന്നു. എനിക്കുവേണ്ടി പ്രാർത്ഥിക്കാനാണ് മമ്മ പോകുന്നതെന്ന് എനിക്കറിയാമായിരുന്നു. ഞാനൊരിക്കലും പള്ളിയിൽ പോയിരുന്നില്ല. ആയിടെ ഒരിക്കൽ ഞാൻ കാര്യമായിത്തന്നെ മമ്മയോട് ചോദിച്ചു:

"മമ്മാ, എങ്ങനെയാണ് ഈ ഹീനമായ തൊഴിലിൽ മമ്മ വന്നുപെട്ടത്?"

"അതൊരു ഹൊറർ സ്റ്റോറിയാണ്, മോനേ. നീയെന്നല്ല ലോകത്താരും അതറിയണ്ട. ആ കറുത്ത കഥ എന്നോടൊപ്പം കുഴിച്ചുമൂടപ്പെടട്ടെ. ഒരു സ്ത്രീക്കും അങ്ങനെയൊരനുഭവം ഇനിയുണ്ടാവരുതേ എന്നാണ് ഞാനെന്നും ഈശോയോട് പ്രാർത്ഥിക്കുന്നത്."

"ഞാൻ ചോദിക്കട്ടെ, മമ്മാ. മമ്മയ്ക്കെങ്ങനെയാണ് ഈശോയെ വിശ്വസിക്കാൻ കഴിയുന്നത്? ഇത്രയ്ക്ക് കടുത്ത പരീക്ഷണങ്ങൾ മമ്മയ്ക്ക് തന്ന അതേ ഈശോയെ."

മരിയ മകന്റെ നിഷ്കളങ്കമായ കണ്ണുകളിലേക്ക് നോക്കി സൗമ്യമായി ചിരിച്ചു: "മോനേ, എനിക്കാരെയെങ്കിലുമൊന്ന് വിശ്വസിക്കണ്ടേടാ? അല്ലെങ്കിൽ ഞാനീ ഭാരിച്ച ചുമട് എവിടെക്കൊണ്ട് ചെന്ന് ഇറക്കിവയ്ക്കും? എവിടെ ഞാനൊന്ന് ചാരി നില്ക്കും?"

"മമ്മയുടെ ഈശോ ജനിച്ചുവെന്നും *ബൈബിളി*ൽ പറഞ്ഞതുപോലെയൊക്കെ അദ്ദേഹം പ്രവർത്തിച്ചിരുന്നെന്നും മമ്മ വിശ്വസിക്കുന്നുണ്ടോ?"

മരിയയുടെ മുഖത്ത് വീണ്ടും ചിരി നിറഞ്ഞു; വിഷാദം പൂത്തചിരി.

“ഇല്ല, വിശ്വസിക്കുന്നില്ല. പക്ഷേ, ഒന്നുണ്ട്. യേശു എന്ന കഥാപാത്രത്തിന് രൂപം കൊടുത്ത എഴുത്തുകാരന്റെ അല്ലെങ്കിൽ ഒരു പറ്റം എഴുത്തുകാരുടെ മുമ്പിൽ അക്കാലത്ത് ജീവിച്ച ഒരു ആദർശ പുരുഷനുണ്ടായിരുന്നിരിക്കണം. സമൂഹത്തിലെ ശബ്ദമില്ലാത്ത മഹാഭൂരിപക്ഷത്തെ ചൂഷണം ചെയ്ത് തടിച്ച് കൊഴുത്തു നില്ക്കുന്ന അധീശവർഗ്ഗത്തിന്റെ നീച പ്രവൃത്തികളെ നിർഭയം ചോദ്യം ചെയ്ത ഒരാദർശ പുരുഷൻ. പ്രകൃതി ഇടയ്ക്കെങ്കിലും അത്തരക്കാരെ സൃഷ്ടിക്കും, മോനേ. കാരണം, അത് പ്രകൃതിയുടെ അതിജീവന രഹസ്യമാണ്. പ്രകൃതി അതിന്റെ എല്ലാ സൃഷ്ടികൾക്കും അതിജീവന ശേഷി നല്കിയിട്ടില്ലേ? അപ്പോൾ സ്വയം നിലനില്ക്കാനുള്ള അതിജീവന ശേഷിയും അത് സ്വയം പ്രദാനം ചെയ്തെന്നിരിക്കും. ഇത്തരത്തിൽ വല്ലപ്പോഴും സമൂഹത്തിൽ സൃഷ്ടിക്കപ്പെടുന്ന ഈ ആദർശ പുരുഷന്മാരാണ് മോനേ ലോകത്തെ ഇങ്ങനെയെങ്കിലും മുന്നോട്ടു പോവാൻ പ്രാപ്തമാക്കുന്നത്. അത്തരത്തിലൊരു ആദർശ പുരുഷന്റെ പ്രതീകമാകാം യേശു. അയാളെക്കൊണ്ട് പൊറുതിമുട്ടിയപ്പോൾ അധികാരി വർഗ്ഗവും അധികാര ദല്ലാളന്മാരും അതികൗശലത്തോടെ രൂപപ്പെടുത്തിയ ഗൂഢാലോചനയിലൂടെ എത്ര സമർത്ഥമായി അവർ അന്ന് നിലവിലുണ്ടായിരുന്ന കിരാതമായ ശിക്ഷാരീതിയിലൂടെ അദ്ദേഹത്തെ ഇല്ലാതാക്കിക്കളഞ്ഞു എന്ന് നോക്കൂ. അയാൾക്ക് രക്ഷപ്പെടാൻ സാധിക്കുമായിരുന്ന അവസാനത്തെ പഴുത് പോലും ഋജുബുദ്ധികളായ ജനങ്ങളെ ഉപയോഗിച്ചുതന്നെ അവർ കൗശലപൂർവ്വം അടച്ചു കളഞ്ഞില്ലേ? കുടിലനും നീചനും കൊലപാതകിയുമായ ബറാബസിനേക്കാൾ കടുത്ത ശിക്ഷയ്ക്കർഹൻ ഈശോയാണെന്ന് അവർ സാധാരണ ജനങ്ങളെക്കൊണ്ടുതന്നെ പറയിപ്പിച്ചില്ലേ? ബറാബസിനെ വിട്ടയക്കൂ; യേശുവിനെ ക്രൂശിക്കൂ എന്നവർ എത്ര ആവേശത്തോടെയാണ് വിളിച്ചു പറഞ്ഞത്? അതാണ് മോനേ അധികാരത്തിന്റെ ആധിപത്യശേഷി.”

അന്നാദ്യമായി അത്ഭുതം വിടരുന്ന കണ്ണുകളോടെ വിൻസന്റ് തന്റെ മമ്മയെ ഇമവെട്ടാതെ നോക്കിനിന്നുപോയി. തന്റെ മമ്മ തന്നെയാണോ ഇത്രയും സംസാരിച്ചത്? നികൃഷ്ട ജീവിതം നയിക്കുന്നു എന്ന് മനസ്സാ ഇത്രയും കാലം താൻ ആരെ കുറ്റപ്പെടുത്തിയോ ആ മമ്മയാണോ, ഇത്? വിൻസന്റ് തന്റെ പ്രിയപ്പെട്ട മമ്മയുടെ നിഴൽ വീണ കൺതടങ്ങളിലെ കണ്ണുനീർത്തുള്ളികളെ സ്വന്തം ചുണ്ടുകൾ കൊണ്ട് ഒപ്പിയെടുത്തു. വല്ലാത്തൊരു ശബ്ദത്തോടെ മമ്മാ എന്ന് നിലവിളിച്ചുകൊണ്ട് അയാൾ അവരുടെ വിണ്ടുകീറി വികൃതമായ കാലടികൾ ചുംബിച്ചു. മമ്മയെക്കുറിച്ച് താൻ അന്നോളം വെച്ചു പുലർത്തിയ എല്ലാ നീചചിന്തകൾക്കും പ്രായശ്ചിത്തമെന്നോണം അയാൾ അവരുടെ കാല്ക്കീഴിൽ ദീർഘദണ്ഡ നമസ്കാരം നടത്തി.

“വിൻസന്റ്, മോനേ. നീയെന്താണിച്ചെയ്യുന്നത്? എഴുന്നേല്ക്കെടാ.”

അവർ വെപ്രാളത്തോടെ മകനെ വാരിയെടുക്കാനാഞ്ഞു. ആജാനബാഹുവായ അയാളെ വാരിയെടുക്കാനാവാതെ അവർ അയാളുടെ മുമ്പിൽ നിലത്തിരുന്ന് അയാളുടെ മുഖം വാരിയെടുത്ത് കറുത്ത് ഇടതൂർന്ന് നില്ക്കുന്ന പുരികക്കൊടികളിൽ ആവേശത്തോടെ ഉമ്മവച്ചു. അപ്പോൾ തന്റെ വന്ധ്യമായ മുലകൾ ചുരന്നൊഴുകുന്നതായി മരിയയ്ക്ക് തോന്നി. വേണ്ട കാലത്ത് അവനെ തൃപ്തിയോടെ മുലയൂട്ടാൻ തനിക്ക് കഴിയാത്തതിന്റെ പ്രായശ്ചിത്തമാണോ, ഇത് എന്നവർ അത്ഭുതപ്പെട്ടു. അവരുടെ മുലക്കച്ച ശരിക്കും നനഞ്ഞു പോയിരുന്നു. അവർ തന്റെ എല്ലാമെല്ലാമായ മകനെ മാറോട് ചേർത്ത് തഴുകിക്കൊണ്ടിരുന്നു.

വിൻസന്റ് കഥ പറഞ്ഞവസാനിപ്പിച്ചപ്പോൾ കമലാ നെഹ്റു പാർക്കിന് മുകളിലെ ആകാശത്തിൽ നക്ഷത്രങ്ങൾ പരസ്പരം നോക്കിച്ചിരിച്ചു. അനിരുദ്ധൻ തിടുക്കപ്പെട്ട് ചോദിച്ചു: "വിൻസെന്റ്, സമയം വല്ലാതെ വൈകിയല്ലോ? നിങ്ങളെങ്ങനെ പോകും?"

"ഓ, അതൊന്നും സാരമില്ല, സർ. ഞാനൊരു വണ്ടി വിളിച്ച് പോകും."

"അല്ലെങ്കിൽ ഇന്ന് താങ്കൾ എന്റൊപ്പം കൂടിക്കോളൂ. നാളെ രാവിലെ പോകാം."

"വേണ്ട, സർ. എന്റെ ഷിപ്പ് നാളെ പുറപ്പെടുകയാണ്. അതിനു മുമ്പ് അതിൽ ചെയ്തുതീർക്കേണ്ട ചില്ലറ ജോലികളുണ്ട്. ഞാൻ നേരെ പോർട്ടിലേക്ക് പോവുകയാണ്."

"ഇനി, നമ്മളെപ്പോൾ കാണും?" അനിരുദ്ധൻ ചോദിച്ചു.

"ഇനി നമ്മൾ കാണുമോ എന്നുപോലും നിശ്ചയമില്ല, സർ. കണ്ടാൽ കണ്ടു, അത്ര തന്നെ." ഇടറിയ ശബ്ദത്തിൽ അത്രയും പറഞ്ഞ് അനിരുദ്ധന്റെ കൈകൾ പിടിച്ചമർത്തി അയാൾ തിരിഞ്ഞു നടന്നു.

ദൂരെയെങ്ങോനിന്ന് ഒരു സൈറൻ മുഴങ്ങുന്നത് കേട്ടപ്പോഴാണ് താൻ ഇതുവരെ ഉറങ്ങിയിട്ടില്ല എന്ന് അനിരുദ്ധൻ ഓർത്തത്. സാരമില്ല. എല്ലാ രാത്രികളും ഉറങ്ങാനുള്ളതല്ലെന്നും ചിലത് ഉണർന്നിരിക്കാൻ കൂടിയുള്ളതാണെന്നും പറഞ്ഞതാരായിരുന്നു എന്നയാൾ മനസ്സിൽ പരതിനോക്കിയെങ്കിലും ഓർമ്മ വന്നില്ല. "എന്റെ പ്രിയപ്പെട്ട വെള്ളക്കാരൻ സ്നേഹിതനുവേണ്ടി ഒരു രാത്രി." അനിരുദ്ധൻ തന്നോട് തന്നെ പറഞ്ഞു.

# പതിനൊന്ന്

**അ**ലഹബാദ് ഹൈക്കോടതിവിധിയുടെ എന്തെങ്കിലും സൂചന മുൻകൂട്ടി അറിയാനാവുമോ എന്ന അന്വേഷണം പത്രാധിപർ ജോഷി തന്റേതായ രീതിയിൽ നടത്തിനോക്കിയെങ്കിലും ആ ദിശയിലുള്ള അദ്ദേഹത്തിന്റെ ശ്രമങ്ങളൊന്നും ഫലം കണ്ടില്ല. ഇന്ത്യാ ഗവൺമെന്റിന്റെ ഇന്റലിജൻസ് വിഭാഗവും അവരുടേതായ രീതിയിൽ നടത്തിയ പ്രവർത്തനങ്ങളും ഫലവത്തായില്ല. ജഡ്ജി സിഹ്നയ്ക്കും അദ്ദേഹത്തിന്റെ സ്റ്റെനോഗ്രാഫർ നേഗിക്കുമല്ലാതെ മറ്റാർക്കും വിധിയെന്തായിരിക്കുമെന്ന കാര്യത്തിൽ ഒരു തിട്ടവുമില്ലായിരുന്നു. തുറന്ന കോടതിയിൽ കേസിന്റെ വിചാരണ നടന്നുകൊണ്ടിരുന്നപ്പോഴും ജഡ്ജിയുടെ മനസ്സ് എങ്ങോട്ടാണ് ചായുന്നത് എന്ന് ഊഹിക്കാൻ കേൾവിക്കാർക്കും അസാദ്ധ്യമായിരുന്നു. കാരണം, ന്യായാധിപൻ ഒരു ചോദ്യം ഹർജിക്കാരന്റെ വക്കീലിനോട് ചോദിച്ചാൽ ഉടൻ ഒരു ചോദ്യം എതിർ കക്ഷിയുടെ വക്കീലിനോടും ചോദിക്കുമായിരുന്നു. അങ്ങനെ നാല് വർഷമാണ് കേസിന്റെ വിചാരണ നീണ്ടു പോയത്. അവസാനം 1975 മെയ് മാസം ഇരുപത്തിമൂന്നാം തീയതി വിചാരണ അവസാനിച്ചു.

നീണ്ട കാത്തിരിപ്പിനൊടുവിൽ 1975 ജൂൺ 12 ന് അലഹബാദ് ഹൈക്കോടതി, ശ്രീമതി ഗാന്ധിയുടെ തിരഞ്ഞെടുപ്പ് കേസിന്റെ വിധി പ്രസ്താവിച്ചു. രാജ് നാരായണന്റെ തിരഞ്ഞെടുപ്പ് ഹർജി അനുവദിച്ച് കൊണ്ട് കോടതി ശ്രീമതി ഗാന്ധിയുടെ തിരഞ്ഞെടുപ്പ് റദ്ദാക്കി. രണ്ട് കാരണങ്ങളാണ് ജഡ്ജി തന്റെ കണ്ടെത്തലിന് ആധാരമാക്കിയത്. ഒന്ന്, ശ്രീമതി ഗാന്ധി പ്രധാനമന്ത്രിയുടെ സെക്രട്ടറിയേറ്റിലെ ഉദ്യോഗസ്ഥനായ യശ്പാൽ കപൂറിന്റെ സേവനം തിരഞ്ഞെടുപ്പിൽ ഉപയോഗപ്പെടുത്തി. ഒരു ഗവൺമെന്റുദ്യോഗസ്ഥനായ കപൂറിനെ അത്തരത്തിൽ ഉപയോഗ

പ്പെടുത്തുന്നത് തിരഞ്ഞെടുപ്പ് നിയമത്തിന് വിരുദ്ധമാണ്. ഉത്തർപ്രദേശിൽ പ്രസംഗവേദികൾ കെട്ടിയുയർത്താനായി സംസ്ഥാനത്തെ ഗസറ്റഡ് ഉദ്യോഗസ്ഥരുടെ സേവനം ശ്രീമതി ഗാന്ധി ഉപയോഗപ്പെടുത്തി എന്നതാണ് രാജ് നാരായണന്റെ ഹർജി അനുവദിക്കാനുള്ള രണ്ടാമത്തെ കാരണം.

ഒരു പ്രധാനമന്ത്രിയുടെ തിരഞ്ഞെടുപ്പ് റദ്ദാക്കാൻ മാത്രം മതിയായവയാണോ ഈ കാരണങ്ങൾ എന്ന് ഏത് സാധാരണക്കാരനും ചോദിച്ചു പോകുമെങ്കിലും നിയമത്തിൽ വ്യക്തമായും രേഖപ്പെടുത്തിയിട്ടുള്ളത്, ഗവൺമെന്റുദ്യോഗസ്ഥരുടെ സഹായം തിരഞ്ഞെടുപ്പിനായി സ്ഥാനാർത്ഥി ഉപയോഗപ്പെടുത്തുന്നത് തിരഞ്ഞെടുപ്പഴിമതിയാണെന്നാണ്. കുറ്റം തെളിയിക്കപ്പെട്ടാൽ ശിക്ഷ വിധിച്ചേപറ്റൂ. അക്കാര്യത്തിൽ ന്യായാധിപന് വിവേചനാധികാരങ്ങളൊന്നും നിയമം അനുവദിക്കുന്നില്ല. അതിനാൽ താൻ ഇക്കാര്യത്തിൽ തീർത്തും നിസ്സഹായനാണെന്നും എതിർകക്ഷി പ്രധാനമന്ത്രിയാണെന്നത് കൊണ്ടുമാത്രം ഒരിളവും നിയമം അനുവദിക്കുന്നില്ലെന്നുകൂടി ജഡ്ജി സിഹ്ന തന്റെ വിധിന്യായത്തിൽ വ്യക്തമാക്കുന്നുണ്ട്.

ഹൈക്കോടതിവിധി അറിഞ്ഞയുടൻ പത്രാധിപർ ജോഷി അനിരുദ്ധന് നല്കിയ നിർദ്ദേശം എത്രയും പെട്ടെന്ന് പ്രധാനമന്ത്രിയുടെ വസതിയിലേക്ക് നീങ്ങി കിട്ടാവുന്നത്ര വിവരങ്ങൾ ശേഖരിക്കണമെന്നായിരുന്നു. ഒരു പത്രപ്രവർത്തകന് അതും ഇത്തരമൊരു സന്ദിഗ്ദ്ധ ഘട്ടത്തിൽ പൊടുന്നനെ കേറിച്ചെല്ലാവുന്ന ഒരിടമല്ല, സഫ്ദർജങ് റോഡിലെ ഒന്നാം നമ്പർ വസതി എന്നറിഞ്ഞുകൂടാത്തയാളല്ല, ജോഷിജി. എങ്കിലും അനിരുദ്ധൻ എന്തെങ്കിലും സൂത്രമുപയോഗിച്ച് അകത്ത് കടന്നു കൂടുമെന്ന് അദ്ദേഹത്തിന്ന് വിശ്വാസമുണ്ടായിരുന്നു.

പത്രാധിപരുടെ നിർദ്ദേശം നടപ്പിലാക്കാനുള്ള വഴികൾ തേടിക്കൊണ്ടിരിക്കെ ഒരു വെളിപാട് പോലെ അയാളുടെ മനസ്സിൽ ഒരു പോംവഴി ഉയർന്നുവന്നു– ഉണ്ണ്യേട്ടനെ വിളിക്കാം. ഉണ്ണികൃഷ്ണൻ പ്രഗത്ഭനായ ഒരു ഭരണകക്ഷി നേതാവ് മാത്രമല്ല, സമർത്ഥനായൊരു പത്രപ്രവർത്തകന്റെ പരിവേഷം കൂടിയുള്ളയാളാണ്. ആ മേൽവിലാസത്തിൽത്തന്നെയാണ് അനിരുദ്ധൻ അദ്ദേഹത്തെ പരിചയപ്പെട്ടതും. ബീഹാറിലെ ജെ പി പ്രസ്ഥാനം ഫാസിസ്റ്റ് സ്വഭാവമുള്ളതാണെന്നും അതിന്ന് പിന്നിൽ സി ഐ എ ആണെന്നും വിശ്വസിക്കുന്ന ആളാണ് അദ്ദേഹം. പ്രധാനമന്ത്രിയുടെ വിശ്വസ്ത വൃന്ദത്തിലെ ആൾ. അതിനാൽ അദ്ദേഹം വിചാരിച്ചാൽ കാര്യം നടക്കുമെന്ന് തീർച്ച. അനിരുദ്ധൻ ഉണ്ണ്യേട്ടനെ വിളിച്ച് സഹായമഭ്യർത്ഥിച്ചു. അദ്ദേഹം കാര്യമായി സഹായിച്ചു. അനിരുദ്ധന് പ്രധാനമന്ത്രിയുടെ വസതിയിൽ അനായാസം പ്രവേശനം അനുവദിക്കപ്പെട്ടു. വിസിറ്റിങ് റൂമിൽ ഒരിടവും ഒഴിവില്ല. ഒരു കസേരയിൽ തന്നെ രണ്ടുപേർ ചേർന്നിരിക്കുന്ന അവസ്ഥ. അനിരുദ്ധൻ തിരക്കിൽനിന്നെല്ലാമൊഴിഞ്ഞ് ഒരു മൂലയിൽ സ്ഥാനം പിടിച്ചു. അവിടെ നിന്നാൽ കാര്യങ്ങ

ളുടെ ഒരേകദേശ ചിത്രം കിട്ടും. കേന്ദ്രമന്ത്രിസഭയിലെ പ്രധാനികളെല്ലാം അവിടെയുണ്ട്. എന്നാൽ അവരിൽ പലരും കാഴ്ചക്കാരുടെ റോളിലാണെന്ന് മാത്രം. ചർച്ചകളെല്ലാം നയിച്ചുകൊണ്ടിരിക്കുന്നത് പശ്ചിമ ബംഗാൾ മുഖ്യമന്ത്രി സിദ്ധാർത്ഥ ശങ്കർറേയാണ്. കൂട്ടിന് നിയമമന്ത്രി എച്ച് ആർ ഗോഖലേയുമുണ്ട്. പെട്ടെന്ന് ഒരു നിലവിളി ശബ്ദം. നോക്കിയപ്പോൾ പുരബിമുഖർജിയായിരുന്നു. അനിരുദ്ധന് അത് കണ്ടപ്പോൾ ചിരിവന്നു. ശ്രീമതി ഗാന്ധി ഈ അതിരുവിട്ട പ്രകടനത്തിൽ അസ്വസ്ഥയായതുപോലെ തോന്നി.

പെട്ടെന്ന് ഒരു നിശ്ശബ്ദത. ഏതോ പുതിയ അറിയിപ്പുമായി പ്രധാനമന്ത്രിയുടെ മുതിർന്ന പ്രൈവറ്റ് സെക്രട്ടറി എൻ കെ ശേഷൻ പ്രത്യക്ഷപ്പെട്ടു. ജഡ്ജി തന്റെ വിധിക്ക് ഇരുപത് ദിവസത്തേക്ക് സ്റ്റേ അനുവദിച്ചിരിക്കുന്നു. അന്തരീക്ഷത്തിന് ആകെ ഒരയവ് വന്നതുപോലെ തോന്നി. ഇനി ആലോചിക്കാൻ സമയം കിട്ടിയല്ലോ? പ്രധാനമന്ത്രി ധൃതിപിടിച്ച് രാജി വെക്കേണ്ടതില്ല. ഉയർന്ന നേതാക്കൾ നിയമപരമായി സ്വീകരിക്കേണ്ട അനന്തര നടപടികളെക്കുറിച്ച് ചർച്ച ചെയ്തുകൊണ്ടിരിക്കെ മറ്റൊരു മുറിയിൽ സഞ്ജയ് ഗാന്ധിയുടെ നേതൃത്വത്തിൽ ചില പരിപാടികൾ ആസൂത്രണം ചെയ്യുന്നുണ്ടായിരുന്നു. പ്രധാനമന്ത്രിക്ക് പിന്തുണ പ്രഖ്യാപിക്കുന്ന ചെറിയ ജനക്കൂട്ടങ്ങളെ വസതിക്ക് മുമ്പിൽ എത്തിക്കുക. ഇത്തരം പ്രകടനങ്ങൾ ബാങ്ക് ദേശസാല്ക്കരണഘട്ടത്തിൽ നടന്നിട്ടുണ്ട്. അതിനാൽ അവ സംഘടിപ്പിക്കാൻ മടിച്ചു നില്ക്കേണ്ടതില്ല. പ്രധാനമന്ത്രി എപ്പോഴും ഊർജ്ജം ആവാഹിച്ചിരുന്നത് ജനങ്ങളുടെ അത്തരം സ്നേഹ പ്രകടനങ്ങളിൽനിന്നാണ്. അവർ അത്തരം പ്രകടനങ്ങളെ ഇഷ്ടപ്പെടുകയും ചെയ്യാറുണ്ട്. ഗ്രാമങ്ങളിലേക്ക് വാഹനങ്ങൾ നീങ്ങാൻ തുടങ്ങി. വൈകാതെ ഗ്രാമീണരെ കയറ്റിയ വാഹനങ്ങൾ പ്രധാനമന്ത്രിയുടെ വസതിയുടെ മുന്നിലേക്ക് പ്രവഹിച്ചു തുടങ്ങി. ദില്ലി ട്രാൻസ്പോർട്ട് കോർപ്പറേഷന്റെ ബസുകളിലാണ് ദില്ലിക്ക് ചുറ്റുമുള്ള ഗ്രാമങ്ങളിലെ ജനങ്ങൾ സൗജന്യമായി യാത്ര ചെയ്ത് സഫ്ദർജങ് റോഡിലെ ഒന്നാം നമ്പർ വസതിക്ക് മുന്നിൽ തങ്ങളുടെ ഉറച്ച പിന്തുണ പ്രിയപ്പെട്ട പ്രധാനമന്ത്രിയെ അറിയിക്കാനായി എത്തിക്കൊണ്ടിരുന്നത്.

ഈ പ്രകടനങ്ങൾ ഒരു ഭാഗത്ത് മുറയ്ക്ക് നടന്നുകൊണ്ടിരിക്കെ ധവാൻ സമീപ സംസ്ഥാനങ്ങളിലെ മുഖ്യമന്ത്രിമാർക്കും ചില ചുമതലകൾ നല്കി. അതനുസരിച്ച് പഞ്ചാബ്, ഹരിയാന, രാജസ്ഥാൻ, ഉത്തർ പ്രദേശ് എന്നീ സംസ്ഥാനങ്ങളിൽ നിന്നുകൂടി അതാത് സംസ്ഥാന സർക്കാരുകളുടെ ചെലവിൽ ബസുകളിലും മറ്റു വാഹനങ്ങളിലുമായി പ്രധാനമന്ത്രിയുടെ വസതിയിലേക്ക് ജനങ്ങൾ പ്രവഹിച്ചു തുടങ്ങി. അവർ തങ്ങളുടെ കൂറും പിന്തുണയും ഇടതടവില്ലാതെ പ്രഖ്യാപിച്ചുകൊണ്ടിരുന്നു.

പ്രതിപക്ഷത്തിന്റെ ജനവിരുദ്ധ ജല്പനങ്ങൾ താൻ കാര്യമാക്കുന്നില്ലെന്നും ജനങ്ങൾ തനിക്ക് നല്കുന്ന ഈ കലവറയില്ലാത്ത പിന്തുണയോടെ താൻ ഏത് പ്രതിസന്ധിയേയും അതിജീവിക്കുമെന്നും

അങ്ങനെ അധികാരത്തിൽ തുടർന്നുകൊണ്ട് ദാരിദ്ര്യത്തിനെതിരെയുള്ള തന്റെ പോരാട്ടം അവിരാമം തുടരുമെന്നും ഈ ജനക്കൂട്ടങ്ങളെ അഭി സംബോധന ചെയ്തുകൊണ്ട് പ്രധാനമന്ത്രി നിരന്തരം പ്രഖ്യാപനങ്ങൾ നടത്തിക്കൊണ്ടിരുന്നു. രാജ്യത്തെ വൻ വ്യവസായികളും അവർക്ക് സമ്പൂർണ്ണ പിന്തുണ പ്രഖ്യാപിക്കുന്ന കാര്യത്തിൽ ഒരമാന്തവും കാട്ടി യില്ല. സോഷ്യലിസ്റ്റ് പരിവേഷവും വ്യവസായികളുടെ പിന്തുണയും വല്ലാ ത്തൊരു പൊരുത്തക്കേടുണ്ടാക്കുന്നില്ലേ എന്ന സംശയമായിരുന്നു, അനി രുദ്ധന്. അപ്പോൾ "കപട ലോകത്തിലെന്നുടെ കാപട്യം സകലരും കാണ്മ താണെൻ പരാജയം" എന്നെഴുതിയ ആ വലിയ കുഞ്ഞിക്കവിയുടെ ക്രാന്തദർശിത്വത്തിനു മുമ്പിൽ അയാൾ മനസ്സാ നമസ്കരിച്ചു.

എന്നാൽ പ്രതിപക്ഷത്തിന്റെ കാര്യത്തിൽ ഈ കോടതിവിധി അവർക്ക് നല്ലൊരു ആയുധമായി. അവർ പ്രധാനമന്ത്രിയുടെ രാജി ആവ ശ്യപ്പെട്ടുകൊണ്ട് രാഷ്ട്രപതി ഭവനുമുമ്പിൽ ധർണ്ണ നടത്തി. ധാർമ്മിക പ്രശ്നമാണ് അവരുയർത്തിയത്. അതിനാൽ അവർക്ക് ഇക്കാര്യത്തിൽ പിന്തുണ തേടി സമീപിക്കാൻ രാജ്യത്ത് ജെ പിയേക്കാൾ അനുയോജ്യ നായ മറ്റൊരാളില്ല. ബാപ്പുവിന് ശേഷം രാജ്യത്തിന്റെ മനഃസാക്ഷി സൂ ക്ഷിപ്പുകാരൻ എന്ന് ഇന്ത്യയിലെ സാധാരണ ജനങ്ങൾ ഒരുപോലെ കൊണ്ടാടുന്നത് ഈ പഴയ സർവ്വോദയ നേതാവിനെയാണ്. അദ്ദേഹം സർവ്വോദയപ്രസ്ഥാനത്തോട് വിടപറഞ്ഞ് ജനങ്ങൾക്കിടയിലാണ് ഇനി തന്റെ സ്ഥാനം എന്ന് ഇതിനകം തന്നെ ഉറപ്പിക്കുകയും ചെയ്തിരുന്നു. അടിച്ചമർത്തപ്പെട്ടവരും ശബ്ദമില്ലാത്തവരുമായ ജനകോടികളുടെ ശബ് ദമാവാൻ അദ്ദേഹം എപ്പോഴും തയ്യാറായിരുന്നു. 1942 ൽ ജയിൽ ചാടി ജനങ്ങൾക്കിടയിലെത്തി അവരുടെ സ്വാതന്ത്ര്യാഭിവാഞ്ഛ ഊതിയൂതി ക്കത്തിക്കാൻ അദ്ദേഹം തയ്യാറായതും അതുകൊണ്ടുതന്നെയായിരുന്നു. പൊതുജീവിതത്തിലെ പരിശുദ്ധിയുടേയും നിസ്വാർത്ഥതയുടേയും പ്രതീ കമായി അദ്ദേഹം ജനഹൃദയങ്ങളിൽ അന്നേ സ്ഥാനം പിടിച്ചിരുന്നു. ജവ ഹർലാലിന്റെ പുത്രി എന്നും അദ്ദേഹത്തിന് പുത്രീസമാനയാണ്. വാത്സ ല്യപൂർവ്വം അദ്ദേഹം അവരെ വിളിച്ചിരുന്നതും "ഇന്ദു" എന്നായിരുന്നു. എന്നാൽ കഴിഞ്ഞ രണ്ട് കൊല്ലമായി അദ്ദേഹത്തിന് അവർ വല്ലാത്ത നിരാശതയാണ് സമ്മാനിച്ചത്. അവരുടെ നേതൃത്വത്തിലുള്ള ഗവൺമെന്റ് അടിസ്ഥാന മൂല്യങ്ങളിൽനിന്ന് അനുദിനം അകലുകയാണ് എന്ന് അദ്ദേ ഹത്തിന് ബോദ്ധ്യപ്പെട്ടു. അലഹബാദ് ഹൈക്കോടതി വിധിയെ അവഗ ണിക്കാനുള്ള അവരുടെ തീരുമാനം ധാർമ്മികാധഃപതനത്തിന്റെ ഏറ്റവും വലിയ തെളിവായി അദ്ദേഹം കണ്ടു. വിധിയുടെ പശ്ചാത്തലത്തിൽ ശ്രീമതി ഗാന്ധി അധികാരത്തിൽ തുടരുന്നത് പൊതു മര്യാദയുടേയും ജനാധിപത്യ മൂല്യങ്ങളുടേയും നിരാസമാണെന്ന് അദ്ദേഹം വിശ്വസിച്ചു. പക്ഷേ, തങ്ങളെ നയിക്കാനുള്ള പ്രതിപക്ഷത്തിന്റെ അഭ്യർത്ഥന സ്വീകരി ക്കാൻ തല്ക്കാലം അദ്ദേഹം തയ്യാറല്ലായിരുന്നു. അലഹബാദ് വിധിക്കെ തിരെ പ്രധാനമന്ത്രി സുപ്രീം കോടതിയിൽ ഫയലാക്കിയ കേസിന്റെ

തീർപ്പുവരെ കാക്കാൻ അദ്ദേഹം തയ്യാറായിരുന്നു. ശ്രീമതി ഗാന്ധിയും ആ വിധിക്കുവേണ്ടി ഒട്ടൊരു ശുഭാപ്തി വിശ്വാസത്തോടെ കാത്തിരിക്കുകയായിരുന്നു.

ഈ ഘട്ടത്തിൽതന്നെ ലൈസൻസ് കുംഭകോണം എന്ന് പേരിട്ട ഒരഴിമതി വിഷയം പാർലമെന്റിനെ പ്രക്ഷുബ്ദ്ധമാക്കുന്നുണ്ടായിരുന്നു. 1975 ജനുവരി 3 ന് ദാരുണമായി വധിക്കപ്പെട്ട എൽ എൻ മിശ്രയുടെ ആശ്രിതനായ തുൾമോഹൻ റാം എം പിയാണ് ഈ അഴിമതി വിഷയത്തിലെ നായകൻ. ഇത് സംബന്ധിച്ച അന്വേഷണറിപ്പോർട്ട് പരസ്യപ്പെടുത്തണമെന്ന ആവശ്യം സഭയിൽ ഉന്നയിക്കുമെന്ന് തീർച്ച. ആ ആവശ്യം അംഗീകരിച്ചുകിട്ടാൻ താൻ സത്യഗ്രഹമനുഷ്ഠിക്കുമെന്ന് മൊറാർജി ഭായിയും പ്രഖ്യാപിച്ചിട്ടുണ്ട്. മിശ്രയുടെ വധവുമായി ബന്ധപ്പെട്ട് പലതരത്തിലുള്ള കഥകളും പരന്നു തുടങ്ങിയിട്ടുണ്ട്. അക്കൂട്ടത്തിൽ മാരുതിയുമായി ബന്ധപ്പെട്ട ഒരു കഥയുമുണ്ട്. മാരുതിയുടെ ചില രേഖകൾ മിശ്ര ഔദ്യോഗികമായി ആവശ്യപ്പെട്ടെന്നും അതിന്റെ പേരിൽ ധവാനും സഞ്ജയ്ഗാന്ധിയും ചേർന്ന് അദ്ദേഹത്തെ ഭീഷണിപ്പെടുത്തിയെന്നോ "റെയിൽ ഭവനി"ലെ അദ്ദേഹത്തിന്റെ ഓഫീസ് പൂട്ടി സീൽവെച്ചുവെന്നോ ഒക്കെയുള്ള കിംവദന്തികളും ആ കഥയിൽ നിറഞ്ഞു നിന്നിരുന്നു.

ഇവയെല്ലാംതന്നെ പ്രതിപക്ഷത്തിന്റെ കൈയിൽ ഗവൺമെന്റിനെ പ്രഹരിക്കാനുള്ള വടികളാണ്. അതിനൊപ്പം അലഹബാദ് ഹൈക്കോടതിവിധികൂടി ചേർന്നാലുണ്ടാവുന്ന അവസ്ഥ ഗവൺമെന്റിനെ സംബന്ധിച്ച് അചിന്ത്യമാണ്. അതിനാൽ പാർലിമെന്റിനെ അഭിമുഖീകരിക്കും മുമ്പ് ചില കരുതലുകളെടുക്കേണ്ടതുണ്ടെന്ന് പ്രധാനമന്ത്രിക്ക് നിർബ്ബന്ധമുണ്ട്. കോടതിവിധിയോടെ താൻ വെറുമൊരു താല്ക്കാലിക പ്രധാനമന്ത്രിയോ പേരിന് മാത്രമുള്ള ഒരു പ്രധാനമന്ത്രിയോ ആയി തുച്ഛവല്ക്കരിക്കപ്പെട്ടിരിക്കുകയാണെന്ന് അവർക്ക് നല്ല ബോദ്ധ്യമുണ്ട്. അധികാരത്തിൽ കടിച്ചുതൂങ്ങാൻവെമ്പുന്ന ഒരു പ്രധാനമന്ത്രിയാണ് താൻ എന്ന ബോധം ജനങ്ങളിലുണ്ടായിക്കൂടാ. പകരം താൻ അനിവാര്യയാണ് എന്ന തോന്നൽ തന്റെ സഹപ്രവർത്തകരിലൂടെയും മറ്റു പ്രമുഖ നേതാക്കളിലൂടെയും സൃഷ്ടിക്കപ്പെടണം. അതിനായി, താൻ അധികാരത്തിൽ തുടരണം എന്ന് അവർ ശക്തിയായി ആവശ്യപ്പെടുന്ന വിധത്തിൽ തന്നിൽ പരിപൂർണ്ണ വിശ്വാസം ആവർത്തിച്ചുറപ്പിക്കുന്ന പ്രസ്താവന പുറത്തുവരണം. പ്രധാനമന്ത്രിയുടെ ഇംഗിതം അതിനായി നിയോഗിക്കപ്പെട്ടവരിലൂടെ പുറത്തു വന്നതോടെ പ്രസ്തുത പ്രഖ്യാപനത്തിൽ ഒപ്പിടുന്നതിനായി നേതാക്കൾ എല്ലാതിരക്കുകളും മാറ്റിവെച്ച് ദില്ലിയിലേക്ക് പ്രവഹിക്കാൻ തുടങ്ങി. രാജ്യത്തിന്റെ ഉദ്ഗ്രഥനത്തിനും ഭദ്രതയ്ക്കും പുരോഗതിക്കും ശ്രീമതി ഗാന്ധിയുടെ പ്രസരിപ്പാർന്ന നേതൃത്വം അനിവാര്യമാണ് എന്ന് അടിവരയിടുന്ന പ്രഖ്യാപനത്തിൽ കേന്ദ്രമന്ത്രിമാർ, മുഖ്യമന്ത്രിമാർ, സംസ്ഥാനത്തെ മറ്റ് കോൺഗ്രസ് പ്രമുഖർ എന്നിവരെല്ലാം കൂട്ടമായെത്തി ഒപ്പിട്ടു. ഈ പ്രഖ്യാപനവും ജനങ്ങളുടെ ഇടതടവില്ലാത്ത പ്രകടനങ്ങളുമെല്ലാം ചേർന്ന് അല

ഹബാദ് ഹൈക്കോടതി വിധിയെ അപ്രസക്തമാക്കുമെന്നായിരുന്നു പ്രധാനമന്ത്രിയുടെ കണക്കുകൂട്ടൽ. ഒപ്പം തന്നെ സുപ്രീം കോടതിയിലെ കേസ് വാദിക്കാൻ രാജ്യത്തെ ഏറ്റവും വലിയ ഭരണ ഘടനാവിദഗ്ദ്ധനെത്തന്നെ ഏർപ്പെടുത്തുകയും ചെയ്തു. ബാങ്ക് ദേശസാല്ക്കരണ പ്രശ്നത്തിൽ ഇതേ പ്രധാനമന്ത്രിക്കെതിരെ വാദിച്ച് ജയിച്ച അതേ വക്കീലാണിപ്പോൾ പ്രധാനമന്ത്രിക്കായി സുപ്രീംകോടതിയിലെത്തുന്നത് എന്നത് അനിരുദ്ധന് കൗതുകകരമായി തോന്നി. അയാൾക്ക് അതിനിടയിൽ മറ്റൊരു സുപ്രധാന വിവരംകൂടി അറിയാൻ കഴിഞ്ഞു. ഒരിക്കൽ പ്രധാനമന്ത്രിയുടെ സോഷ്യലിസ്റ്റ് നിലപാടുകൾക്ക് കലവറയില്ലാത്ത പിന്തുണ നല്കിയ "യുവതുർക്കികൾ" അവരുടെ പുതിയ നിലപാടിൽ അങ്ങേയറ്റം അസംതൃപ്തരാണ്. അവരുടെ വക്താവായി ഇപ്പോൾ പ്രത്യക്ഷപ്പെട്ടിട്ടുള്ളത് മോഹൻധാരിയയാണ്. സുപ്രീംകോടതി വിധിവരെ പ്രധാനമന്ത്രി തൽസ്ഥാനത്തുനിന്ന് മാറണമെന്നും അധികാരം താല്ക്കാലികമായി ബാബുജഗജ്ജീവൻറാമിനേയോ സർദാർ സ്വരൺസിങ്ങിനേയോ ഏല്പിക്കണമെന്നുമാണ് ധാരിയ ആവശ്യപ്പെട്ടത്. ജെ പിയുമായി തുറന്ന ചർച്ചയ്ക്ക് പ്രധാനമന്ത്രി തയ്യാറാവണമെന്ന് അവരോട് ആവശ്യപ്പെട്ടതിന്റെ പേരിലാണദ്ദേഹം മന്ത്രിസഭയ്ക്ക് പുറത്തായത്.

യുവതുർക്കികൾ മാത്രമല്ല, തന്റെ മുതിർന്ന സഹപ്രവർത്തകരിൽ പലരും താൻ രാജിവയ്ക്കണമെന്ന നിലപാടുള്ളവരാണെന്ന് പ്രധാനമന്ത്രിക്കറിയാമായിരുന്നു. അതുകൊണ്ടുതന്നെ താൻ അഥവാ രാജി വയ്ക്കേണ്ടിവന്നാൽ തനിക്ക് പകരമായി അവർ മനസ്സിൽ കണ്ടുവെച്ചത് കമലാപതിത്രിപാഠിയെയായിരുന്നു. ഇത് മനസ്സിലാക്കിയ ബാബുജി തന്റെ വിശ്വസ്തരോട് പറഞ്ഞത് താൻ കമലാപതിയെ പിന്തുണയ്ക്കാൻ തയ്യാറാണെന്നാണ്. പക്ഷേ, ഒരുപാധിയുണ്ട്; ശ്രീമതി ഗാന്ധിയെ തിരിച്ചുവരാൻ അദ്ദേഹം അനുവദിക്കരുത്. അതിനുള്ള വഴിയും അദ്ദേഹത്തിന്റെ മനസ്സിലുണ്ട്. ഏതെങ്കിലും രണ്ട് ഗുരുതരമായ ആരോപണങ്ങളിൽ അവർക്കെതിരെ അന്വേഷണം പ്രഖ്യാപിക്കുക. ഒരെണ്ണം മാരുതിയാണെങ്കിൽ മറ്റൊന്ന് കുപ്രസിദ്ധമായ നഗർവാലാ കേസായിരിക്കണം. നഗർവാല, അടുത്തൂൺപറ്റിയ ഒരു പട്ടാള ഓഫീസറായിരുന്നു. അദ്ദേഹം പ്രധാനമന്ത്രിയുടെയും അവരുടെ അന്നത്തെ സെക്രട്ടറി ഹക്സറിന്റേയും ശബ്ദങ്ങൾ കൃത്യമായി അനുകരിച്ചുകൊണ്ട് സ്റ്റേറ്റ് ബാങ്കിന്റെ ന്യൂ ദില്ലി ശാഖയിലേക്ക് വിളിച്ച് ഉടൻ 60 ലക്ഷം രൂപ എത്തിക്കണമെന്ന് ആവശ്യപ്പെടുകയായിരുന്നുവത്രെ. പണം ബാങ്ക് നഗർവാലയ്ക്ക് കൈമാറുകയും ചെയ്തുവത്രെ. ഒരു പാട് ദുരൂഹതകൾ നിറഞ്ഞകേസാണത്. അതിലെ ചില സാക്ഷികളും പിന്നീട് നഗർവാലതന്നെയും ദുരൂഹ സാഹചര്യങ്ങളിൽ മരണപ്പെടുകയായിരുന്നു. സ്റ്റേറ്റ്ബാങ്കിലെ അന്നത്തെ കാഷ്യർ വേദ്പ്രകാശ് ബാങ്കിലെ ജോലി രാജിവെച്ച് കോൺഗ്രസിൽ ചേർന്നതും ദുരൂഹത വർദ്ധിപ്പിക്കാൻ പോരുന്നതാണ്. ആകെക്കൂടി അപകടം പിടിച്ച ഒരു കേസ്. കേട്ടതെല്ലാം കൂട്ടിവെച്ച് പരിശോധിച്ചു നോക്കുമ്പോൾ പ്രധാന

മന്ത്രി ബാബുജിയെ വിശ്വാസത്തിലെടുക്കാത്തതിൽ ഒരത്ഭുതവുമില്ല എന്ന് അനിരുദ്ധനും തോന്നി.

പുറമെ ശാന്തമായിരുന്നെങ്കിലും കോൺഗ്രസിന്റെ അകത്തളങ്ങളിൽ ആകെ തീയും പുകയുമായിരുന്നു. യുവതുർക്കികൾ കൂടുതൽ കൂടുതൽ പാർലമെന്റംഗങ്ങളെ കാണുകയും പ്രധാനമന്ത്രി എന്ന സ്ഥാപനത്തിന്റെ വിശുദ്ധി നിലനിർത്തേണ്ടതിന്റെ ആവശ്യകത അവരെ ബോദ്ധ്യപ്പെടുത്താനുള്ള ശ്രമങ്ങൾ തുടരുകയുമാണ്. ജെ പിയും തന്റെ പ്രചാരണ പരിപാടികൾ ശക്തമാക്കി. ജനാധിപത്യത്തിന്റെ മറവിൽ ശ്രീമതി ഗാന്ധി ഏകാധിപത്യമാണ് നടപ്പാക്കിക്കൊണ്ടിരിക്കുന്നത് എന്നദ്ദേഹം കുറ്റപ്പെടുത്തിക്കൊണ്ടിരുന്നു. അങ്ങനെ പുറത്ത് ജെ പിയും അകത്ത് യുവതുർക്കികളും എന്ന അവസ്ഥയിൽ പ്രധാനമന്ത്രി വല്ലാത്ത വീർപ്പുമുട്ടൽ അനുഭവിച്ചുകൊണ്ടിരുന്നു. തന്റെ അവസ്ഥ ആരും മനസ്സിലാക്കുന്നില്ലല്ലോ എന്നവർ കുണ്ഠിതപ്പെട്ടു. ചുറ്റും ശത്രുക്കൾ വട്ടമിട്ടു പറക്കുകയാണ്. ഈയൊരു സന്ദിഗ്ദ്ധാവസ്ഥയിൽ ഇളയമകൻ സഞ്ജയും ധവാനടക്കമുള്ള അയാളുടെ സുഹൃത്തുക്കളും മാത്രമാണിപ്പോൾ തന്റെ രക്ഷയ്ക്കുള്ളത് എന്ന ബോധം അവരിൽ ശക്തി പ്രാപിച്ചുകൊണ്ടിരുന്നു. പ്രതിപക്ഷത്തേയും അവർക്ക് പിന്തുണയുമായി അകത്ത് പ്രവർത്തിച്ചുകൊണ്ടിരിക്കുന്ന യുവതുർക്കികളേയും ഒരുപോലെ നിശ്ശബ്ദരാക്കാൻ പോരുന്ന കർക്കശമായ എന്തെങ്കിലും നടപടി സ്വീകരിച്ചേ പറ്റൂ എന്ന ചിന്ത അവരെ നിരന്തരം വേട്ടയാടിക്കൊണ്ടിരുന്നു. കേന്ദ്രസർക്കാരിന്റെ നേരിട്ടുള്ള നിയന്ത്രണത്തിൽ ബി എസ് എഫ്, സി ആർ പി, സി ഐ എസ് എഫ്, ഹോംഗാർഡ്സ് എന്നീ വിഭാഗങ്ങളിലായി ഏഴ് ലക്ഷം അർദ്ധസൈനികരുണ്ട്. റെയിൽവേ സമരത്തെ അടിച്ചമർത്താൻ ഈ സേനയെ ഫലപ്രദമായി ഉപയോഗിച്ചതിന്റെ അനുഭവം അവരുടെ മനസ്സിൽ ജീവത്തായി നില്ക്കുന്നുണ്ട്. ഈ മർദ്ദന സംവിധാനങ്ങൾക്ക് പുറമെ സംസ്ഥാനങ്ങൾക്ക് മൊത്തമായി ഒരു ലക്ഷത്തോളം വരുന്ന പൊലീസ് സേനയുമുണ്ട്. പോരെങ്കിൽ പത്ത് ലക്ഷത്തോളം വരുന്ന പൂർണ്ണ സൈനികരുമുണ്ട്. അവർ മനസ്സിൽ ചില കണക്കുകൂട്ടലുകൾ നടത്തുകയായിരുന്നു. മകൻ സഞ്ജയും അവരോട് അതുതന്നെയാണ് നിരന്തരം പറഞ്ഞുകൊണ്ടിരിക്കുന്നത്. പ്രതിപക്ഷം ഇത്തരത്തിൽ ആക്രമണശേഷി കൈവരിച്ചത് അമ്മയുടെ കുറ്റം കൊണ്ടുതന്നെയാണ്. ജനാധിപത്യത്തിന്റെ പേരിൽ അവർ പലതും അനുവദിച്ചുകൊടുത്തു. ഇനി അത്തരം അബദ്ധങ്ങൾ ആവർത്തിച്ചുകൂടാ. ആക്രമിക്കാൻ ഏറ്റവും ഉചിതമായ സമയം ഇതുതന്നെയാണെന്നാണ് ബെൻസിലാലിന്റേയും അഭിപ്രായം.

പത്രങ്ങളെ നിലയ്ക്ക് നിർത്താനും ഇനി വൈകിക്കൂടാ എന്നായിരുന്നു സഞ്ജയിന്റെ അഭിപ്രായം. കാരണം അവയാണ് ഏറ്റവും വലിയ ആക്രമണകാരികൾ. വാർത്താപ്രക്ഷേപണ മന്ത്രി ഗുജ്റാൾ അവരുമായി വലിയ ചങ്ങാത്തത്തിലായിട്ട് പോലും അവർ നടത്തിക്കൊണ്ടിരിക്കുന്ന

ഈ ആക്രമണങ്ങൾക്ക് ഒരറുതി വരുത്താൻ എന്തുകൊണ്ട് അയാൾക്ക് സാധിക്കുന്നില്ല എന്ന് സഞ്ജയ് അമ്മയോട് ചോദിച്ചുകൊണ്ടിരുന്നു. അമ്മ എതിരാളികളോട് വലിയ ഉദാരത കാട്ടുന്നു എന്നായിരുന്നു മകന്റെ ഏറ്റവും വലിയ പരിഭവം. ആ പരിഭവത്തിന് എരിവ് പകരാൻ ബൻസി ലാൽ, താൻ ചണ്ഡിഗറിൽ *ട്രിബ്യൂൺ* പത്രത്തെ എങ്ങനെയാണ് ഫല പ്രദമായി കൈകാര്യം ചെയ്തത് എന്ന് വിശദീകരിച്ചു. അത് വളരെ എ ളുപ്പമായിരുന്നുവത്രെ. ആദ്യമായി പത്രത്തിന് സർക്കാർ പരസ്യങ്ങൾ നിഷേധിച്ചു; തുടർന്ന് സംസ്ഥാനത്തേക്കും സംസ്ഥാനത്തിലൂടെയും പത്രം കൊണ്ടുപോകുന്ന വാഹനങ്ങൾക്കെതിരെ പൊലീസിനെ ഉപയോ ഗിച്ച് നിരന്തരം കേസുകൾ ചാർജ് ചെയ്യിപ്പിച്ചു. ഒടുക്കം അവർ വഴിക്ക് വന്നു.

ഒരു ചെറിയ സംസ്ഥാനത്ത് ഒരു പത്രത്തെ മാത്രം കൈകാര്യം ചെയ്യാൻ അത് മതിയാകുമായിരിക്കും. എന്നാൽ രാജ്യത്ത് മുഴുവനുമായി പ്രവർത്തിക്കുന്ന എണ്ണമറ്റ പത്രങ്ങളെ നിയന്ത്രിക്കൽ അത്രയ്ക്കെളുപ്പ മല്ല. അതിനൊരു വഴി സഞ്ജയ് ഗാന്ധി കണ്ടെത്തി. അയാളുടെ സു ഹൃത്ത് കുൽദീപ് നരാംഗ് ദില്ലിയിലെ ഉയർന്നുവരുന്ന ഒരു വ്യാപാരി യാണ്. ഫിലിപ്പീൻസിൽ പ്രയോഗിച്ച പത്ര സെൻസർഷിപ്പ് നിയമത്തിന്റെ ഒരു കോപ്പി, നരാംഗ് അമേരിക്കൻ എംബസിയിലെ അയാളുടെ ഒരു സുഹൃത്ത് വഴി സംഘടിപ്പിച്ച് സഞ്ജയ് ഗാന്ധിക്ക് ലഭ്യമാക്കി. ദില്ലിയി ലെ അമേരിക്കൻ എംബസിയിലെ ഒരു ജീവനക്കാരനിൽനിന്ന് യാദൃച്ഛി കമായി അനിരുദ്ധന് കിട്ടിയതാണ് ഈ വിവരം.

അങ്ങനെ അണിയറയിൽ അത്യപകടകരമായ എന്തൊക്കെയോ നട പടികൾ ആസൂത്രണം ചെയ്യപ്പെടുന്നുണ്ട് എന്ന് അനിരുദ്ധന് ഊഹിക്കാൻ സാധിച്ചിരുന്നു. ആ ഊഹം അയാൾ ജോഷിജിയോടും പറഞ്ഞു. “നമുക്ക് കാത്തിരിക്കാം...” അദ്ദേഹം അർദ്ധോക്തിയിൽ നിർത്തി. അശുഭകരങ്ങ ളായ സംഭവങ്ങളെന്തൊക്കയോ വരാൻ പോവുകയാണ് എന്ന് ആ അനു ഭവസമ്പന്നൻ ഊഹിച്ചു കാണണം. പക്ഷേ, അദ്ദേഹം കൂടുതലൊന്നും പറഞ്ഞില്ല. വരും ദിവസങ്ങളിൽ എല്ലാ കാര്യങ്ങളിലും സവിശേഷ ശ്രദ്ധ ഉണ്ടാവണമെന്ന് മാത്രം അദ്ദേഹം തന്റെ സഹപ്രവർത്തകരെ ഉപദേ ശിച്ചു.

സുപ്രീം കോടതിയിലെ വെക്കേഷൻ ജഡ്ജി ജ: വി ആർ കൃഷ്ണ യ്യരാണ്. അദ്ദേഹത്തിന്റെ ബെഞ്ചിലാണ് പ്രധാനമന്ത്രിയുടെ തിരഞ്ഞെ ടുപ്പ് കേസ് വരുന്നത്. തന്നോട് അദ്ദേഹത്തിന് അനുഭാവമുണ്ട് എന്ന ഒരു തോന്നൽ പ്രധാനമന്ത്രിക്കുണ്ട്. എന്നാൽ നിയമമന്ത്രി എച്ച് ആർ ഗോഖലെ അലഹബാദ് ഹൈക്കോടതി വിധി വന്നതിന്റെ പിറ്റേന്ന് പ്രധാന മന്ത്രിയുടെ വസതിയിൽ നിന്ന് അവരുടെ സാന്നിദ്ധ്യത്തിൽത്തന്നെ അദ്ദേ ഹത്തെവിളിച്ച് തിരഞ്ഞെടുപ്പുകേസുമായി ബന്ധപ്പെട്ട് തനിക്ക് അദ്ദേ ഹത്തെ കാണണമെന്ന് പറഞ്ഞപ്പോഴുണ്ടായ പ്രതികരണം ഒട്ടും ശുഭ കരമായിരുന്നില്ല. അദ്ദേഹം ചോദിച്ചുവത്രെ: “നിങ്ങൾക്ക് വക്കീലില്ലേ?

നിയമമാർഗ്ഗത്തിൽ അപ്പീൽ ഫയൽ ചെയ്യൂ." കൂടുതലൊന്നും സംസാരിക്കാതെ അദ്ദേഹം ഫോൺ വയ്ക്കുകയും ചെയ്തുവത്രെ.

പ്രതിരോധവും ആക്രമണവും എന്ന രീതിയിൽ രണ്ട് പോർമുഖങ്ങൾ പ്രധാനമന്ത്രിയുടെ വസതിയിൽ രൂപപ്പെടുകയായിരുന്നു. എതിർശബ്ദങ്ങളെ അടിച്ചമർത്താനുള്ള ആക്രമണമാണ് ഒരിടത്ത് സജ്ജമാക്കിയതെങ്കിൽ മറ്റേയിടത്ത് പ്രധാനമന്ത്രി, തന്നെ ഈ സന്ദിഗ്ദ്ധ ഘട്ടത്തിൽ പ്രതിരോധിക്കേണ്ടതിന്റെ ആവശ്യകത തന്റെ സഹപ്രവർത്തകരെ ബോദ്ധ്യപ്പെടുത്തുന്ന ചുമതല ഏറ്റെടുത്തു. അതിന്റെ ഭാഗമായി അവർ ബാബുജിക്കയച്ച സന്ദേശത്തിൽ തനിക്ക് സർവ്വാത്മനാ പിന്തുണ ഉറപ്പിക്കുന്ന കോൺഗ്രസ് പാർലമെന്ററി പാർട്ടി പ്രമേയത്തിന് യുവതുർക്കികളുടെ പിന്തുണ ഉറപ്പിക്കേണ്ട ചുമതല അദ്ദേഹത്തിനാണ് എന്നറിയിച്ചു. ആ പ്രമേയത്തിലെ "തുടർന്നും അവരുടെ നേതൃത്വം രാജ്യത്തിന് അത്യന്താപേക്ഷിതമാണ്" എന്ന വാചകത്തോട് യുവതുർക്കികൾക്ക് യോജിക്കാനായില്ല. ബാബുജിയുമായുള്ള ചർച്ചയിൽ അവർ ഒടുവിൽ ഒരു കാര്യം സമ്മതിച്ചു. തങ്ങൾ പാർലമെന്ററി പാർട്ടി യോഗത്തിൽ പങ്കെടുക്കാതെ മാറി നില്ക്കാം. അതോടെ പാർലമെന്ററിപാർട്ടിയിൽ പ്രമേയം ഏകകണ്ഠമായി പാസായി.

രാജ്യവ്യാപകമായി അറസ്റ്റ് ചെയ്യേണ്ട പ്രതിപക്ഷ പാർട്ടി നേതാക്കളുടെ പട്ടിക തയ്യാറാക്കുന്ന തിരക്കിലായിരുന്നു, ബൻസിലാലും സഞ്ജയ് ഗാന്ധിയും ധവാനും. ഫിലിപ്പീൻസ് മാതൃകയിൽ രാജ്യത്ത് നടപ്പാക്കേണ്ട പത്രസെൻസർഷിപ്പ് നിയമത്തിലെ വിശദാംശങ്ങളും തയ്യാറായിക്കഴിഞ്ഞു. ഇനിയുള്ള പണി അവ ഫലപ്രദമായി പ്രയോഗിക്കാൻ പ്രാപ്തിയുള്ളവരെ മർമ്മ സ്ഥാനങ്ങളിൽ പ്രതിഷ്ഠിക്കലാണ്. രാജസ്ഥാൻ ചീഫ് സെക്രട്ടറി എസ് എൽ ഖുരാനയെ ആഭ്യന്തര സെക്രട്ടറി സ്ഥാനത്ത് കൊണ്ടുവന്നു. ദില്ലിയിലെ ഭരണ വിഭാഗം ദക്ഷിണേന്ത്യക്കാരുടെ കൂത്തരങ്ങാണെന്നപരാതി ധവാന് മുമ്പേ ഉണ്ട്. അതൊന്ന് മാറ്റിയെടുക്കാനും അയാൾ ഈ അവസരം ഉപയോഗിച്ചു. ഐ ബി ചീഫ് എ ജയറാമിന്റെ സ്ഥാനത്ത് പഞ്ചാബ് പൊലീസ് ഐ ജി എസ് എൻ മാഥുർ നിയമിതനായി.

ആസൂത്രണം ചെയ്യപ്പെട്ട അറസ്റ്റുകളെക്കുറിച്ചും തയ്യാറാക്കപ്പെട്ട പത്ര സെൻസർഷിപ്പ് നിയമത്തെക്കുറിച്ചും പ്രധാനമന്ത്രി, സിദ്ധാർത്ഥ ശങ്കർ റേയുമായി സംസാരിച്ചു. അദ്ദേഹം പൂർണ്ണമായും അവയ്ക്കെല്ലാം അനുകൂലമാണ്. പക്ഷേ, അദ്ദേഹത്തിലെ നിയമജ്ഞനറിയേണ്ടിയിരുന്നത് ഏത് നിയമപ്രകാരമാണിതെല്ലാം നടപ്പിലാക്കാനുദ്ദേശിക്കുന്നത് എന്നതായിരുന്നു. എല്ലാം നിയമവിധേയമായി ചെയ്യണമെന്നു തന്നെയാണ് പ്രധാനമന്ത്രി ആഗ്രഹിക്കുന്നത്. അതിനാൽ അതിനുള്ള നിയമവഴികൾ കണ്ടെത്താൻ അവർ റേയോടാവശ്യപ്പെട്ടു.

പ്രതിപക്ഷം ആസൂത്രണം ചെയ്ത പ്രക്ഷോഭത്തിന്റെ വിശദാംശങ്ങൾ രഹസ്യാന്വേഷണ വകുപ്പ് ഇതിനകം ഗവൺമെന്റിന് സമർപ്പിച്ചി

രുന്നു. അതിലൊന്ന് പ്രധാനമന്ത്രിയുടെ വസതിയിലേക്ക് ആയിരക്കണക്കിനാളുകൾ മാർച്ച് ചെയ്ത് വസതിക്ക് ചുറ്റും നിലയുറപ്പിച്ച് അതിനെ പ്രതിരോധിക്കുക. മറ്റൊന്ന്, റെയിൽപ്പാതകളിൽ കുത്തിയിരുന്ന് തീവണ്ടി ഗതാഗതം സ്തംഭിപ്പിക്കുക. ചുരുക്കത്തിൽ രാജ്യത്തെ മൊത്തം നിശ്ചലമാക്കുക.

സഞ്ജയ് ഗാന്ധി അമ്മയോട് പറഞ്ഞു- കണ്ടില്ലേ? അവരുടെ ലക്ഷ്യം പ്രധാനമന്ത്രി മാത്രമാണ്. ശരിയാണെന്ന് ശ്രീമതി ഗാന്ധിക്കും സ്പഷ്ടമായി. അവർക്ക് മകനിൽ വിശ്വാസമുണ്ട്. അയാൾ പറ്റിയ പോം വഴി കണ്ടെത്തുകതന്നെ ചെയ്യും. ഇപ്പോൾത്തന്നെ അയാൾ ദിവസത്തിൽ പതിനെട്ടു മണിക്കൂറും തന്നെ ചൂഴ്ന്നു നില്ക്കുന്ന പ്രശ്നങ്ങൾക്കുള്ള പരിഹാരം കണ്ടെത്താനാണ് ചെലവഴിക്കുന്നത്.

1975 ജൂൺ 20 ന് ന്യൂദില്ലിയിൽ കോൺഗ്രസിന്റെ ആഭിമുഖ്യത്തിൽ സംഘടിപ്പിക്കപ്പെട്ട ഐക്യദാർഢ്യറാലിയെ അഭിസംബോധന ചെയ്തുകൊണ്ട് വികാര വിജൃംഭിതയായി ശ്രീമതി ഗാന്ധി പ്രഖ്യാപിച്ചു: “എന്റെ അവസാനശ്വാസം വരെയും ഞാൻ ഏത് സ്ഥാനത്തിരുന്നിട്ടായാലും ജനങ്ങളെ സേവിച്ചുകൊണ്ടേയിരിക്കും. എന്റെ കുടുംബപാരമ്പര്യം തന്നെ ജനസേവനമാണ്. പ്രതിലോമ ശക്തികൾ എന്നെ പുറത്താക്കാൻ മാത്രമല്ല, ലക്ഷ്യമിടുന്നത്; മറിച്ച് എന്നെ ഇല്ലാതാക്കാൻ തന്നെയാണ്.” വേദിയിൽ അവരുടെ കുടുംബം മുഴുവനും അപ്പോൾ സന്നിഹിതരായിരുന്നു. ഈ വേദിയിൽ വെച്ച് ബറുവ തന്റെ പില്ക്കാല പ്രസിദ്ധമായ ഉർദു കവിത ആലപിച്ചു. അതിങ്ങനെയാണ്-

“ഇന്ദിരാ, അവിടുത്തെ പ്രഭാതങ്ങൾ വിജയിക്കട്ടെ; അവിടുത്തെ പ്രദോഷങ്ങൾ വിജയിക്കട്ടെ; അവിടുത്തെ കർമ്മങ്ങൾ വിജയിക്കട്ടെ; അവിടുത്തെ നാമവും വിജയിക്കട്ടെ.”

ഈ ഗംഭീരറാലി ഒരു പാർട്ടിയുടെ പ്രകടനം മാത്രമായതിനാൽ അത് ടെലികാസ്റ്റ് ചെയ്യപ്പെട്ടില്ല. ഇക്കാര്യത്തെച്ചൊല്ലി സഞ്ജയ് ഗാന്ധി ഗുജ്റാളിനോട് തട്ടിക്കയറിയെന്നും അതിന് മറുപടിയായി അദ്ദേഹം താൻ അയാളുടെ മന്ത്രിയല്ല, മറിച്ച് അയാളുടെ അമ്മയുടെ മന്ത്രിയാണെന്ന് പറഞ്ഞെന്നും ഉപശാലകളിൽ വലിയ പ്രചാരമുണ്ടായി. എന്തായാലും ഗുജ്റാളിന് വാർത്താ പ്രക്ഷേപണ വകുപ്പ് നഷ്ടപ്പെട്ടു.

# പന്ത്രണ്ട്

**ആ**യിരത്തി തൊള്ളായിരത്തി എഴുപത്തിയഞ്ച് ജൂൺ 23 തിങ്കളാഴ്ച രാവിലെ നേരത്തെതന്നെ അനിരുദ്ധൻ സുപ്രീംകോടതിയുടെ മീഡിയാ റൂമിലെത്തി. ശ്രീമതി ഗാന്ധിക്കുവേണ്ടി ഫയൽചെയ്ത അപ്പീൽ സുപ്രീം കോടതിയിൽ വിചാരണയ്ക്ക് വരികയാണ്. അലഹബാദ് ഹൈക്കോടതി വിധി പൂർണ്ണമായും നിരുപാധികമായും സ്റ്റേ ചെയ്യണമെന്നാണ് ശ്രീമതി ഗാന്ധി തന്റെ ഹർജിയിൽ ആവശ്യപ്പെട്ടിരിക്കുന്നത്. ഇരുവശത്തേയും വാദമുഖങ്ങൾ വിശദമായി കേൾക്കാൻ ജഡ്ജി രണ്ട് ദിവസമെടുത്തു.

ഈ ദിവസങ്ങളിൽതന്നെ, പ്രധാനമന്ത്രിയുടെ നിർദ്ദേശാനുസരണം നിയമവിധേയമായും ഭരണഘടനാ വിധേയമായും എതിരാളികളെ അറസ്റ്റ് ചെയ്യാനും പത്രങ്ങളെ നിയന്ത്രിക്കാനുമുള്ള മാർഗ്ഗം സിദ്ധാർത്ഥ ശങ്കർ റേ കണ്ടെത്തിയിരുന്നു. അദ്ദേഹം കല്ക്കത്തയിൽനിന്നും ആ വിവരം പ്രധാനമന്ത്രിയെ അറിയിക്കുകയും ചെയ്തു. അദ്ദേഹത്തോട് ഉടൻ ദില്ലിയിലെത്താനായിരുന്നു പ്രധാനമന്ത്രി അപ്പോൾ ആവശ്യപ്പെട്ടത്. അദ്ദേഹം ജൂൺ 24 ന് തന്നെ എത്തി.

ആഭ്യന്തര അടിയന്തരാവസ്ഥ പ്രഖ്യാപിച്ചുകൊണ്ട് ഉദ്ദിഷ്ടകാര്യങ്ങൾ സാധിക്കാം എന്നും അതിന് ഭരണഘടനയിൽ വകുപ്പുണ്ടെന്നും റേ വിശദീകരിച്ചു. ഭരണഘടനയുടെ 352–ാം വകുപ്പ് അതനുവദിക്കുന്നുണ്ട്. ആഭ്യന്തരമായി ഉയരുന്ന അപകടകരമായ പ്രശ്നങ്ങൾ കൈകാര്യം ചെയ്യാൻ ആ വകുപ്പ് ഗവൺമെന്റിന് ഉപയോഗിക്കാം. അതുവഴി അതിന് അനിയന്ത്രിതമായ അധികാരങ്ങൾ കരഗതമാകും. ആ അധികാരങ്ങളുപയോഗിച്ച് കേന്ദ്ര ഗവൺമെന്റിന് ഏത് തരത്തിലുള്ള കല്പനകളും സംസ്ഥാനങ്ങൾക്ക് നല്കാം; പൗരന്റെ മൗലികാവകാശങ്ങൾ മുഴുവൻ

റദ്ദാക്കാം; അവ പുനഃസ്ഥാപിക്കാനാവശ്യപ്പെടുന്ന പൗരന്റെ ഹർജികൾ കോടതികൾക്ക് നിരാകരിക്കാം. പ്രധാനമന്ത്രിക്ക് വലിയ ആശ്വാസം തോന്നി. താൻ ഭരണഘടനാ വിധേയമായിട്ടാണല്ലോ പ്രവർത്തിക്കുന്നത്!

അടുത്തത് നിയമമന്ത്രിയുടെ ഊഴമാണ്. അടിയന്തരാവസ്ഥാ പ്രഖ്യാപനത്തിന് നിയമ രൂപം നല്കണം. പ്രഖ്യാപനം എന്നത്തേക്കാണ് ഉദ്ദേശിക്കുന്നത് എന്ന കാര്യം മാത്രം രഹസ്യമാണ്. നിയമമന്ത്രിയോടു പോലും അത് വെളിപ്പെടുത്തുകയില്ല. ജൂൺ 25 ന് അർദ്ധരാത്രിക്കാണ് പ്രഖ്യാപനം ഉദ്ദേശിക്കുന്നത് എന്നത് വളരെ കുറച്ച് പേർക്ക് മാത്രമേ അറിയാമായിരുന്നുള്ളൂ.

സുപ്രീംകോടതിയുടെ സുപ്രധാനമായ ഇടക്കാലവിധി ജൂൺ 25 ന് പുറത്തുവന്നു. ആ വിധിയനുസരിച്ച് പ്രധാനമന്ത്രിക്ക് സ്ഥാനത്ത് തുടരാം; പക്ഷേ, അന്തിമ വിധി വരും വരെ അവർക്ക് സഭയിൽ വോട്ടവകാശമുണ്ടാവില്ല. അവർക്ക് സഭയിലെ ചർച്ചകളിൽ പങ്കെടുക്കാം; പക്ഷേ, അലവൻസുകൾക്ക് അർഹതയുണ്ടാവില്ല. വിധിയുടെ അനുകൂലതലങ്ങൾ ഉയർത്തിക്കാട്ടുന്നതിൽ പ്രമുഖ മാധ്യമങ്ങൾ സവിശേഷ ശ്രദ്ധപുലർത്തി. പക്ഷേ, പ്രതിപക്ഷം വിധിയുടെ മറുവശത്തേക്കാണ് ശ്രദ്ധ ക്ഷണിച്ചത്. സഭയിൽ വോട്ടവകാശമില്ല എന്നതിനർത്ഥം പ്രധാനമന്ത്രിയുടെ സഭാംഗത്വം നിയന്ത്രിക്കപ്പെട്ടു, എന്നാണ്. അതുവഴി അവരുടെ വിശ്വാസ്യത വിവാദ വിധേയമായിരിക്കുന്നു. അത്തരമൊരു പ്രധാനമന്ത്രി എന്തുതരം പ്രധാനമന്ത്രിയാണ്? അവർ ചോദ്യമുയർത്തി. അതിനാൽ, പ്രധാനമന്ത്രിയുടെ രാജിക്കായി രാജ്യവ്യാപകമായി പ്രക്ഷോഭമുയർത്തിക്കൊണ്ടുവരാനുള്ള തങ്ങളുടെ തീരുമാനം അവർ ആവർത്തിച്ചുറപ്പിച്ചു. പ്രതിപക്ഷത്തിന്റെ ദില്ലിറാലി ജൂൺ 24 നായിരുന്നു ഉദ്ദേശിച്ചിരുന്നത്. പക്ഷേ, ജെ പിക്ക് എത്തിച്ചേരാനാവാതിരുന്നതിനാൽ അത് പിറ്റേന്നത്തേക്ക് മാറ്റുകയായിരുന്നു. അങ്ങനെ ജൂൺ 25 ന് പ്രതിപക്ഷ നേതാക്കൾ സംഘടിപ്പിച്ച റാലി ജനനിബിഡമായിരുന്നു. എന്നാൽ കോൺഗ്രസ് സംഘടിപ്പിച്ച റാലിക്കൊപ്പമെത്തിയിരുന്നില്ല. കോൺഗ്രസ് റാലിയിൽ പങ്കെടുത്തവരിലേറെയും പക്ഷേ, കൂലികൊടുക്കപ്പെട്ടവരായിരുന്നു. പ്രതിപക്ഷ റാലിയിൽ പങ്കെടുത്തവർ സ്വന്തം നിലയ്ക്ക് തന്നെ താല്പര്യപൂർവ്വം എത്തിച്ചേർന്നവരായിരുന്നു: ആ വ്യത്യാസമുണ്ട്.

ജെ പി തന്റെ പ്രസംഗമദ്ധ്യേ, ധാർമ്മിക മൂല്യങ്ങൾക്കായി വേണ്ടി വന്നാൽ ജയിലിൽ പോകാൻ സന്നദ്ധതയുള്ളവർ കൈപൊക്കണമെന്നാവശ്യപ്പെട്ടപ്പോൾ സദസ്യരെല്ലാവരും കൈയുയർത്തി തങ്ങളുടെ സന്നദ്ധത അറിയിച്ചു. നിയമവിരുദ്ധമായ കല്പനകൾ അനുസരിക്കേണ്ടതില്ല എന്ന് തന്റെ പ്രസംഗമദ്ധ്യേ അദ്ദേഹം സൈന്യത്തോടും പൊലീസിനോടും ആഹ്വാനം ചെയ്യുകയുണ്ടായി. അടിയന്തരാവസ്ഥാ പ്രഖ്യാപനത്തിനുള്ള കാരണമെന്ന നിലയിൽ ആ ആഹ്വാനം ഗവൺമെന്റിന്റെ കൈയിൽ നല്ലൊരു പ്രചരണായുധമായി മാറി. അതൊരു കപട പ്രചരണമായിരുന്നു. അണിയറയിൽ അതിനു മുമ്പുതന്നെ എല്ലാം സജ്ജമായിരുന്നു.

പ്രഖ്യാപനം മാത്രമേ ബാക്കിയുണ്ടായിരുന്നുള്ളൂ. അതിനായി അന്ന് അർദ്ധരാത്രിയോടെ പ്രധാനമന്ത്രിയുടെ വസതി പ്രവർത്തന സജ്ജമായി. ജൂൺ 25 ന് അർദ്ധരാത്രി കൃത്യം 11.45 ന് പ്രസിഡന്റ് ഫക്രുദ്ദീൻ അലി അഹമ്മദ് അടിയന്തരാവസ്ഥാ പ്രഖ്യാപനത്തിൽ ഒപ്പുവെച്ചു. പ്രസിഡന്റിനെക്കാണാൻ പ്രധാനമന്ത്രിയെ അനുഗമിച്ചത് സിദ്ധാർത്ഥ ശങ്കർ റേ ആയിരുന്നു. അദ്ദേഹം കാര്യങ്ങൾ പ്രസിഡന്റിന് വിശദീകരിച്ചുകൊടുത്തു. അദ്ദേഹത്തിന് കാര്യം പെട്ടെന്ന് മനസ്സിലാവുകയും ചെയ്തു. ഇന്ത്യയുടെ ആഭ്യന്തരസുരക്ഷാ ഭീഷണി നേരിടുകയാണെന്നും അതിനാൽ അതിനെ ചെറുക്കുന്നതിന്റെ ഭാഗമായി പൗരാവകാശങ്ങളും പത്രസ്വാതന്ത്ര്യവും സസ്പെന്റ് ചെയ്യുകയാണെന്നും പ്രഖ്യാപനം വ്യക്തമാക്കുന്നു. പ്രധാനപ്പെട്ട പ്രതിപക്ഷ നേതാക്കളെല്ലാം ദില്ലി റാലിയോടനുബന്ധിച്ച് സ്ഥലത്തു തന്നെ ഉണ്ടായിരുന്നതിനാൽ ദില്ലിപൊലീസിന് അവരെ അറസ്റ്റ് ചെയ്യാൻ വല്ലാതെ ബുദ്ധിമുട്ടേണ്ടി വന്നില്ല. അറസ്റ്റുകളെല്ലാം ആഭ്യന്തര സുരക്ഷാ നിയമമായ മിസ പ്രകാരമായതിനാൽ അറസ്റ്റിന്റെ കാരണവും കാണിക്കേണ്ടതില്ല. ജൂൺ 26–ാം തീയതി പുലരുന്നതിന് മുമ്പ് 2.30 നും 3 നു മിടയിൽ ജെ പിയടക്കമുള്ള മുൻ നിരനേതാക്കൾ അറസ്റ്റിലായി. ദില്ലിയിലെ പത്രങ്ങൾക്കുള്ള വൈദ്യുതി വിതരണം മുടക്കിയിരുന്നു. വൈദ്യുതി ബന്ധം വിച്ഛേദിച്ചുകൊണ്ടാണത് സാധിച്ചത്. പരാതി ഉന്നയിച്ചവരോട് അതിനുള്ള കാരണമായി പറഞ്ഞത് വൈദ്യുതി വിതരണത്തിൽ എവിടെയോ തകരാറുണ്ടായി എന്നാണ്. ഇതേ തന്ത്രം തന്നെയാണ് പഞ്ചാബിലേയും ഉത്തർപ്രദേശിലേയും പത്രങ്ങൾക്കെതിരേയും പ്രയോഗിച്ചത്. 26–ാം തീയതി നേരം പുലർന്നതോടെ മുഴുവൻ പത്രങ്ങൾക്കും നിയന്ത്രണങ്ങളേർപ്പെടുത്തിക്കൊണ്ടുള്ള അറിയിപ്പെത്തി.

കേന്ദ്രമന്ത്രിസഭായോഗം പ്രധാനമന്ത്രി വിളിക്കുന്നതും 26 ന് രാവിലെ 6 മണിക്കാണ്. അപ്പോഴേക്കും അറസ്റ്റ് ചെയ്യപ്പെട്ടവരുടെ പട്ടിക പ്രധാനമന്ത്രിക്ക് സമർപ്പിക്കപ്പെട്ടിരുന്നു. അടിയന്തരാവസ്ഥാ പ്രഖ്യാപനം മന്ത്രിസഭയെ പ്രധാനമന്ത്രി അറിയിച്ചു. മന്ത്രിസഭാംഗങ്ങൾ നിശ്ശബ്ദം എല്ലാം കേട്ടിരുന്നു. സ്വരൺസിങ് ആണ് എന്തോ സംസാരിച്ചത്; അതിനാകട്ടെ മറുപടിയുമുണ്ടായില്ല. മറ്റാരും ഒന്നും മിണ്ടിയതുമില്ല. അടിയന്തരാവസ്ഥാ പ്രഖ്യാപനം മന്ത്രിസഭ അംഗീകരിച്ചതായി രേഖപ്പെടുത്തിയതോടെ യോഗം അവസാനിച്ചു.

അന്ന് രാവിലെതന്നെ പ്രധാനമന്ത്രി രാജ്യത്തോടും സംസാരിച്ചു. ദേശവ്യാപകമായി പ്രക്ഷേപണം ചെയ്യപ്പെട്ട തന്റെ പ്രസംഗത്തിൽ, ജനാധിപത്യപരമായി തിരഞ്ഞെടുക്കപ്പെട്ട ഗവൺമെന്റിനെ പ്രവർത്തിക്കാൻ പ്രതിപക്ഷം അനുവദിക്കുന്നില്ല എന്നും ജനക്ഷേമകരമായ നടപടികൾക്ക് തുടക്കം കുറിക്കുമ്പോഴേക്കും പ്രതിപക്ഷം അതിന് തുരങ്കം വയ്ക്കുകയാണെന്നും ഗത്യന്തരമില്ലാതെയാണ് താൻ അടിയന്താരവസ്ഥ പ്രഖ്യാപിക്കുന്നതെന്നും അവർ ജനങ്ങളെ അറിയിച്ചു, ജനാധിപത്യം സംരക്ഷിക്കാനാണ് തന്റെ ഈ നടപടി എന്നായിരുന്നു പ്രസംഗത്തിന്റെ ചുരുക്കം.

മുതിർന്ന ക്യാബിനറ്റ് മന്ത്രിമാരാരെങ്കിലുമായി ഫോണിലൂടെയെങ്കിലും സംസാരിക്കാൻ സാധിക്കുമോ എന്നറിയാനായി *ഇന്ത്യൻ മിറർ* പത്രാധിപർ കൈലാസ് നാഥ് ജോഷി ചില ശ്രമങ്ങളെല്ലാം നടത്തിനോക്കിയെങ്കിലും അവയൊന്നും ഫലപ്രദമായില്ല. പത്രത്തിന്റെ ഓഫീസിൽ എല്ലാവരും പകപ്പിലും അന്ധാളിപ്പിലുമായിരുന്നു. പത്രത്തിന്റെ ചരിത്രത്തിൽ ആദ്യമായിട്ടാണ് ഒരുദിവസത്തെ പത്രം മുടങ്ങുന്നത്. രാവിലെയായതോടെ പത്രങ്ങൾക്ക് സെൻസർഷിപ്പ് ഏർപ്പെടുത്തിക്കൊണ്ടുള്ള അറിയിപ്പു ലഭിച്ചു. അതോടെ തലേദിവസത്തെ വൈദ്യുതി നിലയ്ക്കൽ യാദൃച്ഛികമല്ലായിരുന്നു എന്ന് എല്ലാവർക്കും ബോദ്ധ്യമായി.

തലേദിവസം സുപ്രീംകോടതിവിധിയുടെ വിവരം റിപ്പോർട്ട് ചെയ്തശേഷം അനിരുദ്ധൻ പ്രതിപക്ഷത്തിന്റെ റാലി റിപ്പോർട്ട് ചെയ്യാനുള്ള തിരക്കിലായിരുന്നു. അതിനിടയിൽ പ്രധാനമന്ത്രിയുടെ വസതിയിൽ ഇത്തരമൊരു കടുത്ത നടപടിക്ക് രൂപം കൊടുക്കപ്പെടുമെന്ന നേരിയ തോന്നൽപോലും അയാൾക്കില്ലായിരുന്നു. എന്തോ ചില പദ്ധതികൾ ആസൂത്രണം ചെയ്യപ്പെടുന്നു എന്ന തോന്നൽ നേരത്തെ അയാൾക്കുണ്ടായിരുന്നെങ്കിലും അത് ജനാധിപത്യത്തിന്റെ കടയ്ക്കൽ കത്തി വയ്ക്കുന്ന തരത്തിൽ ഭീകരമായ ഒന്നാവുമെന്ന് അയാൾ തീരെ പ്രതീക്ഷിച്ചിരുന്നില്ല; വിശേഷിച്ചും ജവഹർലാൽ നെഹ്റുവിന്റെ പുത്രി ഇന്ദിരാ ഗാന്ധിയിൽ നിന്ന്.

*ഇന്ത്യൻ മിററി*ന്റെ ലേഖകനെന്ന നിലയിൽ ബാബുജഗ്ജീവൻ റാമിനെ അയാൾ മുമ്പ് പലതവണ കാണുകയും സംസാരിക്കുകയും ചെയ്തിട്ടുണ്ട്. ആ ഒരു പരിചയം വെച്ചുകൊണ്ട് താൻ ബാബുജിയെ വീട്ടിൽപോയി കാണാമെന്ന് അയാൾ പത്രാധിപരെ വിളിച്ചറിയിച്ചു. ഒട്ടൊന്ന് ആലോചിച്ചശേഷം അദ്ദേഹം പറഞ്ഞു: “കാണാൻ സാധിക്കുമെന്ന് തോന്നുന്നില്ല. ഏതായാലും നീയൊന്ന് ശ്രമിച്ചു നോക്ക്. ഇല്ലെങ്കിൽ ചവാനെയെങ്കിലും കാണാൻ നോക്കണം.”

ബാബുജിയുടെ വീടിന് ചുറ്റും അപരിചിതരായ കുറെയാളുകൾ അവിടേക്ക് വരുന്ന വാഹനങ്ങളുടെ നമ്പറുകൾ, സന്ദർശകരുടെ പേരുകൾ എന്നീ വിവരങ്ങൾ കുറിച്ചെടുക്കുകയാണ്. മുമ്പൊരിക്കലുമില്ലാത്ത അവസ്ഥ. ഇന്റലിജൻസ് ഉദ്യോഗസ്ഥരാണവരെന്ന് അനിരുദ്ധന് മനസ്സിലായി. അവർക്ക് തന്റെ ഐഡന്റിറ്റി വ്യക്തിമാക്കിക്കൊടുത്തശേഷം അനിരുദ്ധൻ അകത്തേക്ക് കടന്നു. ബാബുജി തീർത്തും പരിക്ഷീണനായതുപോലെയാണയാൾക്ക് തോന്നിയത്. ഈ അവസ്ഥയിൽ എന്ത് ചോദിച്ചാലും കൃത്യമായ മറുപടി ഉണ്ടാവില്ലെന്നറിയാം. അദ്ദേഹം ഒന്നും വിട്ടു പറയില്ല. താൻ ഏത് നിമിഷവും അറസ്റ്റിലായേക്കാം എന്നു പോലും അദ്ദേഹം ഭയപ്പെടുന്നതായി തോന്നി. ചന്ദ്രശേഖരടക്കമുള്ള യുവതുർക്കികളെന്നറിയപ്പെടുന്ന ഏതാണ്ട് മുഴുവൻ പേരും അറസ്റ്റ് ചെയ്യപ്പെട്ടു കഴിഞ്ഞു എന്ന വിവരം അദ്ദേഹത്തിന് ഇതിനകം കിട്ടിക്കഴിഞ്ഞിട്ടുണ്ടാവാം. അവരുടെ നിലപാടുകളോട് അനുഭാവമുള്ളയാൾ എന്നാണ്

ബാബുജി ഉപശാലകളിൽ അറിയപ്പെടുന്നത്. അതിനാൽ അദ്ദേഹത്തിന്റെ ഭയം അസ്ഥാനത്തല്ല. അദ്ദേഹം അനിരുദ്ധനെ തിരിച്ചറിഞ്ഞിരുന്നു. പരിചയം ഭാവിച്ച് ഒന്ന് മന്ദഹസിക്കുകയും ചെയ്തു. തുടർന്ന് അദ്ദേഹം പറഞ്ഞു: “ഇപ്പോളെനിക്കൊന്നും പറയാനില്ല.” “ശരി, സർ.” അനിരുദ്ധൻ വേഗത്തിൽ യാത്ര പറഞ്ഞിറങ്ങി. ചവാന്റെ വസതി കൂടി സന്ദർശിക്കാൻ ശ്രമിച്ചെങ്കിലും അവിടെയും വീടിന് ചുറ്റും ഇന്റലിജൻസുകാരുടെ സാന്നിദ്ധ്യം കണ്ടപ്പോൾ ആ ശ്രമം അയാൾ ഉപേക്ഷിച്ചു.

ദില്ലിയുടെ നഗരവീഥികൾ ശാന്തമാണ്. പ്രത്യേകിച്ചൊന്നും സംഭവിച്ചതായി ആരും കണക്കാക്കാത്ത പോലത്തെ അവസ്ഥ. അപ്പോൾ അനിരുദ്ധൻ ഓർത്തത് തലേ ദിവസത്തെ പ്രതിപക്ഷ റാലിയായിരുന്നു. നമ്മൾ പവിത്രമായി കരുതുന്ന മൂല്യങ്ങൾക്കായി ജയിലിൽ പോവാൻ തയ്യാറുള്ളവർ കൈപൊക്കണമെന്ന് ജെ പി ആവശ്യപ്പെട്ടപ്പോൾ മൈതാനത്ത് സന്നിഹിതരായിരുന്ന മുഴുവനാളുകളും കൈപൊക്കിയതിന് അയാൾ സാക്ഷിയാണ്. എന്നിട്ടിപ്പോൾ ജനാധിപത്യ മൂല്യങ്ങളെ ദയാരഹിതമായി ചവിട്ടിമെതിക്കുമ്പോൾ ജനങ്ങൾ തങ്ങളൊന്നുമറിഞ്ഞില്ല എന്ന ഭാവത്തിൽ നിസ്സംഗരാവുന്നു. അയാളുടെ മനസ്സ് വല്ലാതെ അസ്വസ്ഥപ്പെട്ടു. മനസ്സിന്റെ ഏകാഗ്രത നഷ്ടപ്പെടുന്നു എന്ന് തോന്നിയപ്പോൾ അയാൾ വണ്ടി ഒഴിവുകണ്ട ഒരിടത്ത് പാർക്ക് ചെയ്ത് കുറെ നേരം അതിൽ വെറുതെ ഇരുന്നു. എന്തിനാണ് ജനങ്ങളെ പഴിക്കുന്നത്? അയാൾ ചിന്തിച്ചു. താൻപോലും എത്ര നിസ്സഹായനാണ്. ഇനിയങ്ങോട്ട് താൻ പ്രവർത്തിക്കുന്ന പത്രത്തിന് ജനങ്ങളോടും ജനാധിപത്യത്തോടും നീതി പുലർത്താൻ സാധിക്കുമോ? നാട് ഏകാധിപത്യ വാഴ്ചയിലേക്ക് നടന്നു കയറുകയാണ് എന്ന് ജനങ്ങളോട് വിളിച്ചു പറയാൻ തന്റെ പത്രത്തിന് സാധിക്കുമോ? ഈ നാട്ടിൽ ഇനിയെന്തെല്ലാം നടക്കും? പ്രധാനമന്ത്രിയെ മുൻനിർത്തി ഭരണത്തിന്റെ കടിഞ്ഞാൺ ഇനിയങ്ങോട്ട് പിടിക്കാൻ പോകുന്നത് ആരെല്ലാമായിരിക്കുമെന്ന് അനിരുദ്ധന് ഏതാണ്ട് ഊഹിക്കാൻ സാധിച്ചിരുന്നു. അലഹബാദ് ഹൈക്കോടതി വിധി വന്ന ദിവസം അയാൾക്ക് അതിന്റെ ചില സൂചനകൾ പ്രധാനമന്ത്രിയുടെ വസതിയിൽ നിന്ന് തന്നെ കിട്ടിയിരുന്നു. സഞ്ജയ് ഗാന്ധി ഇടയ്ക്കിടെ പ്രധാനമന്ത്രിയെ അകത്തേക്ക് വിളിക്കുന്നതും എന്തൊക്കെയോ കാര്യങ്ങൾ വിശദീകരിക്കുന്നതും അയാൾ ശ്രദ്ധിച്ചിരുന്നു. സന്ദർശക മുറിയിൽ മുതിർന്ന നേതാക്കൾ ഹൈക്കോടതി വിധി ചർച്ച ചെയ്യുമ്പോൾ തനിക്കതൊന്നും ബാധകമല്ല എന്ന ഒരു ഭാവം അയാളുടെ മുഖത്തുനിന്നും വായിച്ചെടുക്കാൻ അനിരുദ്ധന് അന്നേ സാധിച്ചിരുന്നു. സഞ്ജയ് ഗാന്ധിക്ക് എന്നും അയാളുടേതായ വഴികളും രീതികളുമാണെന്ന് അനിരുദ്ധൻ അതിനുമുമ്പ് തന്നെ കേട്ടിരുന്നു. അയാളെ സംബന്ധിച്ച് ഒട്ടേറെ ഗോസിപ്പുകൾ ദില്ലിയിലെ ഗുലാബി ബാഗിലും ലേഡി ശ്രീരാം കോളേജിന്റെ പരിസരങ്ങളിലുമെല്ലാം പാറി നടന്നിരുന്നെങ്കിലും അനിരുദ്ധൻ അതൊന്നും ഒരിക്കലും കാര്യമായെടുത്തിരുന്നില്ല.

മനസ്സ് ഒരല്പം ശാന്തമായപ്പോൾ അനിരുദ്ധൻ വണ്ടി സ്റ്റാർട്ടാക്കി. ഇന്ത്യാഗേറ്റ് മുതൽ രാഷ്ട്രപതിഭവൻവരെ നീണ്ടുകിടക്കുന്ന വിശാലമായ രാജ്പഥിലൂടെ എന്തിനെന്നറിയാതെ അയാൾ കാറോടിച്ചു. എല്ലായിടത്തും നിറയെ പൊലീസുകാർ മാത്രം. *ഇന്ത്യൻ മിററി*ന്റെ ഓഫീസിലേക്ക് കയറിച്ചെല്ലുമ്പോൾ പത്രാധിപർ ഒരു സ്റ്റാഫ് മീറ്റിങ്ങിലാണ്. അനിരുദ്ധനെ കണ്ടയുടനെ ജോഷിജി വിളിച്ചു: "അനിരൂ വരൂ. ഇവിടെ ഇരിക്കൂ. നിങ്ങൾ കൂടികേൾക്കേണ്ട കാര്യങ്ങളാണ്." ചൂടു പിടിച്ച ചർച്ചയാണ് നടക്കുന്നത്. പുതുതായി ഏർപ്പെടുത്തിയ പത്ര സെൻസർഷിപ്പാണ് വിഷയം. അതിന്റെ യഥാർത്ഥ മുഖം എങ്ങനെയിരിക്കുമെന്ന് ആർക്കും നിശ്ചയമില്ല. പ്രസിദ്ധീകരണയോഗ്യമായ വാർത്തകൾ സെൻസർമാർ നിശ്ചയിക്കുമ്പോൾ സ്വതന്ത്ര പത്രപ്രവർത്തനം വനവാസത്തിന് പോകും എന്ന് ജോഷിജി മറയില്ലാതെ പ്രഖ്യാപിച്ചു.

"പിന്നെ നമ്മളെന്ത് ചെയ്യണം, സർ?"

സെൻസർഷിപ്പിനെ ധിക്കരിച്ചുകൊണ്ട് പത്രം പ്രസിദ്ധീകരിച്ചാലുള്ള ഭവിഷ്യത്തുകളാണ് ഓരോരുത്തരും വിശദീകരിക്കുന്നത്.

"ഒടുവിൽ പത്രംതന്നെ പൂട്ടേണ്ടി വരും. നമ്മൾ തെരുവിലിറങ്ങേണ്ടിയും വരും."

"ജനാധിപത്യത്തെ പരിരക്ഷിക്കാനുള്ള വലിയ ഉത്തരവാദിത്വം പത്രങ്ങളിൽ നിക്ഷിപ്തമാണ്. അതുകൊണ്ടാണവയെ ജനാധിപത്യത്തിന്റെ നാലാം തൂൺ എന്ന് വിളിക്കുന്നത്. ഇപ്പോൾ നമ്മുടെ മുന്നിലെ പ്രശ്നം ജനാധിപത്യം വേണോ ജോലി വേണോ എന്നതായിരിക്കുന്നു." ചർച്ചയിലിടപെട്ടുകൊണ്ട് അനിരുദ്ധൻ പറഞ്ഞു.

"എല്ലാവരും അഭിപ്രായം തുറന്നു പറയണം. എങ്കിലേ നമുക്കൊരു കൃത്യമായ തീരുമാനമെടുക്കാനാവൂ. അപ്പോൾ നമ്മുടെ തീരുമാനം ജനാധിപത്യപരമാണെന്നെങ്കിലും നമുക്കാശ്വസിക്കാനാവുമല്ലോ?" ജോഷിജി ഒരല്പം നർമ്മംകൂടി ചേർത്തുകൊണ്ട് ചർച്ചയ്ക്കായി തന്റെ സഹപ്രവർത്തകരെ പ്രോത്സാഹിപ്പിച്ചു.

ഒടുവിൽ പ്രതിഷേധ സൂചകമായി എഡിറ്റോറിയൽ കോളം ശൂന്യമാക്കിനിർത്തിക്കൊണ്ട് പത്രം പ്രസിദ്ധീകരിക്കാൻ തീരുമാനമെടുത്തുകൊണ്ടാണ് മീറ്റിങ് അവസാനിപ്പിച്ചത്. അപ്പോഴും സ്വയം ഒരു തീരുമാനത്തിലെത്താനാവാതെ അനിരുദ്ധന്റെ മനസ്സ് ഉഴറിക്കൊണ്ടിരുന്നു. അത് മനസ്സിലാക്കിയിട്ടെന്നവണ്ണം മീറ്റിങ് കഴിഞ്ഞപ്പോൾ ജോഷി അയാളെ തന്റെ മുറിയിലേക്ക് വിളിപ്പിച്ചു. അദ്ദേഹം താല്പര്യപൂർവ്വം ആദ്യം അന്വേഷിച്ചത് ബാബുജിയെ കണ്ടോ എന്നായിരുന്നു. അനിരുദ്ധൻ എല്ലാം വിശദമായിത്തന്നെ അദ്ദേഹത്തെ ധരിപ്പിച്ചു. പ്രധാനമന്ത്രിക്ക് തന്റെ സഹപ്രവർത്തകരെപ്പോലും വിശ്വാസത്തിലെടുക്കാൻ സാധിക്കുന്നില്ല. പിന്നെ അവർക്കെങ്ങനെയാണ് സർ, ജനങ്ങളെ വിശ്വാസത്തിലെടുക്കാനാവുക? അവരെന്നു മുതലാണ് തന്റെ സ്വന്തം ജനങ്ങളെ അവിശ്വസിക്കാനും ഭയപ്പെടാനും തുടങ്ങിയത്? ജനങ്ങൾ നെഹ്റു കുടുംബത്തിന് എല്ലാ

കാലത്തും കലവറയില്ലാത്ത പിന്തുണയും അളവില്ലാത്ത സ്നേഹവും മാത്രമേ കൊടുത്തിട്ടുള്ളൂ. ഇപ്പോഴും നോക്കൂ. ജനങ്ങൾ ശാന്തരാണ്. അവർ ഇതെല്ലാം നല്ലതിനുവേണ്ടിയാണെന്ന് ആത്മാർത്ഥമായി വിശ്വസിക്കുന്നു. അത്രയ്ക്ക് ശുദ്ധാത്മാക്കളാണ് ഇന്ത്യയിലെ സാധാരണ ജനങ്ങൾ. എന്നിട്ടും അവർക്ക് പട്ടിണിയും ദാരിദ്ര്യവും മാത്രം ബാക്കി. അതല്ലേ സർ, സത്യം?"

ഒരുപാട് ജീവിത പരിചയവും അനുഭവസമ്പത്തുമുള്ള ജോഷി അനിരുദ്ധൻ പറഞ്ഞതെല്ലാം ക്ഷമയോടെ കേട്ടിരുന്നു. അയാൾ പറഞ്ഞു നിർത്തിയപ്പോൾ അദ്ദേഹം തികഞ്ഞ ശാന്തതയോടെ പ്രതികരിച്ചതിങ്ങനെ: "ബീ കൂൾ അനിരൂ. ഞാൻ നിന്നോടെപ്പോഴും പറയാറില്ലേ, വികാര പ്രകടനങ്ങൾ നമ്മളെ എവിടെയും എത്തിക്കില്ലെന്ന്. ഹൃദയം കൊണ്ടല്ല, ബുദ്ധികൊണ്ട് വിലയിരുത്തൂ. രാജ്യം ഇപ്പോൾ ശരിക്കും ഒരു സന്ദിഗ്ദ്ധഘട്ടത്തിലാണ്. നമ്മുടെ സഹപ്രവർത്തകരിൽപ്പോലും പലരും അതിന്റെ ഗ്രാവിറ്റി ഇപ്പോഴും ഉൾക്കൊണ്ടിട്ടില്ല. പക്ഷേ, അതുൾക്കൊള്ളാനാവുന്ന കുറച്ചുപേരെങ്കിലും നമുക്കിടയിലുണ്ട്. നമുക്കവരെ ഉപയോഗപ്പെടുത്തി ഈ പ്രതിസന്ധിയെ എത്ര ചെറിയ തോതിലാണെങ്കിലും എങ്ങനെ മറികടക്കാമെന്നാണ് ആലോചിക്കേണ്ടത്. ആ ചിന്ത വികാരങ്ങളാലല്ല സ്വാധീനിക്കപ്പെടേണ്ടത്. യൂ തിങ്ക് ഓവറിറ്റ് സീരിയസ്‌ലി. തിങ്ക് ഹൗ ബെസ്റ്റ് വി ക്യാൻ പെർഫോം ഇൻ ദിസ് ക്രിറ്റിക്കൽ സിറ്റ്വേഷൻ. സൊ ആസ്ടു എനേബിൾ അസ് ടു പ്രൊവൈഡ് ട്രൂത്ത് ടു ഔവർ റീഡേഴ്സ്. യു മെടേക്ക് ഡെയ്സ്. നോ മാറ്റർ. കം ടു മി വിത്ത് എ ഫൂൾ പ്രൂഫ് സജഷൻ."

"ഓക്കെ, സർ." അയാൾ പത്രാധിപരോട് യാത്ര പറഞ്ഞിറങ്ങി.

അനിരുദ്ധൻ ദിവസങ്ങളോളം ആലോചിച്ചു. വിവിധ കോണുകളിലൂടെ തന്റെ ചിന്തകളുടെ പ്രായോഗികതയെ പരിശോധനാ വിധേയമാക്കി. ഒടുവിൽ അയാൾ കണ്ടെത്തിയ പോംവഴി ഇതായിരുന്നു – പത്രം പതിവ് പോലെ നിയമ വിധേയമായിത്തന്നെ ഇറങ്ങട്ടെ. (ഇതിനകംതന്നെ എഡിറ്റോറിയൽ കോളം ശൂന്യമാക്കി വിട്ട് പ്രതിഷേധിക്കുന്ന രീതി അംഗീകരിക്കാനാവില്ലെന്ന് സെൻസർ വ്യക്തമാക്കിക്കഴിഞ്ഞു.) എന്നാൽ നാട്ടിൽ നടക്കുന്ന പ്രധാനപ്പെട്ട സംഭവങ്ങളുടെയെങ്കിലും സത്യസന്ധമായ റിപ്പോർട്ടുകൾ, സംക്ഷിപ്തമായിട്ടെങ്കിലും ജനങ്ങൾക്ക് ലഭ്യമാക്കണം. വിശദമായ റിപ്പോർട്ടിങ് അസാദ്ധ്യമാണ്. ഏറിയാൽ രണ്ട് പേജ് വരുന്ന ഒരു പ്രസിദ്ധീകരണം രഹസ്യമായി സംവിധാനം ചെയ്ത് സാധിക്കാവുന്നയിടങ്ങളിലെല്ലാം വിതരണം ചെയ്യണം. വാർത്തകൾ ശേഖരിക്കുന്ന ചുമതല തനിക്ക് ഏറ്റെടുക്കാനാവും. അച്ചടി സംവിധാനവും അച്ചടിക്കാനുള്ള ആളുകളും വേണം. രണ്ട് പേജ് വീതമുള്ള രഹസ്യ പ്രസിദ്ധീകരണം ഇംഗ്ലീഷിൽ മാത്രം പോരാ, ഹിന്ദിയിലും വേണം. കാര്യങ്ങൾ സാധാരണ ജനങ്ങളിലെത്താൻ അത് അത്യാവശ്യമാണ്. ഒരാഴ്ചയിൽ ഒന്ന് വീതം എന്ന രീതിയിൽ ആരംഭിക്കും. പ്രവർത്തനത്തിന് അതീവ

രഹസ്യമായ ഒരിടവും കണ്ടെത്തണം. വിതരണത്തിന് *ഇന്ത്യൻ മിററി*ന്റെ അതീവ വിശ്വസ്തരായ ചില വിതരണക്കാരെ ഏർപ്പാട് ചെയ്യണം.

അനിരുദ്ധൻ പത്രാധിപരെ വിളിച്ച് തനിക്ക് ചില കാര്യങ്ങൾ പറയാനുണ്ടെന്നറിയിച്ചു: "സാറിന് തിരക്കില്ലാത്ത സമയത്ത് ഞാൻ ക്യാബിനിലെത്തിക്കൊള്ളാം. ഒന്ന് വിളിച്ചാൽ മതി." അദ്ദേഹം ഉടൻ സമ്മതം കൊടുത്തു: "ഇപ്പോൾ തന്നെ വന്നോളൂ; ഞാൻ ഫ്രീയാണ്."

തന്റെ ആശയങ്ങൾ അവതരിപ്പിക്കുന്നതിന് മുമ്പ് അതിനുള്ള സാധൂകരണം ആദ്യമേ മുന്നോട്ടു വയ്ക്കണം എന്ന് അനിരുദ്ധന് തോന്നി. അയാൾ ജോഷിയോട് പറഞ്ഞു തുടങ്ങി: "സർ, നമ്മളൊരു ഫാക്ടറിയല്ല, നടത്തുന്നത്. ഒരു പത്രമാണ്. പത്രങ്ങളുടെ കുറെ കോപ്പികൾ അച്ചടിച്ചു വിടുക മാത്രമല്ല നമ്മുടെ ഉത്തരവാദിത്വം. ജനാധിപത്യത്തിന്റെ ജിഹ്വയാണ് പത്രങ്ങൾ എന്ന് അങ്ങ് തന്നെ എപ്പോഴും ഞങ്ങളോട് പറയാറുണ്ടല്ലോ. ജനങ്ങൾ അതിനെ കാണുന്നതും അങ്ങനെത്തന്നെയാണ്. ജനാധിപത്യത്തെ പൊലിപ്പിക്കുക എന്ന പത്രധർമ്മം നമ്മൾ നിർവ്വഹിക്കുന്നുണ്ടോ എന്ന് പൊതു സമൂഹം സൂക്ഷ്മ നിരീക്ഷണം നടത്തുന്നുണ്ട്. വിശേഷിച്ചും ഈ നിർണ്ണായക ഘട്ടത്തിൽ. കുറെയാളുകൾക്ക് ജോലി കൊടുക്കുക മാത്രമല്ല നമ്മുടെ പത്രത്തിന്റെ ഇപ്പോഴത്തെ ധർമ്മം. സത്യമറിയാനുള്ള വായനക്കാരന്റെ അവകാശത്തെ നാം മാനിക്കേണ്ടതുണ്ട്. കാരണം അവനാണ് നമ്മുടെ രക്ഷാകർത്താവ്. ഞാൻ നിർദ്ദേശിക്കുന്ന പരിപാടി ഇന്നത്തെ ഇന്ത്യയിൽ നിയമ വിരുദ്ധമാണ്; അതിനാൽത്തന്നെ ഏറെ റിസ്ക്കുള്ളതുമാണ്. നമ്മൾ പത്രപ്രവർത്തകർക്കും വല്ലതുമൊക്കെ ത്യജിക്കാനുള്ള ബാദ്ധ്യതയില്ലേ, സർ? ത്യജിച്ചുകൊണ്ട് ജീവിതത്തെ അറിയുക എന്ന് നമ്മുടെ ഉപനിഷത്തുകൾ പോലും പറയുന്നുണ്ട്. "തേനത്യക്തേന ഭുഞ്ജീഥാ" എന്ന് ഈശാവാസ്യത്തിൽ ഒരാഹ്വാനമുണ്ട്."

ജോഷിക്ക് അപ്പോൾ ഇടപെടാതിരിക്കാനായില്ല. അദ്ദേഹം കൗതുകപൂർവ്വം ചോദിച്ചു: "അനിരൂ, നീ ഉപനിഷത്തുകളും വായിച്ചിട്ടുണ്ടോ?"

"അച്ഛൻ വായിക്കുന്നത് കേട്ട പരിചയമാണ്. താല്പര്യത്തോടെ അടുത്ത് ചെന്നിരിക്കുമ്പോൾ ചില പ്രധാനപ്പെട്ട ശ്ലോകങ്ങളുടെ അർത്ഥവും പറഞ്ഞു തരും."

"സോ ഹി ഈസ് എ സ്കോളർ ഇൻ സാൻസ്ക്രിറ്റ്?"

"അങ്ങനെയൊന്നുമില്ല സർ, ഹി നോസ് സാൻസ്ക്രിറ്റ്."

അപ്പോൾ ജോഷി പറഞ്ഞു: സംസ്കൃതം അറിയുമ്പോഴാണ് ഒരാൾക്ക് നമ്മുടെ പൗരാണികങ്ങളായ ഈടുവയ്പുകളെക്കുറിച്ച് കൃത്യമായി മനസ്സിലാക്കാനാവുക. നമ്മുടെ പുരാണങ്ങളത്രയും ഒറ്റനോട്ടത്തിൽ വെറും ചവറുകളാണെന്ന് തോന്നാം. എന്നാൽ ആ ചവറുകളിൽ ചിലവയുടെയെങ്കിലുമുള്ളിൽ ക്ഷമയോടെയും സൂക്ഷ്മതയോടെയും പരതിയാൽ അവയ്ക്കടിയിൽ ഒളിച്ചുവയ്ക്കപ്പെട്ട വിശേഷപ്പെട്ട ചില മുത്തുകൾ കണ്ടെടുക്കാനാവും. അതിന് പക്ഷേ, ക്ഷമയും പാണ്ഡിത്യവും നിരീ

ക്ഷണ ശേഷിയുമെല്ലാം വേണം. അതൊന്നുമില്ലാത്തവർ ആ ചവറുകളിൽ കിടന്നുരുണ്ട് സ്വയം വൃത്തിഹീനരാവുന്നു; എന്ന് പറഞ്ഞാൽ സ്വയം പരിഹാസ്യരാവുന്നു."

"ശരിയാണ്, സർ. അടിയിലെ ഒരു മണി വറ്റിനുവേണ്ടി ഒരുപാട് വെള്ളം കുടിച്ചു വറ്റിക്കേണ്ടിവരുന്നതിനെക്കുറിച്ച് ഞങ്ങളുടെ ഒരു കവി പാടിയിട്ടുണ്ട്."

"കേൾക്കട്ടെ". ജോഷി താല്പര്യപൂർവ്വം ചെവികൂർപ്പിച്ചു.

"ആഴക്കുവറ്റടിയിലുള്ളതിലാശവെച്ചി
ട്ടേഴെട്ടിടങ്ങഴി ജലം വെറുതേ കുടിച്ചു
കോഴപ്പഴാധരിയെയൊന്നു പുണർന്നു പോരാൻ
തോഴീജനത്തെ വെറുതേ തഴുകേണ്ടി വന്നു.

അനിരുദ്ധൻ അതിന്റെ അർത്ഥം ഇംഗ്ലീഷിൽ വിശദീകരിച്ചപ്പോൾ അദ്ദേഹത്തിന് ചിരിയടക്കാനായില്ല. "എ ബ്യൂട്ടിഫുൾ സിമിലി," അദ്ദേഹം ചിരിച്ചുകൊണ്ട് അഭിപ്രായപ്പെട്ടു.

അനിരുദ്ധൻ വിഷയത്തിലേക്ക് തിരിച്ചു വന്നു: "അതുകൊണ്ട് സെൻസർ ചെയ്ത പത്രം മുൻവശത്തു കൂടി ഇറങ്ങുമ്പോൾ എന്താണ് യഥാർത്ഥത്തിൽ രാജ്യത്ത് നടക്കുന്നത് എന്നതിന്റെ ഒരു സംക്ഷിപ്ത വിവരമെങ്കിലും ജനങ്ങൾക്ക് ലഭ്യമാക്കാൻ നമ്മൾ പിൻവശത്തും ഒരു വാതിൽ തുറക്കണം."

"നീ എന്താണുദ്ദേശിക്കുന്നത്? വ്യക്തമായി പറയൂ." ജോഷിക്ക് താല്പര്യമായി. അനിരുദ്ധൻ താൻ ആസൂത്രണം ചെയ്ത പദ്ധതി കൃത്യമായി വിശദീകരിച്ചശേഷം പറഞ്ഞു: "വളരെ അപകടം പിടിച്ച ഒരു നീക്കമാണ്, സർ. അതിന് തയ്യാറാവുന്നവരെ മാത്രമേ നമുക്ക് ഈ ഓപ്പറേഷനിൽ ഉൾപ്പെടുത്താനാവൂ. അവർ തീർത്തും വിശ്വസ്തരുമായിരിക്കണം."

ജോഷിജി പറഞ്ഞു: "അനിരൂ, നിന്റെ സജഷൻ നന്ന്. പക്ഷേ, വലിയ ഒരുക്കങ്ങൾ വേണ്ടേ? ന്യൂസ് കലക്ഷൻ, അടിക്കാൻ പ്രസ്സ്, അതിന് പറ്റിയ ഗോപ്യമായ ഒരിടം, വിശ്വസ്തരായ അച്ചടിക്കാർ, വിതരണത്തിന് അനുയോജ്യരായ മിടുക്കന്മാർ."

"നമുക്ക് ഒന്നോ രണ്ടോ ചെറിയ മെഷിൻ മാത്രം മതിയാവും സർ, ഒരു തവണ ആകെ നാല് പേജ് മാത്രമല്ലേ ഉണ്ടാവൂ. കൈകൊണ്ട് പ്രവർത്തിപ്പിക്കാവുന്ന മെഷിൻ മതി. അത് പ്രവർത്തിപ്പിക്കാനറിയാവുന്ന നല്ല വിശ്വസ്തരായവർ നമ്മുടെ സ്റ്റാഫിൽ തന്നെയുണ്ട്. അവർ അച്ചടി ജോലിക്ക് മാത്രം എത്തിയാൽ മതിയാവും. മറ്റു ദിവസങ്ങളിൽ ഇങ്ങോട്ട് പോന്നോട്ടെ. ഇടയ്ക്കവരെ കാണാതിരിക്കുമ്പോൾ ആരെങ്കിലും അന്വേഷിച്ചാൽ ലീവാണെന്ന് പറഞ്ഞാൽ മതി. അപ്പോഴാർക്കും സംശയമുണ്ടാവില്ല. ആഴ്ചയിൽ ഒന്നോ രണ്ടോ ദിവസമേ അവർക്ക് ജോലിയുണ്ടാവൂ. ന്യൂസ് കലക്ഷന്റെ ചുമതല ഞാൻ ഏറ്റെടുക്കുന്നു. വിതരണ

ത്തിന് നമ്മുടെ വിതരണക്കാരുടെ കൂട്ടത്തിൽ നിന്ന് ചില വിശ്വസ്തരെ കണ്ടെത്തണം."

"അനിരൂ, എന്നാലും പിടിച്ചാൽ നമ്മളെല്ലാവരും അകത്താകും."

"സർ, പുറത്ത് വാർത്ത ശേഖരിക്കുന്ന ചുമതലക്കാരനെന്ന നിലയിൽ ആദ്യം പിടിക്കപ്പെടുന്നത് ഞാനായിരിക്കും. അങ്ങനെയാണെങ്കിൽ നിങ്ങൾക്കാർക്കും ഒരു ഭയവും വേണ്ട. ഞാനൊരു രഹസ്യവും വെളിപ്പെടുത്തില്ല, എന്ത് മുറ പ്രയോഗിച്ചാലും." അതൊരു പ്രതിജ്ഞയായിരുന്നു. സ്വന്തം മനഃസാക്ഷിയെ മുൻ നിർത്തി, പത്രാധിപരുടെ വലതു കൈ തന്റെ ഇരു കൈകളിലും സ്വീകരിച്ച് ആദരപൂർവ്വം അമർത്തിക്കൊണ്ടുള്ള അനിരുദ്ധന്റെ ദൃഢപ്രതിജ്ഞ. അപ്പോൾ ജോഷിക്ക് ഒന്നും മറുത്തു പറയാനുണ്ടായിരുന്നില്ല. ആ അനുഭവ സമ്പന്നൻ അനിരുദ്ധന് മുന്നിൽ നിരുദ്ധകണ്ഠനായിപ്പോയി.

# പതിമൂന്ന്

രണ്ട് പേജ് വീതം മാത്രമുള്ള *ന്യൂസ്* എന്ന് ഇംഗ്ലീഷിലും *വാർത്താ* എന്ന ഹിന്ദിയിലും പേരുള്ള "പത്ര"ങ്ങളുടെ അച്ചടിക്കും വിതരണത്തിനുമുള്ള പ്രവർത്തനങ്ങൾ അതീവ രഹസ്യമായി പൂർത്തിയാക്കി. ജോഷിജിയുടെ മേൽനോട്ടത്തിലും മുൻകൈയിലും തന്നെയാണ് എല്ലാം സജ്ജമാക്കിയത്. ലജ്പത് നഗറിൽ നിന്നും ഇടത്തോട്ട് കാണുന്ന ചെറിയ റോഡിലൂടെ മൂന്ന് നാല് കിലോമീറ്റർ നടന്നാൽ ഒരു കവലയിലെത്തും. ആ കവലയിൽ നിന്നും വലതു ഭാഗത്ത് ഒരു ഫുട്പാത്തുണ്ട്. അതിലൂടെ ഒരല്പം നടന്ന് വീണ്ടും വലത്തോട്ട് തിരിഞ്ഞാൽ ഒരു ചെറിയ വഴി. ആ വഴിയുടെ അങ്ങേയറ്റത്ത് ഒറ്റയ്ക്ക് ഒരു ചെറിയ കെട്ടിടം. അവിടെയാണ് പത്രങ്ങളുടെ അച്ചടി. കാര്യമായി ആരുടേയും ശ്രദ്ധയിൽ പെടാത്ത ഇടമാണ് ജോഷിജി കണ്ടെത്തിയത്. രണ്ടാഴ്ച കൊണ്ട് എല്ലാം പൂർണ്ണമായി സജ്ജമായി.

അടിയന്തരാവസ്ഥ പ്രഖ്യാപിച്ച ദിവസവും തുടർന്നുള്ള ഏതാനും ദിവസങ്ങളിലും ഉണ്ടായ സുപ്രധാന സംഭവങ്ങളെല്ലാം ഔദ്യോഗിക കേന്ദ്രങ്ങളിലെ തന്റെ സ്വാധീനമുപയോഗിച്ച് അനിരുദ്ധൻ ശേഖരിച്ചിരുന്നു. സ്ഥല പരിമിതിയുണ്ടെങ്കിലും ജനങ്ങളറിയേണ്ടതും അവർക്ക് താല്പര്യമുള്ളതുമായ വാർത്തകളൊന്നും വിട്ടുപോകാതെ, ആദ്യ ദിവസമിറങ്ങിയ പത്രങ്ങളിൽ രണ്ടിലും ചേർത്തിരുന്നു– സംക്ഷിപ്തമായിട്ടാണെന്ന് മാത്രം. അടിയന്താവസ്ഥ പ്രഖ്യാപിച്ച അർദ്ധരാത്രിയിൽ അറസ്റ്റ് ചെയ്യപ്പെട്ട മുഴുവൻ നേതാക്കളുടേയും വിവരങ്ങൾ അവയിലുണ്ട്. ആഭ്യന്തര അടിയന്തരാവസ്ഥ പ്രഖ്യാപനത്തിനുള്ള തയ്യാറെടുപ്പ് ജൂൺ മദ്ധ്യത്തിൽ തന്നെ പ്രധാനമന്ത്രിയുടെ വസതിയിൽ തുടങ്ങിയിരുന്നു എന്ന സത്യവും പത്രം വെളിപ്പെടുത്തുന്നുണ്ട്. അത് പ്രഖ്യാപിക്കാൻ പക്ഷേ, സുപ്രീം

കോടതി വിധിവരുംവരെ കാത്തിരുന്നു എന്നുമാത്രം. പത്രങ്ങളെ നിലയ്ക്ക് നിർത്തുക എന്നത് അധികാരത്തിലിരിക്കുന്നവരുടെ കുറച്ചു കാലമായുള്ള ആഗ്രഹമാണ്. ആഭ്യന്തര സുരക്ഷാ നിയമം പാർലമെന്റിൽ അവതരിപ്പിക്കുമ്പോൾ അത് രാഷ്ട്രീയ എതിരാളികൾക്കെതിരെ ഉപയോഗിക്കില്ല എന്ന് ഉറപ്പ് പറഞ്ഞിരുന്നു. അതിപ്പോൾ പൂർണ്ണമായും ലംഘിക്കപ്പെട്ടിരിക്കുന്നു. മറ്റൊരു ഗുരുതരമായ നിയമലംഘനം കൂടി ഇക്കാര്യത്തിൽ നടന്നിട്ടുണ്ട്. പൂരിപ്പിക്കാത്ത 'മിസാ' വാറണ്ടുകൾ മൊത്തമായി ഒപ്പിട്ട് പി എസ് ഭിന്ദർ എന്ന പൊലീസ് ഓഫീസറെ ഏല്പിക്കുകയായിരുന്നു. അയാളും സംഘവും തങ്ങൾക്ക് തോന്നിയവരെയെല്ലാം അറസ്റ്റ് ചെയ്ത ശേഷം അവരുടെ പേരുകൾ തീർത്തും നിയമ വിരുദ്ധമായി പൂരിപ്പിക്കാതെ ഒപ്പിട്ട വാറണ്ടുകളിൽ എഴുതിച്ചേർക്കുകയായിരുന്നു. ദില്ലിയിൽ നിന്ന് പ്രസിദ്ധീകരിക്കുന്ന ഏതാണ്ട് എല്ലാ പത്രങ്ങൾക്കും അടിയന്തരാവസ്ഥാ പ്രഖ്യാപന ദിവസം രാത്രി വൈദ്യുതി നിഷേധിച്ചു. അവിടങ്ങളിലെല്ലാം വൈദ്യുതി വിതരണച്ചുമതല ദില്ലി മുൻസിപ്പൽ കോർപ്പറേഷനായിരുന്നു. എന്നാൽ ദില്ലി മുനിസിപ്പാലിറ്റിക്ക് ചുമതലയുള്ള ഇടങ്ങളിൽ പ്രവർത്തിച്ചിരുന്ന രണ്ട് പത്രങ്ങൾ – *സ്റ്റേറ്റ്സ്മാനും ഹിന്ദുസ്ഥാൻ ടൈംസും* – പുറത്തിറങ്ങി. ഉന്നതങ്ങളിൽവന്ന ഒരു നോട്ടപ്പിശകായിരുന്നു, ഇതിന് കാരണം. പത്രങ്ങൾക്ക് വൈദ്യുതി നിഷേധിക്കാൻ ദില്ലി മുനിസിപ്പൽ കോർപ്പറേഷനോട് ആജ്ഞാപിച്ചവർ അക്കാര്യം ദില്ലി മുൻസിപ്പാലിറ്റിയോട് പറയാൻ വിട്ടുപോയി. രഹസ്യപത്രത്തിന്റെ ആദ്യപതിപ്പിൽത്തന്നെ ഇവയെല്ലാം ഉൾക്കൊള്ളിച്ചു. അവയുടെ അവസാനത്തിൽ അനിരുദ്ധൻ ഇതുകൂടി ചേർത്തു:

"വർഷങ്ങൾക്ക് മുമ്പ് ജർമ്മനിയിൽ സംഭവിച്ചതാണ് ഇപ്പോൾ നമ്മുടെ പ്രിയപ്പെട്ട രാജ്യത്ത് സംഭവിച്ചുകൊണ്ടിരിക്കുന്നത്. ജർമ്മൻ ഭരണഘടനയിലെ പൗരസ്വാതന്ത്ര്യങ്ങൾ ഉറപ്പു വരുത്തുന്ന വകുപ്പുകൾ റദ്ദാക്കാനായി "ഡിക്രി" പുറപ്പെടുവിക്കാൻ പ്രസിഡന്റ് ഹിൻഡർ ബർഗിനോടാവശ്യപ്പെട്ട ഹിറ്റ്ലർ അദ്ദേഹത്തോട് അതിനുള്ള കാരണമായി പറഞ്ഞത് ജനങ്ങളേയും രാജ്യത്തേയും രക്ഷിക്കാൻ അത് അനിവാര്യമാണ് എന്നായിരുന്നു."

പത്രത്തിന് ചുവട്ടിൽ ഒരടിക്കുറിപ്പായി ഇങ്ങനെ ചേർത്തിരുന്നു: "വായിച്ച ശേഷം ദയവായി സാധിക്കാവുന്നത്രയും പേർക്ക് കൈമാറുക."

ജെ പിയുടെ സെക്രട്ടറി രാധാകൃഷ്ണൻ ഒളിവിൽ പ്രവർത്തിച്ചിരുന്നവർക്ക് തന്നാലാവുന്ന സഹായങ്ങൾ നല്കാൻ തയ്യാറായിരുന്നു. പക്ഷേ, വൈകാതെ അദ്ദേഹവും അറസ്റ്റിലായി. അടിയന്തരാവസ്ഥാ പ്രഖ്യാപനത്തിനെതിരെ ഒരല്പം വൈകിയിട്ടാണെങ്കിലും ചിലയിടങ്ങളിലെങ്കിലും ഉയർന്ന പ്രക്ഷോഭങ്ങളുടെ വിവരണങ്ങളായിരുന്നു പ്രധാനമായും "ന്യൂസി"ലേയും "വാർത്ത"യിലേയും രണ്ടാമത്തെ ലക്കത്തിലുണ്ടായിരുന്നത്. പഞ്ചാബിൽ ജൂലൈ 9 ന് അകാലികൾ പ്രക്ഷോഭത്തിനിറങ്ങി. രാജ്യത്തങ്ങോളമിങ്ങോളമായി അതിനകം തന്നെ 60,000 പേർ

അറസ്റ്റിലായിരുന്നു. രാജസ്ഥാനിൽ ജനസംഘത്തിന്റെ പ്രമുഖ നേതാവ് രാജമാതാ ഗായത്രീദേവിയെ അറസ്റ്റ് ചെയ്ത് പാർപ്പിച്ചിരുന്നത് തീഹാർ ജയിലിലെ വനിതാ വാർഡിൽ വനിതാ കുറ്റവാളികൾക്കൊപ്പമായിരുന്നു. വൈകാതെ അവർക്ക് പരോൾ അനുവദിക്കപ്പെട്ടു. കാരണമന്വേഷിച്ച അനിരുദ്ധന് കിട്ടിയ വിവരം അവർ പ്രധാനമന്ത്രിക്ക് അവരുടെ ഇരുപതിനപരിപാടിക്ക് തന്റെ പിന്തുണയറിയിച്ച് കത്ത് നല്കി എന്നാണ്. താൻ രാഷ്ട്രീയം വിടുകയാണെന്നും അവർ അറിയിച്ചുവത്രേ. അതേ കേന്ദ്രത്തിൽ നിന്നും അനിരുദ്ധന് മറ്റൊരു വിവരം കൂടി കിട്ടി. രാഷ്ട്രീയ സ്വയം സേവക് സംഘിന്റെ സർ സംഘചാലക് 1975 ആഗസ്ത് 8 ന് പ്രധാനമന്ത്രിക്ക് തന്നെ മോചിപ്പിക്കണമെന്നാവശ്യപ്പെട്ടുകൊണ്ട് കത്തയച്ചു എന്ന വിവരമായിരുന്നു, അത്. സംഘിന്റെ നിരോധനം റദ്ദാക്കണമെന്നുകൂടി സർസംഘചാലക് കത്തിൽ അപേക്ഷിച്ചുവത്രെ.

പത്രസെൻസർഷിപ്പിനെതിരെ ശബ്ദമുയർത്തുകയും വ്യക്തി സ്വാതന്ത്ര്യത്തിനായി വാദിക്കുകയും ചെയ്തതിന്റെ പേരിലാണ് ഗാന്ധിയനും മുൻഗവർണറുമായ ഭീം സെൻ സച്ചാറിനെ അറസ്റ്റ് ചെയ്തത്. ഈ വാർത്ത രഹസ്യ പത്രത്തിൽ റിപ്പോർട്ട് ചെയ്ത അനിരുദ്ധൻ ആ വർത്തയ്ക്കൊപ്പം ഇതുകൂടി കൂട്ടിച്ചേർത്തു: "പഴയ ഗാന്ധിയന്മാരുടെ പ്രതികരണ ശേഷി ഇപ്പോഴും ഒട്ടും കുറയാതെ നില്ക്കുമ്പോഴും നമ്മുടെ പുതിയ ബുദ്ധിജീവികളും വിദ്യാഭ്യാസ വിചക്ഷണരും നിയമ വിദഗ്ദ്ധരും ഭിഷഗ്വരരും അഭിഭാഷകരുമെല്ലാമടങ്ങുന്ന പൊതു പ്രവർത്തകർ ഇപ്പോഴും മൗനത്തിന്റെ വാത്മീകത്തിൽ ദീർഘ തപസ്സിലാണെന്നത് വിസ്മയകരം തന്നെ". ഇക്കൂട്ടരിൽച്ചിലർ ഇതിനകം അടിയന്തരാവസ്ഥയെ വാഴ്ത്താനും തുടങ്ങിയിട്ടുണ്ട്. അവരുടെ ആഹ്ലാദത്തിന് കാരണമിതാണ്– മുമ്പ് പ്രകടനങ്ങളും പണിമുടക്കങ്ങളും ധർണകളും ഹർത്താലുകളുമെല്ലാം അവരുടെ ജീവിതത്തെ വല്ലാതെ 'പ്രയാസ'പ്പെടുത്തിയിരുന്നു. ഇപ്പോഴതൊന്നുമില്ല! എന്തൊരു ശാന്തി!! എന്തൊരുക്രമം!!! അടിയന്തരാവസ്ഥയ്ക്ക് സ്തുതി. അത്തരക്കാരെക്കുറിച്ച് ധവാൻ നടത്തിയ കമന്റും അർത്ഥവത്തായിരുന്നു: "അവരുടെ സ്വാർത്ഥ സുഖങ്ങളേയും അവരുടെ തൊഴിലിനേയും ഒന്നും ബാധിക്കാത്ത കാലത്തോളം അവരെന്തിനോടും വിധേയരായിരിക്കും."

1975 ജൂലൈ 21 ന്, പാർലമെന്റ് സമ്മേളനം വിളിച്ചു ചേർക്കാൻ പ്രധാനമന്ത്രി തീരുമാനിച്ചു. അറസ്റ്റ് ചെയ്യപ്പെടാത്ത പ്രതിപക്ഷ നേതാക്കൾ പാർലമെന്റിൽ തങ്ങളുടെ അടിയന്തരാവസ്ഥാ വിരുദ്ധ നിലപാടുകൾ അതീവ തീവ്രതയോടെ അവതരിപ്പിക്കുമെന്ന് അവർക്കറിയാമായിരുന്നു. എന്നാൽ പുതിയ സാഹചര്യത്തിൽ അതൊന്നും പുറത്തെത്താൻ പോകുന്നില്ല. എന്നാൽ ചില പ്രമുഖ നേതാക്കളുടെ പാർലമെന്റിലെ പ്രസംഗത്തിന്റെ രത്നച്ചുരുക്കം 'ന്യൂസി'ലും 'വാർത്ത'യിലും സ്ഥാനം പിടിച്ചു.

പാർലമെന്റിൽ അടിയന്തരാവസ്ഥ പ്രഖ്യാപനത്തിന് സഭയുടെ അനു

മതി തേടുന്ന പ്രമേയം ബാബുജിയെക്കൊണ്ടാണ് പ്രധാനമന്ത്രി അവതരിപ്പിച്ചത്. അദ്ദേഹം ആ കർമ്മം പ്രധാനമന്ത്രിയുടെ തൃപ്തിക്കൊത്ത് തന്നെ നിർവ്വഹിക്കുകയും ചെയ്തും. പ്രമേയത്തിന്മേലുള്ള ചർച്ച തുടങ്ങിവെച്ചത് എ കെ ജിയായിരുന്നു. അലഹബാദ് ഹൈക്കോടതി വിധിയും ഗുജറാത്ത് തിരഞ്ഞെടുപ്പിലെ തിരിച്ചടിയുമാണ് അടിയന്തരാവസ്ഥാ പ്രഖ്യാപനത്തിന്റെ കാരണമെന്നദ്ദേഹം തുറന്നു പറഞ്ഞു. രാജ്യം ഒരുതരത്തിലുള്ള ആഭ്യന്തര ഭീഷണിയും നേരിടുന്നില്ലെന്ന് എല്ലാവർക്കുമറിയാം. ഇപ്പോൾ അധികാരം മുഴുവനും ഒരു വ്യക്തിയിൽ കേന്ദ്രീകരിച്ചിരിക്കുകയാണ്. സാധാരണ ജനങ്ങളുടെ ജനാധിപത്യ സ്വാതന്ത്ര്യത്തിന്മേലാണ് അടിയന്തരാവസ്ഥ ആക്രമണം നടത്തുന്നത്.

കോൺഗ്രസിൽനിന്നും പുറത്താക്കപ്പെട്ട മോഹൻ ധാരിയ രാജ്യത്തെ ജനാധിപത്യ ചരിത്രത്തിലെ കറുത്ത ദിനമായി 1975 ജൂൺ 26 നെ വിശേഷിപ്പിച്ചു. അടിയന്തരാവസ്ഥ പ്രഖ്യാപിച്ച ശേഷമാണ് സ്വന്തം മന്ത്രിസഭയിലെ സീനിയർ മന്ത്രിമാരെപ്പോലും പ്രധാനമന്ത്രി അക്കാര്യം അറിയിച്ചതെന്ന് തനിക്കറിയാം. 1971 ൽ ജനങ്ങൾക്ക് കോൺഗ്രസ് നല്കിയ വാഗ്ദാനങ്ങൾ നടപ്പിലാക്കാൻ സാധിക്കാത്തത് പ്രതിപക്ഷം പ്രതിബന്ധം സൃഷ്ടിച്ചതുകൊണ്ടാണെന്നത് തനി കാപട്യമാണ്. ഡി എം കെ യിലെ എറാചെഴിയൻ ആവശ്യപ്പെട്ടത് നിയമവാഴ്ചയും ജനാധിപത്യവും രാജ്യത്ത് പുനഃസ്ഥാപിക്കണമെന്നാണ്. ജെ പി തെറ്റ് ചെയ്തിട്ടുണ്ടെങ്കിൽ അദ്ദേഹത്തെ നിയമത്തിനു മുന്നിൽ കൊണ്ടുവന്ന് വിചാരണ ചെയ്യാൻ അദ്ദേഹം ഗവൺമെന്റിനെ വെല്ലുവിളിച്ചു. രാജ്യത്ത് ഏറെ സങ്കീർണ്ണമായ അവസ്ഥ സംജാതമായ ഘട്ടത്തിൽ പണ്ഡിറ്റ്ജി ഇത്തരമൊരു ജനാധിപത്യധ്വംസനം ചിന്തിക്കുക പോലുമുണ്ടായില്ല. രാഷ്ട്രപിതാവിനെ വധിച്ചവർക്ക് പോലും നീതിപൂർവ്വകമായ വിചാരണ ഉറപ്പുവരുത്തിയ രാജ്യമാണിത്.

പാർലമെന്റ് നടപടികളുമായി ബന്ധപ്പെട്ട് ഇത്രയും വിവരങ്ങളെങ്കിലും രഹസ്യ പത്രങ്ങളിലൂടെ ജനങ്ങളിലെത്തിക്കാൻ സാധിച്ചു എന്നത് അനിരുദ്ധന് വലിയ ആഹ്ലാദം പകർന്നു. ഇന്ത്യയിൽ ഒരു പത്രത്തിനും സാധിക്കാതെ പോയ കാര്യമാണത്. ഈ സംഭവത്തോടെ ദില്ലി പൊലീസ് സംശയം തോന്നിയ ഇടങ്ങളിലെല്ലാം ഈ രഹസ്യ പത്രങ്ങൾക്കായി റെയ്ഡ് ആരംഭിച്ചു. പക്ഷേ, അവയുടെ ഉറവിടം കണ്ടെത്തുന്നതിൽ അവർക്ക് ഇത്തവണ വിജയിക്കാനായില്ല. അതെങ്ങനെയാണ് വിതരണം ചെയ്യപ്പെടുന്നത് എന്നു പോലും കണ്ടെത്താൻ അവർക്കായില്ല. അപ്പോഴും *ന്യൂസും വാർത്ത*യും പല കൈകൾ മാറിമറിഞ്ഞ് അയൽ സംസ്ഥാനങ്ങളിലേക്കുപോലും അതിന്റെ സഞ്ചാരം ആരംഭിച്ചിരുന്നു. പത്രത്തിന്റെ അടുത്ത ലക്കം ഈ അന്വേഷണത്തിന്റെ ബഹളം കഴിഞ്ഞിട്ടാവാം എന്ന് തീരുമാനിക്കപ്പെട്ടു. അപ്പോഴും വാർത്തകളന്വേഷിച്ചുള്ള രഹസ്യ സഞ്ചാരങ്ങൾ അനിരുദ്ധൻ തുടർന്നു കൊണ്ടിരുന്നു.

അടിയന്തരാവസ്ഥാ പ്രഖ്യാപനം പാർലമെന്റ് അംഗീകരിച്ചു എന്നതു

കൊണ്ടുമാത്രം പ്രധാനമന്ത്രിക്ക് ആശ്വസിക്കാനാവുമായിരുന്നില്ല. അലഹബാദ് വിധിക്കെതിരെ സുപ്രീംകോടതിയിൽ സമർപ്പിക്കപ്പെട്ട അപ്പീലിന്റെ അന്തിമ വിധിയെക്കുറിച്ച് അവർ ഉൽക്കണ്ഠാകുലയായിരുന്നു. അവരുടെ പ്രഗത്ഭനായ വക്കീൽ പൽക്കിവാല ശുഭാപ്തി വിശ്വാസിയായിരുന്നെങ്കിലും ഇനിയങ്ങോട്ട് ഒന്നും തന്നെ അവസരങ്ങൾക്ക് വിട്ടു കൊടുക്കാൻ അവർ തയ്യാറല്ലായിരുന്നു. അതിനാൽ സിദ്ധാർത്ഥ ശങ്കർറേയുമായും രജനി പട്ടേലുമായും അവർ വിഷയം ഗൗരവമായി ചർച്ച ചെയ്തു. അതിന്റെ ഭാഗമായി ആഗസ്ത് 4-ാം തീയതി ലോക്സഭയിൽ, അലഹബാദ് വിധി പൂർവ്വകാല പ്രാബല്യത്തോടെ അസാധുവായി പ്രഖ്യാപിക്കാൻ പാകത്തിലുള്ള ഒരു ബില്ല് അവതരിപ്പിക്കപ്പെട്ടു. അതനുസരിച്ച് നിയമവിരുദ്ധമായി ചെയ്ത ഏതെല്ലാം കാര്യങ്ങളുടെ അടിസ്ഥാനത്തിലായിരുന്നോ അലഹബാദ് ഹൈക്കോടതി ശ്രീമതി ഗാന്ധിയുടെ തിരഞ്ഞെടുപ്പ് റദ്ദാക്കിയത്, ആ കാര്യങ്ങളെല്ലാം പൂർവ്വകാല പ്രാബല്യത്തോടെ നിയമ വിധേയമാക്കപ്പെട്ടു. ആഗസ്ത് 5-ാം തീയതി ഈ ബില്ല് ഒരു ഭേദഗതിയോടെയാണ് ലോക്സഭ പാസാക്കിയത്. ആ ഭേദഗതി ഇതായിരുന്നു – തിരഞ്ഞെടുപ്പഴിമതിയുടെ അടിസ്ഥാനത്തിൽ അയോഗ്യരാക്കപ്പെടുന്നവർക്ക് രാഷ്ട്രപതിക്ക് അപ്പീൽ സമർപ്പിക്കാം. അതിന്റെ അടിസ്ഥാനത്തിൽ രാഷ്ട്രപതിക്ക് തിരഞ്ഞെടുപ്പ് കമ്മീഷനുമായി കൂടിയാലോചിച്ച്, ഈ അയോഗ്യത സ്റ്റേ ചെയ്യപ്പെടേണ്ടതാണോ എന്നും എങ്കിൽ അതെത്രകാലത്തേക്കാണ് എന്നും നിർണ്ണയിക്കാം. ഒരർത്ഥത്തിൽ തിരഞ്ഞെടുപ്പ് കമ്മീഷന്റെ അധികാരത്തിന്മേലുള്ള രാഷ്ട്രപതിയുടെ കടന്നുകയറ്റമാണത്. ഇതിനു പിന്നാലെ ആഗസ്ത് 7-ാം തീയതി ലോക്സഭയിൽ അവതരിപ്പിച്ച ഭരണഘടനാ ഭേദഗതി ബില്ലിൽ, പ്രസിഡന്റ്, വൈസ് പ്രസിഡന്റ്, പ്രധാനമന്ത്രി, ലോക്സഭാ സ്പീക്കർ എന്നിവരുടെ തിരഞ്ഞെടുപ്പ് ഒരുവിധ ജുഡീഷ്യൽ പരിശോധനയ്ക്കും വിധേയമായിക്കൂടാ എന്ന നിലപാട് ഗവൺമെന്റ് പ്രഖ്യാപിച്ചു. ഇത്തരമൊരു ഭേദഗതി ബില്ല് അംഗങ്ങൾക്കിടയിൽ സർക്കുലേറ്റ് ചെയ്യാനുള്ള ഏറ്റവും ചുരുങ്ങിയ സമയം പോലും അനുവദിക്കാതെ ധൃതിപിടിച്ച് അവതരിപ്പിച്ച ബില്ലിന്റെ ചർച്ച സഭയിൽ നിമിഷങ്ങൾക്കകം ആരംഭിക്കുകയും ചെയ്തു. അന്നുച്ചയ്ക്ക് 1.50 ന് ബില്ല് പാസായതായി പ്രഖ്യാപിക്കുകയും ചെയ്തു. പിറ്റേന്ന് തന്നെ രാജ്യസഭയും ഈ ഭേദഗതി ബില്ല് ധൃതി പിടിച്ച് പാസാക്കി. കോൺഗ്രസിന് ഭൂരിപക്ഷമുള്ള മുഴുവൻ സംസ്ഥാനങ്ങളിലേയും നിയമസഭകൾ പ്രത്യേക സമ്മേളനങ്ങൾ ചേർന്ന് ബില്ല് പാസാക്കി. ആഗസ്ത് 10-ാം തീയതി പ്രസിഡന്റിന്റെ അംഗീകാരവും വാങ്ങിയെടുത്തു. അങ്ങനെ ഭരണഘടനയുടെ 40-ാം ഭേദഗതി ബിൽ പ്രാബല്യത്തിൽ വന്നു. ഇത്രയും ധൃതി പിടിച്ചതിന് പിന്നിലെ കാര്യമിതാണ് – പ്രധാനമന്ത്രി ഫയൽ ചെയ്ത തിരഞ്ഞെടുപ്പ് കേസ് (അപ്പീൽ) ആഗസ്ത് 11 നാണ് സുപ്രീം കോടതി കേൾക്കാൻ വെച്ചത്. ചീഫ് ജസ്റ്റിസിന്റെ നേതൃത്വത്തിൽ അഞ്ച് ജഡ്ജിമാരാണ് കേസ് കേൾക്കാൻ ബെഞ്ചിലുള്ളത്. ശ്രീമതി ഗാന്ധിക്കുവേണ്ടി

ഹാജരായ വക്കീൽ അശോക്സെൻ ഭേദഗതി ബില്ലിന്റെ പശ്ചാത്തലത്തിൽ അലഹബാദ് ഹൈക്കോടതിവിധി റദ്ദാക്കണമെന്ന് തുടക്കത്തിൽ തന്നെ ആവശ്യപ്പെട്ടു. എന്നാൽ എതിർകക്ഷിയുടെ വക്കീൽ ശാന്തിഭൂഷൺ 40–ാം ഭേദഗതി തന്നെ ഭരണഘടനാ വിധേയമാണോ എന്ന് പരിശോധിക്കണമെന്നാണ് കോടതിയോട് തുടക്കത്തിൽത്തന്നെ അപേക്ഷിച്ചത്. കാരണം അത് നിയമത്തിനു മുന്നിൽ എല്ലാവരും സമന്മാരാണ് എന്ന ഭരണഘടനാ തത്ത്വം തന്നെ ലംഘിക്കുകയാണ്. എന്നാൽ ഈ ഭേദഗതിയുടെ നിയമസാധുത സംബന്ധിച്ച റൂളിങ്ങിനു മുമ്പായി പ്രധാനമന്ത്രിയുടെ തിരഞ്ഞെടുപ്പ് കേസിന്റെ വാദമാണ് കേൾക്കാൻ തീരുമാനിച്ചിട്ടുള്ളത് എന്ന് ചീഫ് ജസ്റ്റിസ് പ്രഖ്യാപിച്ചു. കേസ് സുപ്രീം കോടതിയിൽ വാദം നടന്നു കൊണ്ടിരിക്കുന്നതിനിടയിലാണ് ആഗസ്ത് 14–ാം തീയതി ബംഗ്ലാദേശ് പ്രധാനമന്ത്രി മുജിബുർ റഹ്മാൻ, ഒരാളൊഴിച്ച് ബാക്കിയുള്ള മുഴുവൻ കുടുംബാംഗങ്ങൾക്കുമൊപ്പം ദാരുണമാംവിധം വധിക്കപ്പെടുന്നത്. ഇന്ത്യയുടെ വിവിധ രഹസ്യാന്വേഷണ വകുപ്പുകളിൽ ഒന്നിനുപോലും ഈ ക്രൂരമായ കൊലപാതകങ്ങൾ സംബന്ധിച്ച് ഒരു സൂചന പോലും ലഭ്യമാക്കാനായില്ല എന്നത് പ്രധാനമന്ത്രിയെ ശരിക്കും അന്ധാളിപ്പിച്ചു. ഈ വാർത്ത *ന്യൂസി*ന്റെ തുടർ ലക്കത്തിൽ പ്രസിദ്ധപ്പെടുത്തിക്കൊണ്ട് അനിരുദ്ധൻ നടത്തിയ ഒരു കമന്റ് ശ്രദ്ധേയമായിരുന്നു: "രഹസ്യാന്വേഷണ വകുപ്പുകളെ ഇന്ത്യയിൽ രാഷ്ട്രീയമായി ഉപയോഗപ്പെടുത്തിയതിന്റെ ദുരന്തം ഇതാ നമ്മൾ ഇപ്പോൾ മുതൽ അനുഭവിക്കാൻ തുടങ്ങിയിരിക്കുന്നു." ബംഗ്ലാദേശിലെ ഷെയ്ക്ക് മുജിബുർ റഹ്മാൻ ഭരണഘടനതന്നെ റദ്ദാക്കിക്കൊണ്ട് സമസ്താധികാരങ്ങളും ഏറ്റെടുത്തതറിഞ്ഞപ്പോൾ ഫെബ്രുവരി 11 ന് ജെ പി ഒരു കമന്റ് നടത്തിയിരുന്നു: "വൈകാതെ ഇന്ത്യയിൽ സംഭവിക്കാൻ പോകുന്നതിന്റെ റിഹേഴ്സലാകാം ബംഗ്ലാദേശിന്റേത്." പ്രവചനാത്മകമായ ഈ കമന്റും *ന്യൂസി*ന്റെയും *വാർത്ത*യുടെയും പുതിയ ലക്കത്തിൽ ഇടംപിടിച്ചു.

ബംഗ്ലാദേശ് സംഭവത്തോടെ ഇന്ത്യയിൽ പ്രധാനമന്ത്രിയുടെ സുരക്ഷ അതീവകർശനമാക്കി. അടിയന്തരാവസ്ഥാ പ്രഖ്യാപനശേഷം വന്ന ആദ്യത്തെ സ്വാതന്ത്ര്യദിനത്തിൽ റെഡ്ഫോർട്ടിൽ പതാകയുയർത്താൻ പ്രധാനമന്ത്രി പോകുമ്പോൾ ചെങ്കോട്ട വരെയുള്ള 10 കി മീ പാതയിൽ മുമ്പെങ്ങുമില്ലാത്ത വിധത്തിൽ കനത്ത പൊലീസ് ബന്ദവസ്സൊരുക്കിയിരുന്നു. ഈ പ്രസംഗത്തിനിടയിൽ പ്രതിപക്ഷ പ്രക്ഷോഭങ്ങളെ അപലപിച്ച പ്രധാനമന്ത്രി, അടിയന്തരാവസ്ഥയിൽ ജനങ്ങൾക്കെതിരെ യാതൊരുവിധ അക്രമവും ഉണ്ടാവില്ലെന്ന് ഉറപ്പ് നല്കി. കരുതൽ തടങ്കലിലുള്ളവർക്കെല്ലാം തന്നെ ജയിലിൽ നല്ല പരിചരണം ലഭ്യമാക്കുമെന്നും ചെങ്കോട്ടയിൽ നടത്തിയ സ്വാതന്ത്ര്യദിന പ്രസംഗത്തിൽ അവർ ഉറപ്പ് നല്കി. അത് കേട്ടപ്പോൾ അനിരുദ്ധൻ ഒരു കാര്യം മനസ്സിൽ കുറിച്ചിട്ടു: "കരുതൽ തടങ്കലിലുള്ളവരെക്കുറിച്ച് ഒരന്വേഷണം അനിവാര്യമാണ്."

# പതിനാല്

**ദി**ല്ലിയിൽ ചെങ്കോട്ടയിൽതന്നെ ഒരു പീഡന ക്യാമ്പ് പ്രവർത്തിക്കുന്നു എന്ന വിവരമാണ് കരുതൽ തടവുകാരുടെ അവസ്ഥയെക്കുറിച്ചുള്ള അന്വേഷണം രഹസ്യമായി തുടങ്ങിയപ്പോൾതന്നെ അനിരുദ്ധന് ലഭിച്ചത്. അവിടെ തടവുകാരെ മാനസികമായി പീഡിപ്പിച്ച് "കുറ്റ സമ്മതം" പുറത്ത് വരുത്താനും അവ അപ്പോൾതന്നെ റെക്കോർഡ് ചെയ്യാനുമുള്ള സംവിധാനങ്ങളുണ്ട്. കണ്ണിലേക്ക് തറച്ചുകയറുന്ന ഫ്ളഡ് ലൈറ്റിന്റെ വെളിച്ചത്തിന് അഭിമുഖമായി തടവുകാരനെ മണിക്കൂറുകളോളം നിർത്തുക; ഒപ്പം തന്നെ പശ്ചാത്തലത്തിൽ ഭീതിപ്പെടുത്തുന്ന വ്യത്യസ്ത ശബ്ദ ഘോഷങ്ങളൊരുക്കിക്കൊണ്ട് അയാളെ മാനസികമായി തളർത്തുക. മനസ്സറിയാത്ത കാര്യങ്ങൾ ആവർത്തിച്ചാവർത്തിച്ച് രഹസ്യാന്വേഷണ ഉദ്യോഗസ്ഥന്മാർ അയാളോട് ചോദിച്ചുകൊണ്ടേയിരിക്കുക; അയാളുടെ ചലനങ്ങളും പ്രതികരണങ്ങളും നിരന്തരം രേഖപ്പെടുത്തിവയ്ക്കുക – പീഡനങ്ങളും ചോദ്യങ്ങളും ഇങ്ങനെ പല വട്ടം ആവർത്തിക്കുന്നതോടെ ഈ ഭീകരാനുഭവത്തിൽനിന്ന് എങ്ങനെയെങ്കിലും വിടുതി കിട്ടണമെന്ന മോഹം തടവുകാരനിലുണരുന്നു; ചോദിക്കുന്ന കാര്യങ്ങളെല്ലാം സമ്മതിച്ചു കൊടുക്കുന്ന ഒരു മാനസികാവസ്ഥയിൽ അതോടെ അയാൾ എത്തിച്ചേരുന്നു. അയാളുടെ സ്വബോധം പോലും പലപ്പോഴും അർദ്ധബോധത്തിനോ മോഹാലസ്യത്തിനോ വഴി മാറുന്നു. ആ അവസ്ഥയിൽ അയാൾ പറയുന്നതത്രയും രേഖപ്പെടുത്തുന്നു. ചെങ്കോട്ടയിൽ ഇതിനായി സജ്ജീകരിച്ച മുറിയിലെ ആദ്യത്തെ വിരുന്നുകാരൻ പി എൻ സിങ് ആയിരുന്നു. ദില്ലി മെട്രോപ്പൊളിറ്റൻ കൗൺസിലിലെ കോൺഗ്രസ് അംഗമാണദ്ദേഹം. ചന്ദ്രശേഖറിന്റെ നാട്ടുകാരനും അദ്ദേഹത്തിന്റെ അനുയായിയും ആണ് പി എൻ സിങ്. അദ്ദേഹത്തെ അറസ്റ്റ് ചെയ്ത് ചെങ്കോട്ടയിലെ ക്യാമ്പിലേക്ക് എത്തിച്ചു.

പിറ്റേന്ന് രാവിലെ 7 മണിക്ക് ഇന്റലിജൻസ് ബ്യൂറോയുടെ സൂപ്രണ്ട് കടന്നുവന്ന് അദ്ദേഹത്തെ മറ്റൊരു മുറിയിലേക്ക് മാറ്റുകയാണെന്നറിയിച്ചു. ആരോ അദ്ദേഹത്തിന്റെ കണ്ണുകൾ കെട്ടി. ഏതാനും പടവുകൾ കയറിയ ശേഷം മറ്റൊരു മുറിയിലെത്തിച്ചു; കണ്ണിന്റെ കെട്ടഴിച്ചു. വായു സഞ്ചാരം തീരെ കുറഞ്ഞ ഒരു മുറി; അതിൽ ഒരു ചക്രക്കസേരയുമുണ്ട്. നിലത്ത് വിരിച്ച കാർപ്പെറ്റിൽ കാൽകൊണ്ട് സ്പർശിച്ചപ്പോൾത്തന്നെ സിങ്ങിന് മനസ്സിലായി, നിലത്ത് കാർപ്പെറ്റിന്നടിയിൽ തലങ്ങും വിലങ്ങുമായി വയറുകൾ ഇട്ടിട്ടുണ്ടെന്ന്. ചോദ്യം ചെയ്യൽ രീതി അമ്പരപ്പിക്കുന്നതായിരുന്നു. നാലാളുകൾ ഒരുമിച്ച് കടന്നു വരുന്നു; സിങ്ങിനെ ചക്രക്കസേരയിൽ ഇരുത്തുന്നു; അവർ നാലു പേരും അയാൾക്ക് മുന്നിലായി ഇരിക്കുന്നു. തുടർന്ന് അയാളുടെ വ്യക്തിപരമായ വിവരങ്ങൾ അന്വേഷിക്കുന്നു. യുവതുർക്കികളുടെ നേതാവ് ചന്ദ്രശേഖറുമായും ജെ പിയുമായും അയാൾക്കുള്ള ബന്ധത്തിന്റെ വിശദാംശങ്ങൾ തിരക്കുന്നു. എന്നിട്ട് ചോദിക്കുകയാണ് – "ജൂൺ 12 നും 25 നും ഇടയിൽ നിങ്ങളെന്ത് ചെയ്യുകയായിരുന്നു? ആ ഘട്ടത്തെക്കുറിച്ച് നിങ്ങൾക്കുള്ള അഭിപ്രായമെന്താണ്?"

"ശ്രീമതി ഗാന്ധി രാജിവയ്ക്കണമായിരുന്നു. ഗവൺമെന്റിനും പാർട്ടിക്കും അത് സല്പേരുണ്ടാക്കുമായിരുന്നു. അങ്ങനെ ചെയ്യാതിരുന്നതിനാൽ പാർട്ടിക്ക് ക്ഷീണമുണ്ടായിട്ടുണ്ട്." ആദ്യത്തെ ആൾ ചോദിച്ച ചോദ്യം തന്നെയാണ്, അതിനുള്ള ഉത്തരം നല്കിയ ശേഷവും രണ്ടാമത്തെയും മൂന്നാമത്തെയും നാലാമത്തെയും ആളുകൾ ആവർത്തിച്ചത്. അപ്പോഴൊക്കെയും സിങ് തന്റെ ആദ്യത്തെ ഉത്തരം ആവർത്തിച്ചു കൊണ്ടിരുന്നു. ഏതാണ്ട് 4 മണിക്കൂർ നേരം ഈ ആവർത്തന പ്രക്രിയ തുടർന്നു. അതിനുശേഷം "പിന്നെ കാണാം" എന്ന് പറഞ്ഞ് അവർ പുറത്തുപോയി. ഉടൻ വാതില്ക്കൽ വേറെ നാല് പേർ പ്രത്യക്ഷപ്പെട്ടു. പഴയ ചോദ്യം തന്നെ അവരും ഓരോരുത്തരായി ആവർത്തിക്കുന്നു. പഴയ ഉത്തരം സിങ്ങും ആവർത്തിക്കുന്നു. ഒടുവിലൊടുവിലായപ്പോൾ സിങ്ങിന്റെ ശബ്ദം നേർത്ത് നേർത്ത് വരാൻ തുടങ്ങി. ഒരു മയക്കത്തിലെന്നപോലെയാണ് പിന്നീടദ്ദേഹത്തിന്റെ ശബ്ദം പുറത്തു വന്നു കൊണ്ടിരുന്നത്. അതോടെ അവർ അദ്ദേഹത്തിന് ഒരു ഗ്ലാസ് ചായ കൊടുക്കുന്നു. അത് കുടിച്ചു കഴിഞ്ഞ ഉടൻ, അവർ ആദ്യത്തെ സംഘത്തിലെ ആളുകൾ തുടക്കത്തിൽ ചോദിച്ച രീതിയിൽ അദ്ദേഹത്തിന്റെ വ്യക്തിഗത വിവരങ്ങൾ, നേതാക്കളുമായുള്ള അദ്ദേഹത്തിന്റെ ബന്ധത്തിന്റെ വിശദാംശങ്ങൾ എന്നിവ ആരായുന്നു. മനസ്സിനെ പരമാവധി പീഡിപ്പിച്ചു കൊണ്ട് തടവുകാരന്റെ ആത്മബലം കുറച്ച് ഒടുവിൽ ഇല്ലാതാക്കുക എന്നതായിരിക്കണം ഈ ചോദ്യം ചെയ്യലിന്റെ ഉദ്ദേശ്യം. സിങ് ഏതാണ്ട് ഒരർദ്ധമയക്കത്തിലായി എന്ന് തോന്നിയപ്പോൾ പൊടുന്നനെ ഒരു ചോദ്യമുയർന്നു:

"ബാബു ജഗ്ജീവൻ റാമുമായി നിങ്ങളുടെ ബന്ധമെങ്ങനെ?"

പെട്ടെന്ന് സിങ് മയക്കം വിട്ടുണർന്നു.

"അദ്ദേഹം എന്റെ നേതാവാണ്. 'ഭോജ്പുരി സമാജ്' എന്ന സംഘ

ടനയിൽ ഞങ്ങൾ സഹപ്രവർത്തകരാണ്. അദ്ദേഹം അതിന്റെ പ്രസിഡന്റും ഞാൻ ജനറൽ സെക്രട്ടറിയുമായിരുന്നു." ജൂൺ 26 ന് രാവിലെ ജഗ്ജീവൻ റാമിനെ കണ്ടിരുന്നോ എന്നായിരുന്നു, തുടർന്നുള്ള ചോദ്യം. ബാബുജിയെ കണ്ടതിന്റെ സത്യസന്ധമായ വിവരം സിങ് നല്കി. ഉടൻ അവരുടെ പ്രതികരണം ഒരുമിച്ച് വന്നു.

"അല്ല, അപ്പറഞ്ഞത് സത്യമല്ല. ഇന്ദിരാഗാന്ധിയും സഞ്ജയ് ഗാന്ധിയും ബറുവയും ജീവിച്ചിരിക്കുന്ന കാലത്തോളം ജനാധിപത്യം പുനഃസ്ഥാപിക്കപ്പെടില്ല എന്നും അതിനാൽ വേണ്ടത് ചെയ്യാൻ എത്ര പണം വേണമെങ്കിലും താൻ തരാമെന്നുമല്ലേ ബാബുജി നിങ്ങളോട് പറഞ്ഞത്?"

"അല്ല, നിങ്ങൾ നുണ പറയുകയാണ്" സിങ് ശരിക്കും ഗർജ്ജിക്കുകയായിരുന്നു. ഒരടിസ്ഥാനവുമില്ലാത്ത ആ നുണ അയാളെ വല്ലാതെ ക്ഷോഭിപ്പിച്ചു എന്ന് വ്യക്തം.

"ഞങ്ങളുടെ കൈയിൽ അതിന്റെ ടേപ്പുണ്ട്."

"എങ്കിൽ അത് പ്രവർത്തിപ്പിക്കൂ. എന്നിട്ട് പറയാം ബാക്കി" എന്നായി സിങ്.

തുടർന്ന് അവരുടെ ഉപദേശമായിരുന്നു – "ഞങ്ങൾ പറയുന്നത് അതേപടി ആവർത്തിക്കുകയാണ് നിങ്ങൾക്ക് നല്ലത്. അതല്ലെങ്കിൽ നിങ്ങളുടെ കുടുംബം തന്നെ നിങ്ങൾക്ക് നഷ്ടമാവും."

"ഇല്ല. എനിക്ക് നുണ പറയാനാവില്ല." സിങ്ങിന്റെ ശബ്ദം ദയനീയമായി.

"ഞങ്ങൾ പറഞ്ഞതുപോലെ നിങ്ങൾ മൊഴി തന്നാൽ നിങ്ങൾക്ക് രാഷ്ട്രീയമായി വലിയ നേട്ടങ്ങളുണ്ടാകും. ഏത് സ്ഥാനം വേണമെങ്കിലും അവർ നിങ്ങൾക്ക് തരും."

"ഇല്ല, ഇല്ല."

"എങ്കിൽ മോശമായ അനുഭവമായിരിക്കും നിങ്ങൾക്ക് ഉണ്ടാവാൻ പോവുന്നത്."

"ഞാനത് കാര്യമാക്കുന്നില്ല." സിങ് രോഷാകുലനായി. നാല് മണിക്കൂർ സമയമാണ് അവരെടുത്തത്. തുടർന്ന് "പിന്നെ കാണാം" എന്ന് പറഞ്ഞ് അവരും നിഷ്ക്രമിച്ചു.

ഉച്ചക്ക് 2 മണിയോടെ സിങ്ങിനെ കോടതിയിൽ ഹാജരാക്കി. ഗൂഢാലോചനക്കുറ്റമാണ് അയാൾക്കെതിരെ ചുമത്തപ്പെട്ടത്. കോടതി അദ്ദേഹത്തെ നാല് ദിവസത്തേക്ക് പൊലീസ് കസ്റ്റഡിയിൽ വിട്ടുകൊടുത്തു. തിരികെ ജയിലിലെത്തിച്ച ശേഷം പഴയ പീഡനമുറകൾ ആവർത്തിക്കപ്പെട്ടു. മൂന്നാംദിവസം വൈകുന്നേരത്തോടെ പൊലീസിന്റെ ക്ഷമ തീർത്തും നഷ്ടപ്പെട്ടിരുന്നു. അവർ അയാളെ ചുവരിനെതിരെ തിരിച്ച് നിർത്തി. ഒമ്പത് മണിക്കൂർ നേരം ആ നില്പ് തുടർന്നു. അതിനിടയിൽ നാലംഗ ചോദ്യം ചെയ്യൽ സംഘം മാറിക്കൊണ്ടിരുന്നു. തുടർന്ന് പെട്ടെന്ന് ആയിരം വാട്ട് വീതമുള്ള ആറ് ഫ്ളഡ്ലൈറ്റുകൾ അയാൾക്ക് ചുറ്റുമായി ഭയാനകമാംവിധം കണ്ണുമിഴിച്ചു. എങ്ങോട്ട് തിരിഞ്ഞാലും അതിന്റെ പ്രഭ

അയാളുടെ കണ്ണുകളിലേക്ക് ആഞ്ഞ് തറച്ചു കൊണ്ടിരുന്നു. ആ പ്രകാശത്തിൽ അയാളുടെ കണ്ണുകൾ യാന്ത്രികമായി അടഞ്ഞുപോവുന്ന അതേ നിമിഷം തന്നെ അയാളുടെ കാലടികളിൽ ഇലക്ട്രിക് ഷോക്ക് പാഞ്ഞുകയറും. കാർപ്പെറ്റിനടിയിൽ തലങ്ങും വിലങ്ങും സ്ഥാപിച്ച വയറുകളിൽനിന്നുള്ള ഷോക്കായിരുന്നു, അത്. അതേല്ക്കുന്ന നിമിഷം തന്നെ ഒരു ഞെട്ടലോടെ അയാളുടെ കണ്ണുകൾ തുറന്നുപോവും. കത്തിക്കയറുന്ന വെളിച്ചത്തിൽ അയാളുടെ കണ്ണുകളടയും; ഉടൻ ഷോക്ക് കാലിലേക്ക് പാഞ്ഞുകയറും. വെറും അഞ്ച് മിനിറ്റിനകം തന്നെ അയാളാകെ വിയർത്ത് പരിക്ഷീണനും പരവശനുമായി. അയാൾ അലറി വിളിച്ചു. “എന്നെ കൊന്നേക്കൂ, കൊന്നേക്കൂ.” ഉടൻ ലൈറ്റണഞ്ഞു; ഷോക്കും നിലച്ചു. തുടർന്ന് അയാളുടെ മുറി അന്ധകാര നിബിഡമായി; ഒപ്പംതന്നെ ഭീതിയുണ്ടാക്കുന്ന ശബ്ദവീചികളുടെ അസ്സഹനീയമായ ഘോഷയാത്ര; അവ അയാളുടെ തലച്ചോറിലെ ലോലമായ ഞരമ്പുകളെ ക്രൂരമായി സ്പർശിക്കുന്നു. തന്റെ തല ഇപ്പോൾ പൊട്ടിത്തെറിക്കുമെന്ന് സിങ്ങിന് തോന്നി. അയാൾ മലമ്പനി ബാധിച്ചവനെപ്പോലെ കിടുകിടെ വിറയ്ക്കാൻ തുടങ്ങി; അതോടെ അയാൾ നിലംപതിച്ചു. അപസ്മാര ബാധിതനെപ്പോലെ അയാൾ നിലത്ത് കിടന്ന് ഞെളിപിരി കൊള്ളാൻ തുടങ്ങി. താനുടൻതന്നെ മുഴുഭ്രാന്തനായി മാറുമെന്ന് അയാൾ ഭയപ്പെട്ടു. മരണത്തെ അയാൾ മുന്നിൽ കണ്ടു; അയാൾ ബോധരഹിതനായി. പെട്ടെന്ന് എല്ലാം നിശ്ചലമായി. മുറിയിലേക്ക് സൗമ്യമായ വെളിച്ചം നറുപുഞ്ചിരിയോടെ കടന്നുവന്നു. ഒപ്പം നാലംഗ സംഘവുമെത്തി.

“മി. സിങ്, എഴുന്നേല്ക്കൂ.” അവർ മുരണ്ടു.

പക്ഷേ, സിങ് അവശനായിരുന്നു; അയാൾക്ക് എഴുന്നേല്ക്കാൻ ആവുമായിരുന്നില്ല.

“ഞങ്ങൾ പറയുന്നത് നിങ്ങൾ അനുസരിച്ചേ പറ്റൂ. അല്ലാഞ്ഞാൽ ഇതുപോലുള്ള പലതും ഞങ്ങൾക്ക് പ്രയോഗിക്കേണ്ടി വരും.”

അയാളെ അതേക്കുറിച്ചാലോചിക്കാൻ വിട്ടുകൊണ്ട് അവർ പുറത്തേക്ക് പോയി. തുടർന്ന് അയാൾക്ക് ഒരല്പം ഭക്ഷണവുമായി ആരോ വന്നു. “എനിക്കൊന്ന് കുളിക്കണം” അയാൾ പറഞ്ഞു. ഉടൻ അയാളുടെ കണ്ണുകൾ കെട്ടപ്പെട്ടു. തുടർന്ന് ഒരു വൃത്തിഹീനമായ കുളിമുറിയിലേക്ക് ആനയിക്കപ്പെട്ടു.

നാല് ദിവസം ചോദ്യം ചെയ്യൽ തുടർന്നു. പക്ഷേ, മുൻപത്തെ പീഡനം ആവർത്തിക്കപ്പെട്ടില്ല. അയാൾ മരിച്ചു പോകുമോ എന്ന് അവർ ഭയന്നിരിക്കണം. പിന്നീടെത്തിയ ‘റോ’യിലെ ഓഫീസർ അയാളെ നോക്കി ഗർജ്ജിച്ചു:

“നോക്കൂ, ഞങ്ങൾ ദേവി ദുർഗ്ഗയുടെ ദാസന്മാരാണ്. നിങ്ങൾ ഞങ്ങൾ പറയുന്നത് അനുസരിക്കില്ലെങ്കിൽ പാകിസ്ഥാൻ സൈന്യം ബംഗ്ലാദേശിൽ ചെയ്തതു പോലെ ഞങ്ങൾക്ക് ചെയ്യേണ്ടി വരും. ഞങ്ങൾ നിങ്ങളുടെ ഭാര്യയേയും സഹോദരിമാരേയും നിങ്ങളുടെ മുമ്പിലിട്ട് ബലാത്സംഗം ചെയ്യും.”

അതോടെ സിങ്ങിന് സർവ്വ നിയന്ത്രണങ്ങളും നഷ്ടമായി. അദ്ദേഹം സമീപത്ത് കിടന്നിരുന്ന ഒരു കസേര കൈയിലെടുത്ത് ഉദ്യോഗസ്ഥന് നേരെ ഊക്കിൽ എറിഞ്ഞു. ഉടൻ എവിടെ നിന്നെല്ലാമോ ആളുകൾ ഓടിയെത്തി. അവർ അയാളോട് ഖേദപ്രകടനം നടത്തി. എല്ലാം മുൻകൂട്ടി ആസൂത്രണം ചെയ്ത നാടകങ്ങളാണെന്ന് സിങ്ങിന് ബോദ്ധ്യപ്പെട്ടിരുന്നു. അന്ന് രാത്രി അവർ അയാളെ ഉറങ്ങാൻ സമ്മതിച്ചു.

റിമാന്റ് കാലാവധി കഴിഞ്ഞതോടെ അവർ അയാളെ കോടതിയിൽ ഹാജരാക്കി വീണ്ടും റിമാന്റ് ചെയ്യിച്ചു. തിരിച്ച് ചെങ്കോട്ടയിലെത്തിയപ്പോൾ സിങ്ങിനോട് ഒരു സി ഐ ഡി ഓഫീസർ സ്വകാര്യമായി പറഞ്ഞത്, അവരയാളുടെ ഭാര്യയേയും അമ്മാവന്മാരെയും അന്ന് രാത്രി കസ്റ്റഡിയിലെടുക്കാൻ പോകുന്നു എന്നായിരുന്നു. അയാൾ ഭയചകിതനായി. എന്നാൽ അന്ന് രാത്രി പ്രത്യേകിച്ചൊന്നും സംഭവിച്ചില്ല. പിറ്റേന്ന് ആഗസ്ത് 15 ആയിരുന്നു. ഷെയ്ക്ക് മുജിബ് കൊല്ലപ്പെട്ട വാർത്ത ലോകം കേട്ട ദിവസം. അതോടെ അന്തരീക്ഷത്തിലാകെ ഒരു അയവ് വന്നതു പോലെ സിങ്ങിന് തോന്നി. അതിനിടയിൽ അയാൾക്ക് കാവൽ നിന്ന ഒരു സബ് ഇൻസ്പെക്ടർ (അയാൾ ബാബുജിയുടെ ആരാധകനായിരുന്നു) തനിക്ക് ബാബുജിയെ നേരിട്ട് കാണാൻ ആഗ്രഹമുണ്ടെന്ന് അയാളോട് സ്വകാര്യമായി പറഞ്ഞു. സിങ് അയാൾക്ക് ബാബുജിയുടെ സെക്രട്ടറിയുടെ പേര് പറഞ്ഞു കൊടുത്തു. അയാൾ പിറ്റേന്ന് തന്നെ ബാബുജിയെ കാണുകയും സിങ്ങിനെ സംബന്ധിച്ച ഏറ്റവും ഒടുവിലത്തെ വിവരം കൈമാറുകയും ചെയ്തിരിക്കണം. ഏതായാലും ബാബുജിയെ കണ്ടതിന്റെ പേരിൽ ആ സബ് ഇൻസ്പെക്ടർ ഹെഡ് ക്വാർട്ടേഴ്സിലേക്ക് വിളിക്കപ്പെട്ടു. അയാൾക്ക് ശക്തമായ താക്കീതും കിട്ടി. സിങ്ങിന്റെ പാറാവ് ഡ്യൂട്ടിയിൽ നിന്ന് അയാളെ മാറ്റുകയും ചെയ്തു. എങ്കിലും പിറ്റേ ദിവസം സിങ്ങിന് ഒരല്പം സന്തോഷിക്കാനുള്ള വക കിട്ടി. രഹസ്യാന്വേഷണ വകുപ്പിലെ ഉദ്യോഗസ്ഥർ അയാളുടെ മുറിയിൽ ചെന്ന് പറഞ്ഞു:

"നിങ്ങൾക്കെതിരെയുള്ള കുറ്റപത്രത്തിൽനിന്നും ജഗ്ജീവൻ റാമുമായി ബന്ധപ്പെട്ട ഭാഗം ഞങ്ങൾ ഒഴിവാക്കിയിരിക്കുന്നു. എന്താ, സന്തോഷമായില്ലേ?" അവർ വന്നപോലെ തിരിച്ചു പോയി.

വാർത്താ പ്രക്ഷേപണ മന്ത്രാലയത്തിൽ ഉദ്യോഗസ്ഥനായ ഇന്ദർ മോഹൻ ദില്ലിയിലെ അറിയപ്പെടുന്ന ഒരു സാമൂഹ്യ പ്രവർത്തകൻ കൂടിയായിരുന്നു. സ്വതന്ത്ര ഇന്ത്യയിൽ ഒരു ട്രേഡ് യൂണിയൻ സംഘാടകനായി പൊതുപ്രവർത്തനത്തിനിറങ്ങിയ ഇന്ദറിന് തന്റെ കറ പുരളാത്ത പ്രവർത്തനങ്ങളിലൂടെ ദില്ലിയിൽ ചെറിയവരും വലിയവരുമായി ഒരു വലിയ സുഹൃദ്‌വലയമുണ്ട്. ഇന്ദർകുമാർ ഗുജ്റാൾ തൊട്ട് ഓംമേത്ത വരെയുള്ളവർ അയാളുടെ അടുത്ത സുഹൃത്തുക്കളാണ് (അക്കൂട്ടത്തിൽ ഇങ്ങേത്തലയ്ക്കൽ അനിരുദ്ധനുമുണ്ടായിരുന്നു) അത്തരമൊരാളെ അർദ്ധരാത്രിയുടെ മറവിൽ വീട്ടിൽ ചെന്ന് ബലം പ്രയോഗിച്ച് കസ്റ്റഡിയിലെടുത്തെന്നും പൊലീസ് അപമര്യാദയായി പെരുമാറിയെന്നും കേട്ട

പ്പോൾ അനിരുദ്ധൻ ആശ്ചര്യപ്പെട്ടുപോയി. ഇന്ദർമോഹന്റെ അറസ്റ്റിന്റെ കാരണമന്വേഷിച്ച് പോയ അനിരുദ്ധന് ലഭിച്ച വിവരങ്ങൾ ഇത്രയുമായിരുന്നു.

ജൂമാ മസ്ജിദ് മേഖലയിൽ ചേരിനിർമ്മാർജ്ജനവും നഗര സൗന്ദര്യവല്ക്കരണവും എന്ന ആശയം കേന്ദ്ര ഗവൺമെന്റ് 1974 ഒക്ടോബർ മുതൽ തന്നെ മുന്നോട്ടു വെച്ചതാണ്. ഓം മേത്ത അന്ന് പൊതുമരാമത്തിന്റേയും ഭവന വകുപ്പിന്റേയും ചുമതലയുള്ള ജൂനിയർ മന്ത്രിയാണ്. പദ്ധതി രണ്ട് ഘട്ടങ്ങളായിട്ടാണ് വിഭാവനം ചെയ്തത്. ഒന്ന്, ആ പ്രദേശത്തുള്ള കടകളെല്ലാം പൈവാലനിൽ ഒരു മാർക്കറ്റ് നിർമ്മിച്ച് അവിടേക്ക് മാറ്റുക. രണ്ട്, താമസക്കാരെ മുഴുവൻ ജൂമാ മസ്ജിദിനും കൊണാട്ട് സർക്കസിനുമിടയിലുള്ള മിന്റോവിലും മാതാ സുന്ദരീ റോഡിലും നിർമ്മിക്കുന്ന ഭവന സമുച്ചയങ്ങളിൽ പുനരധിവസിപ്പിക്കുക. ഇങ്ങനെയാവുമ്പോൾ പുനരധിവസിപ്പിക്കപ്പെട്ടവർക്ക് അവരുടെ മുൻതൊഴിലുകൾ പുനരധിവസിപ്പിക്കപ്പെട്ട ശേഷവും തുടരാനാവും. പ്രശ്നത്തിൽ മാനുഷികവും സാമുദായികവുമായ മാനങ്ങളുണ്ട്. പ്രദേശവാസികൾ ഏതാണ്ട് മുഴുവനും മുസ്ലീങ്ങളാണ്. വളരെ ശ്രദ്ധയോടെ വേണം പദ്ധതി നടപ്പാക്കാൻ. ഇക്കാര്യത്തിൽ 1975 ആദ്യം തന്നെ ജനങ്ങളും അധികൃതരും സമവായത്തിലെത്തിയിരുന്നു. എന്നാൽ അടിയന്തരാവസ്ഥ പ്രഖ്യാപിച്ചതോടെ കാര്യങ്ങളാകെ അട്ടിമറിക്കപ്പെട്ടു. കടകൾ പുനഃസ്ഥാപിക്കാൻ തീരുമാനിക്കപ്പെട്ടിടത്ത് അതിനുള്ള സംവിധാനങ്ങളൊന്നുമൊരുക്കാതെയും ജനങ്ങളെ പുനരധിവസിപ്പിക്കാൻ കണ്ടെത്തിയിടത്ത് അതിനുള്ള സംവിധാനങ്ങളൊരുക്കാതെയും ജൂമാ മസ്ജിദ് മേഖലയിലെ ജനങ്ങളെ കുടിയൊഴിപ്പിക്കാനാണ് അടിയന്തരാവസ്ഥയുടെ മറവിൽ അധികൃതർ തയ്യാറായത്. അതിന്റെ ഭാഗമായി പ്രദേശമാകെ ബുൾഡോസറുകളുപയോഗിച്ച് ഇടിച്ചു നിരപ്പാക്കാൻ തീരുമാനമായതോടെ പ്രദേശവാസികൾ ഞെട്ടിപ്പോയി. അവർ, ഇക്കാര്യങ്ങളിൽ തങ്ങൾക്കൊപ്പം എന്നും നിലയുറപ്പിച്ച ഇന്ദർ മോഹനെ അഭയം പ്രാപിച്ചു. ഇന്ദർ ഉടൻ പ്രധാനമന്ത്രിയുടെ സീനിയർ സെക്രട്ടറി എൻ കെ ശേഷനെ കണ്ടു. ശേഷൻ പറഞ്ഞത്, ബന്ധപ്പെട്ട പരാതി താൻ പ്രധാനമന്ത്രിയെ കാണിച്ചെന്നും ദില്ലിയുടെ കാര്യങ്ങൾ നോക്കുന്നത് സഞ്ജയ് ഗാന്ധിയായതിനാൽ അത് അങ്ങോട്ടയച്ചിരിക്കാമെന്നുമാണ്. അദ്ദേഹം ഇന്ദർ മോഹന് സഞ്ജയ് ഗാന്ധിയുടെ ഫോൺ നമ്പർ കൊടുത്തു. രാവിലെ 9 മണിക്ക് മുമ്പ് എപ്പോൾ വേണമെങ്കിലും അയാളെ വിളിക്കാമെന്നും ശേഷൻ നിർദ്ദേശിച്ചു. ഇന്ദർ വിളിച്ചപ്പോൾ സഞ്ജയ് ഗാന്ധിയെത്തന്നെ കിട്ടി. വൈകിട്ട് 4 മണിക്ക് എത്താനാണ് ഇന്ദറിന് കിട്ടിയ നിർദ്ദേശം. അയാൾ കൃത്യസമയത്ത് തന്നെ എത്തി. പ്രശ്നത്തിന്റെ നാനാവശങ്ങളും അയാൾ വിശദമായി സഞ്ജയ് ഗാന്ധിയെ ധരിപ്പിച്ചു. പ്രശ്നം കൈകാര്യം ചെയ്യുമ്പോൾ ഉയർന്നുവരാവുന്ന വൈകാരിക പ്രശ്നങ്ങളെക്കുറിച്ചും ഇന്ദർ സൂചിപ്പിച്ചു. “ഞങ്ങളെന്ത് ചെയ്യണമെന്ന് പറയൂ.” സഞ്ജയ് ഗാന്ധി ആവശ്യപ്പെട്ടു.

“അവിടെ വീടുകൾ തകർത്തു കൊണ്ടിരിക്കയാണ്.”

അപ്പോൾ സഞ്ജയ് ഗാന്ധി പറഞ്ഞു: "ഞങ്ങൾ പറഞ്ഞിടത്തേക്ക് അവർ പോകണം. അല്ലാതെ നമ്മൾ ആദ്യമേ തന്നെ പുതിയ മാർക്കറ്റ് നിർമ്മിക്കുകയും അവർ അങ്ങോട്ട് പോകാതിരിക്കുകയും ചെയ്താൽ നമുക്ക് വലിയ നഷ്ടം സംഭവിക്കും."

അപ്പോൾ ഇന്ദർ പറഞ്ഞു: "അവർ പോവാതിരിക്കുന്ന പ്രശ്നമില്ല. മാർക്കറ്റ് നിർമ്മാണത്തിനായി അവർ കാത്തിരിക്കയാണ്. അക്കാര്യത്തിൽ എന്ത് ഗ്യാരണ്ടിയും താങ്കൾക്കാവശ്യപ്പെടാം."

അത്കേട്ട് സഞ്ജയ് ഗാന്ധി പുഞ്ചിരിച്ചു. എന്നിട്ട് പറഞ്ഞു:

"മാർക്കറ്റുണ്ടാക്കാനാവശ്യമായ ഒരുകോടി എൺപത് ലക്ഷം രൂപ നിങ്ങൾ തരികയാണെങ്കിൽ അവർ പോയാലും പോയില്ലെങ്കിലും പ്രശ്നമില്ല." ആ പ്രസ്താവനയിലെ ക്രൗര്യം തിരിച്ചറിഞ്ഞപ്പോൾ ഇന്ദർ അന്ധാളിച്ചു പോയി. പല തരത്തിൽ വൈകാരികത നിലനില്ക്കുന്ന ഒരു പ്രശ്നത്തെ ഈ ചെറുപ്പക്കാരൻ ഇത്ര ലാഘവത്തോടെയാണല്ലോ നോക്കിക്കാണുന്നത് എന്ന് ഇന്ദർ പരിതപിച്ചു. പണം എല്ലാറ്റിനും പരിഹാരമാണ് എന്ന് വിചാരിക്കുന്നവരാണോ ഇനിയങ്ങോട്ട് ഈ നാടിന്റെ ഭാഗധേയം നിർണ്ണയിക്കാൻ പോകുന്നത് എന്നയാൾ ഉൽക്കണ്ഠപ്പെടുകയും ചെയ്തു. അപ്പോൾ സഞ്ജയ് ഗാന്ധി ഒരു കാര്യം കൂടി പറഞ്ഞു: "ഞങ്ങൾക്ക് കിട്ടിയ അറിവനുസരിച്ച് അവർ ഞങ്ങൾ പറയുന്നിടത്തേക്ക് പോവുക തന്നെ ചെയ്യും. പക്ഷേ, നിങ്ങൾ നേതാക്കളാണ് കുഴപ്പക്കാർ."

താനൊരു നേതാവല്ലെന്നും വെറുമൊരു പ്രവർത്തകൻ മാത്രമാണെന്നും തനിക്ക് നേതാവാകണമെന്ന് ആഗ്രഹമുണ്ടായിരുന്നെങ്കിൽ അതിന് ധാരാളം സാദ്ധ്യതകളുണ്ടായിരുന്നു എന്നും ഇന്ദർ മറുപടി കൊടുത്തു.

"അതെങ്ങനെ?" സഞ്ജയ് ഗാന്ധിക്ക് അതറിയണം.

താൻ 1942 ൽ മൂന്നര വർഷം ജയിലിൽ കഴിഞ്ഞ ആളാണെന്നും അക്കാലത്തെ തന്റെ സഹപ്രവർത്തകരായിരുന്ന രാഷ്ട്രീയക്കാർ പലരും ഇപ്പോൾ വലിയ പദവികളിലാണെന്നും താൻ പക്ഷേ, ഒരു പ്രവർത്തകൻ മാത്രമായി തുടരാനാണ് താല്പര്യപ്പെട്ടതെന്നും ഇന്ദർ അറിയിച്ചു. താനൊരു നേതാവായിരുന്നെങ്കിൽ അയാളെ മുഖസ്തുതി കൊണ്ട് മൂടുമായിരുന്നുവെന്നും അയാൾ പറഞ്ഞതെല്ലാം ശരിവയ്ക്കുമായിരുന്നുവെന്നുംകൂടി ഇന്ദർ കൂട്ടിച്ചേർത്തു. അപ്പറഞ്ഞത് സഞ്ജയ്ഗാന്ധിക്ക് സഹിക്കാവുന്നതിലപ്പുറമായിരുന്നു. അയാൾ അസ്സഹിഷ്ണുതയോടെ പറഞ്ഞു: "നിങ്ങൾ നിങ്ങൾക്കിഷ്ടമുള്ളത് ചെയ്യ്."

പിറ്റേന്ന് രാവിലെ ഇന്ദർ ഓം മേത്തയെ കണ്ടു. എന്നിട്ട് അയാളോട് വ്യക്തമായി പറഞ്ഞു: "നോക്കൂ, ഇതാണ് നിങ്ങളുടെ നിലപാടെങ്കിൽ നമ്മൾ മുൻപ് ആസൂത്രണം ചെയ്തതെല്ലാം തകിടം മറിയും." ഓം മേത്ത അയാളെ സമാശ്വസിപ്പിച്ചു. "അക്കാര്യത്തിൽ ഭയം വേണ്ട. ഞാൻ പ്രധാനമന്ത്രിയെ കണ്ട് കാര്യങ്ങളെല്ലാം ശരിയാക്കാം."

"ഞാൻ കേട്ടത് അയാളുമായി അഭിപ്രായ വ്യത്യാസമുള്ളവരെ മുഴുവൻ അറസ്റ്റ് ചെയ്യുമെന്നാണല്ലോ?" മേത്ത അത് കേട്ട് പുഞ്ചിരിച്ചു. അന്നു

ച്ചയ്ക്ക് ശേഷം ഇന്ദർ ദില്ലി വികസന അതോറിറ്റി ചെയർമാൻ ജഗ്മോഹനേയും കണ്ടു. അയാൾ ജഗ്മോഹനോട് പറഞ്ഞു: "ഞാനിന്നലെ സഞ്ജയിനെ കണ്ടിരുന്നു." തുടർന്ന് സഞ്ജയ് ഗാന്ധിയുമായി നടന്ന ചർച്ചയുടെ വിശദമായ ഒരു വിവരണം അയാൾ ജഗ്മോഹന് നല്കി. എന്നിട്ടയാൾ ചോദിച്ചു: "ഇനിയിപ്പോൾ നിങ്ങളുടെ ഉദ്ദേശ്യമെന്താണ്? നമ്മളിപ്പോൾ എവിടെയാണ് നില്ക്കുന്നത്?"

ജഗ്മോഹൻ പക്ഷേ, അയാളോട് പറയാനുദ്ദേശിച്ചത് മറ്റൊന്നായിരുന്നു. "ഇന്ദർ, ഞാൻ നിങ്ങളെ ബന്ധപ്പെടാൻ ശ്രമിക്കുകയായിരുന്നു. നിങ്ങളെ അറസ്റ്റ് ചെയ്യാൻ തീരുമാനിച്ചു എന്നാണ് ഞാൻ മനസ്സിലാക്കുന്നത്. അതുകൊണ്ട് ഓം മേത്തയെ ചെന്നുകണ്ട് അക്കാര്യത്തിൽ എന്തെങ്കിലും ചെയ്യാൻ പറയൂ."

ഇന്ദർ പറഞ്ഞു: "ഞാൻ വന്നത് എന്നെ രക്ഷിക്കാൻ പറയാനല്ല. ജൂമാ മസ്ജിദ് മേഖലയിലെ ജനങ്ങളുടെ കാര്യത്തിൽ നിങ്ങളുടെ തീരുമാനമാണെനിക്കറിയേണ്ടത്."

"നിങ്ങൾ സഞ്ജയിനെ കണ്ട കാര്യം അയാൾ ഓർമ്മിക്കുന്നു പോലുമില്ലല്ലോ?" ജഗ്മോഹൻ അങ്ങനെ പറഞ്ഞപ്പോൾ ഇന്ദറിന്റെ ക്ഷമ പൂർണ്ണമായും അസ്തമിച്ചു. അയാൾ പരുഷമായി പറഞ്ഞു: "നോക്കൂ, ജഗ്മോഹൻ, സഞ്ജയ് വലിയ പ്രതിഭാശാലിയൊന്നുമല്ലായിരിക്കാം. എങ്കിലും അയാളൊരു വിഡ്ഢിയല്ലെന്നെനിക്കറിയാം. ഞങ്ങൾ തമ്മിൽ 45 മിനിറ്റ് നേരം ഇന്നലെ സംസാരിച്ചിട്ടുണ്ട്. പ്രധാനമന്ത്രിയുടെ വസതിയിൽ അതെല്ലാം രേഖപ്പെടുത്തിയിട്ടുമുണ്ട്."

അന്ന് അർദ്ധരാത്രി കഴിഞ്ഞപ്പോഴാണ് കസ്തൂർബാഗാന്ധി റോഡിലെ ഇന്ദർ മോഹന്റെ വസതിയുടെ വാതിലിൽ മുട്ട് കേട്ടത്. കൈലിയും ഷർട്ടും മാത്രം ധരിച്ച ഇന്ദർ വാതിൽ തുറന്നപ്പോൾ സാധാരണ വേഷം ധരിച്ച ഏഴുപേർ അകത്തേക്ക് തള്ളിക്കയറി. അതിൽ രണ്ടുപേർ അയാളുടെ കഴുത്തിന് കയറിപ്പിടിച്ച് ചുവരിലേക്ക് തള്ളി.

"നിങ്ങളെ മൂന്നാംമുറയിൽ കൈകാര്യം ചെയ്യാനാണ്, കല്പന." അവർ മുരണ്ടു. അപ്പോൾ എട്ടാമത്തെയാൾ പൊലീസ് യൂണിഫോമിൽ എത്തിച്ചേർന്നു. ഇന്ദറിന് കാര്യം മനസ്സിലായി. 55 വയസ്സുള്ള, ദില്ലിയിൽ പൊതുസ്വീകാര്യതയുള്ള, അദ്ദേഹത്തെ വസ്ത്രം മാറാനോ വീട് പൂട്ടാൻ പോലുമോ അനുവദിക്കാതെ അവർ ബലം പ്രയോഗിച്ച് ശാരീരികമായി കീഴ്പ്പെടുത്തി ജീപ്പിലേക്കെടുത്തിട്ടു. ദാരിയാഗഞ്ച് പൊലീസ് സ്റ്റേഷനിലെ അസഹ്യമായ ദുർഗ്ഗന്ധം വമിക്കുന്ന ലോക്കപ്പിലാണയാളെ അടച്ചത്. ഇന്ദർ ഉടൻ നിരാഹാരം തുടങ്ങി. നാല് ദിവസം പിന്നിട്ടപ്പോൾ ദില്ലി മെട്രോപ്പൊലിറ്റൻ കൗൺസിൽ ചെയർമാൻ മിർ മുഷ്താഖ് നേരിട്ടെത്തി ഇന്ദറിനോട് നിരാഹാരം നിർത്താൻ അഭ്യർത്ഥിച്ചു. അദ്ദേഹം ഇന്ദറിനോട് പറഞ്ഞു: "നിങ്ങളെ അവർ കോടതിയിൽ ഹാജരാക്കി തിഹാർ ജയിലിലേക്ക് മാറ്റും." കോടതിയിൽ ഹാജരാക്കാൻ കൊണ്ടുപോയ രണ്ടവസരങ്ങളിലും പൊലീസ് അയാളെ കൈയാമം വെച്ച്, കൊടും ക്രിമിനലി

നെയെന്ന പോലെ തെരുവിലൂടെ നടത്തിച്ചു കൊണ്ടു പോവുകയായിരുന്നു. സഞ്ജയ്ഗാന്ധിയുടെ വൈരനിര്യാതന ബുദ്ധി!

തങ്ങളുടെ നിയമവിരുദ്ധമായ ചെയ്തികൾ ന്യായീകരിക്കാനായി അധികൃതർ ഇന്ദർ മോഹനെ ഒരേ സമയം സി ഐ എ ഏജന്റും നക്സലൈറ്റുമാക്കി.

എന്നാൽ ഇതിനകം രാജ്യാന്തര വേദികളിൽ ഭരണകക്ഷിക്ക് അരോചകമായ ചില അഭിപ്രായ പ്രകടനങ്ങൾ ഉയരാൻ തുടങ്ങിയിരുന്നു. "ആംനെസ്റ്റി ഇന്റർനാഷണലി"ന്റെ ചെയർമാൻ ഇവാൻ മോറിസ് ശ്രീമതി ഗാന്ധിയുടെ ഗവൺമെന്റ് മനുഷ്യാവകാശങ്ങളെ ചവിട്ടി മെതിക്കുകയാണെന്ന് പ്രഖ്യാപിച്ചു. ചില വിദേശ പത്രങ്ങളിൽ, ഇന്ത്യൻ ജയിലുകളിലെ പീഡന വിവരങ്ങൾ ഇതിനകംതന്നെ വെളിച്ചം കാണാൻ തുടങ്ങിയിരുന്നു. അതിന്റെയെല്ലാം പ്രതികരണമെന്നോണം 1975 ആഗസ്ത് 15 ന് ലണ്ടനിൽ മഹാത്മാവിന്റെ പ്രതിമയ്ക്ക് മുന്നിൽ ഒരു തിരി പ്രതീകാത്മകമായി കത്തിക്കൊണ്ടിരുന്നു. അന്നേ ദിവസം തന്നെ ലണ്ടനിൽ നിന്ന് പ്രസിദ്ധീകരിക്കുന്ന *ടൈംസ്* പത്രത്തിൽ ഒരു പരസ്യം പ്രത്യക്ഷപ്പെട്ടു. "ഇന്ന് ഇന്ത്യയുടെ സ്വാതന്ത്ര്യ ദിനമാണ്. ഇന്ത്യൻ ജനാധിപത്യത്തിന്റെ വെളിച്ചം കെട്ടുപോകാതിരിക്കട്ടെ."

നിയമവാഴ്ചയെ പ്രഹസനമാക്കുന്ന പ്രവർത്തനങ്ങൾ തന്നെയാണ് ഇന്ത്യാ ഗവൺമെന്റ് അപ്പോഴും അനുസ്യൂതം തുടർന്നു കൊണ്ടിരുന്നത്. 1975 ഒക്ടോബർ 18-ാം തീയതി അത് ആഭ്യന്തര സുരക്ഷാ നിയമത്തിന് ഒരു ഭേദഗതി കൂടി കൊണ്ടുവന്നു. അതനുസരിച്ച് ഈ നിയമ പ്രകാരമുള്ള അറസ്റ്റിന്റെ കാരണങ്ങൾ കോടതിയടക്കമുള്ള ഒരു സംവിധാനത്തിന് മുന്നിലും വെളിവാക്കേണ്ടതില്ല. ഭേദഗതിക്ക് 1975 ജൂൺ 29 മുതലുള്ള പൂർവ്വകാല പ്രാബല്യവും നല്കപ്പെട്ടു.

ഈ സംഭവ വികാസങ്ങളോടെ ഇന്ത്യക്ക് പുറത്ത് ഇന്ത്യാവിരുദ്ധ പ്രകടനങ്ങൾ ശക്തിയാർജ്ജിക്കാൻ തുടങ്ങി. അമേരിക്കയിലെ ഇന്ത്യൻ വിദ്യാർത്ഥികൾ അവിടുത്തെ ഇന്ത്യൻ സ്ഥാനപതി കൗളിന്റെ വസതിക്ക് മുന്നിൽ ഒരു "സ്വാതന്ത്ര്യ മാർച്ച്" നടത്തി. പ്രകോപിതനായ കൗൾ വിദ്യാർത്ഥികൾക്ക് ഇന്ത്യാ ഗവൺമെന്റ് അനുവദിച്ചുകൊണ്ടിരുന്ന സ്കോളർഷിപ്പുകൾ റദ്ദാക്കണമെന്നാവശ്യപ്പെട്ടുകൊണ്ട് കേന്ദ്ര വിദ്യാഭ്യാസ മന്ത്രാലയത്തിന് സന്ദേശമയച്ചു. ഇന്ത്യയെ അവമതിക്കുന്നു എന്ന് കുറ്റപ്പെടുത്തിക്കൊണ്ട് ഏതാനും വിദ്യാർത്ഥികളുടെ പാസ്പോർട്ടുകൾ റദ്ദാക്കാനും അയാൾ മടിച്ചില്ല.

ഒക്ടോബർ 9 ന് ചിക്കാഗോവിലെത്തിയ ചവാനും പ്രതിഷേധത്തിന്റെ രുചി നന്നായിത്തന്നെ അറിഞ്ഞു. അദ്ദേഹത്തിന്റെ പ്രസംഗം പ്രക്ഷോഭകർ ആവർത്തിച്ചാവർത്തിച്ച് തടസ്സപ്പെടുത്തിക്കൊണ്ടിരുന്നു.

1975 നവംബർ 7-ാം തീയതി സുപ്രീം കോടതി അലഹബാദ് ഹൈക്കോടതി വിധി റദ്ദാക്കിക്കൊണ്ടും പ്രധാനമന്ത്രിയെ കുറ്റവിമുക്തയാക്കിക്കൊണ്ടും വിധി പ്രസ്താവിച്ചു. അഞ്ചംഗ ബെഞ്ചിന്റെ വിധി ഏക

കണ്ഠമായിരുന്നു. പൂർവ്വകാല പ്രാബല്യത്തോടെ പാസാക്കപ്പെട്ട ഭരണഘടനാ ഭേദഗതിയുടെ അടിസ്ഥാനത്തിൽ മറിച്ചൊരു വിധിക്ക് സാദ്ധ്യതയില്ലല്ലൊ?

ഈ ഘട്ടത്തിൽ പൊതുസമൂഹത്തിലെ ചില പ്രധാന വ്യക്തികൾ സ്വതന്ത്ര ഭാരതത്തിലെ പൗരസ്വാതന്ത്ര്യ ധ്വംസനത്തിനെതിരെ രംഗത്ത് വരാൻ തുടങ്ങി. മുൻ ജഡ്ജിമാരായ വി എം താർക്കുണ്ഡെ, എം സി ഛഗ്ല, ജെ സി ഷാ, അഭിഭാഷകരായ സോളിസൊറാബ്ജി, മിനൂ മസാനി തുടങ്ങിയവർ ജനങ്ങളുടെ ഉള്ളിൽ നീറിക്കൊണ്ടിരുന്ന അഗ്നിനാളങ്ങൾ പുറത്തേക്ക് പടർത്തിക്കൊണ്ടിരുന്നു. താർക്കുണ്ഡെയുടെ നേതൃത്വത്തിൽ രൂപംകൊണ്ട "സിറ്റിസൻസ് ഫോർ ഡമോക്രസി" എന്ന പ്രസ്ഥാനം ഗുജറാത്തിൽ ഒട്ടനവധി ഹാൾ മീറ്റിങ്ങുകൾ സംഘടിപ്പിക്കുകയും മൗലികാവകാശങ്ങൾ ഉടൻ പുനഃസ്ഥാപിക്കണമെന്ന് നിരന്തരം ആവശ്യപ്പെട്ടുകൊണ്ടിരിക്കുകയും ചെയ്തു. ഒക്ടോബർ 12 ന് ഈ സംഘടന അഹമ്മദാബാദിൽ സംഘടിപ്പിച്ച കൺവെൻഷൻ ഉദ്ഘാടനം ചെയ്തുകൊണ്ട് എം സി ഛഗ്ല പറഞ്ഞു:

"ഇന്ന് ജയിലിൽ കിടക്കുന്ന മിക്കയാളുകൾക്കും തങ്ങളെന്തിനാണ് ജയിലിലിടയ്ക്കപ്പെട്ടത് എന്നറിഞ്ഞു കൂടാ. അവർക്ക് അവരുടെ കേസ് നടത്താനും അതിനാൽ സാധിക്കുന്നില്ല. കാരണം അവർക്കെതിരെ ഒരു കുറ്റപത്രവുമില്ല."

ദില്ലിയിൽ പ്രവർത്തിച്ചുകൊണ്ടിരിക്കുന്ന പീഡന ക്യാമ്പുകളെ സംബന്ധിച്ച വാർത്തയ്ക്കൊപ്പം ജൂമാ മസ്ജിദ് മേഖലയിൽ നടന്ന മനുഷ്യത്വ രഹിതമായ കുടിയൊഴിപ്പിക്കലും രഹസ്യ പത്രങ്ങളായ *ന്യൂസി*ലും *വാർത്ത*യിലും പ്രാധാന്യത്തോടെ പ്രസിദ്ധീകരിച്ചു. അധികാരത്തിന്റെ അതിരില്ലാത്ത പൈശാചികത ജൂമാ മസ്ജിദ് മേഖലയിൽ താണ്ഡവമാടിയപ്പോൾ, അവിടത്തെ നിസ്സഹായരും ആലംബഹീനരുമായ ആയിരങ്ങൾ നിർദ്ദയം തെരുവിലേക്കെറിയപ്പെട്ടു. എല്ലാം നഷ്ടപ്പെട്ട ആ പാവങ്ങളെ കുടിയൊഴിപ്പിച്ചശേഷം വിദൂരത്തുള്ള ഏതോ അപരിചിതമായ ഇടങ്ങളിലേക്ക് കൂട്ടത്തോടെ കൊണ്ടുപോയി തള്ളുകയായിരുന്നു. അവരിൽ വൃദ്ധരുണ്ടായിരുന്നു; രോഗികളുണ്ടായിരുന്നു; ഗർഭിണികളുണ്ടായിരുന്നു; കുഞ്ഞുങ്ങളുണ്ടായിരുന്നു. അവരാരും ഒരിക്കലും കണ്ടിട്ടില്ലാത്ത ഏതോ പ്രദേശത്തേക്ക് അവരെ ബലാൽക്കാരമായി എത്തിച്ചശേഷം അവരോട് അധികൃതർ പറഞ്ഞുവത്രെ: "ഇനി മുതൽ ഇതാണ് നിങ്ങളുടെ സ്ഥലം. ഇവിടെ നിങ്ങൾക്കിഷ്ടമുള്ളതെന്തും ചെയ്യാം." അവരുടെ ദൈന്യത നേരിട്ട് കാണാനിടയായ ശശിഭൂഷനെന്ന കോൺഗ്രസുകാരൻ സഞ്ജയ് ഗാന്ധിയോട് പറഞ്ഞു: "അവർ അവിടെ തണുപ്പിൽ കിടന്ന് മരിച്ചു കൊണ്ടിരിക്കുകയാണ്."

അയാളുടെ മറുപടി തികച്ചും ദാർശനികമായിരുന്നു: "ജനങ്ങൾ എപ്പോഴും എവിടെ വെച്ചും മരിക്കും."

# പതിനഞ്ച്

**ആ**യിരത്തി തൊള്ളായിരത്തി എഴുപത്തിയാറ് ഏപ്രിൽ മാസം 19-ാം തീയതി ദില്ലിയിലെ തുർക്ക്മാൻ ഗേറ്റിൽ നടന്നത് ഒരു അധിനിവേശസേനയുടെ കടന്നുകയറ്റത്തിന് തുല്യമായ പടയോട്ടമായിരുന്നു എന്നാണ് ആ പ്രദേശത്തുകാരനായ അറുപത് കഴിഞ്ഞ ഒരു വൃദ്ധൻ അനിരുദ്ധനോട് വിശദീകരിച്ചത്. അയാൾ അടുത്തൂൺ പറ്റിയ ഒരദ്ധ്യാപകനാണ്; പേര് ഖാലിദ് മിയാൻ. അഞ്ചാം നൂറ്റാണ്ടിൽ ഹൂണന്മാർ നടത്തിയതായി രേഖപ്പെടുത്തപ്പെട്ടതുപോലുള്ള കാടൻ ആക്രമണം. അത് പറയുമ്പോൾ കാസരോഗിയായ ആ വൃദ്ധൻ വല്ലാതെ കിതയ്ക്കുന്നുണ്ടായിരുന്നു. വികാര വിക്ഷോഭത്തോടെ അയാൾ പറഞ്ഞു തീർത്തു: "നോക്കൂ, സാബ്, അത് ഒരുനിമിഷം കൊണ്ടെന്ന പോലെ നടന്ന ഒരാക്രമണമായിരുന്നു. ഇക്കഴിഞ്ഞ നിമിഷം ഞങ്ങൾക്ക് വീടുണ്ടായിരുന്നു; കുടുംബമുണ്ടായിരുന്നു; ജോലിയുണ്ടായിരുന്നു; മാന്യതയുണ്ടായിരുന്നു; ആത്മാഭിമാനമുണ്ടായിരുന്നു. ഒരൊറ്റ നിമിഷം കൊണ്ട് ഞങ്ങൾക്കതെല്ലാം നഷ്ടപ്പെട്ടു."

അനിരുദ്ധൻ സ്വയം പിറുപിറുത്തു. തടവറകളിൽ നിരന്തരം നടന്നുകൊണ്ടിരിക്കുന്ന പീഡനങ്ങൾ തെരുവുകളിൽ അരങ്ങേറിക്കൊണ്ടിരിക്കുന്ന പരസ്യമായ ക്രൂരതകൾക്ക് വഴിമാറിക്കൊടുക്കുകയാണെന്ന് തോന്നുന്നു. അയാൾ ആ വൃദ്ധനോട് ചോദിച്ചു:

"ബാബാ നിങ്ങൾ നേതാക്കന്മാരെയൊന്നും കണ്ടിരുന്നില്ലേ?"

"സാബ്, ഞങ്ങളെല്ലാം അത്യാവശ്യം മാന്യമായി ജീവിതം നയിക്കുന്നവരാണ്; എല്ലാരും പരമ്പരയാ കോൺഗ്രസുകാരുമാണ്. ഞങ്ങൾ കാണാത്ത നേതാക്കന്മാരില്ല." കിതപ്പ് മാറ്റാൻ ഒരു നിമിഷം നിർത്തിയ ശേഷം അയാൾ ആവശ്യത്തിന് സമയമെടുത്ത് എല്ലാം വിശദമായി അനി

രുദ്ധനെ പറഞ്ഞു കേൾപ്പിച്ചു. തന്റെ മനോവേദന ആരോടെങ്കിലും ഒന്ന് പങ്കുവെച്ചാൽ മനസ്സിന് സ്വല്പം സ്വസ്ഥത കിട്ടുമെന്ന് വൃദ്ധൻ കരുതിക്കാണണം.

“സാബ്, ദില്ലി വികസന അതോറിറ്റിയുടെ അധികാരികൾ ഏപ്രിൽ 14-ാം തീയതിയാണ് ആദ്യമായി ഇവിടെ വന്നത്. അവർ അന്ന് തന്നെ ഒരു ഭാഗത്തെ മുഴുവൻ എടുപ്പുകളും ഒരു മുന്നറിയിപ്പുമില്ലാതെ തകർത്തു കളഞ്ഞു. ആർത്തലച്ച് കരയുന്ന ആളുകളെക്കുറിച്ച് അവർക്കൊരു പരിഗണനയുമുണ്ടായില്ല. ഈ തകർത്ത കെട്ടിടങ്ങളൊന്നും അനധികൃതമല്ല. അത്യാവശ്യം നല്ല വീടുകൾ. ദില്ലിയെ സൗന്ദര്യവല്ക്കരിക്കാൻ അവ തടസ്സമാണെന്ന് അധികാരികൾ ഏകപക്ഷീയമായി തീരുമാനിക്കുകയായിരുന്നു. ആർക്കും ഒരു മുന്നറിയിപ്പും കൊടുത്തിരുന്നില്ല. ഞങ്ങളന്നു തന്നെ സഞ്ജയ് ഗാന്ധിയുടെ സ്വന്തം ആളായി നടക്കുന്ന രുക്സാനാ മാഡത്തെ ചെന്നുകണ്ടു. അവരൊന്ന് വിളിച്ചു പറഞ്ഞാൽ ശേഷിക്കുന്ന വീടുകളെങ്കിലും രക്ഷപ്പെടുമെന്ന് ഞങ്ങൾ കരുതി. അവരോട് സങ്കടം പറഞ്ഞപ്പോൾ അവരുടെ പ്രതികരണം ഇങ്ങനെയായിരുന്നു-ഞാൻ നിങ്ങളെ സഹായിക്കാം. പക്ഷേ, നിങ്ങൾ മൂന്ന് കാര്യങ്ങൾ ചെയ്യണം. സഞ്ജയിന്റെ അഞ്ചിന പരിപാടിയുടെ ഒരു ബോർഡ് പ്രദർശിപ്പിക്കണം; കുറച്ച് വൃക്ഷത്തൈകൾ നടണം; മൂന്നാമതായി വന്ധ്യംകരണത്തിന് കുറച്ച് ആളുകളേയും സംഘടിപ്പിച്ചു തരണം. ഞങ്ങൾ അതെല്ലാം സമ്മതിച്ചു. ഞങ്ങൾ പറഞ്ഞു, ഞങ്ങൾ ഒരു നൂറ്റമ്പത് ആളുകളെ സംഘടിപ്പിച്ചു കൊടുക്കാമെന്ന്. അപ്പോൾ മാഡം പറയുകയാണ്, അത് തീരെ കുറവാണെന്ന്. ഒടുവിൽ ഞങ്ങൾ പരമാവധി പേരെ സംഘടിപ്പിച്ചു കൊടുക്കാമെന്നേറ്റു. ഞങ്ങളെ രക്ഷിക്കണമെന്ന് ഞങ്ങളവരോട് കേണു പറഞ്ഞു. താൻ ജഗ്മോഹനുമായി സംസാരിക്കാമെന്ന് അവർ സമ്മതിച്ചു. അന്ന് രാത്രി തന്നെ ഞങ്ങൾ ഒരു സമാധാനത്തിന് ഖുർഷിദ് ആലം സാഹിബിനേയും ചെന്നുകണ്ടു. രുക്സാന ഉറപ്പ് തന്നിട്ടുണ്ടെങ്കിൽ നിങ്ങളൊന്നും പേടിക്കണ്ട എന്ന് സാഹിബ് ഞങ്ങളെ സമാശ്വസിപ്പിച്ചു. 15-ാം തീയതി അവർക്ക് പക്ഷേ, രുക്സാനയെ കണ്ടെത്താനായില്ല. അന്ന് തന്നെ കെട്ടിടം ഇടിച്ചു തകർക്കൽ വീണ്ടും തുടങ്ങി. അതോടെ ഞങ്ങൾ സുഭദ്രാജോഷി മാഡത്തിനടുത്തേക്കോടി. അധികൃതർ അനധികൃത കെട്ടിടങ്ങൾ മാത്രമേ പൊളിക്കുന്നുള്ളൂ എന്ന് മാഡം കൂടി പറഞ്ഞതോടെ ഞങ്ങൾ തളർന്നു പോയി. അവർ കാര്യങ്ങളറിഞ്ഞിട്ടും അജ്ഞത നടിക്കുകയായിരുന്നു. ഞങ്ങളുടെ ജീവിത സമ്പാദ്യമാണ് തകർന്ന് വീഴുന്നത്. ഞങ്ങൾ കൊടുത്ത ലിസ്റ്റ് മാഡം വാങ്ങിവെച്ചു. ഏപ്രിൽ 16 ന് ദില്ലി വികസന അതോറിറ്റി കരാറുകാരനായ ഹാജി കരാമത്ത്, ശ്രീമതി ഗാന്ധിയെ നേരിട്ട് കാണാൻ ഞങ്ങളെ ഉപദേശിച്ചു. ഞങ്ങൾ രണ്ട് ബസ് നിറയെ ആളുകൾ പ്രധാനമന്ത്രിയെ ചെന്ന് കണ്ടു. ഞങ്ങളവരോട് യാചിച്ചു – ഞങ്ങളുടെ പൂർവ്വീകന്മാർ അവരുടെ രക്തവും വിയർപ്പും നല്കി നിർമ്മിച്ചതാണ് ആ സ്ഥലം. ഇപ്പോൾ അധികാരികൾ

പറയുന്നത് ഇതൊന്നും ഞങ്ങളുടേതല്ലെന്നാണ്. ഞങ്ങളുടെ സ്വന്തം സ്ഥലമാണത്. ഇവിടെ പാർക്കാൻ ഞങ്ങളെ അനുവദിക്കണം. പ്രധാന മന്ത്രിയുടെ മറുപടി തീർത്തും അപ്രതീക്ഷിതമായിരുന്നു. നിങ്ങളിങ്ങനെ പറയാമോ? നമുക്ക് ഈ നഗരം മോടിപിടിപ്പിക്കണ്ടേ. ഇപ്പോഴെനിക്കൊന്നും ചെയ്യാനാവില്ല എന്ന് പറഞ്ഞ് അവരും ഞങ്ങളെ കൈയൊഴിഞ്ഞു. നിരാശരാവാതെ ഞങ്ങൾ രുക്സാനയെ തേടിയിറങ്ങി. 17-ാം തീയതി ഒരു വന്ധ്യംകരണ ക്യാമ്പിൽ അവരെ കണ്ടെത്തി. ഞങ്ങളവരോട് കെഞ്ചി - സഹോദരീ വന്ധ്യംകരണത്തിന് ഞങ്ങളാകെ 201 പേരെ കൊണ്ടുവന്നിട്ടുണ്ട്. ഓരോരുത്തർക്കും ഓരോ വീട് എന്ന തോതിലെങ്കിലും ഞങ്ങൾക്കനുവദിച്ചു തരൂ.

“നോക്കട്ടെ” എന്നായിരുന്നു ഒഴിഞ്ഞു മാറിക്കൊണ്ടുള്ള അവരുടെ മറുപടി. ഒടുവിൽ അന്ന് രാത്രി ഞങ്ങൾ അർജ്ജുൻദാസിനെ അഭയം പ്രാപിച്ചു. അത് രുക്സാനയുടെ പരിധിയിലുള്ള സ്ഥലമായതിനാൽ തനിക്കൊന്നും ചെയ്യാനാവില്ലെന്ന് പറഞ്ഞ് അയാളും ഒഴിഞ്ഞുമാറി. സ്വന്തം കിടപ്പാടം സംരക്ഷിക്കാനുള്ള നെട്ടോട്ടത്തിനിടയിൽ ഞങ്ങൾ ആരുടെയോ ഉപദേശപ്രകാരം പ്രധാനമന്ത്രിക്ക് ഒരു സങ്കടഹർജി സമർപ്പിച്ചു. ഒരു കോപ്പി സഞ്ജയ് ഗാന്ധിക്കും കൊടുത്തു. രണ്ടുപേരും അത് വായിച്ച് മാറ്റിവെച്ചു എന്നാണ് ഞങ്ങൾ പിന്നീടറിഞ്ഞത്. പിറ്റേന്ന്, 18-ാം തീയതി രാവിലെ പ്രധാനമന്ത്രി കുടുംബസമേതം സുഖവാസത്തിനായി സിംലയ്ക്ക് പോയി. അന്ന് തന്നെ ഞങ്ങൾ കൂട്ടമായി കരാമത്തിനേയും കൂട്ടി ജഗ്മോഹനെ കണ്ട് യാചിച്ചു. അയാൾ പറഞ്ഞത് ഇങ്ങനെയായാൽ വികസനമുണ്ടാവില്ല എന്നാണ്. ഞങ്ങൾക്ക് വികസനം വേണ്ട ഇവിടെ തുടരാൻ അനുവദിച്ചാൽമതി എന്ന് ഞങ്ങൾ ദയനീയമായി പറഞ്ഞപ്പോൾ അയാൾ രോഷത്തോടെ തന്റെ കണ്ണട ഊരി ഊക്കോടെ മേശപ്പുറത്തിട്ടുകൊണ്ട് പറഞ്ഞതെന്താണെന്നോ സാബ്, അയാൾക്കിവിടെ വേറൊരു പാകിസ്ഥാൻ വേണ്ട, എന്ന്.

19-ാം തീയതി രാവിലെ തന്നെ കൂറ്റൻ ബുൾഡോസറുകൾ അവസാന ഓപ്പറേഷനായി, പ്രതികാരദാഹികളായ ശത്രു സൈനികരെന്ന പോലെ ഒരു കുറ്റവും ചെയ്തിട്ടില്ലാത്ത, തുർക്ക്മാൻ ഗേറ്റിലെ ജനങ്ങളുടെ ജീവിതങ്ങളിലേക്ക് ഇരച്ചുകയറി. ജനങ്ങൾ കൂട്ടമായി സംഘടിച്ച് ബുൾഡോസറുകളുടെ ഗതി തടയാനായി ഇലാഹിദർഗ്ഗയുടെ മുന്നിൽ കുത്തിയിരുന്നു. സമയം മുന്നോട്ട് പോകുന്തോറും വിവരങ്ങൾ ചെവിക്ക് ചെവിയറിഞ്ഞ് ആളുകൾ സ്ഥലത്തേക്ക് കുതിച്ചെത്തിക്കൊണ്ടിരുന്നു. അങ്ങനെ നൂറുകണക്കായ പ്രദേശവാസികൾ എന്തും നേരിടാനുള്ള മനക്കരുത്തോടെ ദർഗ്ഗയ്ക്ക് മുന്നിൽ പ്രതിരോധം തീർത്തു. ഉച്ചയായതോടെ സി ആർ പി ഭടന്മാരെ വഹിച്ചുകൊണ്ടുള്ള വലിയ ട്രക്കുകൾ എത്തി. ഒപ്പം ദില്ലി പൊലീസുമെത്തി. നിമിഷങ്ങൾക്കകം പ്രതിഷേധക്കാരും സേനയും മുഖാമുഖമായി. ഇരു കൂട്ടരും തമ്മിൽ ഉന്തുംതള്ളും തുടങ്ങി. ഉച്ചത്തിലുള്ള മുദ്രാവാക്യങ്ങളാൽ അന്തരീക്ഷം മുഖരിതമായി. അതോടെ

പൊലീസുകാർ കല്ലേറ് തുടങ്ങി. അതുവരെ ശബ്ദമുഖരിതമെങ്കിലും സമാധാനപരമായി നിലനിന്ന അന്തരീക്ഷം സംഘർഷഭരിതമായി. ആളുകൾ പൊലീസിന് നേരെ തിരിച്ചും കല്ലേറ് തുടങ്ങി. ഉച്ചയ്ക്ക് 1.30 ആയതോടെ ദാരിയാഗഞ്ചിലെ സബ് ഡിവിഷനൽ മജിസ്ട്രേട്ട് ജനക്കൂട്ടത്തിനു നേരെ ലാത്തിച്ചാർജിന് കല്പന കൊടുത്തു. അതോടെ തീർത്തും മൃഗീയമായ മർദ്ദനം തുടങ്ങി. ജനങ്ങൾ പരക്കംപാഞ്ഞു. ബഹളത്തിനിടയിൽ പലരും വീണു. നൂറ് കണക്കിനാളുകളെ പൊലീസ് അറസ്റ്റ് ചെയ്തു. അതോടെ തെരുവ് യുദ്ധത്തിന്റെ തുടക്കമായി. കൈയിൽ കിട്ടിയ ആയുധങ്ങളുമായി സ്ത്രീകളും പുരുഷന്മാരുമുൾപ്പെടെയുള്ള ജനസഞ്ചയം പൊലീസിന് നേരെ അതിക്രമിച്ചു കയറി. തുടർന്ന് പൊലീസ് ആദ്യം കണ്ണീർ വാതകവും പിറകെ വെടിവെയ്പും ആരംഭിച്ചു. നൂറ്റമ്പതോളം വരുന്ന പ്രദേശവാസികൾ വെടിവെയ്പിൽ കൊല്ലപ്പെട്ടു. എഴുന്നൂറോളം പേർ അറസ്റ്റിലായി. ധാരാളമാളുകൾക്ക് പരിക്കേറ്റു. തുടർന്ന് പതിന്നാല് ബുൾഡോസറുകൾ നിർത്താതെ പ്രവർത്തിച്ചതോടെ നിസ്സഹായരായ തുർക്ക്മാൻ ഗേറ്റ് നിവാസികളുടെ ആയിരത്തിലേറെ വരുന്ന കിടപ്പാടങ്ങൾ ഇടിച്ചു നിരത്തപ്പെട്ടു. തുടർന്ന് സ്ഥലത്ത് കർഫ്യൂ പ്രഖ്യാപിച്ചു. അതിന്റെ മറവിൽ നിയമപാലകരുടെ വേഷമണിഞ്ഞ ചെകുത്താന്മാർ വ്യാപകമായ കവർച്ചകളും പിടിച്ചു പറികളും കടന്നുകയറ്റങ്ങളും ബലാത്സംഗങ്ങളുമെല്ലാം നിർവ്വിഘ്നം നിർവ്വഹിച്ചുകൊണ്ടിരുന്നു. ദില്ലിയെ സുന്ദരിയാക്കാൻ ഞങ്ങൾ സാധാരണ ജനങ്ങൾക്ക് ഞങ്ങളുടെ സമ്പാദ്യങ്ങൾ മാത്രമല്ല, ഞങ്ങളുടെ മാനംകൂടി ബലി കൊടുക്കേണ്ടി വന്നു, സാബ്.” ഖാലിദ് മിയാൻ പറഞ്ഞവസാനിപ്പിച്ചു.

തുർക്ക്മാൻ ഗേറ്റിൽ നടന്ന മുഴുവൻ ഭീകരതകളുടേയും കഥ ഏതാണ്ട് പൂർണ്ണമായിത്തന്നെ *ന്യൂസി*ലും *വാർത്ത*യിലും റിപ്പോർട്ട് ചെയ്തു. ആരൊക്കെയോ ചേർന്ന് അവയുടെ കോപ്പികൾ സൈക്ലോസ്റ്റൈൽ ചെയ്തെടുത്ത് ഹരിയാനയിലും യു പിയിലുമെത്തിക്കുകയുണ്ടായി എന്ന് കേട്ടപ്പോൾ അനിരുദ്ധനും സഹപ്രവർത്തകരും ആവേശഭരിതരായി. അതവർക്ക് വലിയ പ്രോത്സാഹനമായി. അവർ പരസ്പരം കൂടിയാലോചിച്ചു; അടുത്ത നീക്കം എങ്ങനെ വേണം? ദില്ലിയിൽ മാത്രം ഒതുങ്ങാതെ അതിക്രമങ്ങളും പീഡനങ്ങളും നടക്കുന്നതായി കേൾക്കുന്നയിടങ്ങളിൽ ചിലതിലേക്കെങ്കിലും എത്തിച്ചേർന്ന് സത്യാവസ്ഥയറിഞ്ഞ് ജനങ്ങളെ അതറിയിക്കേണ്ടതുണ്ടെന്ന് അവർ തീരുമാനിച്ചു. അടുത്ത സന്ദർശന സ്ഥലം ബാംഗ്ലൂരാകട്ടെ എന്നും ഉറപ്പിച്ചു. കാരണം അവിടെനിന്നും പല വാർത്തകളും വ്യത്യസ്ത വഴികളിലൂടെ ജനങ്ങളിലേക്കെത്തുന്നുണ്ട്. അവയിൽ സത്യമേത്, നുണയേത് എന്ന് ഈയൊരവസ്ഥയിൽ കണ്ടെത്തുക ഏറെ പ്രയാസമാണ്. ഒളിവിൽ പ്രവർത്തിക്കുന്ന ജോർജ് ഫെർണാണ്ടസിന്റെ വിവരങ്ങൾ ശേഖരിക്കുന്നതിന്റെ ഭാഗമായി അദ്ദേഹത്തിന്റെ ബന്ധുക്കളും സ്നേഹലതാ റെഡ്ഡിയെപ്പോലുള്ള സുഹൃത്തുക്കളും കിരാതമായി പീഡിപ്പിക്കപ്പെടുന്നുണ്ട് എന്നാണ്

കേൾക്കുന്നത്. വാർത്താ ശേഖരണത്തിനായി അനിരുദ്ധൻ ബാംഗ്ലൂരിലേക്ക് പോകട്ടെ എന്ന് തീരുമാനമായി.

തുർക്ക്മാൻ ഗേറ്റ് സംഭവം തങ്ങളിറക്കിയ രഹസ്യ പത്രങ്ങളിലൂടെ ഇത്ര വ്യാപകമായി പ്രചരിച്ചതോടെ അധികൃതർ അടങ്ങിയിരിക്കുകയില്ല എന്ന് തീർച്ചയാണ്. രഹസ്യ പ്രവർത്തനത്തിനെതിരെ പഴുതടച്ച അന്വേഷണം തന്നെ വന്നേക്കും. അതിനാൽ കുറച്ച് ദിവസത്തേക്കെങ്കിലും പ്രസ് അടച്ചു പൂട്ടുകയാണ് നല്ലത്. അന്വേഷണത്തിന്റെ ബഹളം അടങ്ങുമ്പോഴേക്കും അനിരുദ്ധൻ ബാംഗ്ലൂരിൽനിന്നും തിരിച്ചെത്തും. അടുത്ത ലക്കം അതിനു ശേഷമാവാം. ജോഷിജിയെ നേരിട്ട് കണ്ട് അനിരുദ്ധൻ തങ്ങളുടെ തീരുമാനങ്ങൾ അറിയിച്ചു. അദ്ദേഹവും അതിനോട് യോജിച്ചു.

ബാംഗ്ലൂരേക്കുള്ള യാത്രയ്ക്ക് തയ്യാറെടുക്കുന്നതിനിടയിൽ അനിരുദ്ധൻ അതിന് ചെറിയൊരു ഭേദഗതി വരുത്തി. മാസങ്ങളായി പത്മേടത്തിയേയും സോമേട്ടനേയും കുട്ടികളേയും കണ്ടിട്ട്. ശരിക്ക് പറഞ്ഞാൽ അവരെല്ലാം അയാളുടെ മനസ്സിൽ അടിയന്തരാവസ്ഥയുടെ ഇരുമ്പു മറയ്ക്കപ്പുറത്തേക്ക് മാറ്റപ്പെട്ടിരുന്നു. രാജ്യം തന്നെ അന്തരാള ഘട്ടത്തിലും അന്ധകാരത്തിലും ഉഴറുമ്പോൾ ആ കൂരിരുട്ടിൽ തനിക്കൊരു ചെറിയ കൈത്തിരിയെങ്കിലും കൊളുത്തി വയ്ക്കാനാവുമോ എന്ന അന്വേഷണത്തിലായിരുന്നല്ലോ, അയാൾ. ആയിടയ്ക്കെല്ലാം ഗീതാഞ്ജലിയിലെ മരണമില്ലാത്ത ആ വരികൾ അയാളുടെ മനസ്സിൽ ഓടിയെത്തുമായിരുന്നു.

അമാവാസിയിലെ അർദ്ധരാത്രിയിൽ ഞാൻ അവളുടെ അടുത്തേക്ക് ചെന്നിട്ട് ചോദിച്ചു: “ഈ വിളക്ക് നെഞ്ചോട് ചേർത്തുവെച്ച് നീ എങ്ങോട്ട് പോകുന്നു? എന്റെ വീട്ടിൽ വിളക്ക് കത്തിച്ചിട്ടില്ല. ഈ വിളക്ക് നീ ഇവിടെ വെച്ച് പോകൂ, കുട്ടീ.” ത്രികാല ജ്ഞാനിയായിരുന്നു, ഗുരുദേവൻ എന്നു പോലും ഇപ്പോൾ അനിരുദ്ധന് തോന്നിപ്പോവുന്നു. തന്റെ നാടിനെ ദശാബ്ദങ്ങൾക്ക്ശേഷം ഗ്രസിക്കാൻ പോകുന്ന കാളരാത്രിയെ അദ്ദേഹം അന്നേ ദീർഘദർശനം ചെയ്തിരുന്നുവോ?

ഇതിനിടയിൽ പത്മേടത്തിയുടെ പരിഭവങ്ങൾ ഒരുപാട് ഫോണിലൂടെ കേട്ടു. ഒന്നിനും വ്യക്തമായ മറുപടി കൊടുക്കാനാവാത്ത അവസ്ഥയിലായിരുന്നല്ലോ, അയാൾ. താൻ സ്വയം ഏറ്റെടുത്ത ചുമതലയുടെ ഭാരം അപ്പോഴൊക്കെ അയാളുടെ മനസ്സിനെ ഞെരുക്കിക്കൊണ്ടിരുന്നു. ഒന്നും ഫോണിലൂടെ പറയാവുന്നതല്ലല്ലോ. എല്ലാറ്റിനുമൊടുവിൽ അയാൾ അവരെ ആശ്വസിപ്പിച്ചതിങ്ങനെയായിരുന്നു:

“ഞാനെല്ലാം പറയാം പത്മേടത്തി, നേരിട്ട് വന്ന് എല്ലാം വിശദമായി പറയാം.”

“നീ എപ്പൊ വരും?”

അയാൾക്കതിന് കൃത്യമായ ഒരുത്തരം കൊടുക്കാനാവുമായിരുന്നില്ല. അയാൾ പറഞ്ഞതിങ്ങനെ:

“ഞാൻ വൈകാതെ തന്നെ വരും. കുട്ടികളെ കാണാൻ എനിക്കെത്ര മോഹംണ്ടെന്ന് ഏടത്തിക്കറിയാമല്ലോ?”

പിന്നീട് അവരൊന്നും പറഞ്ഞില്ല. ഫോൺ താഴെ വെക്കുന്ന ശബ്ദം കേട്ടു.

അങ്ങനെ ബാംഗ്ലൂരിലേക്കുള്ള യാത്രാ പരിപാടിയിൽ അയാൾ ബോംബെയെക്കൂടി ഉൾപ്പെടുത്തി. രണ്ട് ദിവസം എന്തായാലും കുട്ടികളുടെ കൂടെ ആഘോഷിക്കണം. ബോംബെയിലെ രണ്ടുദിവസം കണ്ണടച്ച് തുറക്കുമ്പോലെ കഴിഞ്ഞുപോയി. വെക്കേഷനായതിനാൽ കുട്ടികൾ മുഴുവൻ സമയവും അയാളെ വിടാതെ ഒപ്പം കൂടി. അതിനിടയിൽ താനേറ്റെടുത്ത പുതിയ ദൗത്യത്തെക്കുറിച്ച് സോമേട്ടനോട് ചെറുതായി സൂചിപ്പിച്ചു.

"നീ വലിയൊരു റിസ്ക്കാണ് ഏറ്റെടുത്തിരിക്കുന്നത്." സോമേട്ടൻ പറഞ്ഞു.

"ആരെങ്കിലുമൊക്കെ അതിനും വേണ്ടേ ഏട്ടാ?" അയാൾ ചോദിച്ചു.

സോമശേഖരൻ അതിന് മറുപടിയൊന്നും പറഞ്ഞില്ല. അയാൾ മനസ്സിലുയർന്നുവന്ന ആശങ്കയിൽ സ്വയം നഷ്ടപ്പെട്ടു പോയിരുന്നു. പെട്ടെന്നുണർന്ന് അയാൾ അന്വേഷിച്ചു;

"പത്മം ഇത് വല്ലതും അറിയുമോ? നീ വല്ലതും പറഞ്ഞോ?"

"ഇല്ല. ഇന്ന് രാത്രി സംസാരിക്കാം. സോമേട്ടനോട് പറഞ്ഞതുപോലെയല്ല ഞാനുദ്ദേശിക്കുന്നത്. കാര്യമത്രയ്ക്ക് ഗൗരവമുള്ളതല്ല എന്ന മട്ടിൽ പറയാം."

"ങ്അ. അത് മതി."

നല്ല കാലത്തിന് ഊൺമേശയിൽ പത്മേടത്തി തന്നെ സംസാരം തുടങ്ങി വെച്ചു: "നിന്റെ പത്രങ്ങൾക്കൊന്നും ഇപ്പോൾ മിണ്ടാട്ടമില്ലല്ലോ?"

"പത്രങ്ങളിറങ്ങുന്നുണ്ടല്ലോ?"

"ഓ. ഉണ്ടേ. സർക്കാർ ഗസറ്റ് പോലെ. സർക്കാരിനെ സ്തുതിക്കുന്ന കാര്യത്തിൽ എല്ലാ പത്രങ്ങളും മത്സരിക്കുന്നതുപോലെയാണ്. നിന്റെ പത്രവും മോശമല്ല."

"ഞങ്ങളെന്ത് ചെയ്യണമെന്നാണ്?" അനിരുദ്ധൻ നിഷ്കളങ്കത ഭാവിച്ചു കൊണ്ട് ചോദിച്ചു.

"എടാ, പത്രങ്ങളെപ്പറ്റി നമ്മളൊക്കെ പഠിച്ചതെന്താ? അത് ജനാധിപത്യത്തിന്റെ നാലാം തൂണാണെന്ന്, അല്ലേ? ഇപ്പഴോ? വന്ന്വന്ന് അത് കൊമ്പനാനേടെ അഞ്ചാം കാല് പോലെയായില്ലേ?" പത്മേടത്തി ഉദ്ദേശിച്ചതെന്താണെന്ന് പെട്ടെന്നയാൾക്ക് മനസ്സിലായില്ല. മനസ്സിലായപ്പോൾ അയാൾ ഉറക്കെ ചിരിച്ചു പോയി.

"വല്ലാത്ത ഉപമ തന്നെ."

പക്ഷേ, അവർ രോഷത്തിലായിരുന്നു. "ചിരിക്കാൻ പറഞ്ഞതല്ല. അതിപ്പൊ തൂണുമല്ല, കാലുമല്ല, വാലുമല്ലാത്ത അവസ്ഥയായി." അവർ തുടർന്നു: "പത്ര ധർമ്മമനുഷ്ഠിക്കാത്ത പത്രങ്ങൾ അശ്ലീലങ്ങളാണ്."

സോമേട്ടന് പത്മേടത്തി ഉദ്ദേശിച്ചതെന്തെന്ന് മനസ്സിലാവാൻ ഒരല്പം വൈകിയെന്ന് തോന്നുന്നു. മനസ്സിലായപ്പോൾ ഉടൻ വന്നു, പ്രതികരണം:

"പത്മേ, കുട്ടികൾ കേൾക്കെയാണോ നിന്റെയീ പൊട്ട ഉപമ?"

ഏടത്തി ഭർത്താവിനെ നേരിട്ടത് തികഞ്ഞ ലാഘവത്തോടെ. "എന്താ, നിങ്ങളെ മക്കക്ക് ഈ അവയവമൊന്നുംല്ലേ?"

"അവളിപ്പഴിപ്പഴിങ്ങനെയാ. ഒരു ലൈസൻസുംല്ല."

സോമേട്ടൻ പാതി കളിയായും പാതി കാര്യമായും പറഞ്ഞു.

"അല്ല, സോമേട്ടാ, ഏടത്തി എന്നും ഇങ്ങന്യൊക്കെത്തന്നെയായിരുന്നു."

"അങ്ങനെ പറഞ്ഞ് കൊട്ക്കെടാ."

കുട്ടികൾ അപ്പോൾ പരസ്പരം നോക്കി. അവർക്കും അമ്മയുടെ ഉപമ പിടികിട്ടിയിരിക്കണം. അവർ ഉച്ചത്തിൽ ചിരിച്ചു. അതോടെ, അനിരുദ്ധൻ തല്ക്കാലം ഒന്നും വെളിപ്പെടുത്തേണ്ട എന്ന് തന്നെ തീരുമാനിച്ചു. ഈ സന്തോഷം കളയണ്ട.

ഉറങ്ങാൻ പോകും മുമ്പ് അയാൾ സ്വകാര്യമായി സോമശേഖരനോട് പറഞ്ഞു: "ഏട്ടൻ സൗകര്യം പോലെ ഏടത്തിയോട് കാര്യങ്ങൾ സൂചിപ്പിച്ചാ മതി. പിന്നെ... ഏട്ടാ ഒരു കാര്യവും പുറത്ത് പോകരുതേ."

സോമശേഖരൻ ഒന്നും പറയാതെ അനിരുദ്ധന്റെ കൈ സ്വന്തം കൈകളിലെടുത്ത് സ്നേഹപൂർവ്വം അമർത്തി. അതിൽ എല്ലാ ഉറപ്പുകളുമുണ്ടായിരുന്നു.

അന്ന് രാത്രി പക്ഷേ, അനിരുദ്ധന് ഉറങ്ങാനായില്ല. അയാളുടെ മനസ്സിൽ അന്നോളമില്ലാതിരുന്ന ഒരാശങ്ക തിരനോട്ടം നടത്തിക്കൊണ്ടിരുന്നു. ഇനിയങ്ങോട്ട് എന്തും സംഭവിക്കാം എന്ന് അയാളുടെ ഉള്ളിലിരുന്ന് ആരോ അനുനിമിഷം മന്ത്രിക്കുന്നു. ഒരുവിധത്തിൽ അയാൾ നേരം വെളുപ്പിക്കുകയായിരുന്നു.

കുഞ്ഞുങ്ങളോട് യാത്ര പറയുമ്പോൾ അനിരുദ്ധൻ മുമ്പൊരിക്കലുമില്ലാത്ത വിധം വികാരാധീനനായിരുന്നു. എങ്കിലും ആർക്കും ഒന്നും പിടികൊടുക്കാതെ അയാൾ കാറിൽ കയറി. സോമേട്ടൻ കാർ റിവേഴ്സ് എടുക്കുമ്പോൾ അയാളൊന്നുകൂടി വരാന്തയിലേക്ക് നോക്കി. പത്മേടത്തി വരാന്തയിലെ നേർത്ത വെളിച്ചത്തിൽ, കുഞ്ഞുങ്ങളെ ചേർത്ത് പിടിച്ച് അയാളെ നിർന്നിമേഷയായി നോക്കി നില്ക്കുന്നു. ഒന്നുമറിയാത്ത കുട്ടികൾ അനിമാമന് കൈകളുയർത്തി "ബൈ" പറഞ്ഞുകൊണ്ടിരുന്നു. അയാളും അവർക്ക് നേരെ യാന്ത്രികമായി കൈയുയർത്തി.

# പതിനാറ്

**അ**തൊരു മെയ്മാസ രാത്രിയായിരുന്നു. ഗേറ്റിൽ നിന്നും ഉച്ചത്തിൽ "ലോറൻസ്" എന്ന് വിളിക്കുന്നത് കേട്ടപ്പോൾ ജോർജ് ഫെർണാണ്ടസിന്റെ സഹോദരൻ ലോറൻസ് ഫെർണാണ്ടസ് വിചാരിച്ചത് അത് തന്റെ ഏതോ സുഹൃത്തിന്റെ ശബ്ദമാണെന്നാണ്. ഗേറ്റിൽ ചെന്നപ്പോൾ പുറത്ത് ഒരു പൊലീസ് ജീപ്പ് നിർത്തിയിട്ടിരിക്കുന്നു. വിളിച്ചത് സിവിൽ വേഷത്തിലുള്ള ഒരു പൊലീസ് ഓഫീസറായിരുന്നു. മറ്റൊരു സഹോദരൻ മൈക്കലിന്റെ റിട്ട് പെറ്റീഷനുമായി ബന്ധപ്പെട്ട് ഒരു സ്റ്റേറ്റ്മെന്റ് എടുക്കാൻ സ്റ്റേഷൻവരെ വരണമെന്നാണ് പൊലീസ് ഓഫീസർ ആവശ്യപ്പെട്ടത്. (ഇന്ത്യൻ ടെലഫോൺ ഇൻഡസ്ട്രീസിൽ എഞ്ചിനീയറായ മൈക്കലിനെ 'മിസ' പ്രകാരം അറസ്റ്റ് ചെയ്തിരുന്നു. അദ്ദേഹം അതിനെതിരെ ഹൈക്കോടതിയിൽ ഒരു റിട്ടും ഫയലാക്കിയിരുന്നു) മറ്റൊന്നുമാലോചിക്കാതെ, വീട്ടിൽപ്പോലും ഒന്നും പറയാതെ വേഗം മടങ്ങാമല്ലോ എന്ന ചിന്തയിൽ ലോറൻസ് അവർക്കൊപ്പം പോയി.

പൊലീസ് ലോറൻസിന്റെ സ്റ്റേറ്റ്മെന്റ് ഒരു മണിക്കൂറിനകം എടുത്തു. പിന്നീടവർ അദ്ദേഹത്തെ നേരെ ഡിറ്റക്ടീവ് ഓഫീസിലേക്കാണ് കൊണ്ടുപോയത്. ചെന്നയുടൻ ആരോ അയാളുടെ ചെകിടത്ത് ആഞ്ഞടിച്ചു. ഏതാനും നിമിഷത്തേക്ക് കണ്ണിൽ ഇരുട്ട് കയറിയ അനുഭവം. അതിനിടയിൽ അവർ അയാളുടെ വസ്ത്രങ്ങളെല്ലാം അഴിച്ചുമാറ്റി. തുടർന്ന് പത്ത് പൊലീസുകാർ ചേർന്ന് നാല് ലാത്തികൾ തുടരെത്തുടരെ ഒടിയും വരെ അയാളുടെ ശരീരത്തിൽ കഠിന മർദ്ദനം നടത്തി. ശരീരത്തിൽ മർദ്ദനമേല്ക്കാത്ത ഒരിടവുമില്ലെന്നായി. അയാൾ വേദന സഹിക്കാനാവാതെ നിലത്ത് കിടന്ന് പിടഞ്ഞു. അപ്പോൾ അവർ അയാളെ ഫുട്ബോൾ തട്ടുന്നതുപോലെ നിലത്തിട്ട് കാല്കൊണ്ട് തട്ടിക്കളിച്ചു. അത് പോരെന്ന്

തോന്നിയിട്ടാവണം എവിടെ നിന്നോ മരത്തിന്റെ ഒരു റീപ്പർ കൂടി കൊണ്ടു വന്ന് പാമ്പിനെ തല്ലുന്നതുപോലെ അദ്ദേഹത്തിന്റെ മേലാസകലം ആ ഞ്ഞടിച്ചു. അതും പോരാഞ്ഞ് ഒരു ആലിന്റെ കൂറ്റൻ വേരിന്റെ ഒരുഭാഗം കൊണ്ട് അയാളുടെ പുറത്ത് പെരുമാറി. അതോടെ ലോറൻസിന്റെ ബോധം ഏതാണ്ട് പൂർണ്ണമായി ഇല്ലാതായി.

പുലരാൻ കാലം 3 മണിയായിക്കാണണം. ബോധം വന്നപ്പോൾ അദ്ദേഹം വെള്ളം ചോദിച്ചു. അപ്പോൾ ആഫീസർ ഒരു കോൺസ്റ്റബി ളിന് കൊടുത്ത നിർദ്ദേശം അയാളുടെ വായിൽ മൂത്രം ഒഴിച്ചു കൊടു ക്കാനായിരുന്നു. കോൺസ്റ്റബിൾ ഏതായാലും അത് ചെയ്തില്ല. ശ്വാസം കിട്ടാതെ പിടയുന്ന ഒരു ഘട്ടമെത്തിയതോടെ അദ്ദേഹത്തിന്റെ ചുണ്ടു കൾ ആരോ സ്പൂണിൽ വെള്ളമെടുത്ത് നനച്ചുകൊണ്ടിരുന്നു. ജോർജ് എവിടെയുണ്ടെന്നാണ് അവർക്കറിയേണ്ടിയിരുന്നത്. മറ്റൊന്ന്, അദ്ദേഹ ത്തിന്റെ ഭാര്യ ലൈലയും മകനും എന്തിന് 1975 സെപ്തംബറിൽ ബാംഗ്ലൂ രിൽ വന്നു? അവർ മദ്രാസിലേക്ക് പോകുമ്പോൾ അവിടംവരെ അവരെ അനുഗമിച്ചത് ലോറൻസായിരുന്നു.

നേരം പുലരുകയാണ്. ലോറൻസിന്റെ അവസ്ഥ വളരെ ഗുരുതര മായിരുന്നു. ഏത് നിമിഷവും അദ്ദേഹം മരിച്ചു പോയേക്കും എന്ന് തോ ന്നി. അതിനാലാവണം അവരദ്ദേഹത്തെ ഒരു ജീപ്പിലെടുത്തിട്ടു. ഒരു ആ ഫീസർ ഇങ്ങനെ പറയുന്നത് ലോറൻസ് അർദ്ധ മയക്കത്തിൽ കേട്ടു: "ഇവനെ റെയിൽപ്പാളത്തിൽ തള്ളാം. ആത്മഹത്യ ചെയ്തതാണെന്ന് വിചാരിച്ചോളും." ശരീരമാകെ അസഹ്യമായ വേദനയുണ്ടായിരുന്നു; എ വിടെയൊക്കെയോ കാര്യമായ ക്ഷതം സംഭവിച്ചിട്ടുണ്ട്; കൈകാലുകൾ വീർത്ത് തടിച്ചിരുന്നു.

മല്ലേശ്വരത്തേക്കാണ് ജീപ്പ് പോയത്. കൊല്ലാനുള്ള പദ്ധതി നടപ്പാ ക്കുകയാണെന്ന് പേടിച്ച ലോറൻസ് അവരോട് ഒരല്പം ദയയ്ക്കായി യാചിച്ചു. എന്തോ, ഒടുവിൽ അവർ പരിപാടി മാറ്റി. വ്യാളിക്കാവിലെ പൊലീസ് ലോക്കപ്പിലേക്കാണ് പിന്നീട് അവർ അദ്ദേഹത്തെ എത്തി ച്ചത്. പിറ്റേന്ന് തിരിച്ച് ഡിറ്റക്ടീവ് ഓഫീസിലേക്ക് തന്നെ കൊണ്ടുപോന്നു. ആരോ അദ്ദേഹത്തെ ഏതെങ്കിലും ആശുപത്രിയിലെത്തിക്കുന്നതാണ് നല്ലത് എന്നുപദേശിച്ചു. എന്നാൽ അവർക്കത്തരം ചിന്തകളൊന്നുമുണ്ടാ യില്ല. പിറ്റേന്ന് അവർ അദ്ദേഹത്തെ ഒരു ഹോട്ടലിലേക്കാണ് കൊണ്ടു പോയത്. ജോർജ് ഫെർണാണ്ടസ് ഒളിവിലിരിക്കെ ബാംഗ്ലൂരിൽവന്ന പ്പോൾ അവിടെയായിരുന്നോ തങ്ങിയത് എന്നാണ് അവരദ്ദേഹത്തോട് അന്വേഷിച്ചത്. തിരിച്ച് ഓഫീസിലെത്തിച്ചിട്ടും അദ്ദേഹത്തിന് അവർ ഭക്ഷ ണമൊന്നും കൊടുത്തില്ല. ഭക്ഷണം ചോദിച്ചപ്പോൾ കോൺസ്റ്റബിളിന്റെ വക തെറിയഭിഷേകമായിരുന്നു കിട്ടിയത്. പിന്നീട് അവർ ഒരു ഡോക് ടറെ കൊണ്ടുവന്ന് അദ്ദേഹത്തെ പരിശോധിപ്പിച്ചു. ഡോക്ടർ എന്തൊ ക്കെയോ മരുന്നുകൾ കുറിച്ചു കൊടുത്തു. പിന്നീട് ഏതാനും ദിവസം ലോറൻസ് മല്ലേശ്വരം പൊലീസ് സ്റ്റേഷനിലായിരുന്നു. ശൗചാലയത്തി

ലേക്ക് പോലും അദ്ദേഹത്തെ എടുത്തുപോകേണ്ട സ്ഥിതിയായിരുന്നു. മെയ് 9–ാം തീയതി ബലാൽക്കാരമായി അദ്ദേഹത്തിന്റെ മുടി വെട്ടി; ഷേവും ചെയ്തു. കുളിക്കാൻ അനുവദിച്ചെങ്കിലും അതുവരെ ധരിച്ച നാറിയ വസ്ത്രം തന്നെ ധരിക്കേണ്ടി വന്നു.

അദ്ദേഹത്തെ മജിസ്ട്രേറ്റിന്റെ മുമ്പിൽ ഹാജരാക്കുകയായിരുന്നു, അവരുടെ അടുത്ത ജോലി. അതിന് മുമ്പ് അയാൾക്ക് അവർ നല്കിയ കർശന നിർദ്ദേശം, അയാൾ അറസ്റ്റ് ചെയ്യപ്പെട്ടത് അന്ന് അവിടുത്തെ ബസ് സ്റ്റാന്റിൽ വെച്ചാണെന്ന് പറയണമെന്നായിരുന്നു. കസ്റ്റഡിയിൽ അനുഭവിച്ച പീഡനങ്ങളെപ്പറ്റിയെങ്ങാൻ മജിസ്ട്രേറ്റിനോട് മിണ്ടിപ്പോയാൽ കുടുംബത്തെ മൊത്തം വകവരുത്തിക്കളയുമെന്ന് ഭീഷണിപ്പെടുത്തുകയും ചെയ്തു. മജിസ്ട്രേറ്റ് അദ്ദേഹത്തെ മെയ് 20 വരെ റിമാന്റ് ചെയ്തു. മെയ് 11 വരെ ലോറൻസ് മല്ലേശ്വരം ലോക്കപ്പിൽത്തന്നെയായിരുന്നു. തുടർന്ന് മല്ലേശ്വരത്തെ ആശുപത്രിയിലേക്ക് അദ്ദേഹത്തെ കൊണ്ടുപോയി. പരിശോധിച്ച ഡോക്ടർമാർ എക്സ്റേ എടുക്കണമെന്ന് നിർദ്ദേശിച്ചെങ്കിലും പൊലീസുകാർ അത് അംഗീകരിച്ചില്ല. 20 ന് വീണ്ടും കോടതിയിൽ ഹാജരാക്കും മുമ്പ് അദ്ദേഹത്തിന്റെ ശാരീരികാവസ്ഥ മെച്ചപ്പെടണമെന്നതിനാൽ അവർ അദ്ദേഹത്തെ മറ്റൊരാശുപത്രിയിലേക്ക് കൊണ്ടുപോയി. മെയ് 20 ന് കോടതിയിൽ ഹാജരാക്കിയ ശേഷം അദ്ദേഹത്തെ സെൻട്രൽ ജയിലിലേക്കാണ് കൊണ്ടുപോയത്. അവിടെ സെല്ലിൽ അർദ്ധ ബോധാവസ്ഥയിൽ കിടന്ന ലോറൻസിന് ഒരു പരിചിത ശബ്ദം തന്നെ വിളിക്കുന്നതുപോലെ തോന്നി. ആ ശബ്ദം മധുദന്തവാതെയുടേതാണെന്ന് അദ്ദേഹം തിരിച്ചറിഞ്ഞു. അദ്ദേഹം ചോദിച്ചു:

"ലോറൻസ്, അത് നീയാണോ?"

അതേയെന്ന് ലോറൻസ് വിറയ്ക്കുന്ന ശബ്ദത്തിൽ അറിയിച്ചു. അദ്ദേഹം ഭയാനകമാംവിധം ഭേദ്യം ചെയ്യപ്പെട്ടിട്ടുണ്ടെന്ന് ദന്തവാതേയ്ക്ക് മനസ്സിലായി. അദ്ദേഹവും മറ്റു കരുതൽ തടവുകാരുമെല്ലാം ചേർന്ന് ഉടൻ ജയിലിൽ നിരാഹാരം ആരംഭിച്ചു. ലോറൻസിനെ സെല്ലിൽ നിന്ന് മാറ്റുകയും അദ്ദേഹത്തിന് എല്ലാ സൗകര്യങ്ങളും അനുവദിക്കുകയും ചെയ്യുക എന്നതായിരുന്നു, ഡിമാന്റ്. അതോടെ ലോറൻസിന് ആവശ്യമായ ചികിത്സാ സൗകര്യം അനുവദിക്കപ്പെട്ടു.

ബാംഗ്ലൂരിലെ പൊതുവേദികളിൽ പ്രശസ്തയായിരുന്നു, അറിയപ്പെടുന്ന കലാകാരിയും തിയേറ്റർ ആർട്ടിസ്റ്റുമായ സ്നേഹലതാ റെഡ്ഡി. അവരുടെ നാടക ഗ്രൂപ്പായിരുന്നു, "അഭിനയ." അവർ ഒരേസമയം സിനിമാ നടിയാണ്, സാമൂഹ്യ പ്രവർത്തകയാണ്, സോഷ്യലിസ്റ്റാണ്, നാടക നടിയുമാണ്. അവരുടെ ഭർത്താവ് പട്ടാഭിയാകട്ടെ സിനിമാ നിർമ്മാതാവും സംവിധായകനുമാണ്. അദ്ദേഹത്തിന്റെ അവാർഡ് സിനിമയായ *സംസ്കാരയിൽ* സ്നേഹലതയാണ്, നായിക. ഇവർ രണ്ടുപേരും വിപുലമായ സൗഹൃദങ്ങൾ കാത്തുസൂക്ഷിക്കുന്നവരാണ്. ആ സൗഹൃദവലയത്തിൽ ജോർജ് ഫെർണാണ്ടസുമുണ്ടായിരുന്നു. അതാണവരെ ഭരണാധികാരി

കളുടെ നോട്ടപ്പുള്ളികളാക്കിയത്.

ലോറൻസിനേയും സ്നേഹയേയും ഏതാണ്ട് അടുത്തടുത്ത ദിവസങ്ങളിലാണ് കസ്റ്റഡിയിലെടുത്തത്. ഒരു പുതിയ സിനിമയുടെ ഷൂട്ടിങ്ങിനായി പട്ടാഭി ദമ്പതികൾ ഏപ്രിൽ 27 ന് മദ്രാസിലേക്ക് പോകാൻ തീരുമാനിച്ചു. അന്ന് വൈകീട്ട് 4 മണിയോടെ അവരുടെ മകൾ നന്ദനയെ പൊലീസ് ആരുമറിയാതെ കസ്റ്റഡിയിലെടുത്ത് കൊണ്ടുപോയി. അത് മൂന്നാമത്തെ തവണയായിരുന്നു, നന്ദന പൊലീസ് കസ്റ്റഡിയിൽ ചോദ്യം ചെയ്യപ്പെടുന്നത്. വൈകീട്ട് 7 മണിയായി അവളെ വിട്ടയക്കുമ്പോൾ. എന്തായാലും, 84 വയസ്സ് പ്രായമുള്ള അച്ഛനേയും രണ്ട് മക്കളേയും വീട്ടിൽ നിർത്തി രാത്രിയോടെ സ്നേഹയും ഭർത്താവും മദ്രാസിലേക്ക് പോയി. അന്ന് അർദ്ധരാത്രി വീണ്ടും പൊലീസ് വീട്ടുപടിക്കലെത്തി, വാതിലിൽ മുട്ടി. വാതിൽ തുറന്നത് സ്നേഹയുടെ മകൻ കൊണാരക് ആയിരുന്നു. പൊലീസ് ആ കുട്ടിയെ ബലം പ്രയോഗിച്ച് സ്റ്റേഷനിലേക്ക് കൊണ്ടുപോയി. കുറെ പോലീസുകാർ രാത്രി മുഴുവൻ ആ വീട്ടിൽ പരിശോധന നടത്തി. ഒപ്പം വൃദ്ധനായ അച്ഛനേയും വേലക്കാരനേയും ചോദ്യം ചെയ്ത് പരവശരാക്കുകയും ചെയ്തു.

ഈ വിവരങ്ങളറിഞ്ഞ് എല്ലാ പരിപാടികളും റദ്ദാക്കി പട്ടാഭി ദമ്പതികൾ ബാംഗ്ലൂരിലേക്ക് തിരിച്ചു. അവരെ ഉടൻ പൊലീസ് കസ്റ്റഡിയിലെടുത്ത് ഇരുവരേയും പ്രത്യേകം പ്രത്യേകമായി ചോദ്യം ചെയ്തു. സ്വന്തം മക്കളുടേയും ഭർത്താവിന്റേയും അവസ്ഥയോർത്ത് തീർത്തും വ്യാകുലയായ സ്നേഹ അവരോട് പറഞ്ഞു: "എന്റെ മകനെ ഉടൻ കൊണ്ടുവരൂ; എന്റെ ഭർത്താവിനെ മോചിപ്പിക്കൂ; എന്റെ മകളെ ഇനി ഉപദ്രവിക്കില്ലെന്ന് ഉറപ്പു തരൂ. എങ്കിൽ എനിക്കറിയാവുന്നതെല്ലാം ഞാൻ പറയാം." അതോടെ പൊലീസിന് സന്തോഷമായി. കുടുംബാംഗങ്ങളെ മുഴുവനും പൊലീസ് അവരുടെ മുമ്പാകെ കൊണ്ടുവന്നു. അവരെയെല്ലാം വിട്ടയച്ച ശേഷം സ്നേഹയെ മാത്രം കസ്റ്റഡിയിൽ സൂക്ഷിച്ചു.

പൊലീസിനറിയേണ്ടിയിരുന്നത് ജോർജ് ഫെർണാണ്ടസ് എവിടെയുണ്ടെന്നായിരുന്നു. എന്നാൽ സ്നേഹയ്ക്ക് അതെക്കുറിച്ച് ഒന്നുമറിയില്ലായിരുന്നു. ജോർജുമായി അവർ സൗഹൃദത്തിലായിരുന്നു എന്നത് മാത്രമായിരുന്നു, വസ്തുത. നിരന്തരമായ ചോദ്യം ചെയ്യലുകൾക്കും പീഡനങ്ങൾക്കും പിന്നീടുള്ള ദിവസങ്ങളിൽ അവർ വിധേയയായി. പൊലീസുകാർക്കറിയേണ്ടിയിരുന്ന ഒരു കാര്യവും അവർക്കറിയില്ലായിരുന്നു. ആ ഒരവസ്ഥയിൽ അവരെന്ത് പറയാൻ? പക്ഷേ, പ്രതീക്ഷ കൈവെടിയാതിരുന്ന പൊലീസ് അവരെ നിരന്തരം ചോദ്യം ചെയ്തു കൊണ്ടിരുന്നു.

മെയ് മാസം മുഴുവനും അനിരുദ്ധന് ബാംഗ്ലൂരിൽ നില്ക്കേണ്ടി വന്നു. പരസ്യമാക്കാവുന്ന ഉദ്ദേശ്യമല്ല, തന്റെ യാത്രയ്ക്ക് എന്നതിനാൽ അയാൾ തന്റെ പത്രത്തിന്റെ ഓഫീസിൽ പോലും പോവാൻ ധൈര്യപ്പെട്ടില്ല. എന്നാൽ ഏറെ വിശ്വസ്തരായ ചില സഹപ്രവർത്തകരെ അയാൾ

അതീവ രഹസ്യമായി ബന്ധപ്പെട്ടു കൊണ്ടിരുന്നു. അടിയന്തരാവസ്ഥയിലെ ബാംഗ്ലൂരിന്റെ അവസ്ഥയുടെ ഒരേകദേശ ചിത്രം അയാൾ തന്റെ ബാംഗ്ലൂർ സൗഹൃദങ്ങളിലൂടെ സംഘടിപ്പിച്ചു.

ഒളിപ്രവർത്തനങ്ങൾ വ്യാപകമാകുന്നു എന്ന കാര്യം കേന്ദ്ര ഗവൺമെന്റിനെ വല്ലാതെ അലോസരപ്പെടുത്തിക്കൊണ്ടിരുന്നു. ഒരുവർഷം ഏതാണ്ടായിട്ടും ജോർജ് ഫെർണാണ്ടസിനെപ്പോലൊരാളെ അറസ്റ്റ് ചെയ്യാൻ സാധിക്കാത്തത് ഒരു വലിയ പോരായ്മ തന്നെയാണ് എന്ന് ഗവൺമെന്റിന് തോന്നിത്തുടങ്ങി. അതിനാലാവണം ഉന്നത പൊലീസുദ്യോഗസ്ഥരുടെ ഒരു യോഗം പ്രധാനമന്ത്രി തന്നെ ദില്ലിയിൽ വിളിച്ചു ചേർത്തത്. ജോർജ് പ്രശ്നം അതീവ ഗൗരവമായിത്തന്നെ ചർച്ച ചെയ്യപ്പെട്ടു. ഒരുന്നത ഉദ്യോഗസ്ഥൻ യോഗത്തിൽ വ്യക്തമാക്കിയത്, അവർ ഇതിനകം തന്നെ ഫെർണാണ്ടസിന്റെ രഹസ്യ പ്രവർത്തന സംവിധാനത്തിൽ കാര്യമായ വിള്ളലുകൾ ഉണ്ടാക്കിക്കഴിഞ്ഞു എന്നാണ്. അവരുടെ ഒളിപ്രവർത്തന ശൃംഖലയിലേക്ക് പൊലീസിന്റെ ആളുകൾക്ക് നുഴഞ്ഞു കയറാനായിട്ടുണ്ട്. അതിനാൽ ജോർജിന്റെ അറസ്റ്റ് ഇനി വല്ലാതെ വൈകില്ല എന്നയാൾ പ്രധാനമന്ത്രിക്ക് ഉറപ്പ് കൊടുത്തു. അയാൾക്ക് ആ ഉറപ്പ് ദിവസങ്ങൾക്കകം യാഥാർത്ഥ്യമാക്കാനും സാധിച്ചു. കല്ക്കത്തയിൽ വെച്ചാണ് ജോർജ് ഫെർണാണ്ടസ് അറസ്റ്റ് ചെയ്യപ്പെട്ടത്. ഒരു പാതിരിയുടെ വേഷത്തിൽ പള്ളിയുടെ അധീനതയിലുള്ള ഒരു വീട്ടിൽ വെച്ചായിരുന്നു അറസ്റ്റ്.

അനിരുദ്ധന് അതൊരു മുന്നറിയിപ്പായിത്തോന്നി. അയാൾ തന്റെ സഹപ്രവർത്തകർക്ക് നല്കിയ നിർദ്ദേശം *ന്യൂസി*ന്റേയും *വാർത്ത*യുടേയും പ്രസിദ്ധീകരണം ഒരല്പം കൂടി കാത്തിരുന്ന ശേഷം മതി എന്നായിരുന്നു. അതുവരെ അവർക്ക് *ഇന്ത്യൻ മിററി*ൽ തന്നെ നില്ക്കാം. സമയമാവുമ്പോൾ അയാൾ നേരിട്ടെത്തി അറിയിക്കും. അതിനിടയിൽ നിർബ്ബന്ധ വന്ധ്യംകരണം നടക്കുന്ന ഉത്തർപ്രദേശിലേയും ഹരിയാനയിലേയും വിവരങ്ങൾ ശേഖരിക്കേണ്ടതുണ്ട്. അന്വേഷിച്ചു ചെന്നപ്പോൾ കിട്ടിയ വിവരങ്ങളത്രയും ഞെട്ടിപ്പിക്കാൻ പോരുന്നതായിരുന്നു.

വന്ധ്യംകരണ ക്യാമ്പുകൾ പ്രവർത്തിക്കുന്നത് അതത് ജില്ലാ കലക്ടർമാരുടെ നേരിട്ടുള്ള മേൽനോട്ടത്തിലാണ്. ക്വാട്ട തികയ്ക്കാൻ ഉദ്യോഗസ്ഥർ ബസ് സ്റ്റാന്റുകളിൽനിന്നും റെയിൽവേ സ്റ്റേഷനുകളിൽ നിന്നുമെല്ലാം തെറ്റിദ്ധരിപ്പിച്ചും പ്രലോഭിപ്പിച്ചും ബലം പ്രയോഗിച്ചുമെല്ലാം ആളുകളെ തരംപോലെ ക്യാമ്പുകളിലെത്തിക്കുകയാണ് ചെയ്യുന്നത്. അങ്ങനെ എത്തിക്കുന്നവർ വിവാഹിതരാണോ അവിവാഹിതരാണോ ഇതിനകം വന്ധ്യംകരണത്തിന് വിധേയരായവരാണോ എന്നൊന്നും നോക്കുന്നില്ല; യുവാക്കളെന്നോ വൃദ്ധരെന്നോ വിവേചനമൊന്നുമില്ല; കുട്ടികളുള്ളവരാണോ ഇല്ലാത്തവരാണോ എന്നും നോട്ടമില്ല. എല്ലാവരും തങ്ങളിൽ കെട്ടിയേല്പിക്കപ്പെട്ട ക്വോട്ട തികയ്ക്കാനുള്ള നെട്ടോട്ടത്തിലാണ്.

സഞ്ജയ്ഗാന്ധിയെ പ്രീണിപ്പിക്കുന്നതിനായി ഉത്തർപ്രദേശ് ഗവ

ൺമെന്റ് ഏതറ്റം വരെ പോകാനും തയ്യാറാണ്. വന്ധ്യംകരണത്തിനായി നിശ്ചയിച്ച "ടാർഗറ്റ്", മുമ്പ് നാല് ലക്ഷമായിരുന്നെങ്കിൽ അത് ഒറ്റയടിക്ക് 15 ലക്ഷമായി ഉയർത്തി. ഈ ലക്ഷ്യം പൂർത്തീകരിക്കാൻ മുഴുവൻ സർക്കാർ വകുപ്പുകൾക്കും ക്വോട്ട നിശ്ചയിച്ചു കൊടുത്തു. അദ്ധ്യാപകർ പോലും അതിൽ നിന്നൊഴിവാക്കപ്പെട്ടില്ല. നിർബ്ബന്ധ വന്ധ്യംകരണ ക്യാമ്പുകൾ ജൂൺ മാസം മുതൽ വ്യാപകമായി സ്ഥാപിതമായി. അതോടെ ജനങ്ങളുടെ ഭാഗത്ത് നിന്നുള്ള ചെറുത്തു നില്പും വ്യാപകമായി. അവയെല്ലാം ഉരുക്കു മുഷ്ടിയുപയോഗിച്ചു തന്നെ അടിച്ചമർത്തപ്പെടുകയും ചെയ്യുന്നു.

വന്ധ്യംകരണവുമായി ബന്ധപ്പെട്ട് ഹരിയാനയിൽ നടന്നു കൊണ്ടിരിക്കുന്നത് തീർത്തും വിചിത്രമായ കാര്യങ്ങളാണ്. ഗ്രാമങ്ങളെ പൊലീസ് വളയുന്നു; എന്നിട്ട് വീടുകളിലെ പുരുഷന്മാരെ ബലമായി കൂട്ടിക്കൊണ്ടു പോയി വന്ധ്യംകരിക്കുന്നു. ബസുകളിൽനിന്ന് യാത്രക്കാരെ കൂട്ടമായി ഇറക്കിക്കൊണ്ടു പോയി ക്യാമ്പുകളിലെത്തിച്ച് വന്ധ്യംകരിക്കുന്നു. ജയിലുകളിൽനിന്നും തടവുകാരെ പൊലീസ് ബന്തവസ്സിൽ ഇറക്കിക്കൊണ്ടു വന്ന് വന്ധ്യംകരിക്കുന്നു. എല്ലാവരുടേയും ലക്ഷ്യം ക്വോട്ട തികയ്ക്കൽ മാത്രം.

പരസ്യമായി നടത്തപ്പെട്ടുകൊണ്ടിരിക്കുന്ന മനുഷ്യാവകാശ ലംഘനങ്ങൾക്കെതിരെ പ്രതിഷേധമുയർത്തിയവർക്കെതിരെ പലയിടങ്ങളിലും ലാത്തിച്ചാർജ്ജും കണ്ണീർവാതക പ്രയോഗവും വെടിവെയ്പ്പും വരെയുണ്ടായി. ഉത്തർപ്രദേശിൽ നടന്ന പ്രക്ഷോഭത്തിൽ പങ്കെടുത്തവർക്ക് നേരെ നടന്ന വെടിവെയ്പ്പിൽ ഇരുപത്തഞ്ച് പേർ കൊല്ലപ്പെടുകയും എട്ടു പേരെ കാണാതാവുകയും ചെയ്തു. മുസഫർ നഗറിൽ നിന്ന് 35 കിലോമീറ്ററിനകലെയുള്ള കൈരാനയിൽ പ്രക്ഷോഭകർ അഭയം തേടിയ പള്ളിയിലേക്ക് പൊലീസ് ഓടിക്കയറി. അവിടെ നടന്ന വെടിവെയ്പ്പിൽ മൂന്നു പേർ മരിച്ചുവീണു. ബസ്തിയിൽ നിർബ്ബന്ധ വന്ധ്യംകരണത്തിൽ പങ്കാളികളായ ഏതാനും ഉദ്യോഗസ്ഥരെ ക്രൂദ്ധരായ നാട്ടുകാർ അരിഞ്ഞു വീഴ്ത്തിയ സംഭവവും ഉണ്ടായി.

നിർബ്ബന്ധ വന്ധ്യംകരണത്തിന്റെ ഏറ്റവും വലിയ ഇരകൾ ആദിവാസികളും ദളിതരുമായിരുന്നു. എല്ലാ കാലത്തും ആർക്കും എങ്ങനെ വേണമെങ്കിലും ഉപയോഗിക്കാവുന്ന ഇരകളാണല്ലോ അവർ.

ഹരിയാനയിലെ ഗുർഗാവോണിൽ ഒരു ചെറുപ്പക്കാരൻ നിർബ്ബന്ധ വന്ധ്യംകരണത്തിനെതിരെ ഒറ്റയാൾപ്പോരാട്ടം നടത്തി. പൊലീസ് അയാളെ അറസ്റ്റ് ചെയ്ത് ഒരിരുട്ടറയിൽ കൊണ്ടുപോയടച്ചു. ചോദ്യം ചെയ്യലിനിടയിൽ അയാളുടെ തലയിലെ രോമങ്ങളും വിരലിലെ നഖങ്ങളും അവർ പിഴുതുമാറ്റി. ദിവസങ്ങൾക്ക് ശേഷം ജയിലിൽ നിന്ന് വിട്ടയക്കപ്പെട്ട അയാൾക്ക് ശ്രവണശേഷി നഷ്ടപ്പെട്ടു പോയിരുന്നു. മെഹന്ദർഗറിലെ ഒരു സർക്കാർ ജീവനക്കാരൻ മനോരോഗിയായി മാറി. അതുവരെയും ഒരു പിതാവാകാൻ സാധിക്കാതിരുന്നതിനാൽ വന്ധ്യംകരണ

ത്തിന് നിർബ്ബന്ധിച്ചപ്പോൾ അയാൾ കൂട്ടാക്കിയില്ല. അധികൃതർ അയാളെ നിരന്തരം വേട്ടയാടിയതോടെ അയാളുടെ മനസ്സിന്റെ സമനില തെറ്റുകയായിരുന്നു.

വന്ധ്യംകരണത്തിന്റെ പേരിൽ നാട്ടിൽ വ്യാപകമായി നടമാടിയ അതിക്രമങ്ങളൊന്നും തന്നെ ഒരു പത്രത്തിലും വാർത്തയായില്ല. എങ്കിലും വാമൊഴികളിലൂടെ അവ നിരന്തരം സഞ്ചരിച്ചു കൊണ്ടിരുന്നു. അവയെല്ലാം ആരുടെയെങ്കിലും ഭാവനാ സൃഷ്ടികളാണോ എന്ന അന്വേഷണമാണ് അനിരുദ്ധൻ പ്രധാനമായും നടത്തിക്കൊണ്ടിരുന്നത്. പ്രചരിച്ചു കൊണ്ടിരുന്ന കഥകളത്രയും സത്യം തന്നെയാണ്. ഒരുപക്ഷേ, അവിശ്വസനീയം എന്ന് വിശേഷിപ്പിക്കാവുന്ന സത്യങ്ങൾ.

ജീവനക്കാരുടെ സ്ഥാനക്കയറ്റങ്ങൾ, ഇൻക്രിമെന്റ് അനുവദിക്കൽ എന്നിവയെല്ലാം വന്ധ്യകരണത്തിന്റെ ക്വോട്ടയുടെ പൂർത്തീകരണവുമായി ബന്ധപ്പെടുത്തിയിരുന്നു. അക്കാര്യത്തിൽ ദില്ലി ഭരണകൂടം ഇറക്കിയ സർക്കുലർ വിചിത്രമെന്നുതന്നെ വിശേഷിപ്പിക്കാവുന്നതാണ്. അതിൽ പറയുന്നത്, വന്ധ്യംകരണത്തിന് അനുയോജ്യരായ ജീവനക്കാർ വന്ധ്യംകരണം നടത്തിയതിന്റെ സർട്ടിഫിക്കറ്റ് ഹാജരാക്കിയാലേ ശമ്പളം അനുവദിക്കുകയുള്ളൂ. ദില്ലി ലഫ്റ്റനന്റ് ഗവർണർ വ്യാപാരി പ്രതിനിധികളെ രാജ്ഭവനിലേക്ക് വിളിച്ചു വരുത്തി അവർക്ക് ക്വോട്ട നിശ്ചയിച്ചു കൊടുക്കുകയും അവരുടെ തൊഴിലാളികളെ വന്ധ്യംകരണത്തിന് വിധേയമാക്കാൻ നിർദ്ദേശിക്കുകയും ചെയ്തു. ഇതോടെ ഗ്രാമങ്ങളിൽനിന്നും തൊഴിൽ തേടി ദില്ലിയിലെത്തിയ ഒട്ടനവധിയാളുകൾ നിർബ്ബന്ധ വന്ധ്യംകരണം ഭയന്ന് സ്വന്തം തൊഴിലുകൾ പോലുമുപേക്ഷിച്ച് ഗ്രാമങ്ങളിലേക്ക് തിരിച്ചു പോയി. അക്കാരണത്താൽ ദില്ലിയിലെ ഒട്ടേറെ സ്ഥാപനങ്ങൾ അടച്ചു പൂട്ടേണ്ടിയും വന്നു.

# പതിനേഴ്

**തു**ർക്ക്മാൻ ഗേറ്റിൽനിന്നും നിഷ്കാസനം ചെയ്യപ്പെട്ട നിർഭാഗ്യവാന്മാരെ ഉദ്യോഗസ്ഥർ എങ്ങോട്ടാണ് കൊണ്ടുപോയി തള്ളിയത് എന്ന അന്വേഷണത്തിലായിരുന്നു, അനിരുദ്ധൻ. ദിവസങ്ങളോളം നടത്തിയ അന്വേഷണം അവസാനിച്ചത് നഗരത്തിൽനിന്നും വളരെയേറെ ദൂരത്ത് സ്ഥിതിചെയ്യുന്ന ഒരു തരിശ് പ്രദേശത്താണ്. കുടിവെള്ളം പോലും കിട്ടാനില്ലാത്ത സ്ഥലം. ഖാലിദ് മിയാൻ സാഹിബ് അനിരുദ്ധനോട് പറഞ്ഞതുപോലെ ഒരൊറ്റ രാത്രികൊണ്ട് അവരുടെ അതുവരെയുണ്ടായിരുന്ന അന്തസ്സും സമ്പത്തും എന്തിന് കിടപ്പാടം പോലും ഇല്ലാതായിരിക്കുന്നു. അവരാരും ചേരിനിവാസികളോ അനധികൃത കുടിയേറ്റക്കാരോ ആയിരുന്നില്ല. അവരുടെ പൂർവ്വികർ കഠിനാദ്ധ്വാനം ചെയ്ത് തങ്ങളുടെ പിന്മുറക്കാർക്കായി കരുതിവെച്ച ഈടുവയ്പുകളായിരുന്നു, അവരോരോരുത്തരുടേയും ഇത്തിരി സ്ഥലവും അതിലെ ചെറിയ ചെറിയ കെട്ടിടങ്ങളും. നഗരത്തെ മോടിപിടിപ്പിച്ച് സമ്പന്നരുടെ ജീവിതം പ്രകാശപൂർണ്ണമാക്കാൻ പാവങ്ങൾക്കുമേൽ നടത്തിയ കിരാതത്വത്തെക്കുറിച്ചോർത്തപ്പോൾ ബാപ്പുജി സ്വതന്ത്ര ഇന്ത്യയുടെ ഭരണകർത്താക്കൾക്ക് നല്കിയ ഉപദേശത്തെക്കുറിച്ച് എവിടെയോ വായിച്ചത് അയാളോർത്തു. നിങ്ങൾ ഭരണകാര്യങ്ങളിലെടുക്കുന്ന നിലപാടുകളിലെ ശരിയും തെറ്റും മനസ്സിലാക്കാൻ ഞാൻ നിങ്ങൾക്കൊരെളുപ്പവഴി പറഞ്ഞു തരാം. നിങ്ങൾ മനസ്സിൽ ഈ രാജ്യത്തെ ഏറ്റവും ദരിദ്രനായ ഒരു മനുഷ്യനെ സങ്കല്പിക്കുക. നിങ്ങൾ സ്വീകരിക്കാൻ പോകുന്ന നിലപാട് അവന്റെ ജീവിതത്തിന് ഗുണകരമാണോ എന്ന് ചിന്തിക്കുക. അതേ എന്നാണ് നിങ്ങൾക്ക് കിട്ടുന്ന ഉത്തരമെങ്കിൽ നിങ്ങളുടെ നിലപാട് ശരി; അല്ലെങ്കിൽ തെറ്റ്.

ബാപ്പുജിയെക്കുറിച്ച് പറയുമ്പോഴെല്ലാം ആദ്യ പത്രാധിപരായിരുന്ന

പ്യാരേലാൽജിക്ക് നൂറ് നാവായിരുന്നു എന്ന് അനിരുദ്ധൻ ഓർത്തു. ബാപ്പുവിനെ അദ്ദേഹം ഒരിക്കൽപ്പോലും ഒരു വിഗ്രഹമായി കണ്ടില്ല. ഇന്ത്യൻ സ്വാതന്ത്ര്യ സമരത്തിലെ ഏറ്റവും അവസാനത്തെ രക്തസാക്ഷിയാണ് അദ്ദേഹം എന്നാണ് ലാൽജിയുടെ അഭിപ്രായം. സ്വാതന്ത്ര്യ സമരത്തിലുടനീളം താൻ വരുത്തിയ ഒരുപാട് തെറ്റുകൾക്ക് സ്വന്തം രക്തസാക്ഷിത്വത്തിലൂടെ ബാപ്പു പ്രായശ്ചിത്തം ചെയ്യുകയായിരുന്നു എന്നാണ് പ്യാരേലാൽജി വിലയിരുത്തിയത്. സ്വന്തം ആത്മാവിന്റെ ഉൾവിളിയെന്ന നിലയിൽ ബാപ്പുജി തന്റെ ജനതയ്ക്ക് മേൽ കെട്ടിയേല്പിച്ച വെളിപാടുകൾ പലതും യുക്തിഭദ്രമായിരുന്നില്ല. എന്നാൽ അദ്ദേഹത്തിന്റെ ജനങ്ങൾ അവയത്രയും ഒരു ചോദ്യവും കൂടാതെ സ്വീകരിച്ചു. കാരണം അവരെ സംബന്ധിച്ച് പറഞ്ഞാൽ ബാപ്പുവിന്റെ വിശ്വാസ്യത എല്ലാവിധ യുക്തിചിന്തകൾക്കുമപ്പുറത്താണ്. ഒരു യുദ്ധത്തിന്റെ മദ്ധ്യത്തിൽ വെച്ച് യുദ്ധം നിർത്താൻ കല്പന കൊടുക്കുന്നത് ആത്മഹത്യാപരമാണ്. അത്തരം തെറ്റുകൾ ആവർത്തിച്ചപ്പോഴും അദ്ദേഹത്തെ ആരും ഒരിക്കലും ചോദ്യം ചെയ്തില്ല.

ബാപ്പു ശരിക്കും ഒരു രക്തസാക്ഷിത്വം ആഗ്രഹിച്ചിരുന്നു എന്നുകൂടി പ്യാരേലാൽജി പറയാറുണ്ടായിരുന്നു. സ്വാതന്ത്ര്യം കിട്ടിയതോടെ കോൺഗ്രസിലെ രാഷ്ട്രീയ വക്കീലന്മാർക്ക് ബാപ്പുവിനെത്തന്നെ വേണ്ടാതായിക്കഴിഞ്ഞിരുന്നു. ഒറ്റയാനായി, തീവ്രദുഃഖിതനായി, ഹിന്ദുവെന്നും മുസ്ലിമെന്നും പറഞ്ഞ് പരസ്പരം കഴുത്തറക്കുന്ന ജനസഞ്ചയത്തിനിടയിലൂടെ, ശാന്തി സന്ദേശവുമായി ബാപ്പു നടന്നു നീങ്ങുന്ന ചിത്രം പ്യാരേലാൽജി കേൾവിക്കാരുടെ മനസ്സിൽ വരച്ചിടുമ്പോൾ ആരുടെ ഉള്ളും ഒന്ന് തേങ്ങിപ്പോവുമായിരുന്നു. ആർക്കും വേണ്ടാതെ ദില്ലിയിലെ ബിർളാ മന്ദിരത്തിന്റെ ഒരു മൂലയിൽ ഒന്നും ചെയ്യാനില്ലാതെ കുത്തിയിരിക്കുന്ന ബാപ്പുവിന്റെ ചിത്രം നമുക്ക് സങ്കല്പിക്കാനാവുമോ? അതുകൊണ്ടാണ് ഞാൻ പറഞ്ഞത് ബാപ്പുജി രക്തസാക്ഷിത്വം ആഗ്രഹിച്ചിരുന്നു. അപ്പോൾ അദ്ദേഹത്തിന്റെ സീനിയർ സഹപ്രവർത്തകരാരോ ഇങ്ങനെ ചോദിക്കാൻ ധൈര്യപ്പെട്ടു:

"ലാൽജീ, അപ്പോൾ ഗോഡ്സെയും ഹിന്ദുമഹാ സഭയുമെല്ലാം ചേർന്ന് ബാപ്പുജിയെ സഹായിച്ചുവെന്നാണോ താങ്കൾ പറഞ്ഞുവരുന്നത്?" അദ്ദേഹം പ്രതിവചിച്ചു:

"ആ കിരാത പ്രവൃത്തിക്ക് പിന്നിൽ ഏതെല്ലാം നീചശക്തികളുണ്ടായിരുന്നു എന്ന് എനിക്ക് കൃത്യമായി പറയാനാവില്ല. എന്നാൽ അതിന്റെ പിന്നിൽ രാഷ്ട്രീയ സ്വയം സേവക്കിന്റെ പങ്ക് വ്യക്തമാണ്. 1948 ഫെബ്രുവരി 7-ാം തീയതിയിലെ *ഇന്ത്യൻ എക്സ്പ്രസ്* ഒരു കാര്യം വ്യക്തമാക്കുന്നുണ്ട്. ഗോഡ്സെയ്ക്ക് ഗാന്ധിജിയെ വധിക്കാനുള്ള തോക്ക് നല്കിയത് നാഗ്പൂരിലെ ആർ എസ് എസ് നേതാവാണ്, എന്ന്. പോരാഞ്ഞിട്ട് അദ്ദേഹത്തിന്റെ മരണ വാർത്ത കേട്ടയുടൻ അവർ രാജ്യത്തിന്റെ പല ഭാഗത്തും ആഹ്ലാദ പ്രകടനം നടത്തുകയും മധുരം വിതരണം ചെയ്യു

കയുമുണ്ടായി.

സ്നേഹിതരേ, സ്വതന്ത്ര ഇന്ത്യയിൽ ബാപ്പു ഒറ്റപ്പെട്ടുപോയിരുന്നു എന്ന് ഞാൻ വെറുതെ പറഞ്ഞതല്ല. താൻ ഹിമാലയത്തിലേക്ക് റിട്ടയർ ചെയ്യണമെന്നാണ് കോൺഗ്രസ് നേതാക്കൾ ആഗ്രഹിക്കുന്നത് എന്ന് അദ്ദേഹം തുറന്നു പറഞ്ഞിട്ടുണ്ട്. അദ്ദേഹത്തിന്റെ പല നിലപാടുകളും കോൺഗ്രസ് നേതാക്കൾക്ക് അരോചകമായി തോന്നിയിരുന്നു. കോൺഗ്രസ് പിരിച്ചു വിടണമെന്ന് മാത്രമല്ല അദ്ദേഹം പറഞ്ഞത്. നേതാക്കളുടെ ആഡംബര ജീവിതം അദ്ദേഹത്തിന് അസ്സഹനീയമായിരുന്നു. മന്ത്രിമാർ ജനങ്ങളുടെ സേവകന്മാരാവാനാണ് ശ്രമിക്കേണ്ടത് എന്നദ്ദേഹം ആവർത്തിച്ചുകൊണ്ടിരുന്നു. മന്ത്രി മന്ദിരങ്ങൾ പാവപ്പെട്ടവരുടെ അഭയകേന്ദ്രങ്ങളാക്കണമെന്നും വൈസ്രോയിയുടെ ബംഗ്ലാവ് ഒരാശുപത്രിയാക്കണമെന്നും അദ്ദേഹം മൗണ്ട് ബാറ്റനോട് ആവശ്യപ്പെട്ടിരുന്നു. രണ്ട് രാജ്യമായി ഇന്ത്യ വിഭജിതമായ അവസ്ഥയിൽ പാകിസ്ഥാനെ അംഗീകരിച്ചുകൊണ്ട് അവർക്കർഹതപ്പെട്ടത് അവർക്ക് നല്കണമെന്നാവശ്യപ്പെട്ട്, അദ്ദേഹം നിരാഹാരം കിടന്നു. എന്തിന്, ഹരിജനങ്ങളെ അങ്ങനെ വിളിച്ചതിന്റെ പേരിൽ സ്വയം വിഷ്ണുവിന്റെ ആളുകളെന്നവകാശപ്പെട്ടു നടക്കുന്ന ബ്രാഹ്മണർക്ക് അദ്ദേഹത്തോട് കടുത്ത ഈർഷ്യയുണ്ടായിരുന്നു. ഇതുകൂടി കേൾക്കൂ. വെടിയേറ്റ് വീണപ്പോൾ മഹാത്മാവിന് യഥാവിധി വൈദ്യസഹായമെത്തിക്കാൻ പോലും നമുക്ക് സാധിച്ചിട്ടില്ല. വെടിയേറ്റ സമയത്ത് അദ്ദേഹത്തിന്റെ അരികത്ത് ഡോക്ടർമാരാരുമില്ലായിരുന്നു. പേഴ്സണൽ ഡോക്ടർ സുശീലാ നയ്യാരുടെ "ഫസ്റ്റ് എയ്ഡ്" ബോക്സ് പോലും കാലിയായിരുന്നു, അറിയാമോ? തൊട്ടടുത്തുള്ള വെല്ലിങ്ടൺ ഹോസ്പിറ്റലിൽ വൈദ്യസഹായം തേടിപ്പോയ ബ്രിജ്കൃഷ്ണ ചാന്ദിവാലയ്ക്ക് അത് സംഘടിപ്പിക്കാനായില്ല; അയാൾ വെറും കൈയോടെ മടങ്ങി വരികയായിരുന്നു." പ്യാരേലാൽജി വികാരാധിക്യത്തോടെ പറഞ്ഞു നിർത്തി.

ഇന്ത്യയുടെ വളർച്ച എന്നത് സമൂഹത്തിലെ ഏറ്റവും അടിത്തട്ടിലിരിക്കുന്നവന്റെ വളർച്ചയിൽനിന്നാണ് തുടങ്ങേണ്ടത് എന്ന "അന്ത്യോദയ" ആശയം നമ്മളെ പഠിപ്പിച്ച രാഷ്ട്രപിതാവിന്റെ പിന്മുറക്കാരാണല്ലോ ജുമാ മസ്ജിദിലെ ചേരിനിവാസികളോടും തുർക്ക്മാൻ ഗേറ്റിലെ തീരെ സാധാരണക്കാരായ മനുഷ്യരോടും മനുഷ്യത്വലേശമില്ലാതെ പെരുമാറിയത് എന്നോർത്തപ്പോൾ അനിരുദ്ധന്റെ മനസ്സ് പരവശമായി. തന്നെപ്പോലൊരു സാധാരണ മനുഷ്യന് ഇക്കാര്യത്തിലെന്താണ് ചെയ്യാനാവുക? ആകെ ചെയ്യാവുന്നത് ഈ അധമവും നീചവുമായ പ്രവൃത്തി അടിയന്തരാവസ്ഥയുടെ അന്ധകാരത്തിൽ മൂടിവയ്ക്കാതെ പുറത്തേക്കെത്തിക്കുക എന്നത് മാത്രമാണ്. വരുംവരായ്കകളെക്കുറിച്ച് അയാൾ പിന്നീട് വല്ലാതെ ആലോചിക്കാൻ മിനക്കെട്ടില്ല. *ന്യൂസിന്റേയും* *വാർത്തയുടേയും* അടുത്ത പ്രസിദ്ധീകരണം ഇനി വൈകിക്കൂടാ. *ഇന്ത്യൻ മിററിൽ* ചെന്ന് ജോഷിജിയുടെ സമ്മതം വാങ്ങി അയാളും സഹപ്രവർത്തകരും ഒളി

ത്താവളത്തിലേക്ക് തിരിച്ചു. അതിനിടയിൽ അയാൾ ഒരു കാര്യം കൂടി ചെയ്തു. അതൊരു പുനരാലോചനയുടെ ഫലമായിരുന്നു. *ഇന്ത്യൻ മിററിൽ* നിന്നും താൻ രാജി വയ്ക്കുന്നതായി കാണിച്ച് പഴയ ഒരു തീയതി വെച്ച് ഒരു രാജിക്കത്ത് അയാൾ ജോഷിജിയെ ഏല്പിച്ചു. രാജിക്കത്ത് വായിച്ച് പത്രാധിപർ അമ്പരന്നു. അപ്പോൾ അനിരുദ്ധൻ ചിരിച്ചുകൊണ്ട് പറഞ്ഞു: "സർ, ഇതൊരു കരുതലാണ്. വരും ദിവസങ്ങളിൽ എന്തും സംഭവിക്കാം. ഞാൻ പിടിക്കപ്പെട്ടാൽ നമ്മുടെ പത്രത്തിനും മറ്റുള്ള വർക്കും ഒരാപത്തുമുണ്ടാവരുത്. പത്രത്തിൽനിന്ന് എത്രയോ മുമ്പേ രാജി വെച്ചിട്ടാണ് ഗൂഢപ്രവർത്തനം തുടങ്ങിയത് എന്ന തോന്നൽ അധികൃ തർക്കുണ്ടാക്കാൻ ഈ കത്ത് ഉപകരിക്കും. സാറിത് കൈയിൽ വയ് ക്കുക; അപകട ഘട്ടം വരുമ്പോൾ മാത്രം ഉപയോഗിക്കുക." ജോഷി എന്തെങ്കിലും പറയുംമുമ്പ് തന്നെ കത്ത് അദ്ദേഹത്തിന്റെ കൈയിൽ ബല മായി പിടിപ്പിച്ച് അനിരുദ്ധൻ പടിയിറങ്ങി.

ഇതിനകംതന്നെ അവിശ്വസനീയമാം വിധം വിധേയത്വം രാജ്യം സ്വീ കരിച്ചു തുടങ്ങിയിരുന്നു. അടിയന്തരാവസ്ഥയോട് ആളുകൾ, വിശേഷിച്ച് മദ്ധ്യവർഗ്ഗ വിഭാഗങ്ങൾ, ഏറക്കുറെ പൊരുത്തപ്പെട്ട അവസ്ഥയാണ്, രാജ്യത്തുള്ളത്. അത്തരമൊരു പൊതുസമൂഹത്തിലേക്കാണ്, സ്നേഹ ലതാ റെഡ്ഡിയുടേയും ലോറൻസ് ഫെർണാണ്ടസിന്റേയും നേരെ ഭരണ കൂടം നടത്തിക്കൊണ്ടിരിക്കുന്ന പീഡനങ്ങളുടേയും മനുഷ്യാവകാശ ലംഘനങ്ങളുടേയും ഞെട്ടിപ്പിക്കുന്ന കഥകൾ *ന്യൂസും വാർത്ത*യും പുറത്തു വിട്ടത്. ബാംഗ്ലൂരിലെ ജയിലുകളിൽ അതീവ രഹസ്യമായി നടന്ന കാര്യങ്ങൾ ദില്ലിയിൽ വാർത്തയാവുന്ന സ്ഥിതിവിശേഷം ഗവൺമെന്റിന് സഹിക്കാവുന്നതിലുമേറെയായിരുന്നു. രഹസ്യ പ്രവർത്തനങ്ങളുടെ "നെറ്റ്വർക്ക്" ഉടൻ കണ്ടുപിടിക്കണമെന്നും തകർക്കണമെന്നുമുള്ള കർ ശന നിർദ്ദേശം രഹസ്യാന്വേഷണ ഏജൻസികൾക്ക്, മുകളിൽ നിന്ന് കൈമാറാൻ പിന്നെ താമസമുണ്ടായില്ല. ദില്ലിയിൽ സംശയം തോന്നുന്ന ഇടങ്ങളിലെല്ലാം ഇന്റലിജൻസിന്റെ നേതൃത്വത്തിൽ വ്യാപകമായ റെയ് ഡുകൾ നടന്നു. ഇവ ഇനി ഉൾപ്രദേശങ്ങളിലേക്കും വ്യാപിപ്പിച്ചു കൂടെ ന്നില്ല. നമ്മൾ കരുതിയിരിക്കണം എന്ന് അനിരുദ്ധൻ തന്റെ കൂട്ടാളി കൾക്ക് മുന്നറിയിപ്പ് നല്കി.

പ്രധാനമന്ത്രിക്ക് ചുറ്റും ഒരു പുതിയ പരിവേഷം നല്കി അവരെ ബിംബവല്ക്കരിക്കാനുള്ള ആസൂത്രിത നീക്കങ്ങളും നടക്കുന്നുണ്ടായി രുന്നു. ഒരുപക്ഷേ, എം എഫ് ഹുസൈൻ വരച്ച ഒരു ചിത്രമായിരിക്കണം അതിന്റെ തുടക്കം. ശ്രീമതി ഗാന്ധിയെ "ദേവി"യായി ചിത്രീകരിച്ച ആ ചിത്രം ഔദ്യോഗിക സ്വീകാര്യതയോടെ ഉത്തരേന്ത്യയിലെങ്ങും പ്രചരി ച്ചുകൊണ്ടിരുന്നു. കോൺഗ്രസിന്റെ ഔദ്യോഗിക പ്രസിദ്ധീകരണമായ *സോഷ്യലിസ്റ്റ് ഇന്ത്യ*യിൽ പ്രധാനമന്ത്രിയെ പ്രകീർത്തിക്കുന്ന ലേഖന ങ്ങൾ പ്രസിദ്ധീകരിച്ചു കൊണ്ടാണ് ഈ വിഗ്രഹവല്ക്കരണ പ്രക്രിയ മുന്നേറിയത്. അതിന്റെ ചുവട് പിടിച്ചുകൊണ്ട് സ്വദേശവിദേശ പ്രസി

ദ്ധീകരണങ്ങളിലും ഒട്ടനവധി ലേഖനങ്ങൾ പ്രത്യക്ഷപ്പെട്ടുകൊണ്ടിരുന്നു. അവയെല്ലാം യഥാസമയം സൗജന്യമായി രാജ്യമാകെ പ്രചരിപ്പിക്കാനായി സർക്കാർ മെഷിനറി തന്നെ ഉപയോഗിച്ചു പോന്നു. പ്രധാനമന്ത്രി തന്നെ ഒരു ഹിന്ദി പ്രസിദ്ധീകരണത്തിൽ "എന്റെ വിജയ രഹസ്യം" എന്ന പേരിൽ ഒരു ലേഖനമെഴുതി. കാനഡായിൽ നിന്നുള്ള ഒരു പ്രസിദ്ധീകരണത്തിൽ പ്രത്യക്ഷപ്പെട്ട ഒരു ലേഖനത്തിലെ പരാമർശം തന്നെ "ഇന്ത്യയുടെ ദീർഘ ദർശിത്വം എന്നത് പ്രധാനമന്ത്രി ഇന്ദിരാഗാന്ധിയുടെ ദീർഘ ദർശിത്വം തന്നെയാണ്" എന്നായിരുന്നു.

മുൻനിര സർവ്വകലാശാലാ ക്യാമ്പസുകളിൽ "ഇന്ദിരാ സ്റ്റഡി സർക്കിളു"കൾ രൂപീകൃതമായി. രാജ്യത്ത് പലയിടങ്ങളിലും "ഇന്ദിരാ ബ്രിഗേഡ്"കളും "ഇന്ദിരാ വിചാർ മണ്ഡല"ങ്ങളും രൂപംകൊണ്ടു. സർക്കാർ ഓഫീസുകളിൽ രാജ്യത്തിന്റെ പ്രധാനമന്ത്രിയുടെ ചിത്രങ്ങൾ പ്രത്യക്ഷപ്പെടാൻ തുടങ്ങി. അതുവരെ രാഷ്ട്രപിതാവിന്റെ ചിത്രത്തിന് മാത്രമുണ്ടായിരുന്ന പ്രത്യേക സ്വീകാര്യത ഇപ്പോൾ രാജ്യത്തിന്റെ പ്രധാനമന്ത്രിക്ക് കൂടി അനുവദിക്കപ്പെട്ടു.

പത്ര സ്വാതന്ത്ര്യം എന്നത് ഇനി വിദൂരമായിപ്പോലും ആരും സ്വപ്നം കണ്ടുപോകരുത് എന്ന് എല്ലാവർക്കും താക്കീത് നല്കാനാവണം, പത്ത് വർഷം പ്രായമായ പ്രസ് കൗൺസിലിനെ ഗവൺമെന്റ് പിരിച്ചുവിട്ടു. ഇതിനകംതന്നെ സഞ്ജയ്ഗാന്ധിയുമായി അടുത്ത ചങ്ങാത്തം സ്ഥാപിച്ച കെ കെ ബിർളയായിരുന്നു, അതിന് പിന്നിൽ പ്രവർത്തിച്ചത്. പ്രമുഖ പത്ര പ്രവർത്തകനായ ബി ജി വർഗ്ഗീസുമായി ബിർള കണക്ക് തീർക്കുകയായിരുന്നു. *ഹിന്ദുസ്ഥാൻ ടൈംസി*ന്റെ പത്രാധിപ സ്ഥാനത്ത് നിന്നും ബി ജിയെ പത്രത്തിന്റെ ഉടമസ്ഥനായ ബിർള പിരിച്ചുവിട്ടു. അയാൾ ഗവൺമെന്റിന്റെ സമ്മർദ്ദത്തിന് വഴങ്ങിയാണ് അത് ചെയ്തത്. കാരണം പത്രസ്വാതന്ത്ര്യത്തിന്റെ കാര്യത്തിൽ ഒരു വിട്ടുവീഴ്ചയ്ക്കും ബി ജി തയാറല്ലായിരുന്നു. ബി ജി തന്നെ പിരിച്ചു വിട്ട ഉടമയ്ക്കെതിരെ പ്രസ് കൗൺസിലിൽ പരാതി ബോധിപ്പിച്ചു. കൗൺസിലിന്റെ വിധി തനിക്കെതിരായിരിക്കുമെന്ന് ബിർളയ്ക്ക് സൂചന കിട്ടിയിരുന്നു. അത് സത്യമായിരുന്നു താനും. വിധിയിൽ ബിർളയ്ക്കും പത്രത്തിന്റെ മറ്റൊരു ഡയറക്ടർക്കുമെതിരെ കടുത്ത പരാമർശങ്ങളുണ്ടെന്നും ബിർള മനസ്സിലാക്കിയിരുന്നു. ബി ജിയെ പിരിച്ചുവിട്ട നടപടി പത്രസ്വാതന്ത്ര്യത്തിന്റെ വ്യക്തമായ ലംഘനമാണെന്നും വിധിയിൽ പരാമർശിച്ചിരുന്നു. എന്നാൽ ആ വിധി പ്രഖ്യാപിക്കുന്നതിന്മുമ്പ്, 1975 ഡിസംബർ 31 ന് തന്നെ പ്രസ് കൗൺസിൽ പിരിച്ചു വിടപ്പെട്ടു.

പാർലമെന്റ് നടപടികൾ സ്വതന്ത്രമായി റിപ്പോർട്ട് ചെയ്യാൻ പത്ര പ്രവർത്തകർക്ക് അവകാശം നല്കുന്ന ബില്ല് പാർലമെന്റിൽ അവതരിപ്പിച്ച് പാസാക്കുന്നതിൽ ഫിറോസ് ഗാന്ധി വഹിച്ച പങ്ക് ചരിത്രത്തിന്റെ ഭാഗമാണ്. ആ അവകാശത്തിന് ചരമക്കുറിപ്പെഴുതുന്ന പണി അദ്ദേഹത്തിന്റെ പുത്രന്റെ മുൻകൈയിലാണുണ്ടായത് എന്നത് ചരിത്രത്തിന്റെ

ഒരു തമാശയായാണ് അനിരുദ്ധന് തോന്നിയത്. സഞ്ജയ്ഗാന്ധിക്ക് പക്ഷേ, അയാളുടേതായ കാരണങ്ങളുണ്ട്. പാർലമെന്റിൽ മാരുതിയുമായി ബന്ധപ്പെട്ട ഒട്ടേറെ കഥകൾ പരാമർശിക്കപ്പെട്ടുകൊണ്ടിരുന്നു. അതു മാത്രമല്ല, ജനങ്ങളുടെ മനസ്സുകളിൽനിന്നും ഇതിനകം മാഞ്ഞുപോയ കേസുകളും ആയിടയ്ക്ക് പാർലമെന്റിൽ ചർച്ചാ വിധേയമാവുന്നുണ്ട്. അതിനാൽ ഏറ്റവും എളുപ്പമുള്ള മാർഗ്ഗം പത്രപ്രവർത്തകരുടെ അവകാശം തന്നെ ഇല്ലാതാക്കലാണ്. ഒട്ടനവധി പത്രങ്ങളെ പരസ്യ നിഷേധത്തിലൂടെ കേന്ദ്ര-സംസ്ഥാന സർക്കാരുകൾക്ക് തങ്ങളുടെ വരുതിയിലാക്കാനായിട്ടുണ്ട്. എന്നിട്ടും നിയന്ത്രണത്തിൽ നില്ക്കാത്തവയെ കൈകാര്യം ചെയ്യാൻ മറ്റുവഴികൾ ആവശ്യമാണ്. അത്തരമൊരു വഴിയാണ് *ഇന്ത്യൻ എക്സ്പ്രസി*ന്റെ കാര്യത്തിൽ ഗവൺമെന്റ് തെരഞ്ഞെടുത്തത്. രാംനാഥ് ഗോയങ്കയുടെ പത്രസാമ്രാജ്യം വിലയ്ക്ക് വാങ്ങാനായിരുന്നു കോൺഗ്രസ് തുടക്കത്തിൽ ഉദ്ദേശിച്ചത്. പക്ഷേ, ഗോയങ്ക നല്ല വില വേണമെന്നാവശ്യപ്പെട്ടു; എന്നു മാത്രമല്ല അത് വെള്ളപ്പണമായിത്തന്നെ വേണം താനും. അത് എളുപ്പമായിരിക്കില്ലെന്ന് കുശാഗ്ര ബുദ്ധിയായ ഗോയങ്കയ്ക്കറിയാമായിരുന്നു. ഒടുവിൽ ഗവൺമെന്റും ഗോയങ്കയും ഒരു കരാറിലെത്തി. അങ്ങനെ കെ കെ ബിർള ചെയർമാനായിക്കൊണ്ട് പത്രത്തിന്റെ ഡയറക്ടർ ബോർഡ് പുനഃസംഘടിപ്പിച്ചു. ബോർഡിൽ ഗവൺമെന്റ് പ്രതിനിധികൾക്കായിരുന്നു ഭൂരിപക്ഷം.

രാജ്യത്ത് പ്രവർത്തിക്കുന്ന ഇംഗ്ലീഷ്, ഹിന്ദി ന്യൂസ് ഏജൻസികൾക്ക് മേലാണ് അവസാനം ഗവൺമെന്റ് കൈവെച്ചത്. പി ടി ഐ, യു എൻ ഐ, ഹിന്ദുസ്ഥാൻ സമാചാർ, സമാചാർ ഭാരതി എന്നിവയെ ലയിപ്പിച്ച് ഒരൊറ്റ ഏജൻസിയാക്കി-അതിന് "സമാചാർ" എന്ന് പേരുമിട്ടു. നാലെണ്ണത്തിനെ നിയന്ത്രിക്കുന്ന പ്രയാസമുണ്ടാവില്ലല്ലോ ഒരെണ്ണം മാത്രമായാൽ എന്ന് ബന്ധപ്പെട്ട മന്ത്രി വി സി ശുക്ല സമാശ്വസിച്ചിരിക്കണം. ഏതായാലും അടിയന്തരാവസ്ഥ ഇല്ലാതായാലും പത്രസ്വാതന്ത്ര്യം പൂർവ്വസ്ഥിതി പ്രാപിക്കില്ല എന്ന് ബന്ധപ്പെട്ട എല്ലാവരും ചേർന്ന് ഉറപ്പാക്കുകയായിരുന്നു.

പൊലീസ് ലോക്കപ്പിൽ കൈവിലങ്ങണിഞ്ഞുകൊണ്ട് മരണത്തെ പുല്കേണ്ടി വന്ന സി പി ഐ (എം) നേതാവ് റബിൻ കലിതയുടെ അനുഭവവും ഹിന്ദി ഗായകൻ കിഷോർ കുമാറിനുണ്ടായ അനുഭവവും അനിരുദ്ധൻ *ന്യൂസി*ലൂടെയും *വാർത്ത*യിലൂടെയും പുറത്തുവിട്ടു. കലിതയുടെ അനുഭവം ഇന്ത്യക്കുണ്ടെന്ന് നമ്മളെല്ലാം അഭിമാനം കൊള്ളുന്ന കേവല മനുഷ്യത്വത്തിന്റെ ക്രൂരമായ നിരാസമായിരുന്നു. മിസ പ്രകാരം തടവിലാക്കപ്പെട്ട കലിത പൈശാചികമായ പീഡനങ്ങൾക്കാണ് ഇരയാക്കപ്പെട്ടത്. അദ്ദേഹത്തിന്റെ ശാരീരികാവസ്ഥ അങ്ങേയറ്റം സങ്കീർണ്ണമായതോടെ അദ്ദേഹത്തെ ഗുവാഹത്തിയിലെ മെഡിക്കൽ കോളേജ് ആശുപത്രിയിൽ പ്രവേശിപ്പിച്ചു. ഈ അവസ്ഥയിലും അദ്ദേഹത്തെ കാണാൻ അടുത്ത ബന്ധുക്കളെപ്പോലും അധികൃതർ അനുവദിച്ചില്ല. എന്നു മാത്രമല്ല,

ചികിത്സാ സമയത്ത് പോലും അദ്ദേഹത്തെ അണിയിച്ച വിലങ്ങ് അഴിച്ചു മാറ്റിയില്ല. ഒടുവിൽ കൈവിലങ്ങണിഞ്ഞു കൊണ്ടുതന്നെ ആ ജനനേതാവ് ഈ ലോകത്തോട് യാത്ര പറഞ്ഞു. കലിതയുടെ ദുരനുഭവം കല്ക്കത്താ ബ്യൂറോവിലെ രചനാ ബാനർജിയിൽനിന്ന് അനിരുദ്ധൻ അപ്രതീക്ഷിതമായി അറിയാനിടയായതാണ്. അവർ ദില്ലി ഓഫീസിലേക്ക് വിളിച്ച് അയാളെ അന്വേഷിച്ചപ്പോൾ ലീവിലാണെന്നാണ് വിവരം കിട്ടിയത്. അവർ പത്രാധിപരെ വിളിച്ചു. ജോഷിജി പറഞ്ഞു, “രചനാ, അനിരു ലീവിലാണ്. അയാൾ ദില്ലി യൂണിവേഴ്സിറ്റിയിൽ റിസർച്ചിന് ചേർന്നിരിക്കുന്നു. ആറ് മാസം ലീവ് വേണ്ടി വരുമെന്നാണ് പറഞ്ഞത്. നീ വീട്ടിലെ ഫോണിലൊന്ന് വിളിച്ചു നോക്ക്.”

അങ്ങനെയാണ് അവർ അനിരുദ്ധനെ വീട്ടിൽ വിളിച്ചത്. “ജോഷിജി പറഞ്ഞു, സാറ് ലീവിലാണെന്ന്; യൂണിവേഴ്സിറ്റിയിൽ റിസർച്ചിന് രജിസ്റ്റർ ചെയ്തിരിക്കയാണെന്ന്. എന്താ സർ, ഇപ്പോഴൊരു പഠനം?” അയാൾ പറഞ്ഞു: “ഒരു ഫെലോഷിപ്പിന് റജിസ്റ്റർ ചെയ്തതാണ്, രചനാ. ഒരാറു മാസം, അത്രേയുള്ളൂ.” അയാൾ നിസ്സാരമെന്നോണം പറഞ്ഞു. അപ്പോഴാണ് അവർ കലിതയുടെ ദാരുണ മരണം അയാളുമായി പങ്കു വെച്ചത്. അവർ ദുഃഖത്തോടെ പറഞ്ഞു:

“സർ, ഇതൊന്നു പങ്ക് വെക്കാൻ ഇവിടെ ആരുമില്ലാത്തതു കൊണ്ടാണ് സാറിനെ വിളിച്ചത്. എനിക്കൊരു സമാധാനത്തിന്. ആരുമായെങ്കിലും ഇതൊക്കെയൊന്ന് പങ്കു വെച്ചാലെങ്കിലും ഒരല്പം സ്വസ്ഥത കിട്ടുമെന്ന് തോന്നി.”

“നമുക്കിതൊന്നും പുറത്തറിയിക്കാൻ അനുവാദമില്ലല്ലോ, രചനാ.”

“ഇതെത്ര കാലമുണ്ടാവും, സർ?”

അവരുടെ സ്വരത്തിൽ രോഷവും ദുഃഖവുമെല്ലാമുണ്ടായിരുന്നു. “നമുക്ക് നോക്കാം. പ്രതീക്ഷകളാണല്ലോ നമ്മളെ മുന്നോട്ട് നയിക്കുന്നത്.”

“ശരി, സർ. ഞാൻ പിന്നെ വിളിക്കാം.” അവർ ഫോൺ വെച്ചു.

തങ്ങളുടെ ഇച്ഛയ്ക്ക് വഴങ്ങാത്തയാൾ ലോകോത്തര കലാകാരനായാലും രക്ഷപ്പെടില്ല എന്ന ഗവൺമെന്റ് നിലപാടിലെ അല്പത്വത്തിന്റെ ഇരയാണ് അനുഗൃഹീത ഹിന്ദി ഗായകൻ കിഷോർ കുമാർ. യൂത്ത് കോൺഗ്രസിന്റെ ദില്ലി സമ്മേളനത്തിൽ പാടാനുള്ള ക്ഷണം നിരസിച്ചു എന്നതായിരുന്നു, കിഷോർ കുമാർ ചെയ്ത കുറ്റം. അതോടെ, ടി വിയിലും റേഡിയോയിലും ആ ലോകപ്രശസ്ത ഗായകന് നിരോധനമേർപ്പെടുത്തി. അദ്ദേഹത്തിന്റെ അനുപമമായ ഗാനനിർഝരി ദൃശ്യശ്രാവ്യ മാദ്ധ്യമങ്ങളിലൂടെ കേൾക്കാനുള്ള ഇന്ത്യക്കാരന്റെ അവകാശമാണ്, നിഷേധിക്കപ്പെട്ടത്. അതുകൊണ്ടും തീർന്നില്ല–അദ്ദേഹം പങ്കാളിയായ സിനിമകൾക്ക് സെൻസർഷിപ്പ് ക്ലിയറൻസ് പരമാവധി വൈകിപ്പിച്ചു. അതുവഴി ഹിന്ദി സിനിമാ നിർമ്മാതാക്കൾക്കും സംവിധായകർക്കും ഗവൺമെന്റ് ശക്തവും വ്യക്തവുമായ താക്കീത് നല്കുകയായിരുന്നു–

കിഷോർ കുമാറുമായി സഹകരിച്ചാൽ ദുർഗ്ഗതിയായിരിക്കും, ഫലം എന്ന്.

ഈ രണ്ട് സംഭവങ്ങളും അതീവ പ്രാധാന്യത്തോടെ *ന്യൂസി*ലും *വാർത്ത*യിലും പ്രസിദ്ധീകരിക്കപ്പെട്ടതോടെ കടന്നൽക്കൂട് ഇളകിയ അവസ്ഥയായിരുന്നു. പത്രങ്ങൾ കിട്ടിയവർ അവ പല കോപ്പികളെടുത്ത് കൈമാറാൻ തുടങ്ങിയതോടെ അധികാര കേന്ദ്രങ്ങൾ ശരിക്കും ഇളകി മറിഞ്ഞു. "കുറ്റവാളികളെ" നായാടിപ്പിടിക്കാൻ ഓംമേത്ത നേരിട്ട് തന്നെ അതിസമർത്ഥരായ കുറ്റാന്വേഷകരെ നിയോഗിച്ചു. ഇതിന്റെ പിന്നിൽ പ്രവർത്തിക്കുന്നവരെ എന്തു വില കൊടുത്തും കണ്ടെത്തിയിരിക്കണമെന്ന് അയാൾ ബന്ധപ്പെട്ടവർക്ക് അന്ത്യശാസനം നല്കി. വി സി ശുക്ലയും കടുത്ത രോഷത്തിലായിരുന്നു. കിഷോർ കുമാറിന് ഏർപ്പെടുത്തിയ വിലക്ക് പരസ്യ ചർച്ചയ്ക്ക് വിധേയമാക്കപ്പെട്ടതോടെ ശുക്ലയ്ക്കും ഇരിക്കപ്പൊറുതിയില്ലാത്ത സ്ഥിതിയുണ്ടായി. അധികാര കേന്ദ്രങ്ങൾ ഈ വിധത്തിൽ ഇളകി മറിഞ്ഞതൊന്നും അനിരുദ്ധൻ അറിഞ്ഞില്ല. പതിവ് കരുതലുകൾ സ്വീകരിച്ചുകൊണ്ട് അയാൾ ദില്ലിയിലെ ഊടുവഴികളിലൂടെ താൻ സ്വയം ഏറ്റെടുത്ത നിയോഗവുമായി സഞ്ചരിച്ചു കൊണ്ടിരുന്നു.

# പതിനെട്ട്

**പ**തിവുപോലെ നേരത്തെ ഉണർന്നെങ്കിലും അനിരുദ്ധന് ഉറക്ക ക്ഷീണം വിട്ടുമാറിയിരുന്നില്ല. ഒരല്പ നേരം കൂടി കിടക്കാം. ചില ദിവസങ്ങളിൽ അങ്ങനെയാണ്. അയാൾക്ക് വല്ലാത്ത ഒരൊറ്റപ്പെടൽ അനുഭവപ്പെട്ടു. അത്യപൂർവ്വമായി ഇത് പതിവാണ്. തന്നെ ഇവിടെ തനിച്ചാക്കി വഴിക്ക് വഴിയായി തിരക്കിട്ട്, യാത്ര പറഞ്ഞും പറയാതെയും മറഞ്ഞുപോയ അയാളുടെ പ്രിയപ്പെട്ടവരെക്കുറിച്ചുള്ള ഓർമ്മകളുണരുമ്പോഴാണത്. അപ്പോൾ എന്തുകൊണ്ടോ അമ്മമ്മ പറഞ്ഞുതന്ന അസംഖ്യം കഥകളിലൊന്ന് അയാളുടെ മനസ്സിൽ തികട്ടിവന്നു.

നിത്യവ്യവഹാരിയായ മേലേതിൽ തറവാട്ടിലെ രാമക്കുറുപ്പ് ഒരു ദീർഘയാത്ര കഴിഞ്ഞ് ബസിറങ്ങി വീട്ടിലേക്ക് നടക്കുകയായിരുന്നു. നേരം സന്ധ്യയോടടുക്കുന്നു. ആരോ തന്നെ പിന്തുടരുന്നുണ്ട് എന്ന് അയാൾക്കൊരു തോന്നൽ. അയാൾ പെട്ടെന്ന് നിന്നു; എന്നിട്ട് തിരിഞ്ഞു നോക്കി. ആരുമില്ല എന്നുറപ്പാക്കി വീണ്ടും നടത്തം തുടർന്നു. പക്ഷേ, നടന്നു തുടങ്ങിയപ്പോൾ അയാൾക്ക് തൊട്ടുപിന്നിലായി വീണ്ടും ആ കാലൊച്ച. അയാൾ പിന്നീട് തിരിഞ്ഞുനോക്കാൻ ധൈര്യപ്പെട്ടില്ല. പകരം നടത്തം മന്ദഗതിയിലാക്കി. ഉണ്ട്, ആരോ തന്നെ അനുഗമിക്കുന്നുണ്ട്. തന്റെ പിന്നിൽ തനിക്കൊപ്പം തന്റെയതേ വേഗതയിൽ ആരോ നടക്കുന്നുണ്ട്. അയാൾ വേഗം കുറച്ചപ്പോൾ പിന്നിലെ കാലൊച്ചയും മന്ദഗതിയിലായി എന്നയാൾക്ക് ശരിക്കും തോന്നി. ഇടവഴിയിൽ നിന്ന് അയാൾ വയൽവരമ്പിലേക്കിറങ്ങി. ഈ വയൽ കടന്നാൽ തറവാടായി. ഒന്ന് വേഗം നടന്നാൽ മതി. പക്ഷേ, അയാൾക്ക് വേഗത്തിൽ നടക്കാനാവുന്നില്ല. വേഗം കൂട്ടിയാൽ തന്നെ പിന്തുടരുന്നയാൾ എന്തു ചെയ്യുമെന്ന് ഒരു നിശ്ചയവുമില്ല. വരമ്പിലാകെ പൂർണ്ണ ഗർഭിണികളായ നിറമണിക്കതിരു

കൾ പാരവശ്യത്തോടെ തലചായ്ച് കിടക്കുന്നു. അയാൾ കതിരുകൾ കരുതലോടെ കാലുകൾകൊണ്ട് വകഞ്ഞുമാറ്റി മെല്ലെ മുന്നോട്ട് നീങ്ങി. അങ്ങനെ ധൃതിയില്ലാതെ നടന്നപ്പോൾ അയാൾക്ക് തോന്നി, എല്ലാം തന്റെ തോന്നലാണെന്ന്. അയാൾക്ക് നന്നെ യാത്രാക്ഷീണവുമുണ്ടായിരുന്നു. ക്ഷീണംകൊണ്ട് തോന്നുന്നതാവുമെന്ന് അയാൾ സ്വയം വിശ്വസിക്കാൻ ശ്രമിച്ചു. പക്ഷേ, വയൽ താണ്ടി തറവാടിന്റെ സിമന്റ് കോണിയുടെ പടികൾ പ്രയാസപ്പെട്ട് കയറിക്കൊണ്ടിരിക്കെ അതേ കാലൊച്ച അയാൾക്ക്, തനിക്ക് തൊട്ടുപിന്നിൽ വീണ്ടും അനുഭവപ്പെട്ടു. മുറ്റത്തെ തുളസിത്തറയും വലംവെച്ച് ചാണകം മെഴുകിയ കോലായിലേക്ക് കയറുമ്പോൾ ഭാര്യ അമ്മുക്കുട്ടി അഞ്ച് തിരിയിട്ട് കത്തിച്ച നിലവിളക്കുമായി കോലായയിലേക്കിറങ്ങുന്നു: "ദീപം... ദീപം..." രാമക്കുറുപ്പ് ചുമലിലിട്ട തോർത്ത് മുണ്ടെടുത്ത് രണ്ട് കൈകളിലും കൂട്ടിപ്പിടിച്ച് തൊഴുത് മനസ്സ് നിറയെ പ്രാർത്ഥിച്ചു. ഭയം ഒട്ടൊന്ന് നീങ്ങിയതുപോലെ തോന്നി. അയാൾ അകത്തേക്ക് കാലെടുത്തു വെച്ചതേയുള്ളൂ; പിന്നിൽ ഭാര്യയുടെ ശബ്ദം: "അയ്യോ വെളക്കിലെ തിരി രണ്ടെണ്ണം കെട്ടല്ലോ." രാമക്കുറുപ്പ് തിരിഞ്ഞുനോക്കുമ്പോൾ വിളക്കിൽ മൂന്ന് തിരി മാത്രമേ കത്തുന്നുള്ളൂ. അയാൾക്ക് ഒരുൾക്കിടിലമുണ്ടായി. ആരോ തന്റെയൊപ്പം വന്നിട്ടുണ്ട് എന്ന തോന്നൽ ശക്തമായി. കെട്ടുപോയ തിരി കത്തിച്ച് തിരിഞ്ഞപ്പോൾ അമ്മുക്കുട്ടിയമ്മ കണ്ടത് അന്തിച്ചു നില്ക്കുന്ന ഭർത്താവിനെയാണ്.

"എന്താ, എന്ത് പറ്റി ഇവ്ട്ത്തേക്ക്?" കുറുപ്പിന്റെ നില്പ് കണ്ട് അമ്മുക്കുട്ടിയമ്മ ആകെ പേടിച്ചുപോയി. ഭാര്യയുടെ ശബ്ദം കേട്ടപ്പോഴാണ് കുറുപ്പിന് പരിസര ബോധമുണ്ടായത്.

"ഓ, ഒന്നൂല്ല" എന്നും പറഞ്ഞ് അയാൾ ധൃതിയിൽ അകത്തേക്ക് നടന്നു. അയാൾ ഭാര്യയോട് പറഞ്ഞു: "നല്ല ക്ഷീണംണ്ട്. എനക്കൊന്ന് കുളിക്കണം."

"വെള്ളം ചൂടായിക്കെടക്കാ. കൊണ്ടോയി ഒഴിക്കട്ടെ?"

അയാൾ സമ്മതം മൂളി. കുളികഴിഞ്ഞപ്പോൾ കുറുപ്പിന് തെല്ലൊരാശ്വാസം തോന്നി. അയാൾ ഭാര്യയോട് പറഞ്ഞു:

"അമ്മൂട്ട്യേ, ന്റെ പിന്നാലെ ആരോ വര്ന്നപോലെ ഒര് തോന്നല്ണ്ടായി."

"ആര് വരാനാ? വന്നയാളെന്നിട്ട് എവ്ടപ്പോയി? ഇവ്ട്ത്തേക്ക് യാത്രാക്ഷീണം കൊണ്ട് തോന്ന്യേതാവും." അമ്മുക്കുട്ടിയമ്മ അയാളെ ആശ്വസിപ്പിക്കാൻ ശ്രമിച്ചു.

"അല്ലമ്മൂട്ട്യേ. എനക്ക് തീർച്ചണ്ട്. ആരോന്റെ പിന്നാലെണ്ടായിനും. ദീപം കെട്ടത് ഇഞ്ഞ്യും കണ്ടതല്ലേ?"

കുറുപ്പ് ഉറപ്പിച്ചു പറഞ്ഞപ്പോൾ അമ്മുക്കുട്ടിയമ്മയ്ക്കും സംശയമായി. ശരിയാണ്. നിലവിളക്കിലെ രണ്ട് തിരി ആരോ ഊതിക്കെടുത്തിയപോലെയല്ലേ കെട്ട് പോയത്.

അന്ന് രാത്രി രാമക്കുറുപ്പ് ഒരുവിധത്തിൽ നേരം വെളുപ്പിച്ചു എന്ന്

പറഞ്ഞാൽ മതിയല്ലോ. നേരം പരപരാ വെളുത്തപ്പോൾ തന്നെ അയാൾ കിഴക്കേപ്പൊട്ടില്ലത്തേക്കോടി. "ഇല്ലത്തെ വാമനൻ നമ്പൂതിരി കേമനാണ്. പ്രശ്നംവെച്ച് പറഞ്ഞാൽ കൃത്യാ. അങ്ങട്ടുംല്ല ഇങ്ങട്ടുംല്ല." മുറ്റത്തിറങ്ങുമ്പോൾ അയാൾ അമ്മുക്കുട്ടിയമ്മയോട് പറഞ്ഞു.

കുറുപ്പ് തിരുമേനിയോട് എല്ലാം വിസ്തരിച്ച് പറഞ്ഞു.

"ഒന്ന് കവിടി നെരത്തണം, തിരുമേനീ." കുറുപ്പ് പരവശനായിരുന്നു.

"അതിന് നീയെന്തിനാ രാമാ പരോശപ്പെട്ന്നത്? ഒന്നൂണ്ടാവില്ല്യ. നെനക്കൊന്നും പറ്റീല്ലല്ലൊ? പിന്നെന്താ?" തിരുമേനി കുറുപ്പിനെ ആത്മാർത്ഥമായി സമാശ്വസിപ്പിച്ചു. പലകപ്പുറത്ത് കവിടി നിരന്നു. തിരുമേനി മിനുത്ത കവിടിക്കുഞ്ഞുങ്ങളെ നൂറ്റൊന്ന് വട്ടം വലതു കൈകൊണ്ടുഴിഞ്ഞു. ചുണ്ടുകളിൽ മന്ത്രം. കണ്ണിൽ ഭക്തി. ഒടുവിൽ ഒരുപിടി കവിടികൾ വലതു കൈയിൽ വാരിയെടുത്തു; രാശി നോക്കി. തിരുമേനിയുടെ മുഖത്ത് നിറപുഞ്ചിരി തെളിഞ്ഞു.

"നെന്റെ കൂടെ വന്നത് മറ്റാരല്ലെടോ. ഭഗവത്യാ... സാക്ഷാൽ ഭഗവതി."

കുറുപ്പിന് അത് കേട്ടപ്പോൾ ബോധക്ഷയം വരുന്നതുപോലെ തോന്നി. മൂപ്പർ നെഞ്ചിൽ ഊക്കിലൊരടിയടിച്ചു. എന്നിട്ട് ദയനീയമായി പറഞ്ഞു: "ന്റെ ഭഗോതീ. എന്ന എന്തിനാ ഇങ്ങനെ പരൂക്ഷിക്ക്ന്നത്?"

"ന്റെ രാമാ, നിയ്യ് പേടിക്കാതിരി. നെന്റെ വീട്ട് മുറ്റത്ത് ഭഗവതിക്ക് കുടിയിരിക്കണം. അദിനാ വന്നത്. ഇനി ഒന്നും നോക്കണ്ട. പറ്റിയ സ്ഥലം കണ്ട് നമ്മക്ക് കുറ്റിയടിച്ച് കളയാം. നിയ്യ് നടന്നൊ. പെറകെ ഞാനെത്തിപ്പോയി. ഒന്ന് കുളിക്കണം. അത്രന്നെ."

"ആയിക്കോട്ടെ." കുറുപ്പിന് മറിച്ചൊന്നും അപ്പോൾ പറയാനാകുമായിരുന്നില്ല. അങ്ങനെയാണ് മേലേതിൽ തറവാട്ടിലെ വടക്കെ മുറ്റത്ത് ഒരു പുതിയ ക്ഷേത്രമുയരുന്നത്. നാട്ടുകാർ അതിനെ മേലേതിൽ പുതിയമ്പലം എന്ന് വിളിക്കാൻ തുടങ്ങി.

മനസ്സിനെ തുടർന്ന് സഞ്ചരിക്കാൻ അനുവദിക്കാതെ ഫോൺ നിർത്താതെ ശബ്ദിച്ചുകൊണ്ടിരുന്നു. ഫോണെടുത്തപ്പോൾ അപ്പുറത്ത് പത്മേടത്തി. അവരുടെ പ്രസരിപ്പാർന്ന ശബ്ദത്തിന്റെ പുലർവെളിച്ചത്തിൽ അയാളുടെ മനസ്സിൽ ഉരുണ്ടുകൂടിയിരുന്ന വിഷാദത്തിന്റെ മൂടൽമഞ്ഞ് ഉരുകിയൊലിച്ചു പോയി.

"നിനക്കെന്താ വല്ലപ്പോഴും ഒന്ന് വിളിച്ചാൽ?"

"ഏടത്തീ ഞാനാകെ തിരക്കിലായിരുന്നു."

"നീ നുണ പറയാനും തുടങ്ങിയോ? എടാ, ഇപ്പൊ പത്രക്കാർക്ക് എന്ത് തിരക്ക്? വാർത്തകളെല്ലാം സർക്കാര് സൗജന്യമായി തരുന്ന കാലല്ലേ? എന്നിട്ടും നെനക്ക് തെരക്കോ?" ഒറ്റ വീർപ്പിന് അവർ പറഞ്ഞ് തീർത്തപ്പോൾ അനിരുദ്ധൻ ഉത്തരം മുട്ടിനിന്നു പോയി.

"നീയെന്താ ഒന്നും മിണ്ടാത്തത്?"

"ഏടത്തി പറഞ്ഞ് തീരട്ടേന്ന് വിചാരിച്ചതാ. പറഞ്ഞ് തീർന്നോ?"

അയാൾ അവരെ ശുണ്ഠി പിടിപ്പിക്കാൻ ഒരുപായം തേടിയതായിരുന്നു. അവർ പക്ഷേ, അത് കൃത്യമായി മനസ്സിലാക്കിയിട്ടു പറഞ്ഞു: "നീയേ, എന്നെ ശുണ്ഠി പിടിപ്പിച്ച് വിഷയം മാറ്റാനൊന്നും നോക്കണ്ട, കേട്ടോ." ഒന്ന് നിർത്തിയ ശേഷം അവർ തുടർന്നു:

"പിന്നേ, ഭാമയും സിദ്ധാർത്ഥനും വന്നിരുന്നു."

"എന്ന്?"

"ഇന്നലെ. ഗൃഹപ്രവേശത്തിന് അവര് വരാത്തതിന്ള്ള പ്രായശ്ചിത്താ." അവർ ചിരിച്ചു.

"എപ്പൊ പോയി?"

"ഇന്നലെ രാത്രിവണ്ടിക്ക്. റിട്ടേൺ ടിക്കറ്റ് ആദ്യേ ബുക്ക് ചെയ്തിരുന്നൂന്ന്. അത് കൊണ്ട് രാത്രിതന്നെ തിരക്കിട്ട് പോയി."

അവർ തുടർന്നു: "എടാ, അവള് പാവം. വൈകീട്ട് മുഴുവൻ എന്റ്റത്ത് വന്നിര്ന്ന് സങ്കടം പറയ്യായിരുന്നു. നിന്നെക്കൊണ്ട് കല്യാണം കഴിപ്പിക്കാൻ അവളെന്നെ ശട്ടം കെട്ടീരിക്ക്യാ. നീ കല്യാണം കഴിക്കുംവരെ അവക്കൊര് മനസ്സമാധാനോംണ്ടാവില്ലാന്ന്. അവൾക്കിപ്പൊ വല്ലാത്ത കുറ്റബോധംണ്ട്."

"എന്തിന്? അവളൊര് തെറ്റും ചെയ്തിട്ടില്ലല്ലോ?"

"എന്നാലും ചെറിയച്ഛൻ പറഞ്ഞപ്പൊ അവള് വേറൊര്ത്തന്റെ മുമ്പില് കഴ്ത്ത് നീട്ടിക്കൊട്ത്തില്ലേ? അതിന്റെ കുറ്റബോധാവും. നിന്റെ മനസ്സ് നീറ്ന്ന കാലത്തോളം അവൾക്ക് കുഞ്ഞുങ്ങള്ണ്ടാവില്ലാന്നും പറഞ്ഞു, അവള്."

അയാളത് കേട്ടപ്പോൾ വല്ലാതെയായി. അയാൾ പറഞ്ഞൊപ്പിച്ചു. "ഏടത്തി, ഇനി വിളിക്ക്മ്പൊ അവളോട് പറയണം, എന്റെ മനസ്സില് ആരെക്കുറിച്ചും ഒര് പരിഭവോം ഇല്ലാന്ന്. അവൾക്ക് എത്രയും വേഗം ഒരു കുഞ്ഞുണ്ടാവാൻ ഞാൻ പ്രാർത്ഥിക്ക്ന്ന്ണ്ട്ന്നും."

"നിനക്ക് പ്രാർത്ഥിക്കാനൊക്കെ അറിയ്യോ?" അവർ ചിരിച്ചുകൊണ്ട് തിരക്കി.

"എന്റെ പ്രാർത്ഥന എന്റെ ഉള്ളില്ള്ള ഈശ്വരനോടാണ്."

"ആങ്ഹാ. ആള് മിട്ക്കനായല്ലൊ." അവർ വീണ്ടും ചിരിച്ചു. എന്നിട്ട് ഒരു താക്കീത് പോലെ പറഞ്ഞു: "ഭാമേടെ പവറോഫ് അറ്റോർണി കൂടി കിട്ടിയ സ്ഥിതിക്ക് ഞാനിനി നിന്റെ കല്യാണാലോചനയ്ടെ തെരക്കിലായിരിക്കും."

"ഈ അടിയന്തരാവസ്ഥ ഒന്ന് കഴിയട്ടെ."

"അടിയന്തരാവസ്ഥയില് കല്യാണത്തിനും നിരോധനം ണ്ടോ?"

"ഇനി അതും വന്നൂടാന്നില്ല."

"എങ്കില് അതിന് മുമ്പ് തന്നെ നമുക്കീ കല്യാണം നടത്തണം."

"ഏടത്തീ, ഞാൻ കാര്യായിട്ട് തന്നെ പറഞ്ഞതാ. ഇവ്ടെ ഞങ്ങള് പത്രക്കാരാകെ വലിയ വിഷമവൃത്തത്തിലാണ്. ജോലിക്കാര്യം പോലും ഉറപ്പില്ലാത്ത അവസ്ഥയാണ്. അത്കൊണ്ട് എല്ലാമൊന്ന് കലങ്ങിത്തെ

ളിയട്ടെ. ഞാനന്ന് പറഞ്ഞില്ലേ? സമയായാൽ ഞാൻ പറയും."

"ശരി. നീ എപ്പഴാ ഇങ്ങോട്ടൊക്കെ."

"നോക്കട്ടെ." അയാൾ ഫോൺ വെച്ചശേഷം ഏതോ ഒരുൾപ്രേരണയാലെന്ന വണ്ണം പെട്ടെന്ന് തിരിഞ്ഞ് പുറത്തേക്ക് നോക്കിയപ്പോൾ ആരോ ധൃതിയിൽ ഗേറ്റ് കടന്ന് പുറത്തേക്ക് പോകുന്നു. അയാൾ ധൃതിയിൽ ഓടി ഗേറ്റിൽച്ചെന്ന് നോക്കിയപ്പോൾ ഒരു ബൈക്ക് വളവ് തിരിയുന്നു. ഒരുപക്ഷേ, സമീപത്തെ താമസക്കാരാരെങ്കിലുമായിരിക്കാം അതെന്ന് അയാൾ സ്വയം കരുതാൻ ശ്രമിച്ചു. പക്ഷേ, അതിന് സാദ്ധ്യതയില്ല. എല്ലാവരും എത്രയോ മുമ്പേതന്നെ ജോലി സ്ഥലത്തേക്ക് പോയിക്കഴിഞ്ഞിരിക്കുന്നു. മാത്രവുമല്ല മുഖം കണ്ടില്ലെങ്കിലും തനിക്ക് പരിചയമുള്ള ഒരു ശരീരത്തിന്റെ ഉടമയല്ല അത് എന്ന് അനിരുദ്ധന് തീർച്ചയുണ്ടായിരുന്നു. ഏതായാലും ഒന്ന് പുറത്തിറങ്ങാമെന്ന് അയാൾ തീരുമാനിച്ചു. വെയിലുണ്ട്, എന്നാലും നടക്കാം. വണ്ടിയെടുക്കണ്ട. അയാൾ ടോയ്‌ലറ്റിൽ കയറി. പ്രഭാത കൃത്യങ്ങൾ തീർത്ത് പുറത്തിറങ്ങി. നേരെ ലജ്പത് നഗറിലേക്ക് നടക്കാമെന്നയാൾ തീരുമാനിച്ചു. നല്ല വെയിലുണ്ട്. അയാൾ ഒരു വണ്ടി വിളിച്ച് ലജ്പത് നഗറിലിറങ്ങി. *ന്യൂസി*ന്റെ ആസ്ഥാനത്തേക്ക് തിരിയുന്ന റോഡിന് പകരം അയാൾ കരുതിക്കൂട്ടി നേരെ എതിർവശത്തുള്ള ചെറിയ റോഡിലേക്ക് തിരിഞ്ഞു. കുറച്ചു ദൂരം നടന്നശേഷം അയാൾ പെട്ടെന്ന് നിന്നു. എന്നിട്ട് നിർദ്ദോഷമായിട്ടെന്നോണം തിരിഞ്ഞുനോക്കി. ഒരു നൂറ് മീറ്ററകലെയായി രണ്ടുപേർ വരുന്നുണ്ട്. അപ്രതീക്ഷിതമായ അയാളുടെ നില്പും തിരിഞ്ഞുനോട്ടവും അവരെ കുഴക്കിയ പോലെ. നില്ക്കണോ നടക്കണോ എന്ന ഒരു ശങ്ക അവരെ ബാധിച്ചിട്ടുണ്ട് എന്ന് ആ അകലത്തിൽ നിന്നുകൊണ്ടുതന്നെ അനിരുദ്ധന് ഊഹിക്കാനായി. പക്ഷേ, അവർ നടക്കുക തന്നെയാണ്. അടുത്ത് കണ്ട ഒരു ചെറിയ കടയിലേക്ക് കയറാനാണ് അനിരുദ്ധന് പെട്ടെന്ന് തോന്നിയത്. അയാളങ്ങോട്ട് കയറി, കുടിക്കാനെന്തെങ്കിലുമുണ്ടോ എന്നാരാഞ്ഞു. അയാൾക്ക് ശരിക്കും നല്ല ദാഹമുണ്ടായിരുന്നു; വിശക്കുന്നുമുണ്ടായിരുന്നു. ബ്രേക്ക് ഫാസ്റ്റ് കൊണ്ടുവരും മുമ്പ് തന്നെ അയാൾ ഇറങ്ങിയിരുന്നല്ലോ. കടയുടമ അയാൾക്ക് ഒരു തണുത്ത ഫാന്റയാണ് എടുത്തു കൊടുത്തത്. അപ്പോഴേക്കും അയാൾക്ക് പിറകെ വന്നവർ കടയുടെ മുമ്പിലെത്തിയിരുന്നു. അയാൾ അപ്പോൾ തികഞ്ഞ സ്വാഭാവികതയോടെ ഫാന്റ മെല്ലെമെല്ലെ മൊത്തിക്കുടിച്ചു കൊണ്ടിരുന്നു. അതിനിടയിൽ അയാൾ അവരുടെ നീക്കങ്ങളും ഗൂഢമായി ശ്രദ്ധിച്ചു കൊണ്ടിരുന്നു. അവർ മുന്നോട്ട് പോയ്ക്കൊണ്ടിരുന്നെങ്കിലും ശ്രദ്ധ മുഴുവൻ പിറകിലേക്കാണ് എന്ന് അനിരുദ്ധന് തോന്നി. അവരുടെ ലക്ഷ്യം താൻ തന്നെയാവണം. അയാൾ ഒട്ടും സമയം പാഴാക്കാതെ തിരിഞ്ഞ് നടന്നു. ലജ്പത് നഗറിലെത്തി ഒരു ടാക്സി പിടിച്ച് *ഇന്ത്യൻ മിററി*ന്റെ ഓഫീസിലെത്തി, ജോഷിജിയെ കണ്ട് തന്റെ സംശയങ്ങൾ അദ്ദേഹവുമായി പങ്കുവെച്ചു.

“ചിലപ്പോൾ നിനക്ക് തോന്നിയതാവും. അത് രണ്ട് വഴിപോക്കരാവാനും മതി.”

“അല്ല, സർ. എന്റെ ക്വാർട്ടേഴ്സിൽ ഒരാൾ കടന്നുവരിക, എന്റെ ശ്രദ്ധയിൽപ്പെട്ടയുടൻ ഓടിപ്പോവുക, അതാണെന്നെ സംശയാലുവാക്കിയത്.”

പത്രാധിപർ ഏറെ നേരം എന്തോ ആലോചിച്ചു. ഒടുവിൽ പറഞ്ഞു:

“രഹസ്യ പ്രസിദ്ധീകരണത്തിന്റെ ഉറവിടം കണ്ടെത്താനുള്ള പൊലീസിന്റെ ശ്രമമായിക്കൂടെന്നില്ല. നിന്നെ പിന്തുടർന്നത് ചിലപ്പോൾ ആ ഉദ്ദേശ്യത്തോടെയാവും. പക്ഷേ, നീയെങ്ങനെ അവരുടെ നിരീക്ഷണ വലയത്തിലായി എന്നതാണ്, ദുരൂഹം. ഒരു കാര്യം ചെയ്യാം. തല്ക്കാലം നമുക്ക് കെട്ടിടം കുറച്ചു ദിവസത്തേക്ക് അടച്ചിടാം. ഒരു രണ്ടാഴ്ച അങ്ങനെ കിടക്കട്ടെ. എന്താ?”

“ശരി, സർ.” അനിരുദ്ധനും സമ്മതിച്ചു.

യാത്ര പറഞ്ഞിറങ്ങുമ്പോൾ ജോഷിജി പ്രത്യേകം പറഞ്ഞേല്പിച്ചത്, ഇനിയങ്ങോട്ട് ഏറെ കരുതൽ വേണമെന്നാണ്. “നിന്റെ അവസാനത്തെ എഡിഷൻ അവരെ വല്ലാതെ വിറളി പിടിപ്പിച്ചിട്ടുണ്ട്.” അനിരുദ്ധൻ ചിരിച്ചുകൊണ്ട് അദ്ദേഹത്തോട് യാത്ര പറഞ്ഞു.

ഉച്ചഭക്ഷണം കഴിഞ്ഞ് ഒന്ന് മയങ്ങുമ്പോഴാണ് ഫോൺബെൽ ശബ്ദിക്കാൻ തുടങ്ങിയത്. “ഹലോ, അനിരുദ്ധൻ ഹിയർ.” “സോറി. റോങ് നമ്പർ.” ഫോൺ പെട്ടെന്ന് വയ്ക്കുന്ന ശബ്ദം കേട്ടു. അതൊരു പരിശോധനയായിരിക്കാൻ സാദ്ധ്യതയുണ്ട്. താൻ തിരിച്ചെത്തിയോ എന്ന പരിശോധനയാവണം. ജോഷിജി പറഞ്ഞതുപോലെ, തന്നെ സംശയിക്കാൻ എന്താവാം കാരണം? ഓ, എന്തെങ്കിലുമാവട്ടെ. അയാൾ പത്രമെടുത്ത് നിവർത്തി. പത്മേടത്തി പറഞ്ഞത് ശരിതന്നെ. പത്രങ്ങളെല്ലാം സർക്കാർ ഗസറ്റ് പോലെയായിരിക്കുന്നു. എന്തെന്ത് ന്യൂനതകളുണ്ടെങ്കിലും ജനാധിപത്യത്തിന് വല്ലാത്തൊരു സ്വീകാര്യതയുണ്ട് എന്ന് നാളുകൾ ചെല്ലുന്തോറും ബോദ്ധ്യപ്പെടുകയാണ്. എത്രനാൾ ഈ ഗവൺമെന്റിന് ഇങ്ങനെ മുന്നോട്ട് പോകാനാകും? സ്വതന്ത്രമായി ചിന്തിക്കുന്നവരെയാകെ ശത്രുപക്ഷത്ത് നിർത്തിക്കൊണ്ട്, പൊലീസിനേയും അർദ്ധസൈനികരേയും അവർക്കെതിരെ അണിനിരത്തിക്കൊണ്ട് ഇന്ത്യയെപ്പോലൊരു രാജ്യത്തെ അധികകാലം ഭരിച്ചു കളയാമെന്നത് അതിര് കടന്ന മോഹമാണെന്ന് തന്നെ അനിരുദ്ധന് തോന്നി. പുലിപ്പുറത്ത് സഞ്ചരിക്കാൻ താരതമ്യേന എളുപ്പമായിരിക്കാം. പക്ഷേ, അവിടെ നിന്ന് എന്നെങ്കിലും ഇറങ്ങിയല്ലേ തീരൂ, അപ്പോഴോ? അയാൾ കേട്ടത് ശരിയാണെങ്കിൽ ദില്ലി സർവ്വകലാശാലയിലെ നൂറ് കണക്കിന് അദ്ധ്യാപകർ ജയിലിലാണ്. അവരുടെ നേതാവ് ഒപി കോലി ഒരു വികലാംഗനായിട്ട് പോലും മനുഷ്യരഹിതമായി അദ്ദേഹത്തെ ഒരു ദിവസം മുഴുവനും പൊലീസ് ലോക്കപ്പിൽ നിർത്തുകയും പൊലീസുകാർ ആ സമയമത്രയും അദ്ദേഹത്തെ ഭേദ്യം ചെയ്യുകയും അസഭ്യ വർഷത്താൽ അദ്ദേഹത്തെ അഭി

ഷേകം ചെയ്യുകയുമായിരുന്നുവത്രെ. ക്ലാസ് എടുത്തു കൊണ്ടിരിക്കുമ്പോഴാണത്രെ പല അദ്ധ്യാപകരേയും പൊലീസ് അറസ്റ്റ് ചെയ്ത് കൊണ്ടുപോയിരുന്നത്.

കോടതിയിൽനിന്ന് ജാമ്യം കിട്ടി പുറത്തിറങ്ങുമ്പോൾ അവരെ പുതിയൊരു കുറ്റം ചുമത്തി വീണ്ടും അറസ്റ്റ് ചെയ്യുന്നു. നക്സലൈറ്റുകളെന്ന് മുദ്ര കുത്തപ്പെടുന്നവരാണ് അങ്ങേയറ്റം ക്രൂരമായ മർദ്ദനമുറകൾക്ക് ഇരയാക്കപ്പെട്ടു കൊണ്ടിരിക്കുന്ന വേറൊരു വിഭാഗം. പൊലീസുമായി സായുധ ഏറ്റുമുട്ടലുകൾ നടത്തി എന്ന കെട്ടിച്ചമച്ച കുറ്റമാണ് അവർക്കെതിരെ പലപ്പോഴും ചുമത്തപ്പെടുന്നത്. ആരും അതൊന്നും വിശ്വസിക്കുന്നില്ലങ്കിലും നുണകൾ ആവർത്തിച്ചുകൊണ്ടേയിരിക്കുന്നു. ജനങ്ങളുടെ വോട്ട് വാങ്ങി അധികാരമേറിയ ശേഷം സൈന്യത്തിന്റെ ബലത്തിൽ, തങ്ങളെ അധികാരത്തിലെത്തിച്ച ജനങ്ങളോട് ഈ വിധത്തിൽ പ്രതിക്രിയ ചെയ്യുന്നതിലെ വിരോധാഭാസം അനിരുദ്ധനെ അസ്വസ്ഥപ്പെടുത്തി. രാജ്യത്തിന്റെ വിശാല താല്പര്യങ്ങളുടെ സ്ഥാനത്ത് ഒരു വ്യക്തിയുടേയോ ഏതാനും വ്യക്തികളുടേയോ താല്പര്യങ്ങൾ പകരം വയ്ക്കപ്പെടുമ്പോഴാണോ ജനാധിപത്യം സങ്കോചിച്ച് അത് വ്യക്തിയുടേയോ ഏതാനും ഭാഗ്യാന്വേഷികളുടേയോ ഏകാധിപത്യമായി ചുരുങ്ങിയൊതുങ്ങിപ്പോവുന്നത്?

മഗധത്തിൽനിന്നും രാജാവ് അജാത ശത്രുവിന്റെ സന്ദേശവുമായി ബുദ്ധനെ കാണാൻ ഒരുദിവസം മന്ത്രിവസ്സകാരൻ ചെന്നുവത്രെ. അയാളുടെ സന്ദർശനോദ്ദേശ്യം അതിവിചിത്രമായിരുന്നു. മഗധത്തിന് അയൽ രാജ്യമായ വജ്ജിയെ ആക്രമിച്ച് കീഴടക്കണം. അക്കാര്യം തുറന്നു പറയാതെ വജ്ജിയുമായി ഒരു യുദ്ധമുണ്ടാവുകയാണെങ്കിൽ മഗധത്തിന്റെ വിജയ സാദ്ധ്യത എത്രയായിരിക്കും എന്ന് ബുദ്ധനിൽനിന്ന് നേരിട്ടറിയാൻ രാജാവിനുള്ള ആകാംക്ഷയാണ് മന്ത്രിവസ്സകാരനെ ബുദ്ധസവിധത്തിലെത്തിച്ചത്. പക്ഷേ, മന്ത്രിയുടെ അന്വേഷണങ്ങൾക്ക് ബുദ്ധൻ നേരിട്ട് മറുപടി പറയാൻ കൂട്ടാക്കിയില്ല. പകരം അദ്ദേഹം പ്രിയശിഷ്യൻ ആനന്ദനെ അരികത്തേക്ക് വിളിച്ച് ഇങ്ങനെ ചോദിക്കുന്നു:

"ആനന്ദാ, വജ്ജി ഒരു രാജ്യമല്ല എന്ന് നീ കേട്ടിട്ടുണ്ടോ?"

"ഉവ്വ് ഭഗവാൻ. അങ്ങനെ കേട്ടിട്ടുണ്ട്."

"അവർ പിന്നെ ആരാണെന്നാണ് നീ കേട്ടത്?"

"വജ്ജികൾ ഒരു ജനതയാണ്."

"അവരുടെ രാജാവ്?"

"ഭഗവാൻ, അവർക്ക് രാജാക്കന്മാരില്ല. ജനസഭകൾ വിളിച്ചുകൂട്ടി തീരുമാനങ്ങളെടുക്കുകയാണ് അവരുടെ പതിവ്."

ശരിയായിരുന്നു. അത്തരം ജനസഭകൾ ചേർന്നിരുന്നത് പൊതു ഹാളുകളിലായിരുന്നു. ആ ഹാളുകൾക്ക് മേല്ക്കൂരകൾ മാത്രമേ ഉണ്ടായിരുന്നുള്ളൂ. ചുവരുകൾ ഉണ്ടായിരുന്നില്ല. അവിടെ നടക്കുന്ന ചർച്ചകളെല്ലാം തീർത്തും സുതാര്യമായിരുന്നു. ഹാളിലുള്ളവർക്ക് മാത്രമല്ല

പുറത്ത് നില്ക്കുന്നവർക്കും ഒരുപോലെ കേൾക്കാനും അഭിപ്രായം പറയാനും സ്വാതന്ത്ര്യമുള്ള ഇടങ്ങളായിരുന്നു, അവ. വജ്ജിയിലെ ജനങ്ങൾക്ക് പ്രത്യേകം രൂപീകരിക്കപ്പെട്ട ഒരു സേന പോലുമുണ്ടായിരുന്നില്ല. അവർക്കതിന്റെ ആവശ്യവുമില്ല. എന്തെങ്കിലും ആവശ്യമുണ്ടാവുമ്പോഴാകട്ടെ, ജനത മുഴുവൻ സേനയായി മാറുന്നു.

ആനന്ദന്റെ വിവരണങ്ങളിൽനിന്നും കാര്യം മനസ്സിലാക്കിയ കൗശലക്കാരനായ ആ ബ്രാഹ്മണ മന്ത്രി ബുദ്ധനെ വണങ്ങിക്കൊണ്ട് പറഞ്ഞത്, താൻ ഈ കേട്ടതെല്ലാം മഗധരാജാവിനെ അറിയിക്കാം എന്നായിരുന്നു. അപ്പോൾ ബുദ്ധൻ ചോദിച്ചു: "വസ്സകാരാ, നിങ്ങളെന്താണ് രാജാവിനോട് പറയുക?"

ബ്രാഹ്മണന്റെ മറുപടി ഇതായിരുന്നു: "വജ്ജികൾ ജനഹിതങ്ങളനുസരിച്ച് തീരുമാനങ്ങളെടുക്കുന്നവരും അവയുടെ സുതാര്യത കാത്തുസൂക്ഷിക്കുന്നവരും അതിനാൽ തന്നെ ശരിയായ വഴിയിലൂടെ മാത്രം ചരിക്കുന്നവരും ആണെന്നും ഈ അവസ്ഥ നിലനില്ക്കുവോളം അവരെ ആർക്കും കീഴ്പ്പെടുത്താനാവില്ല എന്നുമാണ് പ്രഭോ, ഞാൻ രാജാവിനെ ഉണർത്തിക്കാൻ ഉദ്ദേശിക്കുന്നത്."

വജ്ജിയുടെ ഈ ജനകീയാടിത്തറ തകർത്ത് ജനാധിപത്യത്തിന് സഹജമായ നന്മകളെല്ലാം ഇല്ലായ്മ ചെയ്യുക എന്ന ലക്ഷ്യത്തോടെ മഗധത്തിൽ നിന്നും വേഷപ്രച്ഛന്നനായി വസ്സകാരൻ വജ്ജിയിലെത്തുന്നു. മഗധത്തിൽ നിന്നും നാടുകടത്തപ്പെട്ട ഒരു വൃദ്ധനെന്ന നാട്യത്തിൽ അയാൾ വജ്ജിയിലെ ജനങ്ങളുടെ സഹതാപം കൈക്കലാക്കുകയും അവിടുത്തെ പൗരമുഖ്യന്മാരെ ഒന്നൊന്നായി വരുതിയിലാക്കുകയും ചെയ്യുന്നു. അതിനായി അവരുടെ ദൗർബല്യങ്ങളെ അയാൾ യഥാവിധി ഉപയോഗപ്പെടുത്തുകയായിരുന്നു. വജ്ജിയുടെ ചിരകാല ഈടുവയ്പുകളായ സുതാര്യതയും ജനാധിപത്യവും അതോടെ ക്രമേണ ഇല്ലാതായി. അതിന്റെ തകർച്ച തുടങ്ങുകയായി. ആ തകർച്ച പൂർണ്ണമായെന്നുറപ്പായതോടെ വസ്സകാരൻ മടങ്ങുന്നു. മഗധയുടെ സൈന്യം വജ്ജിയെ കീഴക്കാൻ പിന്നെ ഒട്ടും താമസിച്ചില്ല.

# പത്തൊൻപത്

**കൃ**ത്യസമയത്തുതന്നെ കിടന്നെങ്കിലും അനിരുദ്ധന് ഉറക്കം വന്നില്ല. മനസ്സിലേക്ക് തിക്കിത്തിരക്കി കയറിവരുന്ന ഓർമ്മകൾക്കിടയിൽപ്പെട്ട് ഞെരുങ്ങിപ്പോകുമോ എന്ന് ഭയന്നിട്ടാകണം ഉറക്കം വന്നവഴിയേ തന്നെ തിരിച്ചു പോകുന്നു. രാവിലെ തന്റെ ഗേറ്റ് കടന്നു വന്ന് തന്നെ നിരീക്ഷിച്ച് തന്റെ കണ്ണിൽപ്പെട്ടപ്പോൾ ധൃതിപ്പെട്ട് തിരിച്ചുപോയ ആ അജ്ഞാതനെപ്പോലെ. ആരായിരിക്കാം അയാൾ? വഴി തെറ്റി വന്ന് തിരിച്ചുപോയ വെറുമൊരു വഴിപോക്കനോ? എങ്കിൽ അയാളെന്തിന് ധൃതിവെച്ച് തിരിച്ചുപോയി? തന്നെ പിന്നീട് പിന്തുടർന്നവരിൽ ഒരാൾ അയാളായിരിക്കുമോ? അതോ, ജോഷിജി പറഞ്ഞതുപോലെ അവരും വെറും വഴിപോക്കർ മാത്രമാവുമോ? രാജ്യത്ത് നിലനില്ക്കുന്ന അവസ്ഥ ഭീതിയുടേതായതുകൊണ്ടാവണം ഇങ്ങനെ എല്ലാറ്റിനേയും സംശയിക്കാൻ തോന്നുന്നത്.

സാഹസികമായ ദൗത്യങ്ങളേറ്റെടുക്കുന്നവർ വരുംവരായ്കകളെ മനസ്സുറപ്പോടെ അഭിമുഖീകരിക്കാനും തയ്യാറാവണമെന്ന് പറഞ്ഞുതന്ന അച്ഛനെയാണ് അനിരുദ്ധൻ അപ്പോൾ ഓർത്തത്. കുറ്റപ്പെടുത്താനല്ല, തനിക്ക് ആത്മധൈര്യം പകരാനാണ് തന്റെ ജീവിതത്തിലെ ഒരു നിർണ്ണായക ഘട്ടത്തിൽ അച്ഛനങ്ങനെ ഉപദേശിച്ചത്. ഉപദേശിക്കുക മാത്രമല്ല അച്ഛൻ മനസ്സുകൊണ്ട് തന്റെയൊപ്പം നില്ക്കുകയും ചെയ്തു, അന്ന്. അവസാനമായി മേലേതിൽ പുതിയമ്പലത്തിലെ ഉത്സവത്തിൽ പങ്കെടുത്തത് അന്നായിരുന്നു.

ഉത്സവത്തിന്റെ സമാപന ദിവസത്തെ ഒരു പ്രധാന ചടങ്ങ് ഇളനീർ വയ്പായിരുന്നു. ദേശം വാഴുന്ന ഭഗവതിക്ക് ദേശത്തെ അടിയാന്മാരുടെ സമർപ്പണമാണത്. അവർക്കെല്ലാം ഭഗവതി ഭരദേവതയാണ്. ഏത് പ്രതിസന്ധിയിലും മനസ്സറിഞ്ഞ് വിളിച്ചാൽ ഉച്ചനീച ഭേദമില്ലാതെ വിളിപ്പുറ

ത്തെത്തുന്ന അമ്മ. ആ അമ്മയ്ക്ക് എന്തെങ്കിലുമൊരുപഹാരം തങ്ങളും നല്കണമല്ലോ എന്ന ബോധത്തിൽ നിന്നാവണം ഈ ആചാരം ആരംഭിച്ചത്. ഇളനീർക്കാവടികൾ ചുമലിൽ വഹിച്ച് ദേശത്തെ കീഴ്ജാതിക്കാരെന്ന് വിശേഷിപ്പിക്കപ്പെടുന്ന പട്ടിണിപ്പാവങ്ങൾ നഗ്നപാദരായി നാഴികകൾ താണ്ടി ദേവിക്കുള്ള സമർപ്പണവുമായി അന്ന് ദേവിയുടെ സവിധത്തിലെത്തുന്നു. നടത്തത്തിന്റെ ആയാസം അറിയാതിരിക്കാനായി അവർ നീട്ടിവിളിക്കുന്നു.

"നടാ... ഓയ്നടാ... ഓാ...യ് നടോ."

മുഴുത്ത ഇളനീർ രണ്ട് തലയ്ക്കലുമായി ഇരച്ചുകെട്ടിയ കാവടികൾ ചുമലിൽ വഹിച്ചെത്തുന്നവർക്ക് പക്ഷേ, ക്ഷേത്ര മതിൽക്കെട്ടിനുള്ളിലേക്ക് കയറാൻ അനുവാദമില്ല. പല ക്ഷേത്രങ്ങളും ഉപേക്ഷിച്ച ആ ദുരാചാരം മേലേതിൽ പുതിയമ്പലത്തിൽ അപ്പോഴും തുടരുന്നു. ഇളനീർക്കാവടികൾ ശ്രീകോവിലിന് നേരെ, ചുറ്റുമതിലിന്റെ കവാടത്തിന് പുറത്ത് താഴ്ത്തിവെച്ച് അവർ ഭക്ത്യാദരപൂർവ്വം മാറിനില്ക്കണം. ക്ഷേത്രത്തിലെ പ്രധാന പൂജാരി പുണ്യാഹം തളിച്ച് ഇളനീർ അകത്തേക്ക് കടത്തിവയ്ക്കുന്നു. ഈ പ്രാവശ്യം ഇളനീർക്കാവടികൾ ക്ഷേത്ര മതിൽക്കെട്ടിന് പുറത്ത് വയ്ക്കരുതെന്നും ചുറ്റമ്പലത്തിനകത്ത് തന്നെ കയറ്റി വയ്ക്കണമെന്നും ഒരാശയം അനിരുദ്ധൻ മുന്നോട്ട് വെച്ചു. എല്ലാവരും അതംഗീകരിച്ചു. മറ്റു പല അമ്പലങ്ങളിൽനിന്നും അന്തർദ്ധാനം ചെയ്ത ഈ ആചാരം ഈ അമ്പലത്തിൽ അനുവദിക്കേണ്ടതില്ല എന്ന കാര്യത്തിൽ ചെറുപ്പക്കാരെല്ലാം യോജിച്ചു. ബിരുദ പരീക്ഷ കഴിഞ്ഞ് പുസ്തക വായനയുമായി നടക്കുന്ന കാലമായിരുന്നു, അത്. അതുവരെ കടന്നുചെന്നിട്ടില്ലാത്ത വായനയുടെ ഒരു പ്രത്യേക ലോകത്തായിരുന്നു അക്കാലത്ത് അയാൾ നടന്നു കയറിയത്. ഗൗരവമായ വായനയുടെ ഒരു കാലം.

"തല്ക്കാലം ഈ വിവരം നമ്മൾ മാത്രം അറിഞ്ഞാൽ മതി." അനിരുദ്ധൻ മുന്നറിയിപ്പ് നല്കി. കാരണം, ധിക്കരിക്കുന്നത് പരമ്പരയായി പരിപാലിച്ചു പോരുന്ന ഒരാചാരത്തെയാണ്. ഇക്കാലത്തായതുകൊണ്ട് വലിയ എതിർപ്പിനൊന്നും സാദ്ധ്യതയില്ല. എന്നാലും നിസ്സാരമാക്കണ്ട. വിശ്വാസവും ആചാരവും ആപൽ സാദ്ധ്യതയേറ്റുന്നതാണ്. അതിനാൽ ഒരു കരുതൽ നല്ലതാണ്. ഉത്സവത്തിന്റെ ദിവസം അടുത്തതോടെ അവരൊത്തു കൂടി ഒരു തീരുമാനം കൂടി എടുത്തു. ഇത്തവണത്തെ ഇളനീർ വരവിൽ ചെറുവാല്യക്കാർ മാത്രം പങ്കെടുത്താൽ മതി. എന്തെങ്കിലും അനിഷ്ട സംഭവമുണ്ടായ ശേഷം പറഞ്ഞിട്ട് കാര്യമില്ല. അതിനാൽ അഥവാ എതിർപ്പുണ്ടാവുകയാണെങ്കിൽ അപ്പോൾ അന്തിച്ച് നിന്നുകൂടാ. ഇളനീർക്കാവടികൾ ഒരല്പം ബലമുള്ളതാവണം; ഇളനീർ പതിവു പോലെ അതിന്മേൽ ഇരച്ചു കെട്ടേണ്ടതില്ല; വേണ്ടിവന്നാൽ ഇളനീർ തെറിപ്പിച്ചു കളയാൻ പാകത്തിൽ അയച്ച് കെട്ടിയാൽ മതി. ചെറുപ്പത്തിന്റെ ആവേശം എല്ലാവരേയും നന്നായി ബാധിച്ചിരുന്നു.

ഉത്സവത്തിന്റെ സമാപന ദിവസമായി. ഭഗവതിയാൽത്തറയിൽ കെട്ടിയ ഓലപ്പന്തലിൽ തെയ്യച്ചമയങ്ങളുടെ നീണ്ടനിര. അടുത്ത തെയ്യത്തിന്റെ ഒരുക്കമാണ്. കെട്ടിയാടുന്ന കലാകാരൻ നിലത്ത് വിരിച്ച മെടഞ്ഞ ഓലയിൽ മുഖത്തെഴുത്തിനായി മലർന്ന് കിടക്കുന്നു. മറ്റൊരാൾ വിവിധ നിറങ്ങൾ ചാലിച്ചു വെച്ച ഇലക്കുമ്പിളുകളിൽനിന്നും കൃത്യമായി ചെത്തി രൂപപ്പെടുത്തിയ ഈർക്കില ബ്രഷുകളുപയോഗിച്ച് അതിവിദഗ്ദ്ധമായും അതീവ ചാരുതയോടെയും അയാളുടെ മുഖത്തെഴുതുന്നു. വ്യത്യസ്ത വർണ്ണങ്ങളുടെ സമഞ്ജസമായ സമ്മേളനം തെയ്യക്കാരന്റെ മുഖത്തിന് ദേവീപരിവേഷം നല്കുന്നു. എത്രയോ പതിറ്റാണ്ടുകളായി ക്ഷേത്രമതിലിനരികിൽ തപസ്സ് ചെയ്തുകൊണ്ടിരിക്കുന്ന ഭഗവതിയാലിന്റെ വേരുകൾ ശാഖകളിൽ നിന്ന് താഴോട്ട് തൂങ്ങി മണ്ണുമായി ശൃംഗരിക്കുന്നു. വർഷങ്ങൾ പിന്നിടുമ്പോൾ ആ വേരുകൾ ഭൂമിയുടെ അജ്ഞാത രഹസ്യങ്ങൾ തേടി മണ്ണിലേക്കാഴ്ന്നിറങ്ങുമത്രെ. അപ്പോൾ പന്തലിട്ടതു പോലെയുള്ള ഭഗവതിയാലിന്റെ നില്പ് കാണാൻ നല്ല ചന്തമായിരിക്കും.

മതിലിന് പുറത്തെ വിശാലമായ പറമ്പിൽ ഒരു ഭാഗത്ത് നിറയെ കളിക്കോപ്പുകൾ വില്ക്കുന്നവരുടേയും കുപ്പിവളകൾ തൊട്ട് സിന്ദൂരം വരെയുള്ള ലൊട്ടുലൊടുക്ക് സാധനങ്ങൾ വില്ക്കുന്നവരുടേയും കൂടാരങ്ങളാണ്. കളിക്കോപ്പുകൾ വാങ്ങാൻ വാശി പിടിച്ച് കരയുന്ന കുഞ്ഞുങ്ങളുടെ ശബ്ദങ്ങൾക്കൊപ്പം കളിക്കോപ്പുകൾ സ്വന്തമാക്കിയവരുടെ ആഹ്ലാദാരവങ്ങളും അവയ്ക്കിടയിൽ തീറ്റസാധനങ്ങൾ വില്ക്കുന്നവരുടെ ആർപ്പുവിളികളും ഉയർന്നു കേൾക്കാം. മതിൽക്കെട്ടിന് പടിഞ്ഞാറു ഭാഗം നിറയെ ചായപ്പീടികകളും ചെറിയ ഹോട്ടലുകളുമാണ്. എല്ലാം ചെറിയ ചെറിയ ഷെഡ്ഡുകളിൽ പ്രവർത്തിക്കുന്നു. വടക്കു ഭാഗത്താണ് അമ്പലക്കുളം. അതിന്റെ പുതുതായി പടുത്ത പടവുകളിലിരുന്ന് ആരെല്ലാമോ മത്സ്യങ്ങൾക്ക് തീറ്റയെറിഞ്ഞു കൊടുക്കുന്നു.

തെയ്യത്തിന്റെ വരവറിയിക്കുന്ന ചെണ്ടമേളം ഉയർന്നുതുടങ്ങുന്നതോടെ ആളുകൾ ധൃതിപിടിച്ച് മതിൽക്കെട്ടിന് മുകളിലും പുറത്തെ പാലമരത്തിന് മുകളിലും മതിൽക്കെട്ടിനോട് ചേർന്ന് പടുത്ത പടവുകളിലും സ്ഥാനം പിടിക്കുന്നു. ക്ഷേത്രമുറ്റത്ത് പ്രത്യേകം സജ്ജമാക്കിയ പന്തലിൽ ദേശത്തെ പ്രമാണിമാർ നിരന്നിരുന്നു. നേരം സന്ധ്യയോടടുക്കുന്നു. അകലെ ആരവം ഉയർന്നു കേൾക്കാം.

“നടാ... ഓയ്നട... ഓ...യ് നടോ...”

ഇളനീർ വരവ് അമ്പലത്തോടടുക്കുകയാണ്. ശ്രീകോവിലിനുള്ളിൽ നിന്നും പുണ്യാഹം തളിക്കാനുള്ള തീർത്ഥജലവുമായി ശാന്തിക്കാരൻ തിരുമേനി പുറത്തേക്ക് വന്നു. അപ്പോൾ പടിഞ്ഞാറെ മാനത്ത് മറ്റൊരു ചെന്തെങ്ങിളനീരായി മാറിയ സൂര്യൻ. ഇളനീരെഴുന്നെള്ളത്ത് മതിൽക്കെട്ടിന് പുറത്തെത്തി.

“അവിടെ വെച്ചേക്കാ.” തിരുമേനി നിർദ്ദേശിച്ചു. എല്ലാവർക്കും

മുന്നിൽ ഇളനീർക്കാവടിയുമായിനിന്ന അനിരുദ്ധൻ ഭവ്യതയോടെ പറഞ്ഞു: "അകത്തേക്ക് കടത്തി വെച്ചോളാം. തിരുമേനീ."

തിരുമേനി പരിഭ്രാന്തനായി ചുറ്റും നോക്കി. അതിനിടയിൽ ഇളനീർ ക്കാവടിക്കാർ തുരുതുരാ അകത്തേക്ക് പ്രവേശിക്കുകയാണ്. അപ്പോൾ ക്ഷേത്രമുറ്റത്തെ പന്തലിൽ പ്രമാണിമാരുടെ നിരയിൽ ഒരിളക്കം. അനി രുദ്ധൻ തലയുയർത്തി നോക്കിയപ്പോൾ ചെറിയമ്മാവൻ കൈയിൽ വെളി ച്ചപ്പാടിന്റെ പഴയൊരു വാളുമായി വരികയാണ്. ദേഷ്യം കൊണ്ട് മൂപ്പർ അടിമുടി വിറയ്ക്കുന്നു.

"എന്താടാ, ഇത്, കളിച്ച് കളിച്ച് ഭഗവത്യോടായോ കളി?"

"ഞങ്ങൾ ക്ഷേത്രം നശിപ്പിക്കാനൊന്നും വന്നതല്ല. ഈ തിരുമുറ്റത്ത് ഇളനീരിറക്കി ഭഗവതിയെ തൊഴാൻ വന്നതാ." വിനയം ഒട്ടും കുറയ് ക്കാതെ, അനിരുദ്ധൻ പറഞ്ഞു:

"നെനക്കെപ്പോഴും അതാവാലോ?"

"ഇവർക്കും അതാവാലോ?"

അതോടെ മതിൽക്കെട്ടിന് മുകളിലിരിക്കുന്നവരിൽ ചിലർ അമ്പല മുറ്റത്തേക്ക് ചാടിയിറങ്ങി. അമ്പല മുറ്റത്ത് എന്തോ കാര്യമായി സംഭവി ക്കുന്നു എന്ന ഉൽക്കണ്ഠയോടെ ചുറ്റുമതിലിന് പുറത്തുള്ളവരും മുറ്റ ത്തേക്ക് കുതിച്ചു. നിമിഷ നേരത്തിനുള്ളിൽ നിനച്ചിരിക്കാതെ ക്ഷേത്ര മുറ്റം സംഘർഷഭരിതമായതു പോലെ.

"നെന്നോടാ പറഞ്ഞത് അത് പുറത്ത് വയ്ക്കാൻ." ചെറിയമ്മാമന് ശക്തി പകരാൻ മറ്റുള്ള പ്രമാണിമാരും ഓടിയെത്തിയതോടെ മൂപ്പരൊന്നു കൂടി ഉഷാറായി. പഴയ വാളുമായി ചെറിയമ്മാമൻ മുന്നോട്ടാഞ്ഞപ്പോൾ അനിരുദ്ധൻ വിളിച്ചു പറഞ്ഞു: "ഇളനീർ തെറിപ്പിച്ചു കളയ്." ഇളനീർ ക്കാവടികളുമായി അയാൾക്ക് ചുറ്റും നിന്ന ചെറുപ്പക്കാർ ഉടൻ അനുസ രിച്ചു. അപ്രതീക്ഷിത നിമിഷത്തിൽ പത്തിരുപത്തഞ്ച് ചെറുപ്പക്കാർ; അ വരുടെ കൈകളിൽ ചെത്തിമിനുക്കിയ മട്ടൽ കഷണങ്ങൾ. അതോടെ പ്രമാണിമാർ പിൻവാങ്ങി.

"എല്ലാവരും പ്രദക്ഷിണം വയ്ക്കുക." അനിരുദ്ധൻ അടുത്ത നിർ ദ്ദേശം കൂടി നല്കി. അതോടെ വിജയാട്ടഹാസത്തോടെയുള്ള ക്ഷേത്ര പ്രദക്ഷിണമായിരുന്നു. അങ്ങനെ മറ്റു പല അമ്പലങ്ങളിലുമില്ലാത്ത ഒരു ദുരാചാരത്തിന് മേലേതിൽ പുതിയമ്പലത്തിലും അന്ത്യമായി. പക്ഷേ, തനിക്കതിന് നല്കേണ്ടിവന്ന വില ഏറെ വലുതായിരുന്നു എന്ന് അപ്പോൾ അയാൾക്കറിയില്ലായിരുന്നു.

ഉത്സവത്തിന്റെ സമാപനത്തിന് ഭംഗമൊന്നും വന്നില്ല. നമ്മൾ തെളിച്ച വഴിയേ നടക്കാനാരുമില്ലെങ്കിൽ അവർ നടന്ന വഴിയേ നമുക്ക് തെളിക്കാം എന്ന പ്രായോഗിക ബുദ്ധിയാണ് സ്വീകാര്യം എന്ന് ദേശപ്രമാണിമാർ കരുതിക്കാണണം. അമ്പലമുറ്റം അപ്പോൾ ദേശത്തിന്റെ ഒരു പരിച്ഛേദ മായി മാറി. ആ മാറ്റം ഭഗവതിയുടെ തെയ്യം കെട്ടിയാടുന്ന പെരുമലയ നിൽപ്പോലും വലിയ ആവേശമുണ്ടാക്കിയെന്ന് തോന്നുന്നു. തീയാളുന്ന

പന്തങ്ങൾ കുത്തിനിർത്തിയ തിരുമുടി തലയിലേറ്റി ഭഗവതിത്തെയ്യം അനായാസമായി പാഞ്ഞുവന്നപ്പോൾ ആ ഊറ്റം കണ്ട് പുരുഷാരം ഭക്തി പരവശരായി. അത് ഭഗവതിയുടെ രൗദ്രമുഖമായിരുന്നു. അതിന് ശേഷം നാല്പത്തൊന്ന് ദിവസം വ്രതമെടുത്ത പെരുമലയൻ കെട്ടിയാടുന്ന ഭഗവതിയുടെ വരവാണ്. അതോടെ ഉത്സവത്തിന് സമാപനമാകുന്നു. അതാണ് ഭഗവതിയുടെ സൗമ്യമുഖം. ആ സൗമ്യയായ ദേവിയുടെ മുമ്പിൽ തങ്ങളുടെ കന്യകകളായ പെൺമക്കളെ ചേർത്തു പിടിച്ചു കൊണ്ട് ദേശത്തെ അമ്മമാർ ദേവിയോട് അവരുടെ നെടുമംഗല്യത്തിനായി പ്രാർത്ഥിക്കുന്നു. അപ്പോൾ ഭൂമി കിടുങ്ങുമാറ് കതിനാവെടികൾ തുരുതുരാ മുഴങ്ങും. നടപ്പന്തലിൽ ശാന്തരൂപിണിയായ ഭഗവതി തന്റെ ഭക്തർക്കായി നിർല്ലോഭം അനുഗ്രഹം ചൊരിയുന്നു. ആ ഉത്സവക്കാഴ്ചകൾ കാണാൻ ആകാശത്തിലെ അസംഖ്യം അന്തഃപുരങ്ങളുടെ വാതായനങ്ങൾ തുറന്ന് നക്ഷത്രക്കണ്ണുള്ള രാജകുമാരിമാർ ഭൂമിയിലേക്ക് സാകൂതം നോക്കി നില്ക്കുന്നു.

പണ്ട്പണ്ട് കാമരൂപിണിയായ ഭൂമിയുടെ മദാലസ യൗവനം ആകാശത്തെ അനുരാഗ വിവശനാക്കിയത്രെ. മോഹമുഗ്ദ്ധയായ ഭൂമിയാവട്ടെ, ആകാശത്തിന്റെ ആസക്തി നിറഞ്ഞ നോട്ടത്തിൽ നാണംകൊണ്ടു. മിഴി തുറക്കുമ്പോഴെല്ലാം അവളുടെ കൺവെട്ടത്ത് അവന്റെ മോഹനരൂപം മാത്രം. അവളുടെ മോഹം അപ്പോൾ ആകാശത്തോളം വളർന്നു. കാറ്റ് ആ സന്ദേശം മുകളിലെത്തിച്ചു. അവനത് വായിച്ചു. "വരൂ" അവൻ അവളെ ക്ഷണിച്ചു. അവൾ നിസ്സഹായതയോടെ മേല്പോട്ട് നോക്കി. അവൻ അതേ നിസ്സഹായതയോടെ കീഴ്പോട്ടും. ഒടുവിൽ എല്ലാ നിയന്ത്രണങ്ങളും നഷ്ടപ്പെട്ട ഒരു സന്ധ്യയിൽ ഭവിഷ്യത്തുകളെ കൂസാതെ ചക്രവാളപ്പരപ്പിൽ അവർ സംഗമിച്ചു. ദിവസങ്ങൾ കടന്നുപോയതൊന്നും അവരറിഞ്ഞില്ല. അവൾ ഗർഭിണിയായി, പ്രസവിച്ചു. എല്ലാം നക്ഷത്രക്കണ്ണുകളുള്ള കുഞ്ഞു രാജകുമാരികൾ. ആകാശം കുഞ്ഞുങ്ങളെ മുഴുവൻ സ്വന്തമാക്കി. ഒരു കുഞ്ഞിനെയെങ്കിലും തനിക്ക് തരണമെന്ന് അവൾ അവനോട് കേണു. അവൻ കനിഞ്ഞില്ല. അവന്റെ സ്വാർത്ഥതയ്ക്ക് അവൾ പകരം വീട്ടി. ചക്രവാളത്തിൽ അവൻ അവളോട് വീണ്ടും അടുക്കാൻ ശ്രമിച്ചപ്പോൾ അവൾ അകന്നുമാറി. പിന്നീടൊരിക്കലും അവനെ അവൾ സംഗമിക്കാൻ അനുവദിച്ചില്ല. അവനതിന് പകരംവീട്ടി. അവളുടെ കൺവെട്ടത്ത് കുഞ്ഞുങ്ങൾ പെടാതിരിക്കാൻ അവൻ അവരെ തന്റെ അസംഖ്യം അന്തഃപുരങ്ങളിൽ അടച്ചു. ഭൂമിയിൽ ഉത്സവങ്ങൾ പൂക്കുന്ന ശിശിര നിശീഥിനികളിൽ ആ വർണ്ണപ്പൊലിമകളിൽ മുഗ്ദ്ധരാകുന്ന നക്ഷത്ര രാജകുമാരിമാർ തങ്ങളുടെ അന്തഃപുര വാതിലുകൾ മെല്ലെ തുറന്ന് ആ വർണ്ണക്കാഴ്ചകളിൽ മതിമയങ്ങി നില്ക്കുന്നു. തെളിമയാർന്ന ആകാശത്തിൽ തന്റെ മക്കളെ കാണുന്ന ഭൂമിക്ക് അവരെ മാറോടണയ്ക്കാൻ മോഹം. തന്റെ മോഹം വൃഥാവിലാണെന്ന് തിരിച്ചറിയുമ്പോൾ അവൾ രാത്രി മുഴുവൻ കണ്ണീർ വാർക്കുന്നു. പ്രഭാതമാകുമ്പോൾ അവൾ

തൂകിയ കണ്ണീരിൽ കുളിച്ചു നില്ക്കുകയാവും അവളുടെ അനാവൃത മേനി.

പുലരുന്നതോടെ മേലേതിൽ പുതിയമ്പലത്തിലെ ഉത്സവം കതിനാ വെടികളുടെ അകമ്പടിയോടെ കൊടിയിറങ്ങുന്നു. അതോടെ അമ്പലവും അമ്പലപ്പറമ്പും ആളൊഴിഞ്ഞ പടക്കളം പോലെ ശൂന്യമാവുന്നു.

'അങ്ങാടിയിൽ തോറ്റതിന് അമ്മയോട്' എന്ന പ്രമാണമായിരുന്നു, ചെറിയമ്മാമന്റേത്. ഒരു കാരണവശാലും അനിരുദ്ധനുമായി കണ്ടുപോകരുത് എന്നായിരുന്നു, ഭാമയ്ക്കുള്ള ചെറിയമ്മാമന്റെ സുഗ്രീവാജ്ഞ. മകനെ അനുനയിപ്പിക്കാൻ ആദ്യം ചെന്നത് അമ്മമ്മയായിരുന്നു.

"അമ്മയെന്തിനാ വന്നത്?" അമ്മമ്മയെ കണ്ടപ്പോൾ തന്നെ ചെറിയമ്മാമൻ അപകടം മുന്നിൽ കണ്ടിരിക്കണം.

"ഞാൻ നിന്നെ കാണാനല്ല, എന്റെ മോളെ കാണാൻ വന്നതാ."

"കണ്ടല്ലോ."

"ഞാനവളെ എന്റൊപ്പം കൊണ്ടോവാൻ വന്നതാണെങ്കിലോ?"

പ്രായത്തിന്റെ പ്രയാസങ്ങളുണ്ടെങ്കിലും അമ്മമ്മ അതൊന്നും വകവെക്കാൻ കൂട്ടാക്കിയിരുന്നില്ല. മകൻ വാശിക്കാരനാണെങ്കിൽ താനും ഒട്ടും മോശമല്ല, എന്ന മട്ട്.

"എടാ ചെറ്പ്പത്തിന്റെ എട്ത്ത് ചാട്ടത്തില് ആ ചെക്കനെന്തെങ്കിലും കാണിച്ചൂന്ന് വെച്ച് ഇഞ്ഞി അങ്ങന്യാണോ?"

"ഓന്റെ തോന്ന്യാസത്തിന് വളംവെച്ച് കൊട്ക്ക്ന്നത് അമ്മ തന്ന്യാ."

"തന്നെടാ, ഓന്റേം നിന്റേം ഒക്കെ തോന്ന്യാസംണ്ടായത് ഞാൻ കാരണം തന്ന്യാ. നിന്നേം ഓന്റമ്മേനേം ഒക്കെ ഞാൻ പെറ്റ് പോയില്ലേ?"

"അമ്മ രാവിലെത്തന്നെ എന്തിന്ള്ള പൊറപ്പാടാ?"

അപ്പോഴേക്കും ചെറിയമ്മായി ഇടയിൽ വീണു. "അമ്മ ഇങ്ങട്ട് പോര്" എന്നും പറഞ്ഞ് അവർ അമ്മമ്മയെ ഇത്തിരി ബലം പ്രയോഗിച്ചു തന്നെ അകത്തേക്ക് കൂട്ടിക്കൊണ്ടു പോയി. അപ്പോൾ ചെറിയമ്മാമൻ പിന്നാലെയെത്തി.

"എന്നെ അടിക്കാൻ വന്നോനാ ഓൻ. നാളെ ഓനെന്റെ മോളെ അടിച്ച് കൊന്ന് കെട്ടിത്തൂക്കൂല്ലാന്ന് ആര് കണ്ടു?"

"ഇഞ്ഞി വാളെട്ത്ത് വെട്ടാൻ ചെന്നത് തെറ്റല്ല. ആ കുട്ട്യോള് വടിയെട്ത്തതാ തെറ്റ്, ല്ലേ?"

അമ്മമ്മ ശരിക്കും നല്ല ഫോമിലായിരുന്നു. ദേഷ്യം തീർന്നിരുന്നില്ല. അമ്മമ്മ തുടർന്നു: "എടാ, നെണക്ക് നാണംണ്ടോ? ഇപ്പളത്തെ ചെറ്പ്പക്കാരോട് മുട്ടാൻ ചെല്ലാൻ, നെണക്കെത്ര വയസ്സായി?" അതിന്റെ ഒരിർത്തം ങ്കിലും ഇഞ്ഞി കാണിച്ചോ?"

ചെറിയമ്മാമന് ചെറുവിരലിൽനിന്നും ദേഷ്യം ഇരച്ചുകയറുകയായിരുന്നു.

"ഞാനൊന്നും പറേന്നില്ല. അമ്മയായിപ്പോയില്ലേ?"

"വേണ്ടെടാ. ഇഞ്ഞി എന്നോട് സൗജന്യൊന്നും കാട്ടണ്ട. പറയാന്

ള്ളതെല്ലാം പറഞ്ഞ് തന്നെ തീർക്ക്, ഇഞ്ഞി. വിവരംല്ലാത്ത നിന്ന്യോ ക്ക്യാണല്ലൊ ഞാമ്പെറ്റ് പോറ്റ്യേത് എന്നാലോചിക്ക്മ്പഴാ..."

അമ്മമ്മ പാതിയിൽ നിർത്തി. ചെറിയമ്മാമൻ പൊട്ടിത്തെറിച്ചു:

"അമ്മ ഒന്ന് മനസ്സിലാക്കിക്കോ. ന്റെ കൊക്കില് ജീവന്ണ്ടെങ്കില്ന്റെ മോളെ ഞാനോന് കൊട്ക്കൂല്ല."

അമ്മമ്മയ്ക്ക് പിന്നീടൊന്നും പറയാൻ തോന്നിയില്ല. അവർ ഭാമ യുടെ മുഖത്തേക്കാണ് നോക്കിയത്.

"മോളേ നെനക്കൊന്നും പറയാനില്ലേ?"

അവൾ പക്ഷേ, തല താഴ്ത്തി നിന്നതല്ലാതെ ഒന്നും പറഞ്ഞില്ല എന്ന് അമ്മമ്മ പറഞ്ഞപ്പോൾ അനിരുദ്ധന് അത് വിശ്വസിക്കാനായില്ല. ഒരുപാട് ദിവസത്തേക്ക് ആ ഷോക്കിൽനിന്ന് അയാൾക്ക് മോചനമുണ്ടാ യില്ല. ആ അസ്വസ്ഥതയുടെ ദിവസങ്ങളിൽ പത്മേടത്തിയാണ് അയാൾക്ക് ധൈര്യവും ആത്മവിശ്വാസവും പകർന്നു കൊണ്ടിരുന്നത്. അവർ പറഞ്ഞു കൊണ്ടിരുന്നു: "ഭാമ എവ്ടപ്പോവാനാടാ. ഓള് നിന്റെ മാത്രാണ്. നീ വെഷമിക്കാണ്ടിരിക്ക്. കാലം ഇനീം എത്രണ്ട്? അപ്പഴക്ക് എല്ലാം കല ങ്ങിത്തെളിയും. നീ നോക്കിക്കോ."

അതിനിടയിൽ ഡിഗ്രിയുടെ റിസൽട്ട് വന്നു. ഫസ്റ്റ് ക്ലാസുണ്ടെന്നറി ഞ്ഞപ്പോൾ അച്ഛന് എഞ്ചിനീയറിങ്ങിന് അയക്കണമെന്നുണ്ടായിരുന്നു. അയാൾക്ക് പക്ഷേ, ഒന്നിനോടും ഒരു താല്പര്യവും തോന്നിയില്ല. പതി വില്ലാതെ അച്ഛൻ ഏതാനും ദിവസം അയാൾക്കൊപ്പം തറവാട്ടിൽ താമ സിച്ചു. എന്നിട്ട് അയാൾക്ക് ആത്മവിശ്വാസം കൊടുത്തുകൊണ്ടിരുന്നു.

"നിയ്യ് ചെയ്തത് ശരിയാന്ന് നിനക്ക് തോന്ന്ന്ണ്ടെങ്കില് പിന്നെ നീയെന്തിനാ അത് വഴീണ്ടായ നഷ്ടത്തെക്കുറിച്ചോർത്ത് വെഷമിക്ക് ന്നത്?"

അയാൾ അച്ഛനെ തലയുയർത്തി നോക്കി. അപ്പോൾ അച്ഛൻ ആവർ ത്തിച്ചു: "നിങ്ങള് ചെയ്തത് ഒര് നല്ല കാര്യാണ്ന്ന് നിനക്ക് തോന്ന്ന് ണ്ടെങ്കില് അത് കൊണ്ടുണ്ടായ നഷ്ടം നീ സഹിക്ക്യേന്നെ വേണം. അല്ലെങ്കില് നിങ്ങള്ണ്ടാക്ക്യ നേട്ടത്തെ നീ തള്ളിപ്പറയ്യാന്നാ അതിന്റെ അർത്ഥം."

അയാൾ അപ്പോൾ അച്ഛന്റെ മുമ്പിൽ ഉത്തരം മുട്ടി നിന്നുപോയി.

അപ്പോഴാണ് അച്ഛൻ പറഞ്ഞത്, "സാഹസിക പ്രവൃത്തികൾ ചെ യ്യുമ്പോ അതിന്റെ വരുംവരായ്കകള് അനുഭവിക്കാന്ള്ള മനസ്സൊറപ്പും ണ്ടാവണം."

അച്ഛൻ വീട്ടിലേക്ക് തിരിച്ചു പോവുമ്പോൾ ഇതുകൂടി പറഞ്ഞു:

"നീ ആലോചിക്ക്. മുന്നോട്ട് പഠിക്കണം ന്നാണെങ്കില് പഠിക്കാം. അതല്ലെങ്കില് എന്തെങ്കിലും ജോലി നോക്കണം. രണ്ടായാലും ഇനി നീ നാട്ടില് നിക്കണ്ട. കൊറച്ച് കാലം ഇവ്ട്ന്ന് മാറിനില്ക്ക്ന്നതാ നിനക്ക് നല്ലത്. ജോലിയുടെ കാര്യാണെങ്കില്, എന്റൊര് ശിഷ്യന്ണ്ട്. ബോംബേല് വക്കീലാ. നീ കേട്ടിട്ട്ണ്ടാവും, പരമേശ്വരൻ. ഞാനവനെ ഒന്ന് വിളിക്കാം.

നിനക്കങ്ങോട്ട് പോവാം. പരമേശ്വരൻ നിനക്ക് എന്ത് സഹായം വേണെങ്കിലും ചെയ്ത് തരും. നിയ്യ് നല്ലോണം ആലോചിച്ച് പറയ്."

അനിരുദ്ധൻ ദിവസങ്ങളോളം ആലോചിച്ചു. അമ്മമ്മയും പത്മേടത്തിയുമെല്ലാം ബോംബേക്ക് പോകാൻ തന്നെയാണ് അയാളെ ഉപദേശിച്ചത്. അമ്മ അഭിപ്രായമൊന്നും പറഞ്ഞില്ല. അച്ഛനെന്ത് പറയുന്നോ, അതായിരുന്നു എന്നും അമ്മയുടെ ഇഷ്ടം. അയാൾ സ്വന്തം ജീവിതയാത്ര തുടങ്ങുകയായിരുന്നു.

# ഇരുപത്

*ന്യൂസി*ന്റേയും *വാർത്ത*യുടേയും അടുത്തലക്കം ഇറക്കണമെന്ന തോന്നൽ ഒരു വെളിപാട് പോലെ അനിരുദ്ധന്റെ മനസ്സിലുയർന്നു. ഇപ്പോൾ തന്നെ ഏതാണ്ട് രണ്ടാഴ്ച കഴിഞ്ഞിരിക്കുന്നു. അപകടം നീങ്ങിയെന്ന് പറയാമോ? അല്ലെങ്കിൽ അത്തരം അപകടം വല്ലതുമുണ്ടായിരുന്നോ? എല്ലാം വെറും തോന്നലായിരുന്നു എന്ന് ചിന്തിക്കാനാണ് അയാൾ ആഗ്രഹിച്ചത്. കാരണം, പിന്നീട് അയാൾക്ക് അത്തരം അനുഭവങ്ങളൊന്നും ഉണ്ടായിട്ടില്ല. ഒരുപക്ഷേ, അതും ഒരു തന്ത്രമായിക്കൂടെന്നില്ല. തനിക്കെന്തോ സംശയം തോന്നിത്തുടങ്ങി എന്ന് തന്നെ പിന്തുടരാൻ നിയോഗിക്കപ്പെട്ടവർക്ക് മനസ്സിലായിട്ടുണ്ടാവണം. കുറച്ച് ദിവസത്തേക്ക് അവർ തന്നെ സ്വതന്ത്രമായി സഞ്ചരിക്കാൻ വിട്ടതായിക്കൂടെന്നില്ല. അപ്പോഴും അവരുടെ കഴുകൻ കണ്ണുകൾ വിദൂരത്തെവിടെയോ നിന്ന് തന്നെ സൂക്ഷ്മ നിരീക്ഷണം നടത്തുന്നില്ല എന്ന് എങ്ങനെ വിശ്വസിക്കാനാവും? എതിരാളികൾ സുശക്തരും സുസജ്ജരുമാണ്. ഏതായാലും പ്രസിലേക്ക് ഒന്ന് പോയി നോക്കണം. ദിവസങ്ങളായല്ലോ, അങ്ങോട്ട് തിരിഞ്ഞു നോക്കിയിട്ട്. എല്ലാം പൊടിയും മാറാലയും പിടിച്ച് കിടക്കുന്നുണ്ടാവും. ഒരു ജീർണ്ണിച്ച കൊച്ചു മുറിയാണത്. ഒന്ന് തൂത്ത് വൃത്തിയാക്കണം. എന്നിട്ട് വേണം ജോഷിജിയെ കണ്ട് അഭിപ്രായം ചോദിക്കാൻ. ഒരു ലക്കത്തിലേക്കുള്ള വിവരങ്ങൾ കൈയിലുണ്ട്. അയാൾ പുറത്തേക്കിറങ്ങി. വണ്ടിയെടുക്കണ്ട എന്ന് തീരുമാനിച്ചു. ലജ്പത്നഗർ വരെ അയാളൊരു ടാക്സി പിടിച്ചു. അവിടെയിറങ്ങി കുറച്ചുനേരം അയാൾ അതിസൂക്ഷ്മമായി രംഗനിരീക്ഷണം നടത്തി. ആരെങ്കിലും തന്നെ ശ്രദ്ധിക്കുന്നുണ്ടോ? സമീപത്തെങ്ങും ആരുമില്ല എന്നുറപ്പായതോടെ അയാൾ പ്രസിനെ ലക്ഷ്യമാക്കി നടന്നു.

മുറി തുറന്ന് എല്ലാം വൃത്തിയാക്കി വാതിലടച്ച് തിരിച്ചു പോരുമ്പോൾ അയാളുടെ മനസ്സിൽ അകാരണമായി ആ സംശയം വീണ്ടും തലപൊക്കി. തന്നെ ആരെങ്കിലും നിരീക്ഷിക്കുന്നുണ്ടോ? ഒരു സംശയം മനസ്സിൽ വന്നു പെട്ടുപോയാൽ ഇങ്ങനെയാണ്. ആവശ്യമില്ലാതെ പല ശങ്കകളും അതിനെ അനുധാവനം ചെയ്യും. തന്നെ സംശയിക്കാനുള്ള സാദ്ധ്യതകൾ ഒന്നും ഇതുവരെ ഉണ്ടായിട്ടില്ല എന്ന് അയാൾ സ്വയം ആശ്വസിക്കാൻ ശ്രമിച്ചു. അടുത്ത നിമിഷം തന്നെ മറ്റൊരു ചിന്ത അയാളുടെ മനസ്സിനെ കീഴടക്കി. വാർത്താ ശേഖരണത്തിനായി താൻ ഉപയോഗിച്ചതെല്ലാം പഴയ സൗഹൃദങ്ങളാണ്. ചില അന്വേഷണങ്ങളും ചില കാര്യങ്ങളിലെ വിശദാംശങ്ങൾ തേടലുമെല്ലാം അത്രയ്ക്ക് നിഷ്കളങ്കമായി ചിലരെങ്കിലും എടുക്കാതിരിക്കാൻ സാദ്ധ്യതയുണ്ട്. *ഇന്ത്യൻ മിററിൽ* അതൊന്നും പ്രസിദ്ധീകരിക്കാനാവില്ലെന്ന് അവർക്ക് നന്നായറിയാം. സ്വാഭാവികമായും അവരിൽ ചില സംശയങ്ങളുയരും–ഇയാളെന്തിനാണിപ്പോൾ ഇത്തരം കാര്യങ്ങളുടെ വിശദ വിവരങ്ങൾ ചികയുന്നത്? അതവരിൽ ചില സംശയങ്ങളുണർത്തി കൂടായ്കയില്ല. അധികാര സ്ഥാനങ്ങളിൽ നിന്നും ഏതെങ്കിലും തരത്തിലുള്ള ആനുകൂല്യങ്ങളാഗ്രഹിക്കുന്നവരാരെങ്കിലും അക്കൂട്ടത്തിലുണ്ടെങ്കിൽ അവർ നിർദ്ദോഷമായ ഒരഭിപ്രായ പ്രകടനം നടത്തിയാലും മതി. അതയാൾക്ക് അവിചാരിതമായ അപകടങ്ങളുണ്ടാക്കും.

പല സംസ്ഥാനങ്ങളിൽനിന്നും കേൾക്കാൻ സാധിച്ച ഒരു കാര്യം വ്യക്തിവിരോധങ്ങൾ തീർക്കാൻ പോലും ആളുകൾ ഈ അവസരം ഉപയോഗിക്കുന്നുണ്ടെന്നാണ്. പൊലീസുദ്യോഗസ്ഥർ സമ്പന്നരെ "മിസ" കാണിച്ച് ഭീഷണിപ്പെടുത്തി വലിയ തുകകൾ അടിച്ചെടുക്കുന്നതായും കേട്ടിട്ടുണ്ട്. പണമുണ്ടാക്കാൻ അത്തരക്കാർക്ക് നല്ലൊരവസരമാണിത്. വെള്ളം കലക്കി മീൻ പിടിക്കാൻ വരുന്നവർക്കെല്ലാം ഇത് കൊയ്ത്തുകാലമാണ്.

ആരെ വിശ്വസിക്കണം, ആരെ അവിശ്വസിക്കണം എന്ന കാര്യത്തിൽ വല്ലാത്ത സന്ദിഗ്ദ്ധത വന്നുപെടുന്നു. അനിരുദ്ധൻ പി എൻ സിങ്ങിന്റെ അനുഭവം ഓർത്തു. സിങ് അനുഭവിച്ച പീഡനങ്ങളുടെ വിശദാംശങ്ങൾ *ന്യൂസിൽ* വാർത്തയാക്കിയെങ്കിലും അതിന്റെ പശ്ചാത്തലം വിശദീകരിക്കാൻ സ്ഥല പരിമിതി അനുവദിച്ചിരുന്നില്ല. എങ്കിലും സിങ്ങിന്റെ അറസ്റ്റിലേക്ക് നയിച്ച പശ്ചാത്തലം ഒരുക്കിയത് ഒറ്റുകാരാണ്.

ഒളിവിൽ പ്രവർത്തിക്കുന്നു എന്ന് തെറ്റിദ്ധരിപ്പിച്ച ഒരു "നേതാവ്" തന്നെയാണ് അയാൾക്ക് ഒറ്റുകാരനായത്. സിങ് തന്റെ ഒരു പത്രപ്രവർത്തക സുഹൃത്തിനോടാണ് ഒളിവിൽ പ്രവർത്തിക്കുന്നവരുടെ നേതാവിനെ കാണണമെന്ന ആഗ്രഹം പ്രകടിപ്പിച്ചത്. ദില്ലിക്ക് പുറത്ത് ചില രഹസ്യ ലഘുലേഖകൾ പ്രചരിപ്പിച്ചുകൊണ്ട് തന്റെ പ്രതിഷേധ പ്രവർത്തനം തുടരുകയായിരുന്നു, അയാൾ. അത് പോരാ എന്ന് തോന്നിയപ്പോഴാണ് അയാൾ ദില്ലിയിലെത്തി "നേതാവിനെ" കാണാൻ ആഗ്രഹം

പ്രകടിപ്പിച്ചത്. 'നേതാവ്' അയാളെ ന്യൂദില്ലിയിലെ സൗത്ത് എക്സ്ടൻഷൻ ഏരിയയിലെ "ലാസാ" റസ്റ്റോറന്റിലേക്ക് കൂട്ടിക്കൊണ്ടു പോയി. അവിടെ വെച്ച് അയാൾ ഒരു വലിയ കമ്പനിയുടെ ലെയ്സൺ ഓഫീസറാണെന്നവകാശപ്പെടുന്ന ഒരാളെ പരിചയപ്പെട്ടു. തുടർന്ന് രണ്ടു തവണ കൂടി സിങ് അയാളെ അതേ സ്ഥലത്തു വെച്ച് കണ്ടു. തന്റെ ഏത് സഹായമാണ് വേണ്ടത് എന്നയാൾ സിങ്ങിനോട് ആരാഞ്ഞു. രഹസ്യ ലഘുലേഖകൾ ഇറക്കാൻ കുറച്ചു പണമാണ് സിങ് ആവശ്യപ്പെട്ടത്. കഴിഞ്ഞ മൂന്ന് കൂടിക്കാഴ്ചകളിലൂടെ സിങ്ങിനെ സംബന്ധിച്ച എല്ലാ വിവരങ്ങളും അയാൾ ചോദിച്ചു മനസ്സിലാക്കിയിരുന്നു. പണം കൊടുക്കാമെന്ന് അയാൾ സമ്മതിച്ചു. അതിനായി മഹാറാണി ബാഗിലെ അയാളുടെ ആസ്ഥാനത്തേക്ക് സിങ് ആനയിക്കപ്പെട്ടത് മഴ പെയ്തു കൊണ്ടിരുന്ന ഒരു രാത്രിയിലായിരുന്നു. ടാക്സിയിൽ നിന്നിറങ്ങുമ്പോൾ പ്രദേശത്താകെ കുറ്റാക്കൂറ്റിരുട്ടായിരുന്നു. സിങ്ങിന് ശരിക്കും സംശയവും ഭയവും തോന്നി. സിങ്ങും സുഹൃത്തും കെട്ടിടത്തിനകത്ത് കടന്നു. അപ്പോഴേക്കും 'നേതാവ്'മെത്തിയതിനാൽ അയാൾക്കാശ്വാസമായി. പക്ഷേ, അയാൾക്കന്ന് കിട്ടിയത് വെറും 5000 രൂപയായിരുന്നു. ബാക്കി പണത്തിനായി പിറ്റേ ദിവസം ആരെയെങ്കിലും അയച്ചാൽ മതിയെന്നും പറഞ്ഞു. എല്ലാവരും കൂടി ഒരു ടാക്സിയിൽ ലാസാ റസ്റ്റോറന്റിലെത്തി. നേതാവ് ഒരു മീറ്റിങ്ങുണ്ടെന്ന് പറഞ്ഞ് ഉടൻ സ്ഥലംവിട്ടു. മറ്റു മൂന്നുപേരും റസ്റ്റോറന്റിൽ നിന്ന് ഭക്ഷണവും കഴിച്ച് പാതിര വരെ സംസാരിച്ചിരുന്നു. സിങ് അന്ന് തന്റെ താമസ സ്ഥലത്തെത്തുമ്പോൾ പാതിര കഴിഞ്ഞ് സമയം 12.30 ആയിരുന്നു. ഏതാനും സമയം കഴിഞ്ഞതേയുള്ളൂ–സിങ്ങിന്റെ വാതിലിൽ ആരോ മുട്ടുന്നു. അയാൾ വാതിൽ തുറന്നപ്പോൾ മുന്നിൽ ഒരു ഡി വൈ എസ് പിയും രണ്ട് പൊലീസുകാരും നില്ക്കുന്നു. മൂവരും സിങ്ങിന് നന്നായി അറിയാവുന്നവർ തന്നെയായിരുന്നു–അയാൾ ഭാവഭേദമൊന്നും കൂടാതെ പറഞ്ഞു: "ഒന്ന് ഫോൺ ചെയ്തിരുന്നെങ്കിൽ ഞാനങ്ങോട്ട് വരുമായിരുന്നു."

"ഓ, സാരമില്ല. നമുക്ക് പോകാം" എന്ന് പൊലീസുകാർ.

തുടർന്ന് അയാളെ എത്തിച്ചത് ചെങ്കോട്ടയിലെ പീഡന ക്യാമ്പിൽ.

അതുകൊണ്ട് ശത്രു എവിടെനിന്ന് പൊങ്ങിവരും എന്നത് ഊഹാതീതമാണ് എന്ന് അനിരുദ്ധൻ ചിന്തിച്ചു പോയി. ശരിയും തെറ്റും നേരും നുണയും നീതിയും അനീതിയുമെല്ലാം പരസ്പരം കെട്ടുപിണഞ്ഞു കിടക്കുന്ന ഈ അപകട കാലത്ത് എല്ലാറ്റിനും നിനച്ചിരിക്കാതെ സ്ഥാനഭ്രംശം സംഭവിക്കുന്നു. ചിന്തകളാൽ സ്വാധീനിക്കപ്പെട്ടതിനാൽ അയാൾ ലജ്പത്നഗറിലെത്തിയതറിഞ്ഞില്ല. ഏതാനും നിമിഷനേരം എന്ത് ചെയ്യണമെന്ന് തിട്ടപ്പെടുത്താനാവാതെ ആ നാൽക്കവലയിൽ അയാൾ അന്തിച്ചു നിന്നു. ഒടുവിൽ താമസ സ്ഥലത്തേക്ക് പോകാമെന്നു തന്നെ അയാൾ തീരുമാനിച്ചു. ഇപ്പോൾ *ഇന്ത്യൻ മിററി*ലേക്ക് പോകുന്നത് ചിലപ്പോൾ പത്രാധിപർക്ക് തന്നെ അപകടം ഉണ്ടാക്കാം. താൻ ആരുടെയെ

ങ്കിലും നിരീക്ഷണത്തിലാണെങ്കിൽ അങ്ങോട്ടേക്ക് പോകാതിരിക്കുകയാണ് നല്ലത്. തന്നെ ആരോ നിരീക്ഷിക്കുന്നുണ്ട് എന്ന തോന്നൽ അയാളുടെ മനസ്സിൽ എന്തുകൊണ്ടോ ശക്തമാണ്. ഒരുപക്ഷേ, പി എൻ സിങ്ങിനെക്കുറിച്ചുള്ള ഓർമ്മ മനസ്സിനെ സ്വാധീനിച്ചതായിരിക്കാം. അയാൾ ഒരു ടാക്സി പിടിച്ച് ക്വാർട്ടേഴ്സിലെത്തി.

വൈകീട്ട് മൂന്നര മണിയായിക്കാണണം. പുറത്ത് ബെല്ലടിക്കുന്നു. അനിരുദ്ധൻ വേഗം വാതിൽ തുറന്നു. രണ്ടുപേർ അകത്തേക്ക് കയറി വന്നു. അയാൾ അവരോട് ഇരിക്കാൻ പറഞ്ഞു. ഇരിക്കുന്നതിനിടയിൽ ആഗതരിലെ പ്രായം കൂടിയ ആൾ ചോദിച്ചു: “അനിരുദ്ധനെന്നാണ് പേര്, അല്ലേ?” “അതെ.” അയാൾ മറുപടി പറഞ്ഞു. എന്നിട്ട് ജിജ്ഞാസയോടെ ചോദിച്ചു: “ആരാണ്? എനിക്ക് മനസ്സിലായില്ല.” “ഞങ്ങൾ ഐബിയിൽ നിന്നാണ്.” ആഗതരിലെ മറ്റേയാൾ കാര്യം തുറന്നു പറഞ്ഞു. അപ്പോൾ പ്രായം കൂടിയ ആൾ ചോദിച്ചു: “താങ്കളിപ്പോൾ ജോലിക്ക് പോവാറില്ലേ?” “ഞാൻ കുറച്ചു ദിവസം ലീവിലാണ്.” എന്ന ഉത്തരമാണ് അനിരുദ്ധന്റെ നാവിൽ നിന്നും പെട്ടെന്ന് പുറത്തു വന്നത്. “ഓ, അത് ശരി.” ചോദ്യകർത്താവ് വളരെ നിസ്സാര മട്ടിൽ പ്രതികരിച്ചു. എന്നിട്ട് ചോദിച്ചു: “താങ്കളിപ്പോൾ മറ്റേതെങ്കിലും പത്രത്തിനുവേണ്ടി പ്രവർത്തിക്കുന്നുണ്ടോ?” വളരെ നിർദ്ദോഷമെന്ന മട്ടിലുള്ള ആ ചോദ്യത്തിലെ അപകടം അനിരുദ്ധൻ തിരിച്ചറിഞ്ഞു. അതിനാൽ തന്നെ അയാളുടെ മറുപടി പെട്ടെന്നായിരുന്നു.

“അതെങ്ങനെയാണ്, സർ. ഞാനൊരു പത്രത്തിൽ പ്രവർത്തിക്കുമ്പോൾ അതെങ്ങനെ സാധിക്കും? ഞങ്ങൾ പത്രപ്രവർത്തകർക്കും ഒരു എത്തിക്സുണ്ട്.” മറുപടി ചോദ്യകർത്താവിനെ വല്ലാതെ രസിപ്പിച്ചു എന്ന മട്ടിലായിരുന്നു, അയാളുടെ പ്രകടനം. അത് കാപട്യമായിരുന്നു എന്ന് വ്യക്തമായിരുന്നു. പക്ഷേ, തങ്ങൾ ഐബിയിൽ നിന്നാണെന്ന് തുറന്നു പറയാൻ ആഗതനെ പ്രേരിപ്പിച്ച ചേതോവികാരമെന്താവാം എന്ന ചിന്തയിൽ മുഴുകിയിരിക്കുകയായിരുന്നു, അനിരുദ്ധൻ. ഒരുപക്ഷേ, ആ മറുപടി തന്റെ മുഖത്തുണ്ടാക്കുന്ന ഭാവമെന്തെന്ന് കണ്ടെത്താനുള്ള സൂത്രമായിരിക്കാം.

“ശരി, മി. അനിരുദ്ധൻ. ഞങ്ങൾ പിന്നെ വരാം. ചില കാര്യങ്ങൾ കൂടി നിങ്ങളിൽ നിന്നറിയേണ്ടിവരും” എന്ന് പറഞ്ഞ് ഇരുവരും എഴുന്നേറ്റു. ഇറങ്ങുമ്പോൾ ഒരു സമാശ്വസിപ്പിക്കലെന്ന പോലെ പ്രായം കൂടിയ ആൾ ഇതുകൂടി പറഞ്ഞു: “എന്തു ചെയ്യാം മി അനിരുദ്ധൻ, ഞങ്ങളുടെ ജോലി ഇതായിപ്പോയില്ലേ?”

പ്രതികരണത്തിന് കാക്കാതെ അവർ ധൃതിവെച്ച് ഇറങ്ങിപ്പോയി. ജോഷിജിയെ വിളിച്ച് കാര്യം പറഞ്ഞാലോ എന്ന് ഒരു നിമിഷം അയാൾ ചിന്തിച്ചു. പെട്ടെന്ന് അതിലെ അപകടം അയാൾ തിരിച്ചറിഞ്ഞു. ഫോൺ ചോർത്തപ്പെടാം. അത് ജോഷിജിയെ തന്നെ അപകടത്തിലാക്കും. ഒരുപക്ഷേ, ആഗതരുടെ വെളിപ്പെടുത്തലിന്റെ ഉദ്ദേശ്യം തന്നെ അതാകാം.

അവർ പോയ ശേഷം താൻ ആരുമായൊക്കെ ബന്ധപ്പെടുന്നു എന്ന് നിരീക്ഷിക്കലാകണം, ഉദ്ദേശ്യം. അതോടെ രഹസ്യ പ്രവർത്തനത്തിൽ പങ്കാളികളായ മുഴുവൻ പേരെയും ഒറ്റയടിക്ക് അകത്താക്കാം. അതു വേണ്ട. ഒന്നും സംഭവിച്ചില്ല എന്ന മട്ടിൽ ഇതിനെ നിസ്സാരവല്ക്കരിക്കുന്നതാണ് നല്ലത്. തനിക്കൊരു വെപ്രാളവുമില്ല എന്ന തോന്നലുണ്ടാക്കുക.

മറ്റേതെങ്കിലും പത്രത്തിനു വേണ്ടി ജോലി ചെയ്യുന്നുണ്ടോ എന്ന അവരുടെ ചോദ്യമാണ് അനിരുദ്ധന്റെ മനസ്സിൽ കലാപമുണ്ടാക്കുന്നത്. ആ ചോദ്യം കരുതിക്കൂട്ടിത്തന്നെ ചോദിച്ചതാണ്. ലഘുലേഖകളുടെ രൂപത്തിലും പത്രരൂപത്തിലും അരമന രഹസ്യങ്ങൾ ദില്ലിയിലും പരിസരങ്ങളിലും അതിരഹസ്യമായി പ്രചരിക്കുന്നുണ്ട്. പക്ഷേ, അവയെല്ലാം ഒറ്റപ്പെട്ടതും ഒറ്റത്തവണത്തേക്കുള്ളതുമായ പ്രവർത്തനങ്ങളാണ്. അവയ്ക്കൊന്നും ഒരു തുടർച്ചയില്ല. ഈ തുടർച്ച കാത്ത് സൂക്ഷിക്കുന്ന *ന്യൂസും വാർത്ത*യും അതുകൊണ്ടുതന്നെ അധികാരികളുടെ സവിശേഷ ശ്രദ്ധ പിടിച്ചു പറ്റിയിട്ടുണ്ട്. മാത്രവുമല്ല, അവയിൽ വന്ന വാർത്തകളെല്ലാം സത്യസന്ധവും ജനങ്ങൾ ഒരിക്കലും അറിയരുതെന്ന് ഗവൺമെന്റ് ആഗ്രഹിക്കുന്നവയുമാണ്. ഓംമേത്തയ്ക്കും ശുക്ലയ്ക്കും ഒരേപോലെ ഉൽക്കണ്ഠയുണ്ടാക്കിയവയാണ് ന്യൂസിന്റേയും വാർത്തയുടേയും അവസാന ലക്കത്തിലെ പ്രതിപാദ്യങ്ങൾ. അതത്ര നിസ്സാരമല്ല. അവയെ തീർച്ചയായും അധികാരികൾ കൂലങ്കഷമായ പരിശോധനകൾക്ക് പല തലങ്ങളിൽ വിധേയമാക്കിയിരിക്കാം. അതിന്റെ ഉറവിടം തേടി അവർ ഇവിടെ വന്നതുപോലെ പലയിടങ്ങളിലും ചെന്നിരിക്കണം. അതിന്റെ ഭാഗമായി തങ്ങൾക്ക് സംശയമുള്ള ദില്ലി പത്രപ്രവർത്തകരുടെ ഒരു ലിസ്റ്റ് തന്നെ അവർ ഉണ്ടാക്കിയിരിക്കാം. അവരുടെയെല്ലാം നീക്കങ്ങളും സൂക്ഷ്മമായി നിരീക്ഷിച്ചിരിക്കണം. *ഇന്ത്യൻ മിററി*ൽ താൻ പോവാത്ത കാര്യം ഈ സൂക്ഷ്മ നിരീക്ഷണത്തിൽ അവർ കണ്ടെത്തിയതാവണം. അതാണ്, ഇപ്പോൾ താങ്കൾ ജോലിക്ക് പോവാറില്ലേ എന്ന് തുടക്കത്തിൽ തന്നെ ചോദ്യമുയർന്നത്. തങ്ങളത് മനസ്സിലാക്കിയിരിക്കുന്നു എന്നറിയിക്കാനും അതുവഴി താൻ പിടിക്കപ്പെട്ടോ എന്ന സംശയം തന്നിലുണ്ടാക്കാനും നടത്തിയ ഒരു മനഃശാസ്ത്ര സമീപനമായിരിക്കാം അത്. മറ്റേതെങ്കിലും പത്രത്തിനുവേണ്ടി പ്രവർത്തിക്കുന്നുണ്ടോ എന്ന ചോദ്യം ഉടൻ ഉയർത്തിയതും തന്റെ മനസ്സിലെ വെപ്രാളം മുഖത്ത് പ്രതിഫലിക്കുന്നുണ്ടോ എന്നറിയാനാവണം. ആ ചോദ്യങ്ങളൊന്നും തന്റെ മുഖത്ത് വിശേഷിച്ചൊരു ഭാവമാറ്റവും വരുത്തിയില്ല എന്നാണ് തന്റെ വിശ്വാസം. എന്തായാലും ഇത് തുടക്കം മാത്രമാണ്. അവർ തീർച്ചയായും തിരിച്ചുവരും.

അവർ വന്നു; പക്ഷേ, അത് അന്ന് അർദ്ധരാത്രി കഴിഞ്ഞ സമയത്തായിരുന്നു എന്നു മാത്രം. അയാൾ ശരിക്കും നല്ല ഉറക്കത്തിലായിരുന്നു. വാതിലിൽ തുരുതുരാ മുട്ടുന്നത് കേട്ടാണ് അയാൾ ഞെട്ടിയത്. കിടന്നു കൊണ്ടുതന്നെ അയാൾ ലൈറ്റിട്ടു. സമയം 2 മണി കഴിഞ്ഞിരിക്കുന്നു. ഈ സമയത്ത് ആരാണ്? ഉറക്കത്തിന്റെ ആലസ്യത്തോടെ അയാ

ളെഴുന്നേറ്റ് വാതിൽ തുറന്നു. അപ്പോൾ മുറ്റത്ത് ഒരു പൊലീസ് ജീപ്പ്. യൂണിഫോമിട്ട നാലോ അഞ്ചോ പേരുണ്ട്. അയാൾക്കവരോട് എന്ത് പറയണമെന്നു പോലും നിശ്ചയമുണ്ടായിരുന്നില്ല. അവരുടെ മേധാവി എന്ന് തോന്നിച്ചയാൾ അപ്പോൾ മുന്നോട്ട് വന്ന്, താങ്കൾ അറസ്റ്റിലാണ് എന്നറിയിച്ചു. അത് പ്രതീക്ഷിച്ചെന്നപോലെ അയാൾ തീർത്തും നിർവ്വികാരനായിരുന്നു. അപ്പോഴേക്കും അയൽ ക്വാർട്ടേഴ്സുകളിൽ നിന്ന് ചിലർ ഉൽക്കണ്ഠയോടെ ഇറങ്ങിവന്നു. അനിരുദ്ധന്റെ ക്വാർട്ടേഴ്സിൽ ഈ നട്ടപ്പാതിരായ്ക്ക് പൊലീസിനെന്ത് കാര്യം എന്ന മട്ടിലായിരുന്നു അവരുടെ വരവ്. ഒന്നും സംഭവിക്കാത്തതു പോലെ അനിരുദ്ധൻ അവരെ നോക്കി പുഞ്ചിരിച്ച ശേഷം പൊലീസ് ഓഫീസറുടെ സമ്മതത്തോടെ വസ്ത്രം മാറാൻ അകത്തേക്ക് പോയി. നന്നായി മുഖം കഴുകി വസ്ത്രം മാറി വന്നപ്പോഴേക്കും പൊലീസുകാർ അയാളുടെ അയൽക്കാരെ ഭയപ്പെടുത്തി വിട്ടിരിക്കണം; എല്ലാവരും സ്ഥലം വിട്ടിരുന്നു. പക്ഷേ, അവർ അകത്തളങ്ങളിൽനിന്ന് ഉൽക്കണ്ഠയോടെ നോക്കുന്നുണ്ടെന്ന് അനിരുദ്ധന് മനസ്സിലായി. കാരണം അകത്തളങ്ങളിൽ വിളക്കുകൾ അപ്പോഴും പ്രകാശിക്കുന്നുണ്ടായിരുന്നു. ക്വാർട്ടേഴ്സ് പൂട്ടി അയാൾ പൊലീസ് ജീപ്പിൽ കയറി. ജീപ്പ് നഗരത്തിന്റെ അതിർത്തി കടന്ന് ഏതൊക്കെയോ അപരിചിതമായ വഴികളിലൂടെ ഏറെനേരം സഞ്ചരിച്ച ശേഷം ഒരൊറ്റപ്പെട്ട കെട്ടിടത്തിന്റെ മുമ്പിൽ നിർത്തി. അപ്പോൾ സമയം ഏതാണ്ട് നാല് മണിയായിക്കാണണം. അവർ അയാളെ ആ കെട്ടിടത്തിന്റെ ഇങ്ങേയറ്റത്തുള്ള ചെറിയ മുറിയിലേക്ക് ആനയിച്ചു. അവരുടെ പെരുമാറ്റം അതുവരെയും തീർത്തും സാധാരണമായിരുന്നു. മുറിക്കുള്ളിൽ ഒരു പഴയ മേശയും ഏതാനും പഴയ മരക്കസാരകളും ചുവരിൽ ചാരി ചുരുട്ടിവെച്ച ഒരു പുല്പായയും മാത്രമാണുണ്ടായിരുന്നത്. അവിടെ മറ്റാരെങ്കിലുമുള്ളതിന്റെ ലക്ഷണമൊന്നുമുണ്ടായിരുന്നില്ല. പൊലീസുകാർ ആരെയോ പ്രതീക്ഷിച്ചെന്ന പോലെ നില്ക്കുന്നതായാണ് അനിരുദ്ധന് തോന്നിയത്. എങ്ങനെ കൈകാര്യം ചെയ്യണമെന്ന് അവർക്ക് നിശ്ചയമില്ലാത്തതു പോലെ. ആ അനിശ്ചിതത്വം പക്ഷേ, കുറച്ചു സമയം മാത്രമേ നീണ്ടുനിന്നുള്ളൂ. അതിനിടയിൽ അയാളുടെ തലേദിവസത്തെ സന്ദർശകരെത്തി. വന്നപാടെ അവരുടെ പരിഹാസം നിറഞ്ഞ ചോദ്യം: "ങ്അ. നിങ്ങളിത്ര വേഗം ഇങ്ങോട്ടെത്തിയോ?"

ഇനി തങ്ങളുടെ ഊഴമാണെന്ന മട്ടിൽ അവർ അവരുടെ കൈയിൽ സൂക്ഷിച്ച കടലാസ് പുറത്തെടുത്തപ്പോൾ അയാൾ ഒട്ടൊന്ന് ആശ്ചര്യം കൂറി. അത് *ന്യൂസിന്റേയും* *വാർത്തയുടേയും* അവസാനത്തെ രണ്ട് ലക്കങ്ങളായിരുന്നു. അവ നിവർത്തിക്കാണിച്ച ശേഷം അവർ ചോദിച്ചു:

"മി. അനിരുദ്ധൻ, ഇവയുടെ സ്രഷ്ടാവ് നിങ്ങളല്ലേ?"

"അല്ല." അയാൾ പെട്ടെന്ന് മറുപടി പറഞ്ഞു.

"നോക്കൂ, നുണ പറയരുത്. ഞങ്ങൾക്ക് വ്യക്തമായ തെളിവുണ്ട്."

"എന്ത് തെളിവ്?"

"അത് പറയാം. അതിന് മുമ്പ് ഞങ്ങളൊന്ന് ചോദിക്കട്ടെ. മി. അനിരുദ്ധൻ നിങ്ങൾ പ്രായത്തേക്കാൾ പക്വത എപ്പോഴും പ്രകടിപ്പിക്കുന്ന ഒരു ജേർണലിസ്റ്റാണ് എന്ന് ഞങ്ങൾ മനസ്സിലാക്കിയിട്ടുണ്ട്. തെറ്റാർക്കും പറ്റാം. പക്ഷേ, അത് സമ്മതിക്കുകയും തിരുത്തുകയും ചെയ്യുന്നതിലൂടെയാണ് നമ്മൾ നമ്മുടെ യോഗ്യത പ്രകടിപ്പിക്കേണ്ടത്. നിങ്ങളെപ്പോലൊരാളിൽനിന്ന് ഞങ്ങളതാണ് പ്രതീക്ഷിക്കുന്നത്." ആദ്യം പ്രലോഭനമെന്ന ആയുധമാണ് തന്റെ നേരെ പ്രയോഗിക്കുന്നത് എന്നയാൾക്ക് മനസ്സിലായി. ഇതിൽ വീണു പോകരുത്. അയാൾ മനസ്സിനെ ജാഗരൂകമാക്കി. "ചെയ്യാത്ത കുറ്റം എന്റെമേൽ കെട്ടിവയ്ക്കാതിരിക്കണം, സർ." അയാൾ വിനയമഭിനയിച്ചുകൊണ്ട് പതുക്കെ പറഞ്ഞു.

"ഞങ്ങളത് വിശ്വസിക്കുന്നില്ല, അനിരുദ്ധൻ. നോക്കൂ, ഞങ്ങളൊരു പാട് ദിവസമായി ഇതിന്റെ പിറകിലാണ്. നിങ്ങളുടെ പേര് വെച്ച് *ഇന്ത്യൻ മിററിൽ* വരുന്ന വാർത്തകളിലെ അതേ ശൈലിയാണ് *ന്യൂസ്* എന്ന് പേരുള്ള ഈ പത്രത്തിലെ വാർത്തകൾക്കുമുള്ളത് എന്ന് ഞങ്ങൾ കൃത്യമായി പരിശോധിച്ചു കണ്ടെത്തിയിട്ടുണ്ട്. അതുകൊണ്ട് നിഷേധിച്ചിട്ട് ഒരു കാര്യവുമില്ല"

അയാൾ മറുപടിയൊന്നും പറഞ്ഞില്ല. അവരയാൾക്ക് ആലോചിക്കാൻ ഒരവസരം കൂടി കൊടുത്തുകൊണ്ട് പറഞ്ഞു: "നിങ്ങളാലോചിക്കൂ. ഞങ്ങൾ കുറച്ച് കഴിഞ്ഞ് വീണ്ടും വരും. അപ്പോൾ നിങ്ങൾ സത്യസന്ധമായ മറുപടിയല്ല തരുന്നതെങ്കിൽ, നിങ്ങൾക്കറിയാമല്ലൊ, ഞങ്ങൾക്ക് ചില മുറകൾ നിങ്ങൾക്ക് മേൽ പ്രയോഗിക്കേണ്ടി വരും. അതിനിടയാക്കരുത്."

അവരെല്ലാവരും മുറിയിൽനിന്നും പുറത്തേക്ക് കടന്നു. ആരോ പുറത്ത് നിന്ന് അത് താഴിട്ട് പൂട്ടുന്ന ശബ്ദം അയാൾ കേട്ടു. ഒരല്പം നർമ്മബോധം അപ്പോഴും അയാളിൽ ബാക്കിയുണ്ടായിരുന്നു. അയാൾ സ്വയം പറഞ്ഞു: "ബന്ധനസ്ഥനായ അനിരുദ്ധൻ."

# ഇരുപത്തി ഒന്ന്

**നേ**രം പുലരുംവരെ പിന്നീടാരും അങ്ങോട്ട് ചെന്നില്ല. അവർ പോയശേഷം ചുവരിൽ ചാരിവെച്ച പുൽപ്പായ നിവർത്തിയിട്ട് അതിൽ കിടന്നതും അനിരുദ്ധൻ ഉറങ്ങിപ്പോയിരുന്നു. നല്ല ഉറക്കം. വാതിൽ തുറക്കുന്ന ശബ്ദം കേട്ടാണ് അയാൾ ഞെട്ടിയുണർന്നത്. ആ കെട്ടിടത്തിന്റെ കാവൽ ഏറ്റെടുത്തയാളാണെന്ന് തോന്നിച്ച ഒരാളാണ് വാതിൽ തുറന്ന് മുറിയിലേക്ക് കയറിയത്. അയാൾ അനിരുദ്ധനെ ശങ്കയോടെ നോക്കി. അനിരുദ്ധൻ അയാൾക്ക് ഹൃദ്യമായൊരു ചിരി സമ്മാനിച്ചു. അതോടെ അയാളുടെ ശങ്ക മാറിയിരിക്കണം. ആൾ ഒരു അപകടകാരിയല്ല എന്ന് ചിന്തിച്ചുകാണും. ഒരപകടകാരിക്ക് ഇത്രയ്ക്ക് ഹൃദ്യമായി ചിരിക്കാനാവില്ല എന്ന് അനുഭവങ്ങൾ അയാളെ പഠിപ്പിച്ചിരിക്കണം. മുറിക്ക് കുറുകെവെച്ച സ്ക്രീനിനപ്പുറത്ത് ചെറിയൊരു ശൗചാലയമുണ്ടെന്നും അയാൾക്കവിടെ പ്രഭാതകൃത്യങ്ങൾ നടത്താമെന്നും അയാൾ ഹിന്ദിയിൽ പറഞ്ഞു.

എല്ലാം കഴിഞ്ഞ് തിരിച്ചെത്തിയപ്പോൾ അയാളെ കാത്ത് ഐ ബി ഉദ്യോഗസ്ഥർ അക്ഷമരായിരിക്കുന്നതാണ് കണ്ടത്. അനിരുദ്ധനെ കണ്ട മാത്രയിൽതന്നെ അവർ ചോദിച്ചു:" മി: അനിരുദ്ധൻ, താങ്കൾ വേണ്ടവിധം ആലോചിച്ചിരിക്കുമെന്ന് ഞങ്ങൾ വിശ്വസിക്കട്ടെ? എന്താണ് താങ്കളുടെ മറുപടി?"

" എനിക്കിന്നലെ പറഞ്ഞ മറുപടി മാത്രമേ ഇപ്പോഴും പറയാനുള്ളൂ, സാർ."

യാതൊരു ഭാവഭേദവും കാട്ടാതെ അനിരുദ്ധൻ പറഞ്ഞുനിർത്തി. ആഗതർ രണ്ടുപേരും അടുത്ത ഘട്ടമെന്തെന്നറിയാതെ ഒന്നമ്പരന്നതുപോലെ തോന്നി. ഒട്ടുനേരം കഴിഞ്ഞപ്പോൾ അതിലെ പ്രായം കുറഞ്ഞ

യാൾ ഒരു താക്കീത് പോലെ പറഞ്ഞു: "മി: അനിരുദ്ധൻ, ഞങ്ങൾ നിങ്ങളുടെ അറസ്റ്റ് ഇതുവരെ രേഖപ്പെടുത്തിയിട്ടില്ല. നിങ്ങൾ ഞങ്ങളോട് സഹകരിക്കുകയാണെങ്കിൽ അറസ്റ്റ് രേഖപ്പെടുത്താതെ തന്നെ ഞങ്ങൾക്ക് നിങ്ങളെ വിട്ടയക്കാനാവും. അതല്ലെങ്കിൽ നിങ്ങൾക്കെന്തും സംഭവിക്കാം. നിങ്ങളെ എന്ത് ചെയ്താലും ആരും അറിയാൻ പോകുന്നില്ല."

എന്തുകൊണ്ടോ ആ ഭീഷണി അയാളുടെ ആത്മധൈര്യത്തെ ഉയർത്തുകയാണ് ചെയ്തത്. അല്ലെങ്കിൽ എന്തിനെക്കുറിച്ചുള്ള ഭയവും അത് സംഭവിക്കുന്നത് വരെ മാത്രമേ നിലനില്ക്കൂ. അത് കഴിഞ്ഞാൽ 'ഓ, ഇതിത്രയേ ഉള്ളൂ' എന്ന നിസ്സാരഭാവമാണ് ഉണ്ടാവുക. അനിരുദ്ധനും ഏതാണ്ട് ആ അവസ്ഥയിലായി കഴിഞ്ഞിരുന്നു. തന്നെ വിശ്വസിച്ച് തനിക്കൊപ്പം നില്ക്കാനും സാഹസികമാംവിധം തന്നെ, പത്രസ്വാതന്ത്ര്യം ഉയർത്തിപ്പിടിക്കാനായി തങ്ങളാലാവും വിധം പ്രവർത്തിക്കാനും തയ്യാറായ നിർദ്ദോഷികൾക്കാർക്കും ഒരു പോറലും സംഭവിച്ചുകൂടാ എന്ന ബോധം മറ്റെല്ലാ ചിന്തകളെയും അധഃകരിച്ചുകൊണ്ട് അയാളിലുണർന്നു. ഭയത്തിന്റെ എന്തെങ്കിലും ശേഷിപ്പ് അയാളിൽ ഉണ്ടായിരുന്നെങ്കിൽ അത്പോലും ഈ ചിന്തയിൽ അലിഞ്ഞില്ലാതായി. അതോടെ എന്തിനേയും നേരിടാം എന്ന അതിരില്ലാത്ത ആത്മവിശ്വാസം അയാളിൽ നിറഞ്ഞു. തനിക്ക് മുമ്പിലുയർത്തപ്പെട്ട ഭീഷണിയെ നിസ്സാരവല്ക്കരിച്ചുകൊണ്ട് അനിരുദ്ധൻ പറഞ്ഞു: "അറസ്റ്റ് ചെയ്യുക, ഭീഷണിപ്പെടുത്തുക, പീഡിപ്പിക്കുക, കൊല്ലുക തുടങ്ങി എന്തും നിങ്ങൾക്ക് ഇഷ്ടം പോലെ നടത്താവുന്ന കാലമാണിത് എന്നെനിക്കറിയാം, സർ. ഞാനതൊന്നും അത്ര കാര്യമാക്കുന്നില്ല."

ഇത്രയും അവർ പ്രതീക്ഷിച്ചില്ലെന്ന് തോന്നി. തുടർന്ന് അവർ അനുനയത്തിന്റെ സ്വരമുയർത്തി:

"മി: അനിരുദ്ധൻ, ഞങ്ങൾക്ക് കിട്ടിയ ഈ പ്രസിദ്ധീകരണങ്ങളുടെ ഉറവ കണ്ടെത്താൻ ഞങ്ങൾ ബാദ്ധ്യസ്ഥരാണെന്ന് നിങ്ങൾക്കുമറിയാം. നിങ്ങളൊരു തൊഴിൽ ചെയ്യുന്നു, ഞങ്ങൾ വേറൊരു തൊഴിൽ ചെയ്യുന്നു എന്ന വ്യത്യാസമേയുള്ളൂ. നമ്മളെല്ലാവരും നമ്മുടെ തൊഴിലിൽ തികഞ്ഞ ആത്മാർത്ഥതയും ഉത്തരവാദിത്വവും കാണിക്കണമെന്ന കാര്യത്തിൽ നിങ്ങളെപ്പോലൊരാൾക്ക് അഭിപ്രായ വ്യത്യാസമുണ്ടാവാൻ വഴിയില്ല..."

അനിരുദ്ധൻ അയാളെ മുഴുവനാക്കാൻ സമ്മതിച്ചില്ല.

"ഇപ്പോൾ സാറ് പറഞ്ഞതാണ്, ശരി. എല്ലാവരുടെയും തൊഴിൽ മഹത്ത്വമുള്ളതാണ് എന്ന് വിശ്വസിക്കാൻ അതത് തൊഴിലിലേർപ്പെട്ട ഓരോരുത്തർക്കും അവകാശമുണ്ടല്ലോ. അതിനോട് ഉത്തരവാദിത്വവും ആത്മാർത്ഥതയും കാണിക്കാൻ ഓരോ തൊഴിലിലും ഏർപ്പെട്ടവർക്കും ബാദ്ധ്യതയും കടമയും ഉണ്ട്. ആ കടമയും ബാദ്ധ്യതയും ഒരു പത്രത്തെ സംബന്ധിച്ച് അല്ലെങ്കിൽ അതിൽ പ്രവർത്തിക്കുന്നവരെ സംബന്ധിച്ച് കാണിക്കേണ്ടത് അതിന്റെ വായനക്കാരോടാണ്. അത് കാണിക്കാൻ തടസ്സം നില്ക്കുന്ന ഒരു ഭരണകൂടമാണിവിടെയുള്ളത്. ഭരണകൂടത്തോട്

ഞങ്ങൾ കലഹിക്കുന്നുണ്ടെങ്കിൽ അത് സാറ് പറഞ്ഞപോലെ ഞങ്ങളുടെ തൊഴിൽ ഞങ്ങളിലർപ്പിച്ചിട്ടുള്ള കടമ നിർവ്വഹിക്കാനും അതിന്റേതായ പവിത്രതയും ആത്മാർത്ഥതയും നിലനിർത്താനും വേണ്ടിയാണ്; അതിനുവേണ്ടി മാത്രമാണ്. അത് താങ്കൾ സമ്മതിച്ചു തന്നേ പറ്റൂ."

"നമ്മൾ തമ്മിൽ ഒരു തർക്കത്തിനല്ല, ഞങ്ങൾ വന്നത്. ഞങ്ങൾക്ക് ഞങ്ങളുടെ ജോലി ചെയ്തേ പറ്റൂ. അതിനായി ഞങ്ങളിനി തേടാൻ പോകുന്ന മാർഗ്ഗങ്ങൾ നിങ്ങൾക്ക് വലിയ പ്രയാസങ്ങളുണ്ടാക്കുമെന്ന് മാത്രമേ ഞങ്ങളിപ്പോൾ പറയുന്നുള്ളൂ." അവരിരുവരും അതും പറഞ്ഞ് സ്ഥലം വിട്ടു. മുറി പുറത്ത് നിന്ന് പൂട്ടുകയും ചെയ്തു. ഉച്ചയായതോടെ ചൂട് അസഹ്യമായി. ഒരു ചെറിയ കിളിവാതിൽ മാത്രമുള്ള ആ മുറിയിലേക്ക് കാറ്റിനു പോലും വരാൻ പേടിയുള്ളതുപോലെ. വിശപ്പും ചൂടും ഒരുപോലെ അയാളെ വശംകെടുത്തിയിരുന്നു. വരാനിരിക്കുന്ന പീഡാനുഭവങ്ങളുടെ ഒരു മിനിയേച്ചർ രൂപമേ ആയിട്ടുള്ളൂ എന്ന് മനസ്സ് അയാളുടെ ശരീരത്തെ നിരന്തരം ഓർമ്മിപ്പിച്ചുകൊണ്ടിരുന്നു. ഈ ഓർമ്മിപ്പിക്കലിലൂടെ മനസ്സിന് അതിന്റെ സഹനശേഷി അനുക്രമം വർദ്ധിപ്പിക്കാനാകും എന്നയാൾ ഉറച്ചു വിശ്വസിച്ചു. വൈകുന്നേരത്തോടെ രാവിലെ കണ്ട, കാവല്ക്കാരൻ എന്നുതോന്നിച്ച ചെറുപ്പക്കാരൻ ഒരു പൊതിയുമായി വന്നു. അയാൾക്കുള്ള ഭക്ഷണമായിരുന്നു, അത്. ആകെ തണുത്തിരുന്നു. വിശപ്പുണ്ട്. എന്തായാലും ഭക്ഷിക്കുകതന്നെ. വിശപ്പിനേക്കാൾ അയാളെ അലട്ടിയത് ദാഹമായിരുന്നു. അയാൾ വെള്ളം വീണ്ടും വീണ്ടും ചോദിച്ചുവാങ്ങി. അടുത്ത ഭക്ഷണം ഇനിയെപ്പോഴാണെന്നറിയില്ലല്ലോ. ചിലപ്പോൾ ഉണ്ടായില്ലെന്നും വരാം. അതുകൊണ്ട് അയാൾ രുചിയൊന്നും നോക്കാതെ അത് മുഴുവനും കഴിച്ചു.

രാത്രിയായിട്ടും അയാളെ ചോദ്യം ചെയ്യാൻ ആരും വന്നില്ല. എന്നാൽ അയാൾ നല്ല ഉറക്കമായപ്പോൾ ആരോ വാതിൽ തുറക്കുന്ന ശബ്ദം കേട്ട് ഞെട്ടിയെഴുന്നേറ്റു. സമയം എത്രയായെന്നറിയാൻ ഒരു വഴിയുമില്ലായിരുന്നു. ഇത്തവണ വന്നത് തന്നെ കസ്റ്റഡിയെടുക്കാൻ വന്ന പൊലീസുകാരുടെ കൂട്ടത്തിലുണ്ടായിരുന്ന മൂന്ന് പേരായിരുന്നു. വന്നപാടേ അവർ മുറിയിലുണ്ടായിരുന്ന മരകസേരകൾ വരിവരിയായി നിരത്തി അതിലിരുന്നുകൊണ്ട് അയാളോട് ചോദിച്ചു:

"നിങ്ങൾ ഞങ്ങളെക്കൊണ്ട് കടുത്ത നിലപാടെടുപ്പിക്കാൻതന്നെയാണോ ഭാവം?" അയാൾ മറുപടിയൊന്നും പറഞ്ഞില്ല. വെറുതെ സംസാരിച്ചിട്ട് ഒരു കാര്യവുമില്ലെന്ന് അയാൾക്ക് ബോദ്ധ്യപ്പെട്ടു തുടങ്ങിയിരുന്നു. ന്യായവാദങ്ങൾക്കൊന്നും ഇവിടെ ഒരു പ്രസക്തിയുമില്ല. രഹസ്യപ്രസിദ്ധീകരണങ്ങളുടെ സ്രഷ്ടാവാരാണെന്ന് സമ്മതിപ്പിച്ചു കഴിഞ്ഞാൽപിന്നെ കാര്യം എളുപ്പമാവും. ഒരാൾക്ക് മാത്രമായി ചെയ്യാവുന്ന ഒരു കാര്യമല്ല, അത്. അതിന് പിന്നിൽ ഒരു കൂട്ടായ പ്രവർത്തനമുണ്ടെന്ന കാര്യം ആർക്കും മനസ്സിലാക്കാവുന്നതേയുള്ളൂ. അതാരൊക്കെയാണ്, അതിനാവശ്യമായ പണമെവിടെനിന്ന് വരുന്നു, അത് ഏത് പ്രസിലാണടിക്കു

ന്നത്, അതെവിടെയാണ് പ്രവർത്തിക്കുന്നത് തുടങ്ങി ഒട്ടനവധി ചോദ്യങ്ങളുടെ മാറാപ്പും പേറിക്കൊണ്ടാണ് മൂവർ സംഘത്തിന്റെ വരവ് എന്ന് അയാൾക്കറിയാം. അതിനാൽ ഒന്നും വിട്ടുപറയാതിരിക്കുക എന്നത് മാത്രമാണ് തനിക്കിപ്പോൾ സ്വീകരിക്കാവുന്ന നിലപാട് എന്ന് അയാൾ മനസ്സിൽ ആവർത്തിച്ചുറപ്പിച്ചു. അതിനാൽ അവർ ചോദ്യങ്ങൾ ആവർത്തിച്ചുവെങ്കിലും അയാൾ മൗനം വെടിയാൻ കൂട്ടാക്കിയില്ല. അതോടെ അവരുടെ ക്ഷമ പൂർണ്ണമായും അസ്തമിച്ചു.

അടുത്തത് മൂന്നാംമുറയായിരിക്കും എന്നയാൾ ഉറപ്പിച്ചു. പക്ഷേ, അത് പ്രയോഗിക്കുന്നതിന് പകരം അവർ മൂവരും മുറിക്ക് പുറത്തിറങ്ങി ഏറെനേരം ഒരു വാഗ്വാദം നടത്തുന്നതുപോലെയാണ് അയാൾക്ക് തോന്നിയത്. അതിന്റെ അന്ത്യത്തിൽ അവർ മുറിയിലേക്ക് തിരികെ വന്ന് ഒരു ഭീഷണിപുറപ്പെടുവിച്ചു:

"നിങ്ങളെക്കൊണ്ടെല്ലാം തുറന്നു പറയിക്കാനറിയാവുന്നവർ നാളെ ഇവിടെയെത്തും. കരുതിയിരുന്നോളൂ." അതും പറഞ്ഞ് അവർ പുറത്തിറങ്ങി. അവർ തന്നെയായിരിക്കണം, മുറി താഴിട്ട് പൂട്ടുന്ന ശബ്ദവും കേട്ടു. അനിരുദ്ധൻ ഒന്നും സംഭവിക്കാത്തതുപോലെ പുല്ലുപായയുടെ തണുപ്പിൽ അഭയം തേടുകയും നിദ്രയിൽ സ്വയം നഷ്ടപ്പെടുകയും ചെയ്തു.

പിറ്റേദിവസം നേരം നന്നെ വെളുത്തുവെന്ന് തോന്നിയെങ്കിലും ആരും വാതിൽ തുറക്കുകയോ അകത്തേക്ക് വരികയോ ചെയ്തില്ല. അനിരുദ്ധൻ എഴുന്നേറ്റ് പുല്പായ ചുരുട്ടി ചുവരിൽ ചാരിവെച്ച് തിരിയുമ്പോൾ വാതിൽ തുറക്കുന്ന ശബ്ദം കേട്ടു. കയറി വന്നത് ഉയർന്ന റാങ്കുള്ള ഒരു പൊലീസ് ഓഫീസറാണെന്ന് അനിരുദ്ധന് മനസ്സിലായി. മുറിയിൽ കയറിയ ഉടൻ സ്വയം ഒരു കസാര നീക്കിയിട്ട് അതിലിരുന്നശേഷം അയാൾ മറ്റൊരു കസാര ചൂണ്ടി അനിരുദ്ധനോട് തനിക്കഭിമുഖമായി ഇരിക്കാൻ പറഞ്ഞു. വളരെ കണക്കുകൂട്ടിയുള്ളതാണ് ആഗതന്റെ ഓരോ നീക്കവുമെന്ന് അനിരുദ്ധൻ സൂക്ഷ്മമായി ശ്രദ്ധിക്കുന്നുണ്ടായിരുന്നു. തികഞ്ഞ സൗഹൃദ ഭാവത്തിലായിരുന്നു അയാളുടെ അദ്യത്തെ പ്രസ്താവന. "മി. അനിരുദ്ധൻ, നിങ്ങൾ ഞങ്ങളോട് സഹകരിക്കണം. ഞങ്ങൾക്ക് ഞങ്ങളുടെ ജോലി ചെയ്യേണ്ടേ? നിങ്ങൾക്കറിയാമല്ലോ, ഇപ്പോഴത്തെ സാഹചര്യത്തിൽ നിങ്ങളെപ്പോലുള്ളവർ മാത്രമല്ല, ഞങ്ങളും കടുത്ത സമ്മർദ്ദത്തിലാണ്." അത്രയും പറഞ്ഞ് അയാൾ അനിരുദ്ധന്റെ മറുപടിക്കായി കാത്തു.

"സർ, ജോലി നിർവ്വഹണത്തെക്കുറിച്ച് താങ്കൾ പറഞ്ഞതുകൊണ്ട് പറയുകയാണ്. ജോലി എങ്ങനെയെങ്കിലും ചെയ്തു തീർക്കുക എന്നതാണോ ജോലി നിർവ്വഹണം എന്ന് പറയുന്നത്? ഏത് ജോലിക്കുമില്ലേ, സർ ഒരു എത്തിക്സ്? നമ്മുടെ രാഷ്ട്രപിതാവ് വലിയ ആരാധനയോടെ നോക്കിക്കണ്ട ഒരു ദാർശനികനാണ്, ജോൺറസ്കിൻ. താങ്കൾ അദ്ദേഹത്തെപ്പറ്റി കേട്ടിട്ടുണ്ടാകും." അനിരുദ്ധൻ ഒന്നു നിർത്തി അയാൾക്കെന്തെങ്കിലും പറയാൻ ഒരവസരം കൊടുത്തു. എന്നാൽ അയാൾ അനിരു

ദ്ധന്റെ മുഖത്തേക്ക് ശ്രദ്ധയോടെ നോക്കിയല്ലാതെ മറുപടിയൊന്നും പറഞ്ഞില്ല. അനിരുദ്ധൻ തുടർന്നു: "ജോൺ റസ്കിന്റെ ഒരു ചെറിയ പുസ്തകമുണ്ട്; വലിയ ആശയങ്ങളുള്ള ചെറിയ പുസ്തകം. *അൺടുദിസ് ലാസ്റ്റ്* എന്നാണതിന്റെ പേര്. ബാപ്പുവിന്റെ "അന്ത്യോദയം" എന്ന ആശയം ആ പുസ്തകത്തിന്റെ സ്വാധീനം കൊണ്ടുണ്ടായതാണ്. അനിരുദ്ധൻ വീണ്ടും നിർത്തി. പൊലീസ് ഓഫീസർ അനിരുദ്ധൻ പറയുന്നത് ഒട്ടൊരു ആദരവോടെ തന്നെ കേൾക്കുകയായിരുന്നു. അതിനാൽ അയാൾ കൂടുതൽ ഉത്തേജിതനായി. എന്നിട്ട് തുടർന്നു: "സർ, സമൂഹത്തിലെ ഓരോ ആൾക്കും സമൂഹത്തോടുള്ള വലിയ ധാർമ്മിക ഉത്തരവാദിത്വങ്ങളെക്കുറിച്ചാണ് റസ്കിൻ പറയുന്നത്. ഓരോ തൊഴിലിൽ ഏർപ്പെട്ടിരിക്കുന്നവരും അതത് തൊഴിൽ അനുശാസിക്കുന്ന നൈതിക നിഷ്ഠകൾക്ക് വിധേയനാണ് എന്നാണ് ആ ദാർശനികൻ പറയുന്നത്. നിഷ്ഠകൾക്കായി സ്വജീവൻ ത്യജിക്കാനും, നിർണ്ണായക ഘട്ടത്തിൽ ഒരാൾ തയ്യാറാവണം. എപ്പോൾ മരിക്കണമെന്നറിയാത്തവന് എങ്ങനെ ജീവിക്കണമെന്നും അറിയാൻ വഴിയില്ല എന്നു കൂടി അദ്ദേഹം സഗൗരവം പറഞ്ഞു വയ്ക്കുന്നുണ്ട്. അതനുസരിച്ച് നീതി ലോകത്തിൽനിന്ന് തിരോഭവിക്കുന്നു എന്ന അവസ്ഥ വന്നാൽ അതിന്റെ പുനരുജ്ജീവനത്തിനായി നിയമജ്ഞർ സ്വജീവൻ ബലിയർപ്പിച്ചേ പറ്റൂ. പത്രസ്വാതന്ത്ര്യം സമൂഹത്തിൽനിന്ന് അപ്രത്യക്ഷമായിക്കൊണ്ടിരിക്കുമ്പോൾ അതിന്റെ പുനഃസ്ഥാപനത്തിനായി ഒരു പത്രപ്രവർത്തകൻ, വേണ്ടിവന്നാൽ ആത്മാഹുതി ചെയ്യാൻ ബാദ്ധ്യസ്ഥനാണ്, സർ. ഞാനെന്റെ കടമ മാത്രമാണ് നിർവ്വഹിച്ചത് എന്ന് ഞാൻ ദൃഢമായി വിശ്വസിക്കുന്നു. ആ വിശ്വാസം എനിക്ക് തരുന്ന ധാർമ്മിക ബലത്തെ ജയിക്കാൻ പോരുന്ന ആയുധമൊന്നും നിങ്ങളുടെ കൈയിലുണ്ടെന്ന് തോന്നുന്നില്ല" അനിരുദ്ധൻ പറഞ്ഞു തീർത്തു. എന്താണിനി പറയേണ്ടത് എന്ന് പൊലീസ് ഓഫീസർക്ക് ഒരു നിശ്ചയവുമുണ്ടായിരുന്നില്ല. അയാൾ പതുക്കെ കസാരയിൽ നിന്ന് എഴുന്നേറ്റു. അനിരുദ്ധനോട് ഒരു വാക്കും ഉരിയാടാനാവാതെ അയാൾ ആ ഇടുങ്ങിയ മുറിയിൽനിന്നും വേഗത്തിൽ നിഷ്ക്രമിച്ചു.

അനിരുദ്ധനെ പൂട്ടിയിട്ട ആ ഇടുങ്ങിയ മുറി അതിനോട് ചേർന്നുള്ള ഒരു നീണ്ട കെട്ടിട സമുച്ചത്തിന്റെ അങ്ങേ അറ്റമായിരുന്നു. ആ കെട്ടിടത്തിലെ പല മുറികളിലായി, അനിരുദ്ധനെപ്പോലെ രാത്രിയുടെ വ്യത്യസ്ത യാമങ്ങളിൽ പൊലീസുകാർ റാഞ്ചിക്കൊണ്ടുവന്ന പല ജോലികളിലേർപ്പെട്ടിരിക്കുന്ന ഒട്ടേറെ ആളുകൾ പല വിധത്തിൽ പീഡിപ്പിക്കപ്പെടുന്നുണ്ടായിരുന്നു. ദില്ലിയുടെ ഏതോ അതിർത്തി ഗ്രാമത്തിൽ പ്രവർത്തിക്കുന്ന പല പീഡന ക്യാമ്പുകളിലൊന്ന്. അനിരുദ്ധനുവേണ്ടി ഈയൊരു മുറി തെരഞ്ഞെടുത്തത് ഇന്റലിജൻസ് ഉദ്യോഗസ്ഥരായിരുന്നു. അയാൾ പെട്ടെന്ന് വഴങ്ങുമെന്നും അങ്ങനെ രഹസ്യ പ്രസിദ്ധീകരണങ്ങളുടെ ചുരുൾ പൂർണ്ണമായി അഴിക്കാനാകുമെന്നും, അതിന് പിന്നിൽ പ്രവർത്തിച്ച മുഴുവൻ പേരെയും ഒരുമിച്ച് വേണ്ട വിധത്തിൽ കൈകാര്യം

ചെയ്യാൻ പൊലീസിനെ തുടർന്ന് ഏല്പിക്കാമെന്നുമായിരുന്നു അവരുടെ കണക്കു കൂട്ടൽ. എല്ലാം പിഴച്ചുപോയിരിക്കുന്നു എന്നവർക്ക് ബോദ്ധ്യമായി. അനിരുദ്ധനെ അതോടെ ആ കെട്ടിടത്തിലെ മറ്റൊരു മുറിയിലേക്ക് അന്നുരാത്രി തന്നെ മാറ്റി. കൊണ്ടുപോവുമ്പോൾ അയാളുടെ കണ്ണുകൾ കെട്ടാൻ അവർ പ്രത്യേകം ശ്രദ്ധിച്ചു. അതിനാൽ ആ മാറ്റത്തിനിടയിൽ ആളുകളുടെ ദീന വിലാപങ്ങളും സഹനങ്ങളുടെ ഞരക്കങ്ങളും കേൾക്കുകയല്ലാതെ അയാൾക്ക് ആരെയും കാണേണ്ടി വന്നില്ല. താനും മൂന്നാം മുറയ്ക്ക് വിധേയമാക്കപ്പെടാൻ പോവുകയാണെന്ന് അയാൾക്ക് മനസ്സിലായി. അതോടെ അയാൾ സ്വന്തം മനസ്സിനെ ജാഗ്രതപ്പെടുത്തിക്കൊണ്ടിരുന്നു- "പതറരുത്, അധൈര്യപ്പെടരുത്."

അനിരുദ്ധനെ എത്തിച്ചത് ഒരിരുട്ടുമുറിയിലായിരുന്നു. മുറിയിലേക്ക് എത്തിക്കുകയായിരുന്നില്ല. അയാളുടെ കണ്ണിന്റെ കെട്ടഴിച്ച ശേഷം ആരൊക്കെയോ ചേർന്ന് അയാളെ മുറിയിലേക്ക് ഊക്കിൽ തള്ളുകയായിരുന്നു. ആ തള്ളിന്റെ ഊക്കിൽ അയാളുടെ നെറ്റി അതിശക്തിയായി ചുവരിൽ ഇടിക്കുകയും ചെയ്തു. നിമിഷങ്ങൾക്കുള്ളിൽ അയാളുടെ പിന്നിൽ വാതിലടഞ്ഞു. ഒന്നും കാണാൻ വയ്യ. കുറ്റാക്കുറ്റിരുട്ട് മാത്രം. അയാൾ ഗത്യന്തരമില്ലാതെ നിലത്തിരുന്നു. നിലത്ത് നല്ല നനവുണ്ടെന്ന് തോന്നി. അയാൾ അന്ന് രാത്രി മുഴുവൻ നിലത്ത് കുത്തിയിരുന്ന് നേരം വെളുപ്പിച്ചു. പുലരാൻ കാലം ചുവരിൽ ചാരിയിരുന്ന് ഒന്ന് മയങ്ങിക്കാണണം. ഉച്ചത്തിലുള്ള ശബ്ദം കേട്ടാണ് ഞെട്ടിയത്. യൂണിഫോമിട്ട ഏതാനും പൊലീസുകാർ മുറിയിലേക്ക് ഇടിച്ചു കയറുകയായിരുന്നു. അവരിലൊരാൾ അയാളെ കഴുത്തിന് കുത്തിപ്പിടിച്ച് ചുവരിലേക്ക് ആഞ്ഞ് തള്ളി. ആ തള്ളിൽ അയാളുടെ തല ചുവരിൽ ശക്തിയായി ഇടിച്ചു. തുടർന്ന് അടുത്തയാൾ തന്റെ കാൽമുട്ട് അനിരുദ്ധന്റെ വയറിൽ ഊക്കോടെ അമർത്തിയശേഷം പുറത്ത് കൈമുട്ടുകൾ കൊണ്ട് ഇടിച്ചു. അസഹ്യമായ വേദനയിൽ അയാൾ പുളഞ്ഞുപോയി. പിന്നീട് ചോദ്യങ്ങളുയർന്നു. ചോദ്യങ്ങളെല്ലാം ഹിന്ദിയിലായിരുന്നു. ഒളിപ്രവർത്തനത്തിൽ അയാളുടെ സഹായികളാരെല്ലാമാണ്? ആരാണ് പണം തരുന്നത്? എവിടെ വെച്ചാണ് ഈ പത്രങ്ങൾ അടിക്കുന്നത്? ആരാണ് നിങ്ങൾക്ക് വാർത്തകൾ നല്കുന്നത്? *ഇന്ത്യൻ മിററി*ന് നിങ്ങളുടെ ഈ ഒളിപ്രവർത്തനമറിയാമോ? നിങ്ങൾ പത്രത്തിന്റെ ഓഫീസിൽ പോകാതായിട്ട് എത്രകാലമായി?

ചോദ്യങ്ങൾക്കൊന്നും അയാൾ ഉത്തരം പറഞ്ഞില്ല. അപ്പോഴെല്ലാം അയാളുടെ ശരീരത്തെ അവർ യുദ്ധക്കളമാക്കി. ഉത്തരമൊന്നും കിട്ടുന്നില്ലെന്നറിഞ്ഞിട്ടും അവർ ചോദ്യങ്ങൾ ആവർത്തിച്ചുകൊണ്ടേയിരുന്നു-അവരുടെ ഈ പൈശാചിക മർദ്ദനങ്ങൾക്കുള്ള ന്യായീകരണമെന്നോണം. മർദ്ദകർ ഉച്ചയൂണിന് പോകുംവരെ അടിയും ഇടിക്കട്ട പോലെ തോന്നിച്ച ഭാരിച്ച ഒരു സാധനം ഉപയോഗിച്ചുള്ള ഇടിയും നിർത്താതെ തുടർന്നു. അയാൾക്ക് ഭക്ഷണമോ വെള്ളമോ കൊടുക്കാതിരിക്കാൻ അവർ പ്രത്യേകം ശ്രദ്ധിച്ചു. ഭക്ഷണം നല്കിയിരുന്നെങ്കിൽ

തന്നെ അത് കഴിക്കാൻ സാധിക്കുന്ന ശാരീരികാവസ്ഥയിലായിരുന്നില്ല അയാൾ.

ഭക്ഷണശേഷമുള്ള പീഡന രീതി വേറൊരു തരത്തിലായിരുന്നു. അതിനു മുമ്പ് അവർ അയാൾക്കൊരു താക്കീത് നല്കി. “നീ ഇനിയും ചോദ്യങ്ങൾക്ക് മറുപടി പറയാൻ തയ്യാറല്ലെങ്കിൽ ജീവനോടെ നിന്നെ ഞങ്ങൾ പുറം ലോകം കാണിക്കില്ല. നിന്നെപ്പോലുള്ളവരെ എന്ത് ചെയ്താലും ആരും ഒന്നും അറിയാനും പോകുന്നില്ല. എല്ലാം കഴിഞ്ഞ് നിന്റെ ശരീരം ഏതെങ്കിലും റെയിൽ പാളത്തിൽ കിടക്കും.”

അതിന് ശേഷം മുറിയുടെ ഒരു ഭാഗത്ത് തലതിരിച്ച് കിടത്തിയിരുന്ന ഒരു ബെഞ്ച് രണ്ടുപേർ ചേർന്ന് നിവർത്തി അയാൾക്കരികിൽ കൊണ്ടെത്തിച്ചു. അറസ്റ്റ് ചെയ്യുമ്പോഴത്തെ പാന്റ്സും ഷർട്ടും തന്നെയായിരുന്നു, അയാളുടെ ദേഹത്തുണ്ടായിരുന്നത്. അവരതഴിച്ചു കളഞ്ഞു. തുടർന്ന് അയാളെ ബലമായി ബെഞ്ചിൽ മലർത്തിക്കിടത്തിയശേഷം കൈകൾ പിന്നിലാക്കി ബെഞ്ചിനോട് ചേർത്തി കെട്ടി. തുടർന്ന് അയാളുടെ കാൽമുട്ടുകൾക്ക് മുകളിലായി ഇരുതുടകളിലും ചേർത്ത് ഒരു ലാത്തി വിലങ്ങനെ വെച്ചു. ഇരുവശത്തുംനിന്ന രണ്ടു പൊലീസുകാർ അവരുടെ എല്ലാ ശക്തിയും ലാത്തിയിൽ ആവാഹിച്ച് അത് അയാളുടെ തുടകൾക്ക് മുകളിലൂടെ മേലോട്ടും താഴോട്ടും നിർത്താതെ ഉരുട്ടി. തുടയിലെ മാംസം പറിഞ്ഞ് പോകുന്ന അനുഭവമായിരുന്നു. അയാൾ ആർത്തലച്ച് കരഞ്ഞു. അപ്പോൾ ഏതാനും തുണിക്കഷണങ്ങൾ ഒരു പൊലീസുകാരൻ അയാളുടെ വായിലേക്ക് കുത്തിത്തിരുകി. ആ പീഡനം രണ്ട് മണിക്കൂറിലേറെ തുടർന്നു. പിന്നീട് തുണി അയാളുടെ വായിൽനിന്നെടുത്തു മാറ്റിയ ശേഷം പഴയ ചോദ്യങ്ങൾ അവർത്തിച്ചു. ഉരുട്ടൽ നിർത്തിയ ആശ്വാസത്തിൽ അയാൾ നെടുവീർപ്പിട്ടു. പക്ഷേ, അയാളപ്പോഴും മറുപടിയൊന്നും പറഞ്ഞില്ല.

അതിനിടയിൽ ലാത്തിയുരുട്ടിക്കൊണ്ടിരുന്നവർ പരിക്ഷീണരായിരുന്നു. അവർക്ക് പകരം മറ്റൊരു പൊലീസുകാരൻ ചുമതലയേറ്റു. അയാൾ അനിരുദ്ധന്റെ തുടകൾക്ക് മേൽ കുറുകെ വെച്ച ലാത്തിമേൽ കയറിയിരുന്നാണ് ഉരുട്ടൽ തുടർന്നത്. വേദനകൊണ്ട് അയാൾ പുളയുകയും എരിപൊരി സഞ്ചാരം കൊള്ളുകയും ചെയ്തു. അയാൾ വെള്ളത്തിന്, യാചിച്ചപ്പോൾ എന്തുകൊണ്ടോ അയാൾക്ക് ഒരല്പം വെള്ളം കൊടുക്കാൻ അവർ തയ്യാറായി. പക്ഷേ, അതോടെ അയാളുടെ ദാഹം പതിന്മടങ്ങ് വർദ്ധിച്ചു. അവരാകട്ടെ, അയാൾക്ക് പിന്നീട് ഒരുതുള്ളി വെള്ളം പോലും കൊടുക്കാൻ തയ്യാറായില്ല. തുടയിലെ മാംസമാകെ വേർപ്പെട്ടു പോകുന്നത് പോലെ അസ്ഥികൾക്കുള്ളിൽനിന്നും അസ്സഹനീയമായ കടച്ചിൽ ഉയരുന്നു; ശരീരത്തിലെ മർദ്ദനമേറ്റ ഭാഗത്തെല്ലാം സൂചികൊണ്ട് ആഴത്തിൽ കുത്തുന്നതരത്തിലുള്ള കടുത്ത വേദന.

“എല്ലാം വിശദമായി പറഞ്ഞാൽ നിനക്കിഷ്ടം പോലെ വെള്ളം മാത്രമല്ല, ഭക്ഷണവും തരാം.” അവർ പ്രലോഭിപ്പിച്ചുകൊണ്ടിരുന്നു. പക്ഷേ,

സഹനത്തിന്റെ അന്തിമമുഹൂർത്തമായിക്കഴിഞ്ഞിരുന്നു. അയാളുടെ ബോധം മെല്ലെ മെല്ലെ മറഞ്ഞുകൊണ്ടിരുന്നു. അതൊന്നുമറിയാതെ ഉരുട്ടൽ തുടർന്നു. അയാൾ തീർത്തും അബോധാവസ്ഥയിലായി. ലാത്തി ഇരിപ്പിടമാക്കിയ പൊലീസുകാരന് എന്തോ പന്തികേട് തോന്നി. ഉടൻ ഉരുട്ടൽ നിർത്തി അയാൾ എഴുന്നേറ്റു. അനിരുദ്ധൻ ജീവച്ഛവമായി കിടക്കുകയായിരുന്നു. പൊലീസുകാരൻ അയാളുടെ കൈത്തലം തൊട്ടു നോക്കി. അത് മഞ്ഞുകട്ടപോലെ തണുത്തിരുന്നു. പരിഭ്രാന്തിയോടെ അയാൾ അനിരുദ്ധന്റെ മൂക്കിന് താഴെ വിരൽ വെച്ചു നോക്കി– ശ്വാസമുണ്ട്.

# ഇരുപത്തി രണ്ട്

**അ**നിരുദ്ധനെ തേടി അർദ്ധരാത്രിയുടെ മറവിൽ പൊലീസുകാർ വന്നതും അയാളെ ജീപ്പിൽ കയറ്റിക്കൊണ്ടുപോയതും തങ്ങളെ പൊലീസുകാർ പേടിപ്പിച്ച് വിട്ടതുമെല്ലാം അയാളുടെ അയൽക്കാരിൽ അത്ഭുതമാണുണ്ടാക്കിയത്. ദില്ലിയിലെ പ്രസിദ്ധമായ ഒരു പത്രത്തിൽ ജോലി ചെയ്യുന്ന അനിരുദ്ധനെപ്പോലൊരാളെ അടിയന്തരാവസ്ഥയിലാണെങ്കിൽപ്പോലും പൊലീസുകാർ എന്തിന് കൂട്ടിക്കൊണ്ടുപോകണം? എന്തെങ്കിലും കുഴപ്പമുണ്ടാക്കുന്നതിനെക്കുറിച്ച് വിദൂരമായിപ്പോലും ചിന്തിക്കുന്ന ഒരാളല്ല, അവർക്കറിയാവുന്ന അനിരുദ്ധൻ. അതുകൊണ്ട് അപകടകരമായി ചിന്തിക്കേണ്ട ഒരു കാര്യവുമില്ല എന്ന് കരുതാനായിരുന്നു അവർക്ക് താല്പര്യം. ഒരുപക്ഷേ, പത്രപ്രവർത്തകനെന്ന നിലയിൽ പൊലീസുകാർക്ക് അയാളുടെ വല്ല സഹായവും വേണ്ടി വന്നിരിക്കാം. അതുകൊണ്ട് ഭയപ്പെടാനൊന്നുമില്ല. അയാൾ വേഗം തിരിച്ചെത്തും. അവരങ്ങനെ ചിന്തിച്ചു. എങ്കിലും ചിലരെങ്കിലും സംശയിച്ചത് മറ്റൊരു വിധത്തിലായിരുന്നു. നല്ല ഉദ്ദേശ്യമായിരുന്നെങ്കിൽ പൊലീസ് എന്തിന് ഇരുട്ടിന്റെ മറപിടിച്ചെത്തി? അവരിറങ്ങിവന്നപ്പോൾ ഇവിടെ നില്ക്കണ്ട, അപകടമാണ് എന്ന് പറഞ്ഞ് പൊലീസുകാർ അവരെ പേടിപ്പിച്ച് ഓടിച്ചതെന്തിനാണ്? അനിരുദ്ധനെ കൂട്ടിക്കൊണ്ടുപോയിട്ട് ഇപ്പോൾ പത്ത്, പന്ത്രണ്ട് മണിക്കൂറെങ്കിലും ആയിക്കാണും. എന്തുകൊണ്ടയാൾ ഇതുവരെയും തിരിച്ചെത്തിക്കാണുന്നില്ല?

നേരം സന്ധ്യയായിട്ടും അനിരുദ്ധൻ തിരിച്ചെത്താതായതോടെ അവർ ശരിക്കും ഭയപ്പെട്ടു. ആ നല്ല മനുഷ്യന് എന്തെങ്കിലും അപകടം സംഭവിച്ചുകാണുമോ? അവർ എല്ലാവരും ചേർന്ന് എന്ത് ചെയ്യണമെന്നാലോചിച്ചു. ഇന്നിപ്പോൾ രാത്രിയായി. ഇന്ന് കൂടി നോക്കാം. രാവിലെ

യായിട്ടും എത്തിയില്ലാ എങ്കിൽ പത്രം ഓഫീസിൽ വിളിച്ച് വിവരം പറയുകതന്നെ. പൊലീസ് ആവശ്യത്തിന്ന് കൂട്ടിക്കൊണ്ടുപോയതാണെങ്കിൽ അയാളിപ്പോൾ പത്രം ഓഫീസിൽ എത്തിക്കാണാനും മതി. എങ്കിൽ അയാൾ വരാനാവുന്നതേയുള്ളൂ. ചിലപ്പോളെങ്കിലും അയാളെത്താൻ ഇതിലും വൈകാറുണ്ട്. അതുകൊണ്ട് നാളെ രാവിലെ വരെ കാക്കാം. അവരങ്ങനെ സമാശ്വസിച്ചു.

എന്നാൽ പിറ്റേന്ന് രാവിലെയും അനിരുദ്ധൻ എത്താതായതോടെ അവർ പത്രാധിപരെ ഫോണിൽ വിളിച്ച് വിവരം അറിയിച്ചു. വിവരം കേട്ട് ജോഷി പരിഭ്രാന്തനായി. എന്തുചെയ്യണമെന്ന് അദ്ദേഹത്തിന് പെട്ടെന്ന് ഒരു രൂപവും കിട്ടിയില്ല. ഒടുവിൽ അദ്ദേഹം ഒരു തീരുമാനമെടുത്തു. ബ്രഹ്മാനന്ദറെഡ്ഡിയെ കാണാം; ആഭ്യന്തര മന്ത്രിയാണ്. രണ്ടുമൂന്നു പരിപാടികൾക്കിടയിൽ പരസ്പരം കാണുകയും സൗഹൃദം പങ്കിടുകയും ചെയ്തിട്ടുണ്ട്. അന്തസ്സായി പെരുമാറാൻ ശ്രദ്ധിക്കുന്ന ഒരു വലിയ മനുഷ്യൻ. ജോഷി റിസപ്ഷനിൽ വിളിച്ച് അഭ്യന്തര മന്ത്രിയുടെ സീനിയർ സെക്രട്ടറിയെ വിളിച്ച് തനിക്ക് മന്ത്രിയുമായി ഒരു "അപ്പോയിന്റ്മെന്റ്" വേണമെന്ന് പറയാൻ നിർദ്ദേശിച്ചു. കൂടിക്കാഴ്ച പെട്ടെന്ന് അനുവദിക്കപ്പെട്ടു. ജോഷി ഒട്ടും സമയം പാഴാക്കിയില്ല. ആഭ്യന്തര മന്ത്രി ചിരകാല സുഹൃത്തിനെപ്പോലെയാണ് അദ്ദേഹത്തോട് പെരുമാറിയത്. എന്നിട്ട് താല്പര്യപൂർവ്വം അന്വേഷിച്ചു: "കൈലാസ് നാഥ്, എന്തിനാണ് കാണണമെന്നാവശ്യപ്പെട്ടത്?" ജോഷി, തന്റെ ഒരു സഹപ്രവർത്തകനായ അനിരുദ്ധനെ തലേ ദിവസം നേരം പുലരുന്നതിന് ഏതാനും മണിക്കൂറുകൾക്ക് മുമ്പ് പൊലീസുകാർ വന്ന് കൂട്ടിക്കൊണ്ടുപോയെന്നും ഇതുവരെ തിരിച്ചു വന്നില്ലെന്നും മന്ത്രിയെ അറിയിച്ചു. റെഡ്ഡി ചിന്താമഗ്നനായി– കൈലാസ് നാഥ് വഴി തെറ്റി വന്നിരിക്കയാണ്. വകുപ്പിൽ ഇപ്പോൾ ശരിക്കും ആരുടെ ഭരണമാണ് നടക്കുന്നതെന്ന് അദ്ദേഹത്തിനറിയില്ല. എങ്ങനെയാണയാളെ ഒന്ന് സമാശ്വസിപ്പിക്കുക? ഒടുവിൽ റെഡ്ഡി തുറന്നുപറഞ്ഞു:

"കൈലാസ് നാഥ്, നിങ്ങളായതുകൊണ്ട് ഞാൻ തുറന്ന് പറയുകയാണ്, ഇത്തരം റിപ്പോർട്ടുകൾ മുമ്പും എനിക്ക് കിട്ടിയിട്ടുണ്ട്, മേത്തയാണ് ഇപ്പോൾ ഇക്കാര്യങ്ങളുടെയെല്ലാം ചുമതലക്കാരൻ. ഞാൻ സീനിയർ മന്ത്രിയായി ഇരിക്കുന്നെന്നേയുള്ളൂ. എനിക്ക് വിഷമമുണ്ട്, നിങ്ങളോടിത് പറയാൻ. നിങ്ങളോടെനിക്ക് സത്യം പറയാതിരിക്കാനാവില്ല." റെഡ്ഡി പറഞ്ഞു നിർത്തി. ജോഷി വല്ലാത്തൊരു ചിന്താക്കുഴപ്പത്തിലായി. ഇനി എന്ത് ചെയ്യണം? ഓം മേത്തയെ കാണുന്നതുകൊണ്ട് ഒരു പ്രയോജനവുമില്ലെന്ന് അദ്ദേഹത്തിനറിയാം. അനിരുദ്ധനെന്തുകൊണ്ട് പിടിക്കപ്പെട്ടുവെന്നും അതിന്റെ പിന്നിൽ ഓം മേത്തയായിരിക്കുമെന്നും അറിഞ്ഞുകൊണ്ടു തന്നെയാണ് ജോഷി ക്യാബിനറ്റ് മന്ത്രിയെത്തന്നെ കാണാൻ തീരുമാനിച്ചത്. അയാൾക്ക് ജൂനിയർ മന്ത്രിയോട് ഡിക്ടേറ്റ് ചെയ്യാനാവുമെന്ന വിശ്വാസം എന്തുകൊണ്ടോ ജോഷിക്കുണ്ടായിരുന്നു. അതല്ലെങ്കിൽപ്പിന്നെ അഭ്യന്തര വകുപ്പിൽ ഒരു ക്യാബിനറ്റ് മന്ത്രിയുടെ

ആവശ്യമെന്ത്? വന്ന് വന്ന് രാജ്യകാര്യങ്ങളാകെ അപകടങ്ങളുടെ തുരുത്തുകളിലേക്ക് അതിദ്രുതം നീങ്ങിക്കൊണ്ടിരിക്കുകയാണെന്ന് ജോഷിക്ക് ഈ കൂടിക്കാഴ്ചയിലൂടെ ബോദ്ധ്യമായി. അദ്ദേഹം റെഡ്ഡിയോട് യാത്ര പറഞ്ഞിറങ്ങി. ഒരു ശ്രമം കൂടി നടത്തിനോക്കാമെന്ന വിശ്വാസത്തോടെ അദ്ദേഹം ആഭ്യന്തര സെക്രട്ടറിയുടെ ചേംബറിൽക്കൂടി ഒന്ന് കയറി. ഒരു നിരപരാധി അർദ്ധരാത്രിയിൽ തട്ടിക്കൊണ്ടുപോകപ്പെട്ടു. അയാളാണെങ്കിൽ കാര്യക്ഷമതയ്ക്ക് പേര് കേട്ട ഒരു സീനിയർ പത്രപ്രവർത്തകൻ. അയാൾക്കൊരപകടവും വരാതെ ശ്രദ്ധിക്കണമെന്ന അപേക്ഷയാണ് ജോഷി സെക്രട്ടറി മുമ്പാകെ വെച്ചത്. തന്നാലാവുന്നത് ചെയ്യാം എന്ന ആഭ്യന്തര സെക്രട്ടറിയുടെ ഉറപ്പിന്മേൽ വിശ്വസിച്ച് ജോഷി മടങ്ങിപ്പോന്നു. പത്രം ഓഫീസിൽ തിരിച്ചെത്തിയ അദ്ദേഹം ദില്ലി പൊലീസ് കമ്മീഷണറെ വിളിച്ചു: "മി: കമ്മീഷണർ, അയാം കൈലാസ് നാഥ് ജോഷി ഫ്രം *ഇന്ത്യൻ മിറർ*. ഐ ഹേവ് ഗോട്ട് എ കംപ്ലെയിന്റ്." കമ്മീഷണർ താല്പര്യപൂർവ്വം എന്താണ് പരാതി എന്നന്വേഷിച്ചു. തന്റെ ഒരു സീനിയർ സഹപ്രവർത്തകനായ അനിരുദ്ധനെ ഇന്നലെ പുലരും മുമ്പ് ഏതാനും പൊലീസുകാർ യാതൊരു കാരണവുമില്ലാതെ കസ്റ്റഡിയിലെടുത്തെന്നും അയാളുടെ ഇപ്പോഴത്തെ സ്ഥിതി എന്താണെന്ന് തനിക്കറിയണമെന്നും ജോഷി ആവശ്യപ്പെട്ടു. താൻ ഒരു മണിക്കൂറിനകം എന്താണ് കാര്യമെന്നന്വേഷിച്ച് അങ്ങോട്ട് വിളിക്കാമെന്ന് കമ്മീഷണർ ഉറപ്പു പറഞ്ഞു. ജോഷി ആശ്വാസപൂർവ്വം ഫോൺവെച്ചു. കൃത്യം ഒരു മണിക്കൂറിനകം തന്നെ കമ്മീഷണർ തിരിച്ചു വിളിച്ചു. "വെരി സോറി, സർ. ദേറീസ് നൊ സച്ച് പേഴ്സൺ നെയിംഡ് അനിരുദ്ധൻ ഇൻ അവർ കസ്റ്റഡി." ജോഷിക്ക് തിരിച്ചെന്തെങ്കിലും പറയാനിടകിട്ടും മുമ്പ് കമ്മീഷണർ ഫോൺ കട്ട് ചെയ്തു.

അപ്പോൾ ജോഷി ശരിക്കും അപകടം മണത്തു. അനിരുദ്ധന്റെ ജീവൻ അപകടത്തിലാണ്. ഉടൻ എന്തെങ്കിലും ചെയ്തേ പറ്റൂ. ഏതോ ടോർച്ചർ ക്യാമ്പിൽ അയാൾ ക്രൂരമായ പീഡനങ്ങൾക്ക് വിധേയനായിക്കൊണ്ടിക്കയാണ്. എന്ത് പീഡനമേറ്റു വാങ്ങേണ്ടി വന്നാലും അയാളൊന്നും വെളിപ്പെടുത്തില്ല എന്ന് ജോഷിക്ക് ഉറപ്പായിരുന്നു. അതാണപകടവും. കലിയിളകി പൊലീസ് അയാളുടെ ജീവൻ തന്നെ അപ്പോൾ അപകടത്തിലാക്കും. താനായിട്ട് ഒരു സാഹചര്യത്തിലും ഒന്നും വെളിപ്പെടുത്തില്ല എന്ന് തന്റെ കൈപിടിച്ച് വാക്ക് തരാൻ അനിരുദ്ധനെ പ്രേരിപ്പിച്ച ആ ദുർബ്ബല നിമിഷത്തെ ജോഷി മനസ്സാ ശപിച്ചു.

ഈ പ്രശ്നം മറ്റാർക്കും വിട്ടു കൊടുക്കാൻ പറ്റുന്നതല്ല. താൻ തന്നെ സ്വയം കൈകാര്യം ചെയ്യേണ്ടതാണ്. അനിരുദ്ധൻ പഠനത്തിനായി നീണ്ട അവധിയിലാണെന്നാണ് എല്ലാവരും വിശ്വസിച്ചിരിക്കുന്നത്. ജോഷി വേഗം തന്നെ അനിരുദ്ധൻ തന്നെ ഏല്പിച്ച രാജിക്കത്ത് തപ്പിയെടുത്ത് കീറി കൊട്ടയിലെറിഞ്ഞു. പത്രത്തേയും തന്നേയും അപകടത്തിൽ നിന്ന് കര കയറ്റാനാണ് അയാൾ ഈ രാജിക്കത്ത് എഴുതിയേല്പിച്ചത്. അപകട

മേഖലയിലകപ്പെട്ട ഒരു സഹപ്രവർത്തകനെ ഒന്നുമറിയാത്ത മട്ടിൽ കൈവെടിഞ്ഞ് സ്വയം രക്ഷനേടാൻ ശ്രമിക്കുന്നതിനേക്കാൾ വലിയ പാപമില്ല എന്നബോധം ആ ശുദ്ധ ബ്രാഹ്മണന്റെ മനസ്സിനെ വല്ലാതെ മഥിച്ചു. മനുഷ്യനെന്നും മനുഷ്യബന്ധമെന്നുമെല്ലാം പറഞ്ഞ്, നടക്കുന്നതിൽ പിന്നെ എന്തർത്ഥമാണുള്ളത്?

ദില്ലി ഹൈക്കോടതിയിൽ ഒരു ഹേബിയസ് കോർപ്പസ് ഹർജി ഫയൽ ചെയ്യുക എന്ന ആശയം ജോഷിയുടെ മനസ്സിൽ പെട്ടെന്നുയർന്നുവന്നു. കോടതികളുടെ ഹേബിയസ് കോർപ്പസ് റിട്ടധികാരം റദ്ദാക്കപ്പെട്ടിരിക്കയാണ്. പല ഹൈക്കോടതികളും അത് അംഗീകരിച്ചമട്ടുമാണ്. എന്നാലും പ്രതീക്ഷയ്ക്ക് ഒരല്പം വകയുണ്ട്. ദില്ലിയടക്കം ചില ഹൈക്കോടതികളിലെ ചില ന്യായാധിപന്മാർ അതപ്പാടെ അംഗീകരിക്കാൻ കൂട്ടാക്കിയിട്ടില്ല. ജോഷി, സുഹൃത്തും നിയമജ്ഞനുമായ ഓംപുരിയെ വിളിച്ച് കാര്യം പറഞ്ഞു. എത്രയും പെട്ടെന്ന് കേസ് ഫയലാക്കണം. ഓംപുരി റിട്ടിന്റെ സാദ്ധ്യതയെക്കുറിച്ച് സംശയമുന്നയിച്ചെങ്കിലും ജോഷി ഉറച്ച് നിന്നു: "അതിന്റെ ഔട്ട്കം എന്തുമാകട്ടെ, ഓംപുരീ. റിട്ട് കൊടുക്കുക തന്നെ." ജോഷിയുടെ ആ ഉറപ്പിന്മേൽ ഓംപുരി റിട്ട് കൊടുക്കാമെന്ന് സമ്മതിച്ചു.

പിറ്റേന്ന് തന്നെ ദില്ലി ഹൈക്കോടതിയിൽ ഓംപുരി ഹേബിയസ് കോർപ്പസ് ഫയലാക്കി. ദില്ലിയിലെ ഒരു പ്രമുഖ പത്രമായ *ഇന്ത്യൻ മിററി*ന്റെ ഒരു സീനിയർ ജേർണലിസ്റ്റായ അനിരുദ്ധനെ രാത്രിയുടെ മറവിൽ ഒരു പൊലീസ് സംഘം രണ്ട് ദിവസം മുമ്പ് കസ്റ്റഡിയിലെടുത്തെന്നും എന്നാൽ ഇപ്പോൾ പൊലീസ് അക്കാര്യം നിഷേധിക്കുകയാണെന്നും. അയാളെ കസ്റ്റഡിയിലെടുത്ത് പൊലീസ് ജീപ്പിൽ കയറ്റിക്കൊണ്ടു പോകുന്നത് കണ്ടതിന് സാക്ഷികളുണ്ടെന്നും അതിനാൽ അയാളെ ഉടൻ കോടതി മുമ്പാകെ ഹാജരാക്കാൻ പൊലീസിന് കല്പന കൊടുക്കണമെന്നും റിട്ട് ഹർജിയിൽ ബോധിപ്പിച്ചു. അടിയന്തരാവസ്ഥയിൽ ഭരണഘടനയുടെ 19-ാം വകുപ്പ് റദ്ദാക്കപ്പെട്ടിരിക്കയാണ് എന്നാണ് ഗവൺമെന്റിന് വേണ്ടി ഉയർത്തപ്പെട്ട വാദം. കാരണം, അടിയന്തരാവസ്ഥയിൽ സ്റ്റേറ്റിന്റെ താല്പര്യം പൗരന്റെ വ്യക്തിസ്വാതന്ത്ര്യത്തേക്കാളും മേലെയാണ് നില്ക്കുന്നത്. അതിനാൽ ഹേബിയസ് കോർപ്പസിന് നിയമത്തിന്റെ പിൻബലമില്ല.

ഓംപുരി പ്രധാനമായി ഉയർത്തിയ വാദം, മൗലികാവകാശ ലംഘനത്തിന്റെ പേരിലല്ല ഈ റിട്ട് ഹർജി എന്നതായിരുന്നു. അക്കാര്യത്തിൽ ഗവൺമെന്റിന്റെ വാദം അംഗീകരിക്കുന്നു. എന്നാൽ ഹൈക്കോടതികൾക്ക് ഹേബിയസ് കോർപ്പസ് റിട്ട് പുറപ്പെടുവിക്കാനുള്ള അധികാരം സിദ്ധിക്കുന്നത് ഭരണഘടനയുടെ 226-ാം ഖണ്ഡികയിൽ നിന്നാണ്. ആ ഖണ്ഡികയാകട്ടെ ഭരണഘടനയുടെ മൗലികാവകാശം സംബന്ധിച്ച 19-ാം ഖണ്ഡികയുടെ ഭാഗമല്ലതാനും. അതിനാൽ അടിയന്തരാധികാരത്തിന്റെ ഭാഗമായി 19-ാം ഖണ്ഡിക റദ്ദാക്കപ്പെട്ടാലും ഭരണഘടനയുടെ 226-ാം

ഖണ്ഡിക റദ്ദാക്കപ്പെടുന്നില്ല. ഓാംപുരിയുടെ വാദം അംഗീകരിക്കപ്പെട്ടു. വരുന്ന 48 മണിക്കൂറിനുള്ളിൽ അനിരുദ്ധനെ കോടതി മുമ്പാകെ ഹാജരാക്കാൻ പൊലീസിന് നിർദ്ദേശം നല്കപ്പെട്ടു. അനിരുദ്ധനെ കസ്റ്റഡിയിലെടുത്തിട്ട് അപ്പോഴേക്കും ഒരാഴ്ചയായിരുന്നു. ഓാംപുരി ഒരു കാര്യം കൂടി കോടതി മുമ്പാകെ ആവശ്യപ്പെട്ടു. ഈ വിധി പ്രസിദ്ധീകരിക്കാൻ പത്രങ്ങൾക്ക് സ്വാതന്ത്ര്യമുണ്ടായിരിക്കണം. കോടതി അതും അനുവദിച്ചു.

അനിരുദ്ധൻ കേസ് പിറ്റേദിവസം ദില്ലി പത്രങ്ങളിലെല്ലാം പ്രധാന വാർത്തയായി. എന്നാൽ ദില്ലിക്ക് പുറത്തുള്ള പത്രങ്ങളിൽ അത് പ്രസിദ്ധീകരിക്കപ്പെടുന്നില്ല എന്ന് സെൻസർമാർ ഉറപ്പുവരുത്തി. ദില്ലി പത്രങ്ങളിൽ വാർത്ത വന്നതോടെ ആഭ്യന്തര വകുപ്പ് ഒരല്പം അങ്കലാപ്പിലായി. അനിരുദ്ധനെ കണ്ടെത്താനുള്ള തീവ്രശ്രമം പൊലീസ് ആരംഭിച്ചു കഴിഞ്ഞു എന്ന് ദില്ലി പൊലീസ് കമ്മീഷണർ പത്രക്കുറിപ്പിറക്കി. കമ്മീഷണർ ഇങ്ങനെ കോടതിയേയും ജനങ്ങളേയും തെറ്റിദ്ധരിപ്പിക്കുമ്പോൾ അനിരുദ്ധൻ ദില്ലി നഗരത്തിൽനിന്നും ഏറെ ദൂരത്തായി പ്രവർത്തിച്ചിരുന്ന പീഡന ക്യാമ്പുകളിലൊന്നിൽ മൃതപ്രായനായി കിടക്കുകയായിരുന്നു. ആദ്യ ദിവസത്തെ മർദ്ദനത്താൽ തന്നെ ബോധം നഷ്ടപ്പെട്ടു പോയ അനിരുദ്ധന് ഒരു ചികിത്സയും നല്കാൻ പൊലീസ് കൂട്ടാക്കിയില്ല. അന്ന് രാത്രി മുഴുവൻ അയാൾ ഒരേ കിടപ്പ് കിടന്നു. അയാളെ ഉരുട്ടാൻ ഉപയോഗിച്ച മരബെഞ്ചിൽത്തന്നെ. ഇയാളെ ഇനി എന്ത് ചെയ്യണമെന്ന് പൊലീസുകാർ കൂടിയാലോചിച്ചു. ഏതെങ്കിലും റെയിൽപ്പാളത്തിൽ ഉപേക്ഷിക്കാം. ഒളിവിലിരിക്കെ, പൊലീസ് പിടിയിലാകുമെന്ന് പേടിച്ച് ആത്മഹത്യ ചെയ്തതായി രേഖപ്പെടുത്തിയ കൂട്ടത്തിൽ ഒന്നു കൂടി. രാത്രിയാവാൻ അവർ കാത്തു നിന്നു. അന്ന് സന്ധ്യയോടെയാണ് ക്യാമ്പിലേക്ക് ഒരടിയന്തര സന്ദേശമെത്തിയത്. ദില്ലി ഹൈക്കോടതി ഒരു ഹേബിയസ് കോർപ്പസ് ഹർജി ഫയലിൽ സ്വീകരിച്ചിരിക്കുന്നു. അത് നാളെത്തന്നെ വിചാരണയ്ക്കെടുക്കും; വിധിയുമുണ്ടായേക്കും. ആ കേസ്, ഈ ക്യാമ്പിൽ മൃതപ്രായനായി കിടക്കുന്ന അനിരുദ്ധനുമായി ബന്ധപ്പെട്ടതാണ്. സന്ദേശം കിട്ടിയതോടെ ക്യാമ്പ് പെട്ടെന്ന് സജീവമായി. പൊലീസ് ഓഫീസർമാർ വീണ്ടും കൂടിയാലോചിച്ചു. ഒടുവിൽ തങ്ങളുടെ മുൻ തീരുമാനം ഹൈക്കോടതി വിധിവരും വരെ മാറ്റിവയ്ക്കാൻ ധാരണയായി. അതിനിടയിൽ ആരോ ഒരു സംശയമുന്നയിച്ചു. അഥവാ കോടതി ഇയാളെ ഹാജരാക്കാൻ വിധിച്ചാലോ? ഈ അവസ്ഥയിൽ എങ്ങനെ ഇയാളെ കോടതിയിൽ ഹാജരാക്കും? ഇങ്ങനെയാണ് എവിടെ നിന്നെങ്കിലും ഒരു ഡോക്ടറെ കൊണ്ടു വരാനുള്ള തീരുമാനമുണ്ടാകുന്നത്. പൊലീസ് ജീപ്പ് ഉടൻ പുറത്തേക്കോടി. ഒരു ചെറുപ്പക്കാരനായ ഡോക്ടറാണെത്തിയത്. രാത്രി വളരെ വൈകിയിരുന്നു. അയാൾ ആകെ ഭയപ്പാടിലുമായിരുന്നു. രണ്ട് മണിക്കൂറിനിടയിൽ അയാൾ ഏതാനും ഇഞ്ചക്ഷൻ അനിരുദ്ധന് നല്കി. ബോധം തെളിയുന്ന ലക്ഷണമൊന്നും

കണ്ടില്ല. ഏതെങ്കിലും ആശുപത്രിയിൽ പ്രവേശിപ്പിക്കാൻ നിർദ്ദേശിച്ചു കൊണ്ട് അയാൾ പിറ്റേന്ന് രാവിലെ സ്ഥലം വിട്ടു.

ക്യാമ്പിലെ പൊലീസ് ഓഫീസർമാർ വീണ്ടും കൂടിയാലോചിച്ചു. എങ്ങനെ ഈ മനുഷ്യനെ ഈ അവസ്ഥയിൽ ആശുപത്രിയിലെത്തിക്കും? അനിരുദ്ധൻ തങ്ങളുടെ കസ്റ്റഡിയിലില്ല എന്ന് പൊലീസിനു വേണ്ടി കമ്മീഷണർ ആദ്യദിവസം തന്നെ കോടതിയിൽ സത്യവാങ്മൂലവും നല്കിയിട്ടുണ്ട്. അവസാനം, കോടതി വിധി വന്നിട്ട് ഉചിതമായ തീരുമാനമെടുക്കാമെന്നവർ തീരുമാനിച്ചു. വിധി തങ്ങൾക്കനുകൂലമായാൽ കാര്യം എളുപ്പമായല്ലോ. എന്നാൽ അന്ന് വൈകിട്ടോടെ പ്രഖ്യാപിച്ച കോടതിവിധി അവരെ ഞെട്ടിച്ചു. ഈ അവസ്ഥയിൽ ഇയാളെ എങ്ങനെ കോടതിയിൽ ഹാജരാക്കും? അനിരുദ്ധന്റെ സ്ഥിതി അപ്പോൾ തീർത്തും ആശങ്കാജനകമായിരുന്നു. ബോധം അയാളിൽ ഒളിച്ചുകളിച്ചു കൊണ്ടിരുന്നു. അത് ഇടവിട്ടിടവിട്ട് വന്നും പോയും കൊണ്ടിരുന്നു. ഹാജരാക്കാൻ കോടതി 48 മണിക്കൂർ അനുവദിച്ചിട്ടുണ്ട് എന്നാണ് ആകെ ഒരാശ്വാസമുള്ളത്. പക്ഷേ, ആലോചിക്കുമ്പോൾ അതത്ര വലിയ ആശ്വാസമാണെന്ന് തോന്നുന്നില്ല. രണ്ട് ദിവസം കൊണ്ട് അത്ഭുതങ്ങളൊന്നും സംഭവിക്കാൻ പോകുന്നില്ല.

ക്യാമ്പിൽ നിന്ന് സന്ദേശങ്ങൾ ഇടതടവില്ലാതെ അങ്ങോട്ടുമിങ്ങോട്ടും പാഞ്ഞുകൊണ്ടിരുന്നു. എന്ത് ചെയ്യണമെന്ന് ആർക്കും ഒരു രൂപവുമില്ല. അന്ന് വൈകിട്ട് ദില്ലി പൊലീസ് കമ്മീഷണർ അഭ്യന്തര സെക്രട്ടറിയുമായി ഒരു കൂടിക്കാഴ്ചയ്ക്ക് അനുമതി ചോദിച്ചു. കമ്മീഷണറുടെ കാർ ആഭ്യന്തര മന്ത്രാലയത്തിലേക്ക് കുതിച്ചു. ചർച്ച രാത്രി വൈകും വരെ തുടർന്നു. കമ്മീഷണർ വെപ്രാളപ്പെട്ട് മടങ്ങി. ഹൈക്കോടതിയിൽ വ്യാജ സത്യവാങ്മൂലം ഫയൽ ചെയ്തത് അയാളാണ്. അഭ്യന്തര സെക്രട്ടറിയും അയാളെ കൈയൊഴിഞ്ഞിരിക്കുന്നു. “ഇറ്റീസ് യുവർ ഹെഡേക്ക്.” എന്നാണവസാനമായി സെക്രട്ടറി അയാളോട് പറഞ്ഞത്.

പിറ്റേന്ന് ഒരു പുനശ്ചിന്തയാലെന്നോണം ആഭ്യന്തര സെക്രട്ടറി ജോഷിയെ ഫോണിൽ ബന്ധപ്പെട്ടു. ഹൈക്കോടതിയിൽനിന്ന് അനുകൂലവിധി കിട്ടിയെങ്കിലും പൊലീസ് ഏതുതരം കളികളാണ് ഇനി കളിക്കാൻ പോകുന്നത് എന്ന കാര്യത്തിൽ ജോഷി സംശയാലുവായിരുന്നു. പൊലീസ് രാജ് കൊടി കുത്തിവാഴുന്നയിടത്ത് ഒരു കോടതിവിധിക്ക് ലഭിക്കാൻ പോകുന്ന സ്വീകരണം ഏത് വിധത്തിലായിരിക്കുമെന്ന് കണ്ടു തന്നെ അറിയണം. ഈവിധ ചിന്തകളിൽ മുഴുകിയിരിക്കുമ്പോഴാണ് ആഭ്യന്തര സെക്രട്ടറിയുടെ ഫോൺ അദ്ദേഹത്തെ തേടിയെത്തിയത്. അദ്ദേഹം ദീർഘമായി സംസാരിച്ചു; ഖേദ പ്രകടനം നടത്തി; താൻ പോലും അറിയാതെയാണെല്ലാം നടന്നതെന്ന് ഏറ്റുപറഞ്ഞു. അനിരുദ്ധൻ അങ്ങേയറ്റം അവശനാണ് എങ്കിലും അയാൾ പൊലീസ് കസ്റ്റഡിയിലുണ്ടെന്ന് അറിഞ്ഞതോടെ ജോഷിജി അനുഭവിച്ച ആഹ്ലാദത്തിന് അതിരില്ലായിരുന്നു. ആഭ്യന്തര സെക്രട്ടറി അദ്ദേഹത്തിന്റെ മുമ്പിൽ വെച്ച

അഭ്യർത്ഥന ഇതായിരുന്നു – അനിരുദ്ധനെ കണ്ടെത്തിയത് ഒരു റെയിൽ ട്രാക്കിൽ നിന്നാണെന്നും അയാൾ ആത്മഹത്യക്ക് ശ്രമിക്കുകയായിരുന്നു എന്നും, ഹൈക്കോടതി നിർദ്ദേശപ്രകാരം അയാളെ അന്വേഷിച്ചിറങ്ങിയ പൊലീസ് സംഘം അയാളെ അർദ്ധബോധാവസ്ഥയിലാണ് കണ്ടെത്തിയതെന്നും ഉള്ള സ്റ്റേറ്റ്മെന്റ് ആഭ്യന്തര വകുപ്പ് ഹൈക്കോടതിയിൽ സമർപ്പിച്ചാൽ അതിനെ എതിർക്കരുത്.

അനിരുദ്ധനെ തിരിച്ചു കിട്ടുന്നതിന് പകരമായി എന്ത് വിട്ടുവീഴ്ചയ്ക്കും ജോഷി തയ്യാറായിരുന്നു. എത്രയും പെട്ടെന്ന് അയാൾക്ക് ആവശ്യമായ ചികിത്സ ലഭ്യമാക്കണമെന്ന് മാത്രമായിരുന്നു അദ്ദേഹത്തിന്റെ അഭ്യർത്ഥന. അനിരുദ്ധനെ മൃതപ്രായമായ അവസ്ഥയിലാണ് പൊലീസ് കണ്ടെത്തിയതെന്നും ഈ അവസ്ഥയിൽ കോടതിമുമ്പാകെ ഹാജരാക്കുന്നത് അയാളുടെ ജീവൻ അപകടത്തിലാക്കിയേക്കുമെന്നും അതിനാൽ പൊലീസ് അയാളെ രാം മനോഹർ ലോഹ്യാ ആശുപത്രിയിൽ പ്രവേശിപ്പിച്ചിരിക്കുകയാണെന്നും ആഭ്യന്തര വകുപ്പ് അതിന്റെ സത്യവാങ് മൂലത്തിൽ ബോധിപ്പിച്ചു. ജോഷി കർശന നിർദ്ദേശം നല്കിയതിനാൽ ഓംപുരി സത്യവാങ് മൂലത്തെ എതിർത്തില്ല. ജോഷിയുടെ കാർ അപ്പോൾ രാം മനോഹർ ലോഹ്യാ ആശുപത്രി ലക്ഷ്യമാക്കി കുതിക്കുകയായിരുന്നു.

# ഇരുപത്തി മൂന്ന്

**അ**നിരുദ്ധന്റെ ക്വാർട്ടേഴ്സിലേക്ക് ഫോണിൽ പലതവണ വിളിച്ചിട്ടും അയാളെ കിട്ടാതെ വന്നപ്പോൾ പത്മത്തിന്റെ മനസ്സിൽ അകാരണമായ ഒരു ഭീതി ഉയർന്നു. രാം മനോഹർ ലോഹ്യ ആശുപത്രിയിൽ അയാളെ പ്രവേശിപ്പിച്ച ദിവസമായിരുന്നു, അത്. സോമശേഖനും അന്ന് വരാൻ വല്ലാതെ വൈകി. സ്കൂളില്ലാത്ത ദിവസമായിരുന്നതിനാൽ രാഹുലിനെ കൂട്ടിക്കൊണ്ടുവരേണ്ടതില്ലായിരുന്നു. രാത്രി ഭക്ഷണം കഴിച്ചുകൊണ്ടിരിക്കുമ്പോഴാണ് ഫോണിൽ അനിരുദ്ധനെ കിട്ടാതിരുന്ന കാര്യം പത്മം സോമശേഖരനെ അറിയിച്ചത്.

"അവൻ പുറത്തെങ്ങാനുമായിരിക്കും. നിനക്ക് ഇപ്പോഴൊന്ന് വിളിച്ചു നോക്കാമായിരുന്നില്ലേ?"

"ശരി, ഭക്ഷണം കഴിഞ്ഞ് വിളിച്ചു നോക്കാം."

അപ്പോഴും ഫലം നിരാശയായിരുന്നു. അതോടെ സോമശേഖരനും ശങ്കയിലായി. എന്തുപറ്റി? ഈ സമയത്ത് സാധാരണ അവൻ വീട്ടിലുണ്ടാവേണ്ടതാണ്. ഒടുവിൽ രാവിലെ പത്രത്തിന്റെ ഓഫീസിലേക്ക് വിളിക്കാമെന്ന് രണ്ടുപേരും കൂടി തീരുമാനിച്ചു. പത്മം അവിടേക്ക് വിളിക്കാറില്ല. ഓഫീസിൽ അവൻ തിരക്കിലായിരിക്കും. വെറുതെ വിളിച്ച് ശല്യം ചെയ്യേണ്ട എന്ന് വിചാരിക്കും. മാത്രവുമല്ല, വീട്ടിലാവുമ്പോൾ സ്വൈരമായി കുറച്ചു നേരം സംസാരിക്കാം. ആഫീസിലാവുമ്പോൾ അത് പറ്റില്ല. അവൻ എന്തെങ്കിലുമൊക്കെ സംസാരിച്ച് ഫോൺ വെച്ചു കളയും. അവർ പറഞ്ഞു: "രാവിലെ സോമേട്ടൻ ഒന്നു വിളിച്ചു നോക്ക്. ഒന്നൂണ്ടാവില്ല. എന്നാലും എനിക്കൊരു പേടി."

"നിനക്ക് പേടിക്കാൻ കാര്യോന്നും വേണ്ടല്ലോ? വിശേഷിച്ചും അവന്റെ കാര്യത്തിൽ."

സോമശേഖരൻ പതിവുപോലെ അവരെ കളിയാക്കി. കുട്ടികൾ പഠിക്കുകയായിരുന്നതുകൊണ്ട് അവരതൊന്നും കേട്ടില്ല.

"സാധാരണ അങ്ങനെയല്ല പതിവ്. ഞാൻ വിളിക്കാൻ വൈകിയാൽ അവൻ കുട്ടികളുടെ ശബ്ദം കേൾക്കാനെങ്കിലും ഇങ്ങട്ട് വിളിക്കും. ഇതിപ്പൊ പതിവില്ലാത്തതാണ്."

"നീ അതുമിതും ആലോചിച്ച് കാട് കയറണ്ട. എന്റെ കൈയിൽ അവന്റെ പത്രാധിപരുടെ നമ്പരുണ്ട്. ഞാൻ മൂപ്പരെ ഒന്ന് വിളിക്കാം. രാവിലെയാകട്ടെ."

അങ്ങനെ പറഞ്ഞെങ്കിലും സോമശേഖരന് വല്ലാത്ത ആധിയായി. കഴിഞ്ഞതവണ പോകുമ്പോൾ അവൻ പറഞ്ഞ രഹസ്യങ്ങൾ അയാളുടെ മനസ്സിനെ അലോസരപ്പെടുത്തിക്കൊണ്ട് കടന്നുവന്നു. അയാൾ സ്വന്തം മനസ്സിനെ ധൈര്യപ്പെടുത്തിക്കൊണ്ടിരുന്നു. ഒന്നുമുണ്ടാവില്ല; വെറുതെ ഭയപ്പെടുകയാണ്.

പിറ്റേന്ന് രാവിലെ പത്രാധിപരുടെ വീട്ടിലെ നമ്പരിലേക്കാണ് സോമശേഖരൻ വിളിച്ചത്. നേരിട്ടറിയില്ലെങ്കിലും പേര് പറഞ്ഞപ്പോൾ ജോഷിജിക്ക് ആളെ മനസ്സിലായി. അനിരുദ്ധൻ അയാളെക്കുറിച്ച് ചിലപ്പോഴൊക്കെ പരാമർശിക്കുമായിരുന്നു. പലപ്പോഴും ബോംബെക്ക് പോകുമ്പോഴായിരിക്കും അത്തരം പരാമർശങ്ങൾ. ഒരു മുൻ കരുതലെന്ന നിലയിൽ, വിളിച്ച ആൾ താൻ ഉദ്ദേശിച്ച ആൾതന്നെയാണെന്നുറപ്പുവരുത്താനായി അദ്ദേഹം സോമശേഖരനോട് ഫോൺ കട്ട് ചെയ്യാൻ പറഞ്ഞു: "മി: സോമശേഖരൻ, ഞാൻ അങ്ങോട്ട് വിളിക്കാം. എന്റെ കൈയിൽ നിങ്ങളുടെ നമ്പരുണ്ട്." ഒരുൾവിളിപോലെ, ഒളിപ്രവർത്തനം തുടങ്ങുംമുമ്പ് ആ നമ്പർ അനിരുദ്ധൻ പത്രാധിപരെ ഏല്പിച്ചിരുന്നു.

ഒട്ടും വൈകാതെ ഫോൺ ബെല്ലടിച്ചു. സോമശേഖരൻ ഫോണെടുത്തപ്പോൾ ജോഷി കാര്യം വിശദമായി പറഞ്ഞു. എന്നിട്ട് അവസാനം കൂട്ടിച്ചേർത്തു: "നിങ്ങളൊന്നും പേടിക്കണ്ട. അനിരുദ്ധനെ നോക്കാൻ ഇവിടെ ഞങ്ങളെല്ലാമുണ്ട്."

"അതുകൊണ്ടല്ല സർ, ഞാനെന്തായാലും ഇന്ന് തന്നെ വരും. ഫ്ളൈറ്റ് ടിക്കറ്റ് കിട്ടിയാൽ ഉച്ചയ്ക്ക് മുമ്പ് തന്നെ എത്തും."

ജോഷി ആശ്വസിപ്പിച്ചു: "മി. സോമശേഖരൻ, ധൃതി വയ്ക്കണ്ട."

"അല്ല സർ, ഇവിടെയിരുന്നാൽ എനിക്കൊരു സമാധാനവും കിട്ടില്ല. ഞാൻ പുറപ്പെടുകയാണ്."

ജോഷി പറഞ്ഞ മുഴുവൻ കാര്യങ്ങളും പത്മത്തോട് വെളിപ്പെടുത്താനുള്ള മാനസികാവസ്ഥ സോമശേഖരന് അപ്പോഴില്ലായിരുന്നു. അനിരുദ്ധൻ ചികിത്സയ്ക്കായി രാംമനോഹർ ലോഹ്യാ ആശുപത്രിയിലാണുള്ളത് എന്നു മാത്രമേ അയാൾ പറഞ്ഞുള്ളൂ. അപ്പോൾത്തന്നെ പത്മം എന്തോ അപകടം മണത്തു.

"സോമേട്ടാ, അവനെന്താ പറ്റിയത്? തുറന്നു പറ."

"ജോഷി സാർ അത്രയേ പറഞ്ഞുള്ളൂ. ഞാനവിടെ ചെന്നിട്ട് കാര്യ

ങ്ങൾ വിശദമായറിഞ്ഞശേഷം നിന്നെ വിളിക്കാം." ഒരു പുനരാലോചനയ്ക്ക് ശേഷം അയാൾ ഇത്രയും കൂടി പറഞ്ഞു: "പറ്റിയാൽ അവിടുത്തെ അവസ്ഥനോക്കി ഞാൻ അവനെ ഇങ്ങോട്ട് കൊണ്ടുവരും. ഇവിടെയാവുമ്പോൾ നമ്മളുണ്ടല്ലോ." അത് പത്മത്തിന് വലിയ ആശ്വാസം നല്കി. അതുകൊണ്ട് പിന്നീടവർ കൂടുതലൊന്നും ചോദിച്ചില്ല.

തുടർന്ന് ആലോചിക്കുന്തോറും പത്മത്തിന്റെ മനസ്സ് അസ്വസ്ഥമായിക്കൊണ്ടിരുന്നു. സോമേട്ടൻ എന്തോ മറച്ചു പിടിക്കുന്നുണ്ട്. അവനെന്തായിരിക്കും അസുഖം? ഇത്ര വലിയൊരു ആശുപത്രിയിൽ അഡ്മിറ്റ് ചെയ്യാൻ മാത്രം എന്തസുഖമാണ് അവനെ പിടികൂടിയിരിക്കുന്നത്? എന്തെങ്കിലും ആക്സിഡന്റ് സംഭവിച്ചോ? അവർക്കൊരു രൂപവും കിട്ടുന്നില്ല. സോമേട്ടൻ പോയി അവനെ കൊണ്ടുവരുമല്ലോ എന്ന പ്രതീക്ഷയിൽ ഒടുവിലവർ അഭയം കണ്ടെത്തി. കുട്ടികളെ സ്കൂളിൽ വിടാൻ സമയമായിരിക്കുന്നു. അവർ വേഗം അവരെ ഒരുക്കുന്നതിൽ വ്യാപൃതയായി.

ദില്ലി എയർപോർട്ടിൽനിന്നൊരു ടാക്സി പിടിച്ച് സോമശേഖരൻ നേരെ ആശുപത്രിയിലെത്തി. റിസപ്ഷനിൽനിന്ന് അയാൾ ജോഷിക്ക് ഫോൺ ചെയ്തു.

"ഓ, സോമശേഖരൻ, നിങ്ങളെത്തിയോ? റിസപ്ഷനിൽ തന്നെ നിന്നോളൂ. ഞാനിപ്പഴെത്താം."

അപ്പോൾ സമയം വൈകിട്ട് മൂന്നുമണി കഴിഞ്ഞിരുന്നു. ജോഷിജിയെത്തുമ്പോൾ മൂന്നര കഴിഞ്ഞു. സോമശേഖരൻ അദ്ദേഹത്തോടൊപ്പം അകത്ത് കയറി.

"ആന്തരാവയവങ്ങൾക്ക് ഗുരുതരമായ ക്ഷതം പറ്റിയിട്ടുണ്ടെന്നാണ് ഡോക്ടർ മുഖർജി പറഞ്ഞത്." ജോഷി സോമശേഖരന് വിശദീകരിച്ചുകൊടുത്തു. "ടെസ്റ്റ് റിപ്പോർട്ട് കിട്ടിയാലേ ഇന്റേണൽ ഇഞ്ചുറിയുടെ ഗ്രാവിറ്റി എത്രത്തോളമുണ്ടെന്നറിയാനാവൂ."

"സർ, എനിക്കവനെ ബോംബെക്ക് കൊണ്ടു പോകാൻ സാധിക്കുമോ? റിപ്പോർട്ടെല്ലാം ഞാൻ കൊണ്ടു പോയ്ക്കോളാം. ഓപ്പറേഷൻ വേണമെങ്കിൽ, അതവിടെയാവാം."

ജോഷിജി പെട്ടെന്ന് ഒരു മറുപടിയും പറഞ്ഞില്ല. അല്പനേരം കഴിഞ്ഞ് അദ്ദേഹം ചോദിച്ചു: "ഈ അവസ്ഥയിൽ ഒരു നീണ്ട യാത്ര അപകടമാവില്ലേ, സോമശേഖരൻ?"

"അവിടെയാകുമ്പോൾ ഞങ്ങളെല്ലാരുമുണ്ടല്ലോ, സർ."

"അത് ശരിയാണ്. ഞാനേതായാലും ഡോക്ടറോട് ഇപ്പോൾ തന്നെ സംസാരിക്കാം."

സോമശേഖരൻ തീർത്തും അസ്വസ്ഥനായിരുന്നു. അനിരുദ്ധൻ ഇത്രയ്ക്ക് അവശനിലയിലാണെന്ന് അയാൾക്ക് ഊഹിക്കാൻ പോലും സാധിച്ചിരുന്നില്ല. അയാളുടെ അസ്വസ്ഥതകണ്ട് ജോഷി അയാളെ ആശ്വസിപ്പിച്ചുകൊണ്ട് പറഞ്ഞു:

"നിങ്ങൾ വന്ന പാടല്ലേ? എന്റെ കൂടെ പോന്നോളൂ. അവിടെ പത്രത്തിന്റെ ഗസ്റ്റ്ഹൗസുണ്ട്."

"വേണ്ട സർ, എനിക്കിവിടെ അടുത്തുതന്നെ ഏതെങ്കിലും ഒരു ഹോട്ടലിൽ റൂം കിട്ടിയാൽ മതി."

"ഓ, ദാറ്റ് ഐ ക്യാൻ അറേഞ്ച്. വരൂ."

റൂം ഏർപ്പാട് ചെയ്ത് യാത്ര പറയുമ്പോൾ ജോഷി പറഞ്ഞു:

"യൂ ടേക്ക് റെസ്റ്റ്."

ആശുപത്രിയിൽ ആരും വേണമെന്നില്ലെന്നും എന്തുണ്ടെങ്കിലും തന്നെ വിളിക്കാൻ റിസപ്ഷനിൽ ഏല്പിച്ചിട്ടുണ്ടെന്നും കൂടി സോമശേഖരനെ അറിയിച്ച ശേഷം അദ്ദേഹം അയാളെ ആശ്വസിപ്പിച്ചുകൊണ്ട് പറഞ്ഞു: " ഹീ വിൽ ഗെറ്റ് മാക്സിമം അറ്റൻഷൻ."

"ശരി, സർ."

ജോഷിജി ഡോക്ടറെ കാണാൻ പോയശേഷം സോമശേഖരൻ പത്മത്തെ വിളിച്ചു:

"സോമേട്ടൻ അവനെ കണ്ടോ?"

"കണ്ടു."

"അവനെങ്ങനെയുണ്ട്."

"ടെസ്റ്റ് റിപ്പോർട്ട് ഡോക്ടർ പരിശോധിക്കുന്നേയുള്ളൂ. ചിലപ്പോൾ ഓപ്പറേഷൻ വേണ്ടി വന്നേക്കും."

"ഈശ്വരാ, അവനെന്താ പറ്റിയത്?"

" നീ പേടിക്കാതിരിക്ക്, പത്മം. അവൻ പൊലീസ് കസ്റ്റഡിയിലായിരുന്നു."

"എന്തിന്?"

"പത്ര സെൻസർഷിപ്പ് നിയമം ലംഘിച്ചു എന്നാണ് ചാർജ്."

"സെൻസർഷിപ്പ് നിയമം ലംഘിച്ചാൽ അവനെയാണോ കസ്റ്റഡിയിലെടുക്കേണ്ടത്? പത്രാധിപരെയല്ലേ?"

" പത്മം, നീ തോക്കിൽ കയറി വെടി വെക്കാതെ ഞാൻ പറയുന്നത് കേൾക്ക്. ഫോണിലൂടെ പറയാൻ പറ്റുന്നതല്ല കാര്യങ്ങൾ. എല്ലാം വിശദമായി ഞാനവിടെ വന്നിട്ട് പറയാം. ഇപ്പോ, അവനെ അങ്ങോട്ട് കൊണ്ടു വരാൻ പറ്റുമോ എന്ന് നോക്കുകയാണ്. അക്കാര്യം ഡോക്ടറോട് ചോദിക്കാമെന്ന് ജോഷിസാർ ഏറ്റിട്ടുണ്ട്."

"അച്ഛനെന്തിനാ അനിമാമനെ കാണാൻ പോയതെന്ന് രാവിലെ മുതലേ കുട്ടികൾ ചോദിച്ചു കൊണ്ടിരിക്കുന്നു. ഞാനെന്താ സോമേട്ടാ അവരോട് പറയാ."

"നീയെന്ത് പറഞ്ഞു?"

"മാമന് സുഖമില്ലാത്തത് കൊണ്ട് ഇങ്ങോട്ട് കൂട്ടിക്കൊണ്ടു വരാനാ അച്ഛൻ പോയതെന്ന് പറഞ്ഞു."

"ങ് അ. അത് നന്നായി. എന്നാൽ ഞാൻ വെക്കട്ടെ. വിശേഷം എന്തെങ്കിലുമുണ്ടെങ്കിൽ വിളിക്കാം." അയാൾ ഫോൺ കട്ട് ചെയ്ത് കട്ടിലിൽ

കയറിക്കിടന്ന് അന്നത്തെ പത്രമെടുത്തു നോക്കി.

ലോക്സഭയുടെ കാലാവധി വീണ്ടും ഒരു കൊല്ലം കൂടി നീട്ടാനുള്ള ബില്ല് സഭ പാസാക്കിയ വാർത്തയിലാണ് അയാളുടെ കണ്ണ് ഉടക്കിയത്. അതായത് ഇപ്പോഴത്തെ ലോക്സഭ 1978 മാർച്ച് വരെ തുടരുമെന്നർത്ഥം. അപ്പോൾ അടിയന്തരാവസ്ഥ അടുത്തൊന്നും പിൻവലിക്കാൻ ഗവൺമെന്റ് ഉദ്ദേശിക്കുന്നില്ല! ഇല്ലായ്മകൾക്കിടയിലാണെങ്കിലും ഈ നാട്ടിലെ സാധാരണ ജനങ്ങൾ ഒരു പ്രത്യേക തരം സ്വാതന്ത്ര്യം അനുഭവിച്ചിരുന്നു. അതൊരുപക്ഷേ, പട്ടിണി കിടക്കാനുള്ള സ്വാതന്ത്ര്യം പോലുമാകാം. എന്നാലും ആ സ്വാതന്ത്ര്യം അവർക്ക് ഏറെ വിലപ്പെട്ടതായിരുന്നു. പണിയെടുക്കാനും പണിമുടക്കാനുമുള്ള സ്വാതന്ത്ര്യം, സ്വന്തം അഭിപ്രായം തുറന്നുപറയാനുള്ള സ്വാതന്ത്ര്യം, മാധ്യമങ്ങൾക്ക് ഭയമില്ലാതെ ഭരണകൂടങ്ങളെ വിമർശിക്കാനുള്ള സ്വാതന്ത്ര്യം, കവിതയെഴുതാനും കഥ പറയാനുമുള്ള സ്വാതന്ത്ര്യം, ചിത്രം വരയ്ക്കാനുള്ള സ്വാതന്ത്ര്യം... എല്ലാ സ്വാതന്ത്ര്യങ്ങളും നിഷേധിക്കുകയും രാജ്യത്തെ ഒരു ജയിലറയാക്കുകയും ജനങ്ങളെ ജയിൽപ്പുള്ളികളാക്കുകയും ചെയ്യുന്ന ഈ അവസ്ഥ ഇനിയൊരിക്കലും അവസാനിക്കില്ല എന്നോർത്തപ്പോൾ സോമശേഖരന് പോലും വല്ലാത്തൊരു ഭയം തോന്നി.

അടിയന്തരാവസ്ഥയെക്കുറിച്ച് പത്മം വീട്ടിലിരുന്ന് സംസാരിക്കുമ്പോഴൊന്നും അയാളതത്ര കാര്യമായെടുക്കാറുണ്ടായിരുന്നില്ല. അത് മറ്റൊന്നും കൊണ്ടായിരുന്നില്ല. ആരൊക്കെയോ ചേർന്ന് പ്രചരിപ്പിച്ചുകൊണ്ടിരിക്കുന്നതുപോലെ അത് തല്ക്കാലത്തേക്കുള്ള ഒരേർപ്പാട് മാത്രമാണെന്നും അതിനാൽ അത് പിൻവലിക്കാൻ വലിയ താമസമുണ്ടാവില്ലെന്നും അയാളും വിശ്വസിച്ചു പോയതുകൊണ്ടാണ്. ഒരു വൻ കയറ്റുമതി കമ്പനിയുടെ മദ്ധ്യനിര മാനേജ്മെന്റിലെ ഒരംഗമെന്ന നിലയിൽ അങ്ങനെ വിശ്വസിക്കാനായിരുന്നു അയാൾക്കും താല്പര്യം. അടിയന്തരാവസ്ഥ പോലൊരു സംവിധാനത്തെ ഇന്ത്യയെപ്പോലൊരു രാജ്യത്ത് അങ്ങനെ ഒരു സ്ഥിരം സംവിധാനമാക്കാൻ ആര് വിചാരിച്ചാലും സാധിക്കില്ല എന്ന ഒരു ശുഭാപ്തി വിശ്വാസം എങ്ങനെയോ അയാളേയും ആവേശിച്ചിരുന്നു. ആ വിശ്വാസത്തെയാണ് അയാളിപ്പോൾ വായിച്ച വാർത്ത തകിടം മറിച്ചു കളഞ്ഞത്.

ടെസ്റ്റ് റിപ്പോർട്ട് ഡോക്ടർ പരിശോധിച്ചെന്നും ഓപ്പറേഷൻ നിർബ്ബന്ധമാണെന്ന് അദ്ദേഹം പറഞ്ഞെന്നും ജോഷി സോമശേഖരനോട് വന്നു പറഞ്ഞു. “ഇന്റേണൽ ഇഞ്ചുറി പല ഓർഗനേയും ബാധിച്ചിട്ടുണ്ട്. ഓപ്പറേഷൻ അതിനാൽതന്നെ ഒരല്പം കോംപ്ലിക്കേറ്റഡുമായിരിക്കും.”

“ഓപ്പറേഷൻ ബോംബെയിൽ ചെന്നിട്ടായിക്കൂടെ, സർ?” സോമശേഖരൻ ജോഷിയോട് ചോദിച്ചു.

“ഈയൊരവസ്ഥയിൽ ഒരു നീണ്ട യാത്ര റിസ്കിയാണെന്നാണ് ഡോക്ടർ പറയുന്നത്.”

“സാറ് ഡോക്ടറോട് ഒന്നു കൂടി സംസാരിക്കണം. അവന്റെ അടുത്ത

ബന്ധുക്കൾ അവിടെയുണ്ടെന്ന് പറയണം."

"ഞാൻ പറഞ്ഞു നോക്കട്ടെ. ഒപ്പം തന്നെ ഞങ്ങളുടെ ബോംബെ ബ്യൂറോയിൽ വിളിച്ച് കിങ്സ് ഹോസ്പിറ്റലിൽ അഡ്മിഷൻ ഏർപ്പാട് ചെയ്യാനും പറയാം. പക്ഷേ, ഈ യാത്രയാണ് ഞാൻ ഭയപ്പെടുന്നത്. മുഴുവൻ ജീവൻ രക്ഷാ സംവിധാനവും ഒരുക്കിയിട്ടുള്ള പ്രത്യേക ആം ബുലൻസും ഒപ്പം സ്റ്റാഫും വേണം. ഇറ്റ് വിൽ കോസ്റ്റ് എ ഹെഫ്റ്റിസം, സോമശേഖരൻ."

"ദാറ്റ് ഡസിന്റ് മാറ്റർസർ. ഹി ഈസ് കോസ്റ്റ്ലിയർ ദാൻ എനി തിങ് ടു അസ്."

അപ്പോൾ ജോഷിജി സോമശേഖരനെത്തന്നെ ഒട്ടുനേരം നോക്കി നിന്നു പോയി. എന്നിട്ടയാളുടെ തോളിൽ തട്ടി ആശ്വസിപ്പിച്ചുകൊണ്ട് പറഞ്ഞു: "ഓക്കെ, നമുക്കെല്ലാം അറേഞ്ച് ചെയ്യാം. ധൈര്യമായിരിക്ക്."

പിറ്റേന്ന് സർവ്വ സന്നാഹങ്ങളോടെയും ആംബുലൻസ് റെഡിയായി. അടിയന്തര ഘട്ടം വരികയാണെങ്കിൽ അറ്റന്റ് ചെയ്യാൻ ഒരു ഡോക് ടറും രണ്ടു സഹായികളുമടങ്ങുന്ന ഒരു സംഘത്തേയും അനുവദിച്ചു. *ഇന്ത്യൻ മിററിൽ* നിന്നും കുറേയേറെ ജീവനക്കാർ അനിരുദ്ധനെ യാത്ര യയക്കാൻ രാം മനോഹർ ലോഹ്യാ ആശുപത്രിയുടെ കവാടത്തിൽ സന്നിഹിതരായിരുന്നു. ആംബുലൻസ് കടന്നു പോകുമ്പോൾ അവർ കൈകളുയർത്തി തങ്ങളുടെ സഹപ്രവർത്തകന് മൗനമായി ശുഭയാത്ര ആശംസിച്ചു.

# ഇരുപത്തി നാല്

**കി**ങ്സ് ഹോസ്പിറ്റലിലെ പ്രസിദ്ധനായ ഡോക്ടർ മേത്തയെ ജോഷി പ്രത്യേകം വിളിച്ച് കാര്യങ്ങൾ പറഞ്ഞിരുന്നു. ഡോക്ടർ മേത്തയുടെ ആദ്യ സേവനം ദില്ലിയിലെ ആൾ ഇന്ത്യാ ഇൻസ്റ്റിറ്റ്യൂട്ടിലായിരുന്നു. അദ്ദേഹവുമായി അക്കാലം മുതലേയുള്ള പരിചയമാണ്, ജോഷിക്ക്. ആ പരിചയം പിന്നീട് ഗാഢ സൗഹൃദമായി മാറി. അദ്ദേഹത്തിന്റെ സേവനം തന്നെ വേണമെന്നതു കൊണ്ടാണ് ജോഷി കിങ്സ് ഹോസ്പിറ്റൽ തന്നെ നിർദ്ദേശിച്ചത്.

നീണ്ടയാത്ര, രോഗിക്ക് എന്തെങ്കിലും കുഴപ്പമുണ്ടാക്കിയോ എന്നറിയാൻ ഓപ്പറേഷൻ, അഡ്മിറ്റ് ചെയ്തതിന്റെ പിറ്റേന്നത്തേക്ക് മാറ്റുകയായിരുന്നു. ഡോ. മേത്തയുടെ നേതൃത്വത്തിൽ ഒരു സംഘം ഡോക്ടർമാർ ചേർന്ന് രോഗിയുടെ അവസ്ഥ പൂർണ്ണമായി പരിശോധിച്ചു. ടെസ്റ്റ് റിപ്പോർട്ടുകളും നോക്കി. അതിന് ശേഷമാണ് ഓപ്പറേഷൻ പിറ്റേന്നത്തേക്ക് നിശ്ചയിച്ചത്. നാല് മണിക്കൂറോളം നീണ്ട ഓപ്പറേഷൻ വിജയമായിരുന്നു. അനിരുദ്ധനെ പ്രത്യേക പരിചരണ വിഭാഗത്തിലേക്ക് മാറ്റി.

അന്ധകാരം അടക്കിവാഴുന്ന ഒരു ഗുഹയിൽ താൻ ഒഴുകി നടക്കുകയാണെന്നാണ് അനിരുദ്ധന് തോന്നിയത്. എങ്ങനെയാണ് താനിവിടെ വന്നുപെട്ടത്? ഈ ഗുഹയുടെ കവാടമെവിടെ? ഇതിന് അങ്ങനെയൊന്ന് ഇല്ലെന്നുണ്ടോ? അതുകൊണ്ടാണോ മറ്റാരും ഇങ്ങോട്ട് വരാത്തത്? എങ്കിൽ താനെങ്ങനെ ഇതിനകത്ത് എത്തിപ്പെട്ടു? ഈ ഇരുട്ടിലേക്ക് തന്നെ ആരോ വലിച്ചെറിയുകയായിരുന്നോ? എങ്കിൽ ഏത് വഴിയിലൂടെ? ആരാണത് ചെയ്തത്? താനിങ്ങനെ ഒഴുകാൻ തുടങ്ങിയിട്ട് കാലമെത്രയായിട്ടുണ്ടാവും? എവിടെയും ഒരു തടസ്സവുമില്ലാതെ ഒഴുകുകതന്നെയാണ്. അയാൾ തന്റെ കൈകൾക്ക് എത്താവുന്നിടംവരെ തപ്പിനോക്കി. ഏതിെ

ലങ്കിലും ഒരു പിടിത്തം കിട്ടിയാൽ നിവർന്ന് നില്ക്കാൻ സാധിക്കുമെന്നായിരുന്നു, അയാളുടെ പ്രതീക്ഷ. പക്ഷേ, അയാളുടെ കൈകൾ എവിടെയും തടഞ്ഞില്ല.

അങ്ങനെ ലക്ഷ്യമില്ലാതെ ഒഴുകിക്കൊണ്ടിരിക്കെ അയാൾക്ക് മുന്നിലെവിടെയോ ഒരു നുറുങ്ങ് വെളിച്ചം. അയാൾ അങ്ങോട്ടേക്ക് നീന്താൻ ശ്രമിച്ചു. പക്ഷേ, അയാളുടെ ഇച്ഛയ്ക്കൊത്തല്ല അയാൾ ഒഴുകിക്കൊണ്ടിരിക്കുന്നത്. അയാളുടെ ശരീരത്തിന്മേൽ അയാൾക്കൊരു നിയന്ത്രണവുമില്ലായിരുന്നു. അത് മറ്റാരുടേയോ ഇച്ഛയ്ക്കും നിയന്ത്രണത്തിനും കീഴ്പ്പെട്ടാണ് ഒഴുകിക്കൊണ്ടിരിക്കുന്നത്. എങ്കിലും ആ നുറുങ്ങു വെളിച്ചം അയാളുടെ കണ്ണുകൾക്ക് പ്രാപ്യമായിരുന്നു. ആ വെളിച്ചത്തിൽ അയാൾ തനിക്ക് സുപരിചിതമായ ആ മുഖം കണ്ടു. അത് തനിക്ക് ഒരു ജീവിതം തന്ന ആ വലിയ മനുഷ്യന്റെ മുഖമായിരുന്നു. എങ്ങോട്ടെന്നില്ലാതെ ഒരു നാൾ അന്തർദ്ധാനം ചെയ്ത, ഒരുപാടന്വേഷിച്ചലഞ്ഞിട്ടും ആർക്കും കണ്ടെത്താനാവാതെ പോയ പരമേശ്വരയ്യരുടെ കരുണ വഴിയുന്ന മുഖം. അദ്ദേഹം അയാളോട് ചോദിക്കുന്നു: “അനിരുദ്ധൻ, നീയെന്തിനാണ് മോനേ, ഈ സാഹസം കാട്ടിയത്? നല്ലൊരു ജോലിയിലല്ലേ നീ എത്തിപ്പെട്ടിരുന്നത്?” ആശ്ചര്യചകിതനായി, അദ്ദേഹത്തെ ഇമ വെട്ടാതെ നോക്കിക്കൊണ്ട് അനിരുദ്ധൻ അദ്ദേഹത്തോട് പറഞ്ഞു:

“സാഹസമായിരുന്നില്ല സ്വാമീ, അതെന്റെ ധർമ്മമായിരുന്നു. ഞാൻ പവിത്രമെന്ന് കരുതിയ മൂല്യങ്ങൾ എന്റെ മുമ്പിൽ തന്നെ തകർന്നു വീഴുന്നത് കണ്ടപ്പോൾ എനിക്കെന്റെ ധർമ്മമനുഷ്ഠിക്കാൻ ഈയൊരു വഴിയേ കണ്ടുള്ളൂ. അതങ്ങനെ ചെയ്തില്ലെങ്കിൽ ഞാൻ അങ്ങയുടെ മുമ്പിൽപ്പോലും കുറ്റവാളിയായിപ്പോകുമായിരുന്നില്ലേ?” പരമേശ്വരയ്യർ നിശ്ചലനായി നിശ്ശബ്ദം മുന്നിൽ നിന്നപ്പോൾ അയാൾ ചോദിച്ചു: “സ്വാമീ അങ്ങ് എല്ലാം ഇട്ടെറിഞ്ഞ് എങ്ങോട്ടേക്കാണ് പൊയ്ക്കളഞ്ഞത്?”

“ഞാൻ പുതിയ പുരുഷാർത്ഥങ്ങൾ അന്വേഷിക്കുകയായിരുന്നു കുട്ടീ.”

അനിരുദ്ധനൊന്നും മനസ്സിലായില്ല. അയ്യർ തുടർന്നു: “നീ ധർമ്മത്തെക്കുറിച്ച് ഒരല്പം മുമ്പ് എന്നോട്ട് പറഞ്ഞില്ലേ? ഞാൻ ധർമ്മത്തിലൂടെ ഒരുപാട് അർത്ഥം നേടി. പക്ഷേ, എന്ത് ഫലം? അർത്ഥത്തിലൂടെ ആഗ്രഹങ്ങളുടെ പൂർത്തീകരണം സാധിക്കുമെന്നത് വെറും കെട്ടുകഥയാണ്. എന്റെ അനുഭവം നോക്കൂ. നിനക്കറിയാമല്ലോ, എനിക്കൊരൊറ്റ മകനേ ഉണ്ടായിരുന്നുള്ളൂ. അവനാണെങ്കിൽ ബുദ്ധിശക്തിയിൽ ഒട്ടും പിറകിലുമായിരുന്നില്ല. ഞാൻ അവനെപ്രതി കണ്ട സ്വപ്നങ്ങൾക്ക് ഒരതിരുമുണ്ടായിരുന്നില്ല. എത്ര പ്രതീക്ഷയോടെയായിരുന്നു, ഞാനവനെ ഉപരിപഠനത്തിന് അമേരിക്കയിലേക്ക് അയച്ചത്? എന്നിട്ടെന്തുണ്ടായി? എനിക്കവനെ പിന്നീടൊരിക്കലും കാണാൻ പോലും സാധിച്ചില്ലല്ലോ? അവനെങ്ങോട്ട് പോയി എന്ന് ആർക്കും ഒരു രൂപവുമില്ല. ഭൂമി പിളർന്ന് സീതാദേവിയെപ്പോലെ അവൻ അന്തർദ്ധാനം ചെയ്തോ? എന്തിനവന

ങ്ങനെ ചെയ്യണം? രാമൻ സീതയോട് ചെയ്തതുപോലെ അവനോട് ആരും ഒരു ക്രൂരതയും കാട്ടിയില്ലല്ലോ? ഞാനും അവന്റെ അമ്മയും അവന് സ്നേഹം മാത്രമേ കൊടുത്തിരുന്നുള്ളൂ. അവനെ ഞങ്ങൾ ഒരിക്കലും ഒന്ന് നുള്ളി നോവിച്ചിട്ട് പോലുമില്ല. ഞങ്ങളവന് ഞങ്ങളുടെ സ്നേഹം മാത്രം വാരിക്കോരി കൊടുത്തു. അതിസ്നേഹം അപകടമാണോ, കുട്ടീ; നീ പറയ്. അവനെ കാണാതായതോടെ അവനെയോർത്ത് ആധി പിടിച്ച് അവന്റെ അമ്മ അകാലത്തിൽ എന്നെ വിട്ടുപോയി. പിന്നെ ഞാനാരെ കാത്ത് നില്ക്കണം? എന്തിന് നില്ക്കണം?"

പരമേശ്വരയ്യൻ അനിരുദ്ധന്റെ മുഖത്തേക്ക് തന്റെ ശൂന്യമായ ദൃഷ്ടികൾ ചോദ്യഭാവത്തിൽ ഉയർത്തി. അയാൾക്ക് പക്ഷേ, അതിനൊരുത്തരവും പറയാനായില്ല. ആ നിർഭാഗ്യവാനായ അച്ഛന്റെ ദുഃഖതപ്തമായ മുഖം അയാളുടെ കൺമുമ്പിൽനിന്ന് മെല്ലെമെല്ലെ മറഞ്ഞു പോയി –അയാളെ ചൂഴ്ന്നുനിന്ന തമസ്സ് മറഞ്ഞു. ഇപ്പോൾ കാണുന്നത് മറ്റേതോ ഒരു ലോകമാണ്. ഇവിടെ പാറിനടക്കാൻ നല്ല സുഖം തോന്നുന്നു. അന്നോളമനുഭവിക്കാത്ത വല്ലാത്തൊരനുഭൂതിയിൽ ലയിച്ചുകൊണ്ടുള്ള ഈ യാത്ര അവസാനിക്കാതിരിക്കട്ടെ എന്ന് ആഗ്രഹിച്ചു പോവുകയാണ്. അകലങ്ങളിൽ ഇളകി മറിയുന്നതായി തോന്നുന്ന കടൽ ഏതാണ്? ഒന്നല്ല, ഒരുപാട് സമുദ്രങ്ങൾ തനിക്ക് ചുറ്റും തനിക്ക് മുകളിലും താഴെയുമെല്ലാമായി തിരകളിളക്കി തലകുത്തി മറിയുകയാണ്. തന്റെ പ്രയാണത്തിന് മാത്രം പക്ഷേ, പ്രതിബന്ധങ്ങളൊന്നുമില്ല. അവിരാമമായുള്ള ഒഴുക്ക് തന്നെ. അപ്രതീക്ഷിത നിമിഷങ്ങളിൽ കാഴ്ചകൾക്ക് പൊടുന്നനെ മാറ്റമുണ്ടാവുന്നു. ഇപ്പോൾ കാണുന്നത് ഒരേ നിരയിൽ ഉദിച്ചുയരുന്ന ഒരുപാട് സൂര്യന്മാരുടെ കാഴ്ചയാണ്. അതിലൊരെണ്ണത്തിനടുത്തെത്താൻ അയാൾക്ക് കൊതിയുണ്ട്. പക്ഷേ, ഈ യാത്ര അയാളുടെ നിയന്ത്രണത്തിലല്ലല്ലോ നടക്കുന്നത്! അയാൾക്ക് ഒഴുകാൻ മാത്രമാണ് അനുവാദമുള്ളത്. പെട്ടെന്ന് സൂര്യന്മാർ കാഴ്ചപ്പുറത്ത് നിന്ന് മായുകയാണ്. ഇപ്പോൾ ഒന്നും കാണാനാവാത്ത ഇരുട്ടാണ്, തനിക്ക് ചുറ്റും.

തമസ്സ് കാലങ്ങളായി തപസ്സ് ചെയ്യുന്ന ഏതോ ഗുഹയിൽതന്നെ വീണ്ടും താൻ എത്തിപ്പെട്ടിരിക്കുന്നു. മരണാനന്തര യാത്രയായിരിക്കുമോ, ഇത്? താൻ ശരിക്കും മരിച്ചു കഴിഞ്ഞുവോ?

മരണം ആസന്നമായിക്കഴിഞ്ഞാൽ ഇന്ദ്രിയങ്ങളും പ്രാണനുമെല്ലാം സൂക്ഷ്മ ശരീരത്തിൽ വന്നുചേരുന്നു എന്നും അതിനുശേഷം ഹൃദയാന്തർ ഭാഗത്ത് ഒരു പ്രകാശമുണ്ടാകുന്നു എന്നും ആ പ്രകാശത്തിൽ ജ്ഞാനിക്ക് തന്റെ നിഷ്ക്രമണ മാർഗ്ഗം തെളിഞ്ഞു കാണാമെന്നുമാണ് *ബ്രഹ്മസൂത്ര*ത്തിൽ മുമ്പെപ്പോഴോ വായിച്ചിട്ടുള്ളത്. പക്ഷേ, താൻ ജ്ഞാനിയല്ലാത്തതിനാൽ ഇതൊന്നും തനിക്ക് ബാധകമല്ല, തന്നെ. ജ്ഞാനികളുടെ കാര്യത്തിൽ ദേഹി സുഷുമ്നാ നാഡിയിലൂടെ ദേഹം വിട്ടുപോയി അമരത്വം പ്രാപിക്കുമത്രെ.

മരണാനന്തര യാത്രയെപ്പറ്റി വ്യത്യസ്ത ഉപനിഷത്തുകൾ വ്യത്യ

സ്ത കാര്യങ്ങളാണ് പറയുന്നത്. ആർക്കും ഒരു തിട്ടവും അക്കാര്യത്തിലില്ല, എന്നു വേണം വിചാരിക്കാൻ. അല്ലെങ്കിൽ തന്നെ മരിച്ചുപോയ ഒരാളും ഇന്നോളം തിരിച്ചു വരാത്ത സ്ഥിതിക്ക് മരണാനന്തര യാത്ര എന്നത് ഉപനിഷത്കാരന്മാരുടെ ഭാവനാ വിലാസമല്ലാതെ മറ്റെന്താണ്?

ഇങ്ങനെയെല്ലാം ചിന്തിക്കുമ്പോഴും *ബ്രഹ്മസൂത്ര*ത്തിൽ പരാമൃഷ്ടമാവുന്ന ജീവന്മുക്തന്റെ യാത്രയെക്കുറിച്ചുള്ള വിവരണങ്ങൾ വായിക്കാൻ രസമുണ്ടായിരുന്നു. ജ്ഞാനിയുടേയും അജ്ഞാനിയുടേയും മരണാനന്തര യാത്ര തുടക്കത്തിൽ ഏകമാർഗ്ഗത്തിൽ തന്നെയാണത്രെ. ദേവയാന മാർഗ്ഗം തുറന്നുകിട്ടുന്നതു വരെയാണത്. ആ മാർഗ്ഗം തുറന്നു കിട്ടുന്നതോടെ ജ്ഞാനി ആ വഴിയേ പോകും. അജ്ഞാനി പിതൃയാന മാർഗ്ഗത്തിലൂടെയും സഞ്ചരിക്കുന്നു.

ജ്ഞാനിക്കും അജ്ഞാനിക്കും ഒരുപോലെ യാത്രാനുവാദമുള്ളയിടത്ത് വെച്ചായിരിക്കുമോ നിർഭാഗ്യവനായ ആ അച്ഛനെ–പരമേശ്വരയ്യരെ –താൻ കണ്ടത്? അപ്പോഴും അനിരുദ്ധനെ അത്ഭുതപ്പെടുത്തിക്കൊണ്ടിരുന്നത്, ഈ ഒരവസ്ഥയിലും തനിക്കിങ്ങനെയൊക്കെ ചിന്തിക്കാനാവുന്നുണ്ട് എന്ന കാര്യമാണ്.

ഒരു നീണ്ട നിദ്രയിൽനിന്നും പെട്ടെന്ന് ഉണർന്നതുപോലെ തോന്നി, അനിരുദ്ധന്. ഓപ്പറേഷൻ കഴിഞ്ഞതിന്റെ പിറ്റേ ദിവസമായിരുന്നു, അത്. ഒന്നും മനസ്സിലാവുന്നില്ല. താനെവിടെയാണ്? ചുറ്റും ആരെല്ലാമോ കൂട്ടംകൂടി നില്ക്കുന്നുണ്ടല്ലോ? അയാൾ ശ്രമപ്പെട്ട് ഓർമ്മകളുടെ മേച്ചിൽപ്പുറങ്ങൾ തേടിപ്പോയി. അതിക്രൂരമായി പീഡിപ്പിക്കപ്പെട്ട ആ ദിവസത്തിന്റെ ഓർമ്മയിലേക്കാണ് ആ യാത്ര ചെന്നെത്തിയത്. പിന്നീടെന്തുണ്ടായി? താൻ മരിച്ചുവോ? മരിച്ചു കഴിഞ്ഞ ഒരാൾക്ക് എങ്ങനെയാണ് ഓർമ്മകൾ തേടിപ്പോകാൻ സാധിക്കുന്നത്? ഒടുവിൽ അയാൾ തീർച്ചയാക്കി– താൻ മരിച്ചിട്ടില്ല.

കണ്ണിലെ നേർത്ത മൂടൽമഞ്ഞ് മെല്ലെമെല്ലെ നീങ്ങിക്കഴിഞ്ഞപ്പോൾ തനിക്ക് ചുറ്റും നില്ക്കുന്നവരെ അയാൾക്ക് തിരിച്ചറിയാൻ സാധിച്ചു. ഡോക്ടർമാരുടെ ഒരു സംഘം, അവർക്ക് പിറകിൽ വെളുത്ത മാലാഖമാരെപ്പോലെ നഴ്സുമാരും. താൻ കിടക്കുന്നത് ഒരു ആശുപത്രിയിലാണെന്നയാൾക്ക് മനസ്സിലായി. ഈ ആശുപത്രി എവിടെയാണ്? ദില്ലിയിൽ തന്നെയാണോ? എങ്കിൽ ആരാണ് തന്നെ ഇവിടെ എത്തിച്ചത്? പൊലീസുകാരോ? അതിനുള്ള സാദ്ധ്യത തീരെയില്ല എന്നയാൾക്ക് അറിയാമായിരുന്നു. പിന്നെ ആരാണ് തന്നെ ആശുപത്രിയിലെത്തിച്ചത്? ആ അഭിശപ്ത ദിവസത്തിന് ശേഷം ഒരുപാട് ദിവസങ്ങൾ കഴിഞ്ഞു പോയിട്ടുണ്ടാവണം എന്നയാൾ ഊഹിച്ചു. മരണ വേദനയാണ് താനന്ന് അനുഭവിച്ചത്. അയാൾക്ക്, തന്റെ ചുറ്റുമുള്ളവരോട് കാര്യങ്ങൾ തിരക്കണമെന്നുണ്ട്. പക്ഷേ, നാവെടുക്കാനാവുന്നില്ല. അയാൾ നിസ്സഹായതയോടെ തന്റെ ശുശ്രൂഷകരുടെ നേരെ നോക്കി. അപ്പോൾ അതിലൊരു ഡോക്ടർ സാവകാശം അയാളോട് ചോദിച്ചു: "എന്ത് തോന്നുന്നു?"

അയാളതിന് മറുപടിയായി ഒന്ന് ചിരിക്കാൻ ശ്രമിച്ചു. പക്ഷേ, അതത്ര വിജയിച്ചിട്ടില്ല എന്നയാൾക്ക് വ്യക്തമായിരുന്നു. അയാളുടെ ശരീരാവയവങ്ങളൊന്നും അയാളുടെ നിയന്ത്രണത്തിലല്ല എന്ന അവസ്ഥയാണ്. അപ്പോൾ കൂട്ടത്തിൽ പ്രായം കൂടിയ ഡോക്ടർ അയാളുടെ പരിക്ഷീണമായ കണ്ണുകളിലേക്ക് നോക്കിക്കൊണ്ട് പറഞ്ഞു: "ടേക്ക് റെസ്റ്റ്. യുവാർ നൗ ഓകെ." അതും പറഞ്ഞ് അയാളെ വിശ്രമിക്കാൻ വിട്ടുകൊണ്ട് അവർ മുറിയിൽനിന്നും പുറത്തേക്ക് പോയി.

അനിരുദ്ധനെ ഒന്നു കാണാൻ സാധിക്കുമോ എന്നറിയാൻ വൈകിട്ട് സോമശേഖരൻ ഡോ. മേത്തയെ ചെന്നുകണ്ടു. അയാളെ കണ്ടയുടൻ ഡോക്ടർ പറഞ്ഞു: "മി. സോമശേഖരൻ, ദില്ലിയിൽനിന്നും കൈലാസ് നാഥ് വിളിച്ചിരുന്നു. ഓപ്പറേഷൻ സക്സസാണെന്നും അനിരുദ്ധൻ ബോധാവസ്ഥയിലേക്ക് തിരിച്ചുവന്നുകൊണ്ടിരിക്കയാണെന്നും പറഞ്ഞപ്പോൾ വലിയ സന്തോഷമായി. അദ്ദേഹം എല്ലാ ദിവസവും വിളിച്ചിരുന്നു. "ഹി ഈസ് സൊ നൈസ്." തുടർന്ന് അദ്ദേഹം ചോദിച്ചു: "സോമശേഖരനെന്താ വന്നത്?" സോമശേഖരൻ, തനിക്ക് അനിരുദ്ധനെ ഒന്ന് കാണാൻ പറ്റുമോ എന്ന് ചോദിച്ചപ്പോൾ ഡോക്ടർ ഒന്നാലോചിച്ച ശേഷം പറഞ്ഞു: "സന്ദർശകരെ അനുവദിക്കാൻ സമയമായിട്ടില്ല. ഒരാഴ്ച കഴിഞ്ഞേ അക്കാര്യത്തിൽ എന്തെങ്കിലും തീരുമാനമെടുക്കാനാവൂ. നിങ്ങളെ മാത്രം ഒരു പ്രാവശ്യത്തേക്ക് അനുവദിക്കുകയാണ്; ഒരൊറ്റ പ്രാവശ്യത്തേക്ക് മാത്രം. അത് കഴിഞ്ഞാൽ ആർക്ക് വേണമെങ്കിലും ഗ്ലാസ് വിന്റോവിലൂടെ കാണാം. പേഷ്യന്റിന്റെ സുരക്ഷയാണല്ലൊ, പ്രധാനം."

"ശരി, ഡോക്ടർ."

വലിയ സന്തോഷത്തോടെ സോമശേഖരൻ അനിരുദ്ധന്റെ സമീപമെത്തി. സോമേട്ടനെ അയാൾ വേഗം തിരിച്ചറിഞ്ഞു. അയാളുടെ മുഖത്ത് ആ തിരിച്ചറിവിന്റെ അടയാളവുമുണ്ടായി.

"സുഖം തോന്നുന്നുണ്ടോ, നിനക്ക്?" അയാളന്വേഷിച്ചപ്പോൾ അനിരുദ്ധൻ സമ്മതഭാവത്തിൽ തലയാട്ടി. സോമശേഖരൻ അയാളുടെ ശേഷികുറഞ്ഞ, ഇതിനകം വല്ലാതെ ശോഷിച്ചു പോയ കൈ സ്വന്തം കൈയിലെടുത്ത് തഴുകിക്കൊണ്ടിരുന്നു. ആ സ്പർശനത്തിലെ സ്നേഹവും വാത്സല്യവും അയാൾക്ക് വല്ലാത്തൊരു ആത്മധൈര്യവും ആഹ്ലാദവും പകർന്നു. നാവെടുത്ത് എന്തെങ്കിലും പറഞ്ഞ് സോമേട്ടനെ സമാശ്വസിപ്പിക്കണമെന്ന് അയാൾ അതിയായി ആഗ്രഹിക്കുന്നുണ്ടായിരുന്നു. പത്മേടത്തിയുടേയും കുഞ്ഞുങ്ങളുടേയുമെല്ലാം വിവരങ്ങളറിയാൻ അയാളുടെ മനസ്സ് വെമ്പിക്കൊണ്ടിരുന്നു. താനെവിടെയാണുള്ളതെന്നും എങ്ങനെ ഈ ആശുപത്രിയിലെത്തിയെന്നുമെല്ലാമുള്ള ഒരുപാട് ചോദ്യങ്ങൾ ഒന്നിനു പിറകെ ഒന്നായി അയാളുടെ മനസ്സിലേക്ക് ഒരു നിയന്ത്രണവുമില്ലാതെ കുതിച്ചെത്തിക്കൊണ്ടിരുന്നു. പക്ഷേ, അയാൾക്കതിന് സാധിക്കുന്നില്ല എന്ന സത്യം അയാളുടെ മനസ്സിൽ വല്ലാത്തൊരു വിക്ഷോഭമുണ്ടാക്കി. അയാളുടെ ചുണ്ടുകൾ വിതുമ്പുന്നതും കവിളിലെ മാംസപേശികൾ വിറയ്ക്കുന്നതും സോമശേഖരന്റെ ശ്രദ്ധയിൽ പെട്ടു. അത

പകടമാണെന്ന് അയാൾക്കറിയാമായിരുന്നു. ഇന്നലെ നടന്നത് നാല് മണിക്കൂർ നീണ്ട വളരെ വലിയൊരു ഓപ്പറേഷനാണ്. ഈ അവസ്ഥയിൽ അയാൾക്ക് മനസ്സിൽ ഒരുവിധ ടെൻഷനുമുണ്ടായിക്കൂടാ. അയാൾ അനിരുദ്ധന്റെ നെറ്റിയിലും കവിളിലും വാത്സല്യപൂർവ്വം തഴുകിക്കൊണ്ട് പറഞ്ഞു:

"അനീ, നീ ഇങ്ങനെ ടെൻഷനാവരുത്. ഇന്നലെ വലിയൊരു ഓപ്പറേഷന് വിധേയനായവനാണ്, നീ. ഒന്നും പേടിക്കണ്ട. ഞങ്ങളെല്ലാം ഇവിടെത്തന്നെയുണ്ടാവും. മനസ്സിൽ ക്ഷോഭമുണ്ടാവാതെ നീ സ്വയം ശ്രദ്ധിക്കണം. നീ ഇപ്പോൾ ബോംബെയിലെ കിങ്ങ്സ് ആശുപത്രിയിലാണുള്ളത്." തുടർന്ന് സോമശേഖരൻ ദില്ലിയിൽനിന്നുള്ള യാത്രയടക്കമുള്ള കാര്യങ്ങളെല്ലാം ക്ഷമയോടെ അയാൾക്ക് പറഞ്ഞു കൊടുത്തു. അയാൾക്ക് അതോടെ വലിയ ആശ്വാസം തോന്നി. സോമശേഖരനും ഒരു വലിയ ഭാരം മനസ്സിൽ നിന്നിറക്കി വെച്ചതിന്റെ ആശ്വാസമുണ്ടായി. കൂടുതൽ അവിടെ നില്ക്കുന്നത് ശരിയല്ല എന്ന ബോധത്തോടെ അയാൾ അനിരുദ്ധനോട് പറഞ്ഞു: "എനിക്ക് ഡോ. മേത്ത പ്രത്യേകം പെർമിഷൻ തന്നതു കൊണ്ടാണ് നിന്നെ ഇങ്ങനെ കാണാനും സംസാരിക്കാനും സാധിച്ചത്. സന്ദർശകരെ അനുവദിക്കുന്ന കാര്യം പോലും ഒരാഴ്ച കഴിഞ്ഞേ ആലോചിക്കൂ എന്നാണദ്ദേഹം പറഞ്ഞത്. ഒരു തരത്തിലും ഇൻഫെക്ഷൻ വരാതെ നോക്കണം. അതുകൊണ്ട് ഞാൻ പോകുന്നു."

അനിരുദ്ധൻ വിളറിയ പുഞ്ചിരിയോടെ തല ചലിപ്പിച്ചു. പുറത്തു വന്നശേഷം റിസപ്ഷനിൽ നിന്ന് അയാൾ പത്മത്തെ വിളിച്ചു. അവളുടെ സന്തോഷം അയാൾക്ക് ഫോണിലൂടെ ശരിക്കും അനുഭവപ്പെട്ടു. "കുട്ടികളെയും കൂട്ടി ഞാനങ്ങോട്ട് വരട്ടേ, സോമേട്ടാ." അവർ വലിയ പ്രതീക്ഷയോടെ അയാളുടെ സമ്മതം തേടി.

"ഇപ്പോൾ വന്നിട്ട് ഒരു കാര്യവുമില്ല. നിങ്ങൾക്ക് അവന്റെ അടുത്തു ചെല്ലാൻ അനുവാദമുണ്ടാവില്ല. സന്ദർശകരെ അനുവദിക്കുന്നതിനെക്കുറിച്ച് ആലോചിക്കാൻ തന്നെ ഒരാഴ്ച കഴിയുമെന്നാണ് ഡോ. മേത്ത പറഞ്ഞത്."

"പിന്നെന്താ ചെയ്യാ?"

"നീ നാളെ കുട്ടികളെ സ്കൂളിലാക്കിയ ശേഷം നേരെ ഇങ്ങോട്ട് പോന്നോളൂ. നിനക്കവനെ ഗ്ലാസ് വിൻഡോവിലൂടെയെങ്കിലും കാണാം. തല്ക്കാലം അതാ നല്ലത്. മക്കളെ നമുക്ക് ഒരാഴ്ച കഴിഞ്ഞ് കൊണ്ടുവരാം. അപ്പോഴേക്കും അവർക്ക് ക്രിസ്തുമസ് വെക്കേഷൻ തുടങ്ങുമല്ലോ."

"ശരി."

പത്മം മനസ്സില്ലാ മനസ്സോടെ സമ്മതിച്ചു. അപ്പോഴും അവർക്ക് വലിയൊരാശ്വാസം തോന്നി. തനിക്കവനെ ദൂരെ നിന്നെങ്കിലും ഒന്ന് കാണാമല്ലോ.

അവർ ധൃതിയിൽ കുട്ടികളെ കൂട്ടിക്കൊണ്ടു വരാനായി സ്കൂളിലേക്ക് പുറപ്പെട്ടു.

# ഇരുപത്തി അഞ്ച്

**പ**ത്മം ആശുപത്രിയിൽവന്നതും ഗ്ലാസ് വിൻഡോയിലൂടെ തന്നെ ഒരുപാട് നേരം നോക്കിനിന്നതും ഒന്നും അനിരുദ്ധൻ അറിഞ്ഞില്ല. സോമശേഖരൻ പറഞ്ഞ കാര്യങ്ങൾ തന്നെയായിരുന്നു അപ്പോഴും പിറ്റേന്നും അയാളുടെ മനസ്സിനെ മഥിച്ചുകൊണ്ടിരുന്നത്. താൻ ഇപ്പോഴും ജീവിച്ചിരിക്കുന്നു എന്നത് അയാൾക്ക് ഒരത്ഭുതമായിരുന്നു. അയാളുടെ ശരീരത്തിൽ പൊടുന്നനെയും തുടർച്ചയായും നടത്തപ്പെട്ട അതിക്രൂരമായ കടന്നുകയറ്റങ്ങളുടെ നടുക്കുന്ന ഓർമ്മകളെ പുനരാനയിച്ചുകൊണ്ട് അയാൾ ചിന്തിച്ചത്, ആ കടുത്ത മർദ്ദനങ്ങളെയും അത് വഴി താനനുഭവിച്ച പ്രാണ വേദനയെയും തനിക്കെങ്ങനെ അതിജീവിക്കാനായി എന്ന കാര്യമായിരുന്നു. ഒരു രഹസ്യവും വെളിപ്പെടുത്തണമെന്ന് ആ കടുത്ത പീഡനങ്ങൾക്കിടയിലും തനിക്ക് തോന്നാതിരിക്കത്തക്കവിധം തന്റെയുള്ളിൽ കുടികൊണ്ട ആ സഹന ശക്തിയെ ആണോ ധാർമ്മികശക്തി എന്ന് പറയുന്നത്? ഏറ്റെടുത്തിട്ടുള്ള ദൗത്യത്തിന്റെ നൈതികതയും അതിനോടുള്ള പ്രതിബദ്ധതയും ചേർന്ന് ഒരാളിൽ അനുനിമിഷം നിറച്ചുകൊണ്ടിരിക്കുന്ന അജ്ഞാതമായ ഒരു ഊർജ്ജ പ്രവാഹമായിരിക്കാം ധാർമ്മിക ശേഷി എന്ന് വിശേഷിപ്പിക്കപ്പെടുന്നത് എന്ന് അയാൾക്ക് തോന്നി. ആയുധങ്ങൾക്ക് അവരുടെ ശരീരങ്ങളെ മാത്രമെ ഭേദ്യം ചെയ്യാൻ സാധിക്കൂ. സ്വന്തം നിലപാടുകളോട് സത്യസന്ധരായിരിക്കുക എന്നത് ഏറെ പ്രയാസമുള്ളതാണെന്ന് അനുഭവങ്ങളിലൂടെ താൻ തിരിച്ചറിഞ്ഞിട്ടുണ്ട്. സത്യസന്ധതയും നിർഭയത്വവും ഇരട്ടക്കുട്ടികളാണ്.

നന്മ നിലനില്ക്കുന്ന കാലത്തോളം ലോകത്ത് തിന്മയും നിലനില്ക്കും. കാരണം നന്മയുടെ വൈശിഷ്ട്യത്തെ നമ്മെ ബോദ്ധ്യപ്പെടുത്തുന്നതുതന്നെ തിന്മയുടെ സാന്നിദ്ധ്യമാണ്. തിന്മയുണ്ട് എന്നതിനാൽ

ലോകം നശിക്കുന്നില്ല. തിന്മക്കെതിരെ പോരാടാതിരിക്കുമ്പോഴാണ്, അതിനെ കണ്ടില്ലെന്ന് നടിക്കുമ്പോഴാണ് ലോകം നാശത്തിലേക്ക് വഴുതുന്നത്. തെറ്റുകൾ കണ്ടില്ലെന്ന് നടിക്കുക എളുപ്പമാണ് കാരണം നമ്മൾ എന്താണ് കാണുന്നത് എന്നത് നമ്മൾ എവിടെയാണ് നോക്കുന്നത് എന്നതിനെയാണ് ആശ്രയിച്ചിരിക്കുന്നത്.

അടിയന്തരാവസ്ഥയിലെ കൊടുംപാതകങ്ങളും ഹിംസകളും നിസ്വർക്ക് നേരെപോലും നടത്തിയ ആക്രമണങ്ങളും എല്ലാം തന്നെ കണ്ടില്ലെന്ന് നടിക്കാൻ മാധ്യമങ്ങളെന്ന് അവകാശപ്പെടുന്നവയിൽ ഏതാണ്ട് എല്ലാറ്റിനും സാധിക്കുന്നത് അങ്ങനെയെല്ലാം രാജ്യത്ത് നടക്കുന്നുണ്ട് എന്ന കാര്യം ശ്രദ്ധിക്കാതിരിക്കുക എന്ന അതിലളിതമായ നയം അവ സ്വീകരിച്ചത് കൊണ്ടാണ്. അവർ ഒന്നും കാണുന്നില്ല; കാരണം അവർ അങ്ങോട്ട് നോക്കുന്നേയില്ല.

അന്ന് ഉച്ചകഴിഞ്ഞപ്പോഴാണ് ഡോ. മേത്ത റൗണ്ട്സിനിടയിൽ അനിരുദ്ധന്റെ സമീപത്തെത്തിയത്. അയാളുടെ മുഖത്തെ പാരവശ്യം ഡോക്ടർ തിരിച്ചറിഞ്ഞു. അദ്ദേഹം അയാളെ ആശ്വസിപ്പിച്ചുകൊണ്ട് പറഞ്ഞു: "നിങ്ങൾക്ക് സംസാരിക്കാൻ സാധിക്കും. ഒരല്പ ദിവസം കൂടി ക്ഷമിക്കൂ." അത് കേട്ടപ്പോൾ അനിരുദ്ധന്റെ മുഖത്ത് കണ്ട പ്രസന്നത ഡോക്ടർ നന്നായി ആസ്വദിച്ചു. അദ്ദേഹം നേഴ്സിനോട് അയാളെ അല്പം ചരിച്ചു കിടത്താൻ നിർദ്ദേശിച്ചു. അയാളുടെ പുറത്ത് തട്ടി സമാശ്വസിപ്പിച്ചു കൊണ്ട് ഡോക്ടർ പറഞ്ഞു. "മലർന്ന് കിടക്കണമെന്ന് തോന്നുമ്പോൾ സ്വയം അതിന് ശ്രമിച്ചു നോക്കണം. നിങ്ങൾക്കത് സാധിക്കും. ശരീരത്തിന്മേലുള്ള നിയന്ത്രണം നമുക്ക് മെല്ലെ മെല്ലെ വീണ്ടെടുക്കണം. ഓ. കെ?" അയാൾ മെല്ലെ തല ചലിപ്പിച്ചുകൊണ്ട് പുഞ്ചിരിക്കാൻ ശ്രമിച്ചു. ശരീരം പോയിട്ട് സ്വന്തം ചുണ്ടുകൾപോലും തന്റെ നിയന്ത്രണത്തിലല്ലായെന്ന് അപ്പോൾ അയാൾക്ക് മനസ്സിലായി.

ദിവസങ്ങൾ കടന്നുപോകവെ, തനിക്ക് തന്റെ ശരീരത്തിന്മേലുള്ള നിയന്ത്രണം കുറേശ്ശെകുറേശ്ശെയായി വീണ്ടെടുക്കാനാവുന്നുണ്ടെന്ന് അനിരുദ്ധൻ സന്തോഷപൂർവ്വം തിരിച്ചറിഞ്ഞു. പക്ഷേ, അയാളുടെ കാലുകളുടെ ചലനശേഷി ഇനിയും അല്പം പോലും തിരിച്ചു കിട്ടിയിട്ടില്ല. സംസാരിക്കാനുള്ള അയാളുടെ ശ്രമത്തെ ഡോ. മേത്തയും നിരന്തരം പ്രോത്സാഹിപ്പിച്ചു കൊണ്ടിരുന്നു. അദ്ദേഹം അയാളോട് കരുതിക്കൂട്ടി വിശേഷങ്ങൾ ചോദിക്കും. നഴ്സിനെപ്പോലും അയാളുടെ പ്രശ്നങ്ങൾ പറയാൻ അദ്ദേഹം അനുവദിക്കുമായിരുന്നില്ല. അവരെ വിലക്കിക്കൊണ്ട് അദ്ദേഹം പറയും. "ലെറ്റ് ഹിം സ്പീക്ക്." എന്നിട്ട് അനിരുദ്ധനോട് മൃദുസ്വരത്തിൽ പറയും "ടെൽമി വാട്ട് ഡു യൂ ഫീൽ നൗ" അനിരുദ്ധൻ അവ്യക്ത സ്വരത്തിൽ പറയുന്നത് ഡോക്ടർ കൃത്യമായി മനസ്സിലാക്കുന്നുണ്ടെന്ന് തോന്നി. അയാളുടെ ആത്മവിശ്വാസം ഉയർത്താനായിരിക്കാം അദ്ദേഹം അങ്ങനെ ഭാവിക്കുന്നത്. പക്ഷേ, ആ നിരന്തരമായ പ്രേരണ സംസാരിക്കാനുള്ള അയാളുടെ താല്പര്യത്തെ ഉണർത്തിക്കൊ

ണ്ടിരുന്നു.

പ്രത്യേക പരിചരണ വിഭാഗത്തിൽനിന്ന് അനിരുദ്ധനെ മുറിയിലേക്ക് മാറ്റി എന്നറിഞ്ഞപ്പോൾ പത്മത്തിന്റെ ആഹ്ലാദത്തിന് അതിരില്ലായിരുന്നു. അവർ സോമശേഖരനോട് പറഞ്ഞു: " നാളെ കുട്ടികൾ സ്കൂളിൽ ലീവെടുക്കട്ടെ. ആശുപത്രിയിലേക്ക് നമുക്ക് ഒരുമിച്ചു പോകാം. മക്കളെനിക്ക് ഇരിക്കപ്പൊറുതി തരുന്നില്ല സോമേട്ടാ." അപ്പോൾ സോമശേഖരന്റെ തമാശ. "മക്കളേക്കാൾ ഇരിക്കപ്പൊറുതിയില്ലായ്മ നിനക്കല്ലേ പത്മം? നിന്നെയെനിക്കറിയാത്തതാണോ."

പിറ്റേന്ന് രാവിലെതന്നെ അവർ ആശുപത്രിയിലെത്തി. അനിരുദ്ധൻ ചെറിയ മയക്കത്തിലായിരുന്നു. കുട്ടികൾ അയാളെ തൊട്ടുവിളിച്ചപ്പോൾ അയാൾ പതുക്കെ കണ്ണ് തുറന്നു. ഒരു നിമിഷം വേണ്ടി വന്നു, അയാൾക്ക് പരിസരബോധമുണ്ടാകാൻ. കുട്ടികളെ കണ്ടപ്പോൾ അയാളുടെ കണ്ണുകളിൽ സന്തോഷത്തിന്റെ പൂത്തിരി കത്തിപ്പടരുന്നത് പത്മം പ്രത്യേകം ശ്രദ്ധിച്ചു. അയാൾ മെല്ലെ വശം ചെരിഞ്ഞ് കൈകൾകൊണ്ട് അവരിരുവരെയും ചേർത്തുപിടിച്ചു. കുട്ടികൾ കുനിഞ്ഞ് അയാളുടെ ഇരുകവിളുകളിലും ഉമ്മ വെച്ചു. രോഹിത്ത് പറഞ്ഞു: "നമുക്ക് വീട്ടിലേക്ക് പോകാം. അനിമാമ ഇനി ഇവിടെ കിടക്കേണ്ട." അത് കേട്ടപ്പോൾ അനിരുദ്ധന്റെ മുഖത്ത് നേർത്ത ചിരി പടർന്നു.

പത്മം മാറിനിന്ന് അയാളെ സൂക്ഷ്മമായി പരിശോധിക്കുകയായിരുന്നു. അവനാകെ കോലം കെട്ടുപോയിരിക്കുന്നു. പ്രസരിപ്പാർന്ന ആ പഴയ അനിരുദ്ധന്റെ നിഴലാണോ ഈ കിടക്കുന്നത്. തമാശ പറയുമ്പോഴും ആരുടെയെങ്കിലും തമാശ കേൾക്കുമ്പോഴും അവന്റെ മുഖത്ത് ഓടിയെത്താറുണ്ടായിരുന്ന വശ്യമായ ആ പുഞ്ചിരി അവന് നഷ്ടമായിരിക്കുന്നു. സംസാരിക്കാനും അവൻ ഏറെ പ്രയാസപ്പെടുന്നുണ്ട്.

പത്മം പുതപ്പ് ഒരല്പം മാറ്റി അയാളുടെ കാലുകൾ പരിശോധിച്ചു. അവ മെലിഞ്ഞ് വികൃതമായിരിക്കുന്നു. അനിരുദ്ധന് മുഖം കൊടുക്കാതെ അവർ മുറിക്ക് പുറത്തേക്ക് നടന്നു. സോമേട്ടൻ പ്രത്യേകം പറഞ്ഞിരുന്നു അവന്റെ മുന്നിൽ തീർത്തും പ്രസന്നയായിരിക്കണമെന്ന്. സന്ദർശകരുടെ കാര്യം പറഞ്ഞപ്പോൾ ഡോക്ടർ മേത്ത അയാളോട് പ്രത്യകം പറഞ്ഞ കാര്യമിതാണ് – ആരും വന്നോട്ടെ, പക്ഷേ, പേഷ്യന്റിന് മനഃപ്രയാസമുണ്ടാക്കുന്ന വിധത്തിൽ പെരുമാറരുതെന്ന് മാത്രം. നമ്മുടെയെല്ലാവരുടെയും ഇപ്പോഴത്തെ ചുമതല അയാളുടെ ഉള്ളിൽ ഊർജ്ജം നിറയ്ക്കുക എന്നതാണ്. അയാളുടെ ആത്മവിശ്വാസത്തിന് കോട്ടം തട്ടുന്ന ഒരു വാക്കോ ഒരു നോട്ടമോ പോലും ദോഷം ചെയ്യും. അതിനാൽ സന്ദർശകരോട് പറയുക, ഒരു പിക്നിക്കിന് വരുന്നത് പോലെ സന്തോഷത്തോടെ വരാൻ.

പത്മം സോമശേഖരൻ പറഞ്ഞതോർമ്മിച്ചു. പക്ഷേ, അവനെ തനിക്കെങ്ങനെ കലർപ്പില്ലാത്ത ചിരിയുമായി ഈയൊരവസ്ഥയിൽ അഭിമുഖീകരിക്കാൻ സാധിക്കും. അവരുടെ മനസ്സ് വായിച്ചിട്ടെന്നവണ്ണം സോമ

ശേഖരൻ പറഞ്ഞു: "ഒന്നും സംഭവിച്ചിട്ടില്ലാത്ത വിധം പഴയപോലെ പെരുമാറാൻ നിനക്ക് സാധിക്കണം." അനിരുദ്ധൻ കുട്ടികളുമായി കുശലങ്ങൾ പങ്കിടുന്നതിനിടയിൽ മറ്റൊന്നും ശ്രദ്ധിച്ചിരുന്നില്ല. അവരെകണ്ടിട്ട് ഒരുപാട് വർഷങ്ങളായപോലെയാണ് അയാൾക്ക് തോന്നിയത്. അയാൾ അവ്യക്തമായ ശബ്ദത്തിൽ പറയുന്നതെല്ലാം അവർ കൃത്യമായി മനസ്സിലാക്കുന്നുണ്ട് എന്നത് അയാൾക്ക് അത്ഭുതമായിരുന്നു. അതിനിടയിൽ അനിരുദ്ധൻ അവ്യക്ത ശബ്ദത്തിൽ സോമശേഖരനോട് ചോദിച്ചു. "ഏടത്തി എവിടെപ്പോയി?" അത് കേട്ടിട്ടെന്ന വണ്ണം പത്മം അകത്തെത്തി അയാളുടെ കിടക്കയിൽ സ്ഥാനം പിടിച്ച്, തലമുടിയിൽ വാത്സല്യത്തോടെ തടവിക്കൊണ്ടിരുന്നു. ആ വാത്സല്യത്തിന്റെ ഊഷ്മളത അനുഭവിച്ചുകൊണ്ടിരിക്കെ അയാൾ തന്റെ കുട്ടിക്കാലത്തേക്കൊഴുകിപ്പോയി. ചില രാത്രികളിൽ അമ്മമ്മയുടെ മടിയിൽ തലവെച്ച് കിടക്കുമ്പോഴെല്ലാം തന്റെ തലമുടിക്കിടയിലൂടെ അവരുടെ ശുഷ്കമായ വിരലുകൾ എന്തോ തേടിക്കൊണ്ടിരിക്കുമായിരുന്നു. വശ്യമായ ആ സ്പർശനമനുഭവിച്ചുകൊണ്ട് അയാൾ പലപ്പോഴും ഉറങ്ങിപ്പോകുമായിരുന്നു.

"നീയെന്താ ആലോചിക്ക്ന്നത്" പത്മം അയാളോട് ചോദിച്ചു. അയാൾ വെറുതെ ചിരിച്ചു. "നീയെന്തെങ്കിലും പറയ്"– അവർ നിർബ്ബന്ധിച്ചു.

"അമ്മമ്മ തലയിൽ തടവ്ന്ന പോലെ തോന്നി." അയാൾ വളരെ ശ്രമപ്പെട്ട് പറഞ്ഞു. അപ്പോൾ കുട്ടികൾ അവരോട് പറഞ്ഞു "അമ്മേ. നമ്മക്ക് അനിമാമയെ വീട്ടിലേക്ക് കൊണ്ടുപോകാം."

വൈകുന്നേരംവരെ കുട്ടികളും പത്മവും അയാൾക്കരികിൽത്തന്നെ തങ്ങി. സോമശേഖരൻ വൈകിട്ട് വന്ന ശേഷമാണ് അവർ മടങ്ങിയത്. അനിരുദ്ധന്റെ ആരോഗ്യസ്ഥിതി മെല്ലെ മെല്ലെയാണെങ്കിലും മെച്ചപ്പെടുന്നുണ്ടെന്ന് സോമശേഖരന് തോന്നി. അയാൾ ഡോ. മേത്തയെക്കണ്ട് അനിരുദ്ധനെ ഡിസ്ചാർജ് ചെയ്യുന്നതിനെക്കുറിച്ച് സംസാരിച്ചു. ഡോക്ടർ മേത്ത പറഞ്ഞു. "ഡിസ്ചാർജ് ചെയ്യാം പക്ഷേ, പുറത്ത് കാണുന്നത്ര ശുഭകരമല്ല അനിരുദ്ധന്റെ ആന്തരികാവയവങ്ങളുടെ അവസ്ഥ." സോമശേഖരന്റെ പരിഭ്രമം കണ്ടപ്പോൾ ഡോക്ടർ ആശ്വസിപ്പിച്ചു. "ഞാൻ നിങ്ങളെ ഭയപ്പെടുത്തുകയല്ല. വളരെ ശ്രദ്ധിക്കണമെന്ന് കോഷൻ ചെയ്യുകയായിരുന്നു. എന്തെങ്കിലും അസ്വാഭാവികത തോന്നിയാലുടൻ മെഡിക്കൽ അറ്റൻഷൻ കിട്ടണം. അതിന് സൗകര്യമുള്ള സ്ഥലത്താണോ നിങ്ങളുടെ താമസം?" സോമശേഖരൻ ഒട്ടൊന്ന് ആലോചിച്ചു. എന്നിട്ട് പറഞ്ഞു. "പെട്ടെന്നെത്താവുന്ന ഒന്ന് രണ്ട് നഴ്സിങ് ഹോമുകളുണ്ട്." ഏതാണെന്ന് ഡോക്ടർ മേത്ത ചോദിച്ചപ്പോൾ അയാൾ പേര് പറഞ്ഞു.

"ഓ കെ എങ്കിൽ നാളെത്തന്നെ ഡിസ്ചാർജ് ചെയ്യാം. പക്ഷേ, എപ്പോഴും അറ്റൻഷൻ ഉണ്ടായിരിക്കണം. ഇന്റേണൽ ഇൻജുറി അത്രയ്ക്ക് കടുത്തതായിരുന്നു. അത് റിപ്പേർ ചെയ്യാൻ വൈദ്യശാസ്ത്രത്തിന് ഇപ്പോൾ ലഭ്യമായ കഴിവെല്ലാം ഞങ്ങൾ പ്രയോഗിച്ചിട്ടുണ്ട്. ബാക്കി

ശരീരം ചെയ്യേണ്ടതാണ്. താങ്കൾക്കറിയാമല്ലോ ശരീരത്തിന്റെ പ്രവർത്തനവഴികൾ അജ്ഞാതമാണ്. ഒരുപക്ഷേ, ഈ പ്രപഞ്ചത്തിന്റെ ചെറുപതിപ്പുകളാണ് നമ്മുടെയെല്ലാം ശരീരങ്ങൾ. അതിന്റെ സ്വയം നവീകരണ ശേഷിയിൽ നമുക്ക് പൂർണ്ണമായി വിശ്വസിക്കാം. പക്ഷേ, അനിരുദ്ധന്റെ ശരീരത്തെ അവർ തകർത്തു കളഞ്ഞിരിക്കുന്നു. അങ്ങനെയുള്ള ശരീരം എങ്ങനെ എപ്പോൾ ഏത് വിധത്തിൽ പ്രതികരിക്കുമെന്ന് ഞങ്ങൾ ഡോക്ടർമാർക്ക് പോലും നിശ്ചയമില്ല. അതിന്റെ പ്രതികരണം ഒരു സ്ഫോടനം പോലെയാകാനും മതി. അതുകൊണ്ട് എപ്പോഴും ശ്രദ്ധിക്കുക." ഡോക്ടർ മേത്ത പറഞ്ഞു നിർത്തി. തുടർന്ന് എന്തോ ഓർത്തിട്ടെന്ന പോലെ അദ്ദേഹം കൂട്ടിച്ചേർത്തു. "ങ് ആ, മിസ്റ്റർ സോമശേഖരൻ, ദില്ലിയിൽനിന്ന് കൈലാസ് നാഥ് ഇന്നലെ രാത്രിയും വിളിച്ചിരുന്നു. അനിരുദ്ധന്റെ കാര്യത്തിൽ നല്ല ഇംപ്രൂവ്മെന്റ് ഉണ്ടെന്ന് ഞാൻ പറഞ്ഞപ്പോൾ അദ്ദേഹത്തിന് വളരെ സന്തോഷമായി. എനിക്ക് ഒരുപാട് തവണ നന്ദി പറഞ്ഞു. ഞാൻ പക്ഷേ, എന്റെ ആശങ്കകളൊന്നും അയാളുമായി പങ്ക് വെച്ചില്ല. അതെല്ലാം പറഞ്ഞ് അയാളുടെ സന്തോഷം കെടുത്തേണ്ട എന്ന് കരുതി. അനിരുദ്ധനുവേണ്ടി നന്നായി പ്രാർത്ഥിക്കാൻ മാത്രം പറഞ്ഞു. അപ്പോൾ അയാൾ പറയുകയാണ്, അനിരുദ്ധന്റെ ഇംപ്രൂവ്മെന്റ് ഡോക്ടറുടെ ചികിത്സകൊണ്ട് മാത്രമല്ല, തന്റെ പ്രാർത്ഥന കൊണ്ട് കൂടിയാണുണ്ടായതെന്ന്."

ഡിസ്ചാർജ് ചെയ്ത് വീട്ടിലെത്തിയിട്ടും സോമശേഖരന്റെ മനസ്സ് അസ്വസ്ഥമായിരുന്നു. ഡോക്ടർ മേത്ത എന്തോ ഭയക്കുന്നുണ്ട്. പക്ഷേ, ആർക്ക് എന്ത് ചെയ്യാനാകും. ഡോക്ടർ ഒരു കോഷൻ എന്ന നിലയ്ക്ക് പറഞ്ഞതായിരിക്കാമെന്ന് അയാൾ ആശ്വസിക്കാൻ ശ്രമിച്ചു. ഡോക്ടർ മേത്ത എല്ലാം തുറന്ന് പറയുന്ന കൂട്ടത്തിലാണ്. അതിനാൽ എല്ലാ സാദ്ധ്യതകളും പറഞ്ഞു എന്ന് മാത്രം കരുതിയാൽ മതി. ആ പറഞ്ഞതിൽ നിന്ന് കൂടുതലൊന്നും വായിച്ചെടുക്കാൻ ശ്രമിക്കേണ്ട എന്ന് അയാൾ സ്വന്തം മനസ്സിനെ താക്കീത് ചെയ്തു.

അനിമാമൻ വീട്ടിലെത്തിയതോടെ കുട്ടികൾക്ക് വലിയ സന്തോഷമായി. അവർ അന്ന് പഠിക്കാൻ പോലും കൂട്ടാക്കിയില്ല. "ഇനി രണ്ട് ദിവസം ഒഴിവല്ലേ അമ്മേ, ഹോം വർക്ക് സൺഡേ ചെയ്യാം." മൂത്തവൻ അമ്മയോട് പറഞ്ഞു. തുടർന്നുള്ള രണ്ട് ദിവസം അവർക്ക് ഉത്സവംപോലെയായിരുന്നു. രണ്ട് ദിവസം പോയത് അനിരുദ്ധനും അറിഞ്ഞതേയില്ല.

തിങ്കളാഴ്ച കുട്ടികളെ സ്കൂളിലാക്കിയത് സോമശേഖരൻ തന്നെയായിരുന്നു. കുട്ടികളെ കൂട്ടിയിറങ്ങുമ്പോൾ അയാൾ പത്മത്തോട് പറഞ്ഞു: "നോക്ക്, അനിരുദ്ധനെ പ്രത്യേകം ശ്രദ്ധിക്കണം." അവർക്കപ്പോൾ എന്തോ പന്തികേട് തോന്നി.

"അതെന്താ സോമേട്ടാ അങ്ങനെ പറഞ്ഞത്?"

അപ്പോൾ സോമശേഖരൻ ഡോ. മേത്ത പറഞ്ഞ കാര്യം ചെറുതായി സൂചിപ്പിച്ചു. "എന്ത് അസ്വാഭാവികത തോന്നിയാലും ഉടൻ മെഡിക്കൽ

അറ്റൻഷൻ ലഭ്യമാക്കണമെന്ന് അദ്ദേഹം പ്രത്യേകം പറഞ്ഞിട്ടുണ്ട്. അത് കൊണ്ട് പറഞ്ഞതാണ്. ഇവിടെ അടുത്ത് തന്നെ രണ്ട് നഴ്സിങ് ഹോം ഉണ്ടെന്ന് പറഞ്ഞശേഷമാണ് ഡിസ്ചാർജിന് അദ്ദേഹം സമ്മതിച്ചത് തന്നെ." പത്മത്തിന് അത് കേട്ടപ്പോൾ തെല്ലാരാശ്വാസമാണുണ്ടായത്. അവർ പറഞ്ഞു: "സോമേട്ടൻ ആദ്യം പറഞ്ഞത് കേട്ടപ്പോൾ ഞാൻ വല്ലാതെ പേടിച്ചു പോയി."

അന്ന് രാത്രിയോടെ അനിരുദ്ധന് ചെറുതായി പനിക്കുന്നത് പോലെ തോന്നി. അയാൾ അസ്വസ്ഥപ്പെടുന്നത് കണ്ടപ്പോൾ പത്മം ചോദിച്ചു.

"എന്താ, എന്ത് പറ്റി?"

"വല്ലാതെ തണുക്കുന്നു." അയാൾ പ്രയാസപ്പെട്ട് പറഞ്ഞൊപ്പിച്ചു. പത്മം നെറ്റിയിൽ കൈവച്ച് നോക്കി. പൊള്ളുന്ന പനിയാണ്. "തലവേദനയുണ്ടോ" അവർ ചോദിച്ചു. അയാൾ തലയാട്ടി. തലവെട്ടിപ്പൊളിക്കുന്നപോലെയുണ്ടായിരുന്നു. അടുത്ത നഴ്സിങ് ഹോമിൽ അനിരുദ്ധനെ അഡ്മിറ്റ് ചെയ്തയുടൻ സോമശേഖരൻ ഡോ. മേത്തയെ വിളിച്ചു കാര്യം പറഞ്ഞു. അദ്ദേഹം ഫോൺ ഡ്യൂട്ടി ഡോക്ടർക്ക് കൊടുക്കാൻ പറഞ്ഞു. മേത്ത നിർദ്ദേശിച്ചതനുസരിച്ചാവണം അവർ അനിരുദ്ധനെ പെട്ടെന്ന് പ്രത്യേക പരിചരണ വിഭാഗത്തിലേക്ക് മാറ്റി. എന്ത് ചെയ്യണമെന്നറിയാതെ സോമശേഖരൻ അസ്വസ്ഥനായി. അയാൾ റിസപ്ഷനിലെ കസേരയിലിരുന്ന് നേരം വെളുപ്പിച്ചു. പുലർകാലത്താണ് അനിരുദ്ധന്റെ ആൾ ആരാണെന്നന്വേഷിച്ച് നഴ്സ് പുറത്ത് വന്നത്. സോമശേഖരൻ ഓടിച്ചെന്നു. അവർ അയാളോട് പറഞ്ഞു: "രോഗിയുടെ നില വളരെ ക്രിട്ടിക്കലാണ്." കിങ്സ് ഹോസ്പിറ്റലിലേക്ക് കൊണ്ടുപോകാൻ ഏർപ്പാട് ചെയ്യണമെന്ന് അപ്പോൾ സോമശേഖരൻ അവരോടാവശ്യപ്പെട്ടു. അത് കേട്ടു കൊണ്ടാണ് ഡോക്ടർ പുറത്ത് വന്നത്. "എങ്ങോട്ടും കൊണ്ടുപോകാൻ പറ്റിയ അവസ്ഥയിലല്ല രോഗി. സ്ട്രോക്ക് വന്ന് വലതുഭാഗം തളർന്നുപോയിരിക്കുന്നു. ഡോ. മേത്തയുടെ നിർദ്ദേശപ്രകാരം തന്നെയാണ് ഞങ്ങൾ എല്ലാം ചെയ്തു കൊണ്ടിരിക്കുന്നത്. വരുന്ന 24 മണിക്കൂർ വളരെ ക്രിട്ടിക്കലാണ്. അതിനിടയിൽ ഹൃദയാഘാതം വരാതെ നോക്കാനാണ് അദ്ദേഹം നിർദ്ദേശിച്ചിരിക്കുന്നത്. ഞങ്ങൾ എല്ലാ ശ്രമങ്ങളും നടത്തുന്നുണ്ട്." അത്രയും പറഞ്ഞ് ഡോക്ടർ വീണ്ടും അകത്തേക്ക് പോയി. സോമശേഖരൻ തളർന്ന് പോയി. അയാൾ അടുത്ത് കണ്ട സെറ്റിയിൽ തളർന്നിരുന്നു.

കുട്ടികളെ സ്കൂളിലാക്കിയശേഷം പത്മം നേരെ നഴ്സിങ് ഹോമിലേക്കാണ് വന്നത്. തളർന്നിരിക്കുന്ന സോമശേഖരനെക്കണ്ടപ്പോൾ അവരുടെ മനസ്സിൽ അശുഭ ചിന്തകളുടെ കടന്നൽക്കൂടിളകി. "എന്ത് പറ്റി സോമേട്ടാ" അവർ തളർന്ന് അയാളുടെ ശരീരത്തിലേക്ക് പതിക്കുകയായിരുന്നു. അയാൾ അവരെ ആശ്വസിപ്പിക്കാൻ വെറുതെ ശ്രമിച്ചുകൊണ്ടിരുന്നു. ആര് ആരെ ആശ്വസിപ്പിക്കാൻ? ഉച്ചയ്ക്ക് ഏതാണ്ട് രണ്ട് മണിയോടെ ഡോക്ടർ പുറത്തേക്ക് വന്നു. അയാളുടെ വിവർണ്ണമായ മുഖത്ത്

നിന്ന് അവർക്കെല്ലാം വായിച്ചെടുക്കാമായിരുന്നു.

"അന്ത്യദിവസം മൃത്യു നിന്റെ പടിവാതില്ക്കലെത്തുമ്പോൾ അദ്ദേഹത്തിന് നീ എന്ത് സമ്മാനമാണ് നല്കുക? എന്റെ പ്രാണൻ മുഴുവൻ അദ്ദേഹത്തിന്റെ മുൻപിൽ ഞാൻ കാഴ്ച വെക്കും. മൃത്യു എന്റെ പടിവാതില്ക്കൽ വരുമ്പോൾ ഞാനദ്ദേഹത്തെ വെറും കൈയോടെ മടക്കി അയക്കുകയില്ല. എത്ര ശരത് കാല രജനികളും എത്ര വസന്ത രാത്രികളും എത്ര സന്ധ്യകളും പ്രഭാതങ്ങളും രസവർഷണം ചെയ്തതാണ് എന്റെ ഈ ജീവിത ചഷകം? സുഖ ദുഃഖങ്ങളുടെ വെളിച്ചവും ഇരുട്ടും തട്ടുമ്പോൾ എത്ര പുഷ്പങ്ങളും ഫലങ്ങളുമാണ് എന്റെ ഹൃദയത്തിൽ നിറഞ്ഞു നില്ക്കുന്നത്? ഇക്കാലമത്രയും ഞാൻ സഞ്ചയിച്ചുവെച്ച സർവ്വ സമ്പാദ്യങ്ങളും അന്ത്യ ദിവസം മൃത്യു എന്റെ പടിവാതില്ക്കലെത്തിച്ചേരുമ്പോൾ ഞാൻ അദ്ദേഹത്തിന്റെ മുൻപിൽ കാഴ്ച വെക്കും."

www.ingramcontent.com/pod-product-compliance
Lightning Source LLC
LaVergne TN
LVHW042303051026
849519LV00012B/2137
* 9 7 8 9 3 9 0 3 0 1 8 4 3 *